கருணாகரனின் அழகிய மனவாளினி

மண்டையாழ்வார்

பாகம் - 2

AF756228

செண்பகப்ரியா

notionpress.com

INDIA • SINGAPORE • MALAYSIA

ISBN 979-8-88805-343-0

பொருளடக்கம்

-31-

கருணாவின் ஆர்வமும் நிருதியின் விளக்கமும்

ஆறு ஏழு நாள் கழிந்து இருக்கும். அலுவலகத்திற்கு கருணாகரன் செல்வதே இல்லை. அவனது அரண்மனை யிலேயே இருப்பதும் - அவ்வப்போது ஆலயம் சென்று வருவதுமாய். சயந்தன் அன்றாடப் பணிகள் குறித்து கருணாகரனை தினமும் காலையும், மாலையும் சந்தித்துச் செல்வதுமாய் இருந்தான்.

ஒரு நாள் மாலை வானதி ராயரும், நாராயண பட்டரும், வண்டையர் மாளிகைக்கு வந்தனர்.

அவர்களை இன்முகத்துடன் வரவேற்றான் கருணாகரன்.

"என்ன மருமகனே, கடந்த சில தினங்களாக தாங்கள் அலுவலகம் செல்லவில்லையா என்ன?" என்றார் ராயர்.

"ஆமாம், அம்மான் அவர்களே! சற்றே உடல் நலம் குறைவு கண்டது போல் இருந்தது. அதனால் ஓய்வு பெற எண்ணினேன்."

"தற்போது எப்படி உள்ளது கருணா?" என்றார் பட்டர்.

"இப்பொழுது பரவாயில்லை."

"சரி, தங்களிடம் ஒரு முக்கியமான தகவல் தெரிவிக்கும்படி கூறினார் அரசர். தாங்களோ இப்படி உடல் நலம் சரியில்லாமல் உள்ளீர்கள். அதனால் இப்போது இதனைப் பேசவேண்டாம் என எண்ணுகின்றேன். சில காலம் போகட்டும். பிறகு பார்த்துக் கொள்ளலாம். சரிதானே ராயரே?"

"தாங்கள் கூறுவதும் சரிதான்."

"சக்கரவர்த்திகள் என்ன கூறினார்? எதற்காக சில காலம் போகட்டும்?" என்று கேட்டான் கருணாகரன்.

“அரசரிடம் நீ ஒரு கோரிக்கை வைத்தாய் அல்லவா?”

ஆர்வத்துடன், “ஆமாம் அம்மான் அவர்களே! அதை அரசர் ஏற்றுக் கொண்டாரா, என்ன?”

“ஆமாம் ஏற்றுக்கொண்டார். ஆனால் அதில் சில கட்டுப்பாடுகளும், நிபந்தனைகளும் விதிக்கப்பட்டு உள்ளன கருணா.”

“அது எதுவானாலும் பரவாயில்லை பட்டரே. இதற்கு இளவரசியார் சம்மதம் கூறினார்களா?”

“ஆம், நேற்றைய தினம் இது குறித்து இளவரசியிடம் பேசி ஒப்புதல் வாங்கி உள்ளார். அதன் அடிப்படையில் நாளை மறுநாளில் இருந்து ஒவ்வொரு நாளும் மாலைப் பொழுது துவங்கி, முதல் சாமம் முன்பு வரை விவாதிக்கலாம். இது ஆலோசனை மண்டபத்தில் நடைபெறும். இடையில் தங்களுக்கோ, இளவரசிக்கோ ஓய்வு தேவை என்றால், அன்றைய நாளில் விவாதத்தைத் தவிர்த்தும் கொள்ளலாம். இது குறித்த விவரங்கள் இந்த ஓலையில் தெளிவாகக் குறிப்பிடப் பட்டுள்ளன” என்று கூறி தன்னிடம் இருந்த ஓலையை வழங்கினார் பட்டர்.

“நன்றிகள் பட்டரே” என்று அதனை வாங்கிக் கொண்டான்.

“அதைப் படித்து விட்டுப் பொறுமையாகவே பதில் அளிக்கலாம் கருணா. ஒன்றும் அவசரமில்லை. உனக்கு உடல் நலம் வேறு சரி இல்லையே! இந்த நேர்காணலை சில தினங்கள் தள்ளிக் கூட வைத்துக் கொள்ளலாம்” என்றார் வானதி ராயர்.

“அப்படியெல்லாம் ஒன்றுமில்லை அம்மான் அவர்களே! இதில் இருக்கும் நிபந்தனைகளுக்கு யான் உடன்படுகின்றேன். தவிரவும், இந்நிகழ்வை ஒத்தி வைக்க வேண்டாம்; நாளை மறுநாளே இருக்கட்டும்” என்றான் கருணா.

“அப்படி என்றால் சரி, நீ ஓய்வு எடுத்துக்கொள். நாங்கள் சென்று வருகின்றோம்” என்று அங்கிருந்து சென்றனர் ராயரும், பட்டரும்.

‘எம்பெருமானே தங்களின் கருணையே கருணை. அப்படியானால், இளவரசியார் எம்மை மன்னித்து விட்டார்

என்று தானே அர்த்தம்' என்று எண்ணியவன், தனது அறையில் சிவபாதத்தில் வைத்திருந்த குத்துவாளை எடுத்தான். 'நிருதி நீ என்று என்னை மன்னிப்பாயோ அன்றில் இருந்து நீ எனக்களித்த பரிசை என்னுடனே வைத்துக்கொள்ள வேண்டும் என எண்ணியே இங்கு வைத்தேன். இனி இன்றில் இருந்தே அது என்னுடன் இருக்கும்' என்றவன் அதைத் தனது இடையில் தரித்துக் கொண்டான்.

மறுநாள் காலையில் இருந்தே வெகு உற்சாகமாகத் தனது பணிகளைத் துவங்கினான். சுறுசுறுப்பிற்குக் கொஞ்சமும் பஞ்சம் இல்லாமல் இருந்தது - அவனது நடவடிக்கைகளில்.

அமைச்சர் கஞ்சாறன், "என்ன கருணாகரா, தங்களுக்கு உடல் நிலை பாதித்திருப்பதாக சயந்தன் கூறினார். பார்த்தால் அப்படி தெரியவில்லையே."

"இல்லை அமைச்சரே. அது நேற்றைய தினமே குணம் ஆனது. ஓ... அப்படியா? நல்லது. தங்களின் பணியைத் தொடருங்கள்" என்று அங்கிருந்து சென்றார். கஞ்சாறன் பஞ்சநதி முடிகொண்டானான வந்தராயன்.

அந்தப்புரம்.

"நிருதி, நாங்கள் கேள்விப்பட்டது உண்மை தானா?" என்றாள் அமுதா.

"நீங்கள் என்ன கேள்விப்பட்டீர்கள்?"

"அது தான், நாளையில் இருந்து தினம்தோறும் மாலை விவாத மண்டபத்தில் இலக்கியங்கள் குறித்தும் உனக்கும், வண்டையர் கோனுக்கும் விவாதம் நடக்க உள்ளதாமே" என்றாள் மலர்.

"சிறு திருத்தம். தமிழ் பயின்ற ஆன்றோர்கள் முன்னிலையில். அதில் நீங்கள் இருவரும் கூட பங்கு பெறலாம். தந்தையாரிடம் உங்கள் இருவரையும் கூட பரிந்துரைத்துள்ளேன்."

"இது உண்மை தானா என்று தான் நாங்கள் கேட்டோம். அதற்கு எங்களையும் ஏன் இணைத்துக் கொள்கிறாய் நிருதி? பெண்டுகள் என்றாலே மாலை நேரத்தில் தங்களை

அலங்கரித்துக் கொண்டு ஆலயம் செல்வர், அல்லது விளையாடி, பேசி சிரித்து மகிழ்வர். இது தானே உலக வழக்கம். இவ்வேளையில் எவரேனும் இலக்கியம் பற்றி உரையாடிக் கொண்டிருப்பார்களா என்ன?"

"சரி, உரையாட வேண்டாம். மலர். நீ அங்கு வந்தால் போதும். யான் உரையாடிக் கொண்டு இருப்பேன். நீ உனது அத்தானைக் கண்குளிர பார்க்கலாம், இல்லையா."

"நிருதி கூறுவதும் சரி தான்!" என்று கூறி சிரித்தாள் அமுதா.

"இல்லை நிருதி. இவற்றில் எல்லாம் எமக்கு சுத்தமாக உடன் பாடில்லை என்பது உனக்கு முன்னமே தெரியும் தானே. தவிரவும், நனது அத்தானைக் காண வேண்டுமானால் யான் தனிமையில் கண்டு கொள்வேன். நீ தான் கிடைக்கின்ற வேலைகளில் இலக்கியத்திற்கு உரை காண்கின்றேன், பொருள் எழுதுகின்றேன் எனக் கூறிக் கொண்டிருப்பாய். ஆகையினால், நீ மட்டுமே செல். வேண்டுமானால், நாளை முதல்நாள் என்பதனால் நாங்களும் உன்னுடன் வருகின்றோம். என்ன அமுதா?"

"நீ கூறுவதும் சரிதான் மலர்"

"சரி, நாளை மூவருமே இதில் கலந்து கொள்ளுவோம்" என்றாள் நிருதி.

மறுநாள் மாலை அலுவலகப் பணி முடிந்து தனது மாளிகைக்கு விரைந்து வந்தான் கருணா. நீராடி மிக நேர்த்தியாக இடையாடை, மேலாடை உடுத்தி வழக்கம் போல் வாசனைத் திரவியம் பூசி, நீறு அணிந்து முதல் முறையாக தன்னைத் தானே கண்ணாடியில் கண்டு ரசித்துக் கொண்டான். ஆபரணங்கள் அணிந்து வாளை எடுத்துக் கொண்டு தனது மாளிகையில் இருந்து புறப்பட்டான் ஆலோசனை மண்டபத்திற்கு.

அவன் அங்கே வருவதை வாயில் காவலன் அறிவித்தான். வண்டையர் கோன் கருணாகர தொண்டைமான் மண்டபம் எழுந்தருள்கின்றார் என்று.

ஆர்வத்துடன் மண்டபத்திற்குள் நுழைந்த கருணாகரனுக்கு சற்றே அதிர்ச்சி! அது அவன் முகத்தில் பிரதிபலித்தது.

இருந்தாலும், ஒருவாறாக அதை சமாளித்துக் கொண்டு அங்கிருந்தவர்களைக் கரம் கூப்பி வணங்கினான். அவனை எதிர்நோக்கி அங்கே இருந்தவர்கள்: குலோத்துங்கன், ராசராச சோழகங்கன், வீரசோழன், வானதி ராயர், காலிங்க ராயர், சயங்கொண்டார், நாராயண பட்டர் உள்ளிட்டோர். ஆயினும், அங்கே நிருதியை மட்டும் காணவில்லை. அனைவரையும் வணங்கி தனக்கென தனியே போடப்பட்ட இருக்கையில் சென்று அமர்ந்தான் கருணாகரன்.

'என்ன இது நனது கோரிக்கை சரிவர சக்கரவர்த்திகளின் செவிகளில் விழவில்லையோ? நிருதியுடன் கலந்துரையாட வேண்டும் என்பது தானே நனது வேண்டுகோள். இங்கே இவர்கள் எப்படி? அதிலும் புலவர்கள் இருவரும், சக்கரவர்த்தியும் கூட ஓர் அளவிற்கு ஏற்றுக் கொள்ளலாம் - இலக்கண, இலக்கியங்களில் புலமைபடைத்தவர்கள் என்ற காரணத்தால், மற்றவர்கள் எதற்காக? இதில் நிருதியை வேறு காணவில்லையே'. என்று கருணாகரன் எண்ணும் பொழுதே காவலன் ஒருவன்,

"சபையோரின் கவனத்திற்கு, இங்கு நடைபெறக் கூடிய நேர்காணல் குறித்த விதிமுறைகளை வண்டையர்கோன் அவர்களுக்கு ஓலையின் மூலம் அறிவித்து இருந்த போதும், மீண்டும் ஒரு முறை இங்கு சபையினர் மூலம் அறியும்படி தெரிவிக்கப்படும்." என்று அறிவித்தான்.

'அய்யோ அந்த ஓலையில் என்ன இருந்தது என்று யான் இப்போது வரையிலும் படிக்கவில்லையே' என்று எண்ணிக் கொண்டான் கருணா. காவலன் தொடர்ந்து தெரிவித்தான் "விதிமுறைகளில் குறிப்பிடப்பட்டு இருக்கும் கட்டளை எண் 1: நாள் ஒன்றுக்கு ஒரு குறிப்பிட்ட இலக்கியம் குறித்தே உரையாடல் இருக்க வேண்டும். அதன் தொடர்ச்சி அடுத்தடுத்த நாட்களில் இருக்கலாம்."

கட்டளை எண் 2: இலக்கியம் தவிர தேவையற்ற விவாதங்கள் இருவரிடமும் இருக்கக் கூடாது.

கட்டளை எண் 3: தங்களின் கேள்விகளை தங்களின் இருக்கையில் இருந்தபடியே தான் கேட்க வேண்டும். இளவரசியார் அருகே செல்ல முயலக்கூடாது.

கட்டளை எண் 4: தங்களின் இந்த உரையாடலின் போது இளவரசர்கள் இருவரோ அல்லது ஒருவரோ தங்களின் உடன் இருப்பார்கள். புலவர் இருவரும் எப்போதும் உடன் இருப்பார்கள். தங்களின் இந்த உரையாடலின் போது எப்போது வேண்டுமானாலும் சக்கவர்த்திகள் பங்குபெறுவார்.

கட்டளை எண் 5: இளவரசியாருக்கோ அல்லது தங்களுக்கோ அசௌகரியம் ஏற்பட்டால் ஓரிரு நாட்கள் இக்கலந்துரை யாடலை ஒத்தி வைக்கும் அதிகாரம் இருவருக்குமே உண்டு.

கட்டளை எண் 6: சக்கரவர்த்தியோ அல்லது இளவரசியாரோ இந்தக் கலந்துரையாடலைத் தொடர விருப்பம் இல்லையானால், இதை எப்போது வேண்டுமானாலும் ரத்து செய்யும் உரிமை உடையவர்கள் ஆகின்றனர். அவர்கள் அன்றி இக் கோட்பாடு தங்களுக்கும் பொருந்தும், வண்டையர் அரசே."

"இந்த விதிமுறைகளை தாங்கள் ஏற்க சம்மதமா அமைச்சரே?" என்றார் வானதி ராயர்.

"சம்மதம்!" என்றான் கருணாகரன்.

காவலன் அறிவித்தான்: "சக்கவர்த்திகளின் திருமகள் இளவரசியார் பானு நிருபமை தேவியார், அவர்களுடனே வாணர் குல இளவரசியார் வானதி ராயர் திருமகள் மலர்விழி தேவியார், சேதி நாட்டு இளவரசியார் கிளியூர் மலையமான் திருமகள் அமுதா தேவியாரும் மண்டபம் எழுந்தருளுவர்.

மூவரும் சபையினரை வணங்கி திரைசீலைக்குப் பின்னால் போடப்பட்டிருந்த இருக்கையில் அமர்ந்தனர்.

'அய்யோ இது வேறா? இது கட்டளையில் வரவில்லையே சீலைக்கு பின்னால் இருப்பது என்பது தந்தை, தமையன்கள், புலவர்கள், தோழிகள் இன்னும் சில அமைச்சர்கள். இவர்களுக்கு இடையில் யான் எங்ஙனம் உன்னை ஏறிட்டுப் பார்ப்பேன் நிருதி? 'அல்லது எப்படி தான் எந்நாவில் இலக்கணம் குறித்த கேள்வி எழும்?' என்று தனக்குள்ளாக அங்கலாய்த்துக் கொண்டான் கருணா. "நாம்

இருவரும் மட்டுமே இருக்கும் தருணமானது இனி நம் வாழ்நாளில் வரப்போவது இல்லையா நிருதி?" என்றான் ஏக்கத்துடன்.

"உரையாடலைத் துவங்கலாம் என்றார் வானதி ராயர். உடனே, கருணாகரன் தனக்கே உரித்தான கம்பீரத்துடன் எழுந்து நின்று, "வணக்கம், இளவரசியாரே!" என்றான்.

உடனடியாக எழுந்து நின்று தனது வணக்கத்தைத் தெரிவித்துக் கொண்டாள் நிருதி.

"இலக்கியங்கள் எத்தனை உள்ளன?"

"அது கணக்கில் அடங்காது?"

"அதில் தனித்துவம் என்று தாங்கள் கருதுவது?"

"வள்ளுவம்!"

"காரணம்?"

"மனித வாழ்வியலுக்குத் தேவையான அனைத்தையும் தன்னகத்தே பொதிந்து வைத்துள்ளதால்."

"சபாஷ்! சரியான ஆரம்பரம்" என்று தனது மகிழ்ச்சியை வெளிப்படுத்தினான் குலோத்துங்கன்.

"இத்தனை அதிகாரங்களாகப் பிரித்து இயற்றி இருப்பதன் காரணம் என்னஇளவரசியாரே?"

"அத்துணையும் நம் வாழ்வில் ஒன்றெனக் கலந்திருப்பதை அறிவுறுத்த"

"இதில் எது சிறந்த அதிகாரம் இளவரசியாரே?"

"ரத்தினத்தில் உயர்வு, தாழ்வு உண்டோ, வண்டையர் அரசே?"

"ஏதேது... நீங்கள் இருவரும் உரையாடுவதைப் பார்த்தால் எங்களைப் பின்னுக்குத் தள்ளிவிடுவீர்கள் போல் உள்ளதே!" எனக் கூறி நகைத்தார் சயங்கொண்டார்.

"இதில் அதிசயிக்க என்ன உள்ளது புலவரே?"

"கல்வியில் சிறந்த திருவரங்கன் வாரிசு வண்டையர் கோனான கருணாகரத் தொண்டைமான், பண்டித சோழனின் குலக்கொடி நிருபமை. அதுதான் ஒருவருக்கொருவர் சளைத்தவர்கள் இல்லை என்று உரையாடலில் நிரூபித்துக் கொண்டிருக் கிறார்கள்" என்றார் பட்டர்.

கருணாகரன் தொடர்ந்தான்: "இளவரசியாரே, அவை அறிதல், அவை அஞ்சாமை இவ்விரு அதிகாரங்களுக்கும் இருக்கும் ஒற்றுமை, வேற்றுமை பற்றிய விளக்கம் வேண்டும்."

"இவ்விரண்டும் சபையில் கடைபிடிக்கப்பட வேண்டிய பண்புகளில் ஒன்று, இதுவே இவற்றிற்கான ஒற்றுமை; வேற்றுமை யாதெனில் சபையில் நாம் எடுத்துரைக்கும் கருத்துகளில் உண்மை, உறுதி, தெளிவு இவற்றை அறிவுறுத்துவதே அவை அறிதல் அதிகாரத்தின் நோக்கம் ஆகும். மேற்கூறியவற்றில் சற்றே அடிபிரண்டோமேயானால் அதன் பொருட்டு விளையும் துன்பம் என்பது எப்படி இருக்கும் என்று மிக எளிதாக எழுதி இருப்பார் வள்ளுவர். கற்றவரின் முன் தாம் கற்றவற்றை அவருடைய மனத்தில் பதியுமாறு சொல்லவல்லவர், கற்றவர் எல்லாரிலும் கற்றவராக மதித்துக் கொள்ளப்படுவர் என உணர்த்தும் உன்னதமான அதிகாரம் அவை அஞ்சாமை என்பது இதுவே இவை இரண்டிற்குமான வேறுபாடு அமைச்சரே."

"அருமை இளவரசியாரே! இவற்றில் தங்களுக்கு மிகவும் பிடித்த குரள் யாது?" என்பதற்குள் மணி ஒலித்தது.

"காலம் நிறைவடைந்தது. சபை முற்றுபெறுகிறது" என்றான் காவலன்.

அங்கிருந்த எவருக்குமே இத்துணை சீக்கிரம் நிறை வடைந்ததில் உடன்பாடில்லை என்பது அவர்களின் முகத்தில் பிரதிபலித்தது.

சபையோரை வணங்கி பெண்கள் மூவரும் அங்கிருந்து சென்றனர்.

"சக்கரவர்த்திகளுக்கு வாழ்த்துக்கள். இளவரசியாரின் இந்த ஆற்றல் எம்மை வெகுவாகக் கவர்ந்தது அரசே!" என்றார் சயம் கொண்டார்.

"ஆம் தந்தையே, நிருதி எங்களின் உடன் பிறந்ததை எண்ணி யான் இன்று மிகவும் பெருமை கொள்கின்றேன்" என்றான் வீரசோழன்.

"ஆம் தம்பி, எந்நிலையும் அதுவே" என்றான் சோழகங்கன்.

வரிசையாக அங்கிருந்த அனைவரும் அரசனுக்கு வாழ்த்து தெரிவிக்க, “உண்மையில் வாழ்த்து எமக்கு அல்ல; திருநாராயண பட்டரையே சேரும். அவரே நன் அன்பு மகளுக்குக் கல்வி போதித்தவர் என்பது இங்கிருக்கும் அனைவரும் அறிந்ததே.”

“ஆம், பட்டருக்கும் எங்களின் வாழ்த்துக்கள்!” என்றனர் அங்கிருந்த அனைவரும்.

“கற்பித்தது நனது கடமை மட்டுமே. அறிவு முதிர்ச்சி என்பது இளவரசியின் மரபில் கலந்த ஒன்று” என்றார் பட்டர் தன்னடக்கத்துடன்.

“அரசே தங்களிடம் ஒரு கோரிக்கை!”

“கூறுங்கள் ராயரே.”

“இந்தக் கால அவகாசத்தை இன்னும் கொஞ்சம் அதிகப் படுத்தினால் என்ன?”

“அடடா நமது கருத்தை என் அம்மான் அப்படியே, கூறுகின்றாரே.....” என்று எண்ணிக் கொண்டான் கருணாகரன்.

“ஆம் ராயரே! இதையே தாம் யானும் நினைத்தேன். உண்மையில், இன்று இவர்களின் கலந்துரையாடல் வெகு சுவாரசியமாக இருந்தது - அல்லவா?”

“ஆம் அரசே!”

“அப்படியானால், இக்கால அளவு இரண்டு மடங்காக அதிகப்படுத்தப்படும்” என்றான் குலோத்துங்கன். அங்கிருந்த அனைவரும் தங்களின் மகிழ்ச்சியைத் தெரிவித்துக்கொண்டனர்.

“இப்படி ஒரு கருத்தரங்கை நாம் வெகு நாட்களுக்கு முன்னமே ஏற்பாடு செய்திருக்கலாம் என்று தோன்றுகிறது, அரசே!”

“தங்களின் கருத்து உண்மை தான் ராயரே! இருந்தும், அதற்கு நேரமும் காலமும் கூட வேண்டும் இல்லையா? உண்மையில் கருணாகரனுக்கு யான் நன்றி கூற கடமைப்பட்டு இருக்கின்றேன்.”

“நன்றி எல்லாம் எதற்கு பிரபு?” என்றான் கருணாகரன்.

"ஆம் கருணாகரா, தாங்கள் மட்டும் எம்மிடம் இப்படி ஒரு கோரிக்கை வைக்கவில்லையென்றால், இது போன்றதொரு பயனுள்ள பொழுது போக்கு அமைவது எங்ஙனம்?"

"அரசே, இவ்வறிவார்ந்த சபையில் ஆர்வம் மிக்கவர்கள் கலந்து கொள்ளலாம் அல்லவா?" என்றார் காலிங்கராயர்.

"நிச்சயமாக ராயரே!"

"அப்படியானால் சரி, யானும் இதில் தினமும் கலந்து கொள்கின்றேன் - பார்வையாளனாக" என்றார்.

"தங்களுடன் யானும் இணைந்து கொள்கின்றேன்" என்றார் வானதி ராயர்.

"அறிவுசார் பெரியோர் சபையில் அடியேனும் கலந்துகொள்ள எண்ணுகின்றேன்" என்று குலோத்துங்கன் கூறியதும், அங்கிருந்த அனைவரும் தங்களின் மகிழ்ச்சியை நகைப்புடன் தெரிவித்துக் கொண்டனர். அன்றைய சபை இனிதே நிறைவு பெற்றதும் அனைவரும் அங்கிருந்து கலைந்து சென்றனர்.

-32-

ஆடி பூரட்டாதி நாள்

தனது மாளிகைக்கு வந்த கருணாகரன் நிருதி அளித்த குத்து வாளை எடுத்துப் பார்த்த வண்ணம், 'சோழனின் கூர்வாள் நிருதி, நீ - அகத்திலும் புறத்திலும். இதை என்றேனும் உன் எதிரிலே கூறுவேன்' என்று தனக்குள் கூறிக் கொண்டான்.

சபையில் நடந்தவற்றை தன் மனைவியரிடத்தில் கூறி பெருமைப் பட்டுக் கொண்டான் குலோத்துங்கன். ஒரு வாறாக, அங்கு சபையில் கலந்துகொண்டவர் அனைவரது இல்லங்களிலும் இதே பேச்சுக்கள் தான்!

தன் மகளுக்கு தானே இன்று சுற்றிப் போட வேண்டும் என்று ஆர்வத்துடன் அவளின் அறைக்கு வந்தான் குலோத்துங்கன். அறையில் தோழிகள் மூவரும் ஆழ்ந்து உறங்கிக் கொண்டு இருந்தனர்.

தன் மகளின் தலையைக் கோதிய குலோத்துங்கன், "இரத்தினங்களில் பேதமில்லை என்பது உண்மை தான் மகளே. இருப்பினும் நன் சிரசில் சூடி அழகு பார்க்கும் மணிமகுடம் நீ எனக்கு." என்று கூறி அங்கிருந்து சென்றான்.

அவன் அங்கிருந்து சென்றதும் மெள்ள கண் திறந்தாள் நிருதி. அவள் கண்களில் நீர்த்துளி.

"தங்களின் மகள் என்பது யான் முற்பிறவியில் செய்த தவத்தின் பலன் தந்தையே!" என்றாள் மெள்ள வாயசைத்து.

ஒவ்வொரு நாளும் ஓடிய வேகம் தெரியவில்லை. ஒன்றரை திங்கள் கடந்திருக்கும் தனது பணிகளைத் திறம்படவே செய்து முடித்தான் கருணாகரன். அவனின் இந்த

ஆற்றலை மெச்சி ஆயுதக் கிடங்கு உயர் அதிகாரி பதவியும் கூடுதலாக வழங்கப்பட்டது.

தினமும் மாலையில் இலக்கியக் கருத்தரங்கம், பலதரப்பட்ட இலக்கியங்கள் குறித்த கலந்தாய்வு என்று வெகு சிறப்பாக சென்று கொண்டிருந்தன நாட்கள். இதன் இடையே மலரைச் சந்திக்கவும் மறக்கவில்லை கருணா. ஒரு நாள் சயங்கொண்ட சோழ மண்டலத்தில் இருந்து ஓலை - கருணாகரனுக்கு.

“என்னவாயிற்று கருணா? உனது பணிகள் இன்னும் நிறைவு பெறவில்லையா என்ன? நீ எப்பொழுது மாமல்லபுரம் வரப்போகின்றாய்?” எனக் கேட்டிருந்தான் மாதவன்.

‘அய்யோ... இதை எப்படி மறந்தோம்?’

“இன்னும் நான்கு தினங்களில் எமக்கு பிறந்த தினம் வருகின்றது என்று அதன் பொருட்டு தந்தையார் எம்மை வண்டைக்கு வரக்கோரி உத்தரவு இட்டுள்ளார். யான் அங்கே சென்று விட்டு அப்படியே தொண்டை மண்டலம் வருகின்றேன் மாதவா” என்று பதில் ஓலை அனுப்பினான்.

மேற்கூறிய காரணங்களைக் கூறி பதினான்கு தினங்கள் விடுப்பு கேட்டு விண்ணப்பம் அளித்திருந்தான் கருணா - தனது அலுவலகத்தில். அதை ஏற்றது அதிகாரிகள் குழு. பதினான்கு தினங்கள் இலக்கியக் கருத்தரங்கம் ஒத்திவைக்கப்பட்டது - கருணாகரன் பொருட்டு.

வண்டைக்குப் பயணித்தான் கருணாகரன். கோட்டை வாசல் சென்று அவனை வழி அனுப்பினர் குலோத்துங்கனும், வானதி ராயரும். கோட்டையில் இருந்து கருணாகரன் சென்றதில் பெருங்கவலை கொண்டது உண்மையில் குலோத்துங்கனே. அவனது அருகாமை அரசனுக்கு மகிழ்ச்சியையும் மனநிறைவையும் கொடுத்தது. அவன் இல்லாத இந்தப் பதினான்கு நாட்கள் கோட்டை கலையிழக்கப் போகின்றது என்று எண்ணிக் கொண்டான் அரசன்.

அங்கிருந்த அனேகரின் எண்ணமும் இதுவே. அலுவலகத்தில் உள்ளோரும், கருத்தரங்கில் கலந்து கொண்டோரும் அவன் இல்லாது வெறுமையை உணர்ந்தனர்.

இவர்கள் பாடு இப்படி என்றால் மலரையும், நிருதியையும் சொல்லவே வேண்டாம். மலராவது அவ்வப்போது தன் எண்ணங்களை வெளிப்படுத்தி ஆசுவாசப் படுத்திக் கொள்வாள். நிருதியோ அகத்தே வைக்க இயலாமலும், புறத்தே கூற இயலாமலும் போராடிக் கொண்டிருந்தாள். இவர்கள் அனைவரையும் பிரிந்து வந்தது கருணாகரனுக்கும் மிகுந்த வேதனையை அளித்தது.

என்னதான் தான் வகிக்கும் பதவியினாலும் பாராட்டுக்களாலும் கிடைக்கின்ற மகிழ்ச்சியை விடவும் தனது பிறந்த மண்ணை மிதிக்கின்ற போது ஏற்படும் மகிழ்ச்சிக்கு ஈடாகாது. அதை உணர்ந்தான் கருணாகரன். ஆம், எழிலும் எளிமையும் கலந்த பெரு நகரம் வண்டை. வளமையையும், செழுமையையும் பறைசாற்றும் மருத நிலம்.

தனது குலப் பாரம்பரியத்தைக் கண் எனக் காக்கும் வண்டை அரசன் திருவரங்க அன்னவராயன். தன் தமையனைப் போன்றதோர் உத்தமன் இவ்வுலகில் இல்லை என்று எண்ணி, தனது மகனுக்கும் தன் தமையன் பெயரைச் சூட்டி மகிழ்ந்த ஆவுடையான் திருவரங்கனின் தம்பி. தனது குலமான வண்டையர்களையும் தனது கொடியினரான வாணர் குலத்தையும் ஒரு சேர தாங்க நினைக்கும் உத்தமவல்லி திருவரங்கனின் மனைவி. நம் வரலாற்று நாயகனை ஈன்று மங்கா புகழ் பெற்றவள் மற்றும் கருணாகரனின் சிற்றன்னை பெரியநாயகி. என்ன ஒரு பெயர் பொருத்தம் சிற்றன்னைக்கும், தந்தைக்கும் மற்றும் தம்பி இரண்டாம் திருவரங்கனுக்கும், வண்டைநகர் அதிகாரிகள் முக்கியஸ்தர்கள் என்று அனைவரும் காத்திருந்தனர் - கோட்டை வாயிலில், கருணாகரனின் வருகைக்காக. கருணாகரன் வண்டையின் ராசபாட்டையை அடைந்ததை உறுதி செய்வதன் பொருட்டு வானவேடிக்கையும் அதைத் தொடர்ந்து கொம்பும் ஒலிக்கப்பட்டது.

கோட்டை அருகே வர, அனைவரும் தங்களின் மகிழ்ச்சியை தெரிவித்துக் கொண்டனர் - கருணாகரனிடம் எப்பொழுதுமே தனது தம்பியின் மீது தாளாத பாசம்

கருணாகரனுக்கு. அவனும் அப்படி தான்! ஓடி வந்து தனது தமையனின் கால்களில் விழுந்து வணங்கி பின் கட்டித் தழுவினான் திருவரங்கன்.

“தாங்கள் எப்படி உள்ளீர்கள் தமையா?”

“யான் பூரண நலம். நீ எப்படி இருக்கின்றாய் தம்பி?”

“யானும் நலமே அண்ணா!” அங்கிருந்த அனைவரும் இவர்களின் பிணைப்பைக் கண்டு பூரித்துப் போயினர்.

உண்மை தான்; இதுவே இவர்களின் மரபுச் சிறப்பு! ராம, இலக்குவனைப் போன்றதொரு பிணைப்பு இவர்களின் குணச்சிறப்புகளில் ஒன்றாகும். விருந்தும் கேளிக்கையுமாக வெகு சிறப்பாகக் கழிந்தது - அன்றைய நாள் வண்டையில்.

விடிந்தால் வண்டையர் பெருமையைத் தாங்கிப் பிடித்த தொண்டைமானின் இனிய பிறந்த நாள். ஆம், முன்பு ஒரு நாள் ஆடிப்பெருக்கும் பூரட்டாதி நட்சத்திரமும் ஒன்று கூடிய நன்னாளில் பிறந்தவன் அவன். சில ஆண்டுகள் ஆடிப் பெருக்கும், பூரட்டாதியும் மாறக் கூடுமென்பதால் ஒவ்வோர் ஆண்டும் இவ்விருதினங்களையும் சிறப்பாகக் கொண்டாடு வார்கள் வண்டையர்கள். அன்று காலை வண்டையில் உள்ள ஆலயங்களில் வழிபாடுகளுக்கு ஏற்பாடு செய்யப்பட்டு இருந்தது. இவை தவிர, திருவரங்கனின் பட்டத்தைப் பொருள் உணர்த்தும் விதமாக வண்டை நகர் எங்கும் அன்னதானத்துக்கு ஏற்பாடு செய்யப்பட்டு இருந்தது. மேலும் தேவதானம், இறையளி தானம், பசுதானம், கல்விச் சாலைக்கும், ஆதுரச் சாலைக்கும் பொருள் தானம் என்று சிறப்பாக சென்று கொண்டிருந்தது கருணாகரனின் பிறந்த தினம்.

அன்று மாலை வண்டையர் அரண்மனை.

“என்ன மகனே, இவ்வாறாக நீ நடந்து கொள்வது முறையா?” என்றாள் உத்தமவல்லி.

“இப்பொழுது, என்ன இங்கே முறை தவறியது தேவி?” என்று அங்கு வந்தான் அன்னவராயன்.

“தாங்களே கேளுங்கள் அரசே. நேற்றைய தினம்தான் சோழபுரத்திலிருந்து வந்தான். இன்று அதற்குள்ளாகத் தொண்டை மண்டலம் புறப்பட்டுக் கொண்டிருக்கிறான்.

“என்ன வாயிற்று கருணா” ஏன் அப்பா அதற்குள்ளாக புறப்படுகின்றாய்?

“இல்லை தந்தையே? இருதினங்களுக்கு முன்னமே தொண்டை மண்டலம் வருவதாக மாதவனிடம் வாக்களித்திருந்தேன். இப்பொழுது செல்லவில்லை என்றால், அது அவ்வளவாக நலம் அன்று தந்தையே. மேலும் யான் பதினான்கு தினங்களே விடுப்பு கேட்டுள்ளேன். இங்கே இதற்குள்ளாக நான்கு தினங்கள் கழிந்துவிட்டன. இன்னும் பத்து தினங்கள் தான் மிச்சம். இதற்குள்ளாக யான் தொண்டை சென்று சோழபுரம் கோட்டைக்குத் திரும்ப வேண்டும்.”

“அப்படியானால், சென்றுவா மகனே!” என்றான் திருவரங்கன்.

“அப்பப்பா, உங்கள் இருவரையும் திருத்தவே முடியாது” என்று சலித்துக் கொண்டாள் உத்தமவல்லி.

“தவறு இழைக்கும் பட்சத்தில் எங்களை நாங்கள் திருத்திக் கொள்கின்றோம் தேவி” என்றான் திருவரங்கன் - கிண்டலாக.

“எப்படியோ போங்கள்!” என்று அங்கிருந்து சென்றாள் உத்தமவல்லி.

அனைவரிடமும் விடைபெற்று தொண்டை மண்டலம் நோக்கிச் சென்றான் கருணாகரன்.

செல்கின்ற வழியில், ‘இன்று ஒருமுறை அவளைக் கண்டிருந்தேனேயானால், இன்னும் மகிழ்ச்சியுடன் இந்நாளைக் கடந்திருப்பேன். என்ன செய்ய? தற்போது அவள் இங்கில்லையே...’ என்று எண்ணிக் கொண்டான்.

தொண்டையை அடைந்த கருணாகரனுக்கு உற்சாக வரவேற்பு அளித்தனர் அவனின் நண்பர்கள் மூர்த்தியும், மாதவனும். மூவருமாக மாமல்லபுரத்தில் இருந்த மாதவனின் மாளிகைக்குச் சென்றனர். பலதரப்பட்ட உரையாடல்கள், பலவித உணவுகள், கடற்கரைக் காற்று. அங்கே பல்லவர்களின் பெயர் கூறும் குடைவரைக் கோயில்களை ரசித்துப் பொழுதைக் கழித்தனர்.

சோழர்களின் கோட்டை. குலோத்துங்கனின் அறைக்கு வந்தார் ராயர்.

“வணங்குகின்றேன் பிரபு!”

“வணக்கம், வாருங்கள் ராயரே, என்ன இது! இத்துணை காலையில்? தங்களின் முகம் ஏன் இத்துணை வாட்டம் கொண்டுள்ளது?”

தன் கரத்தில் இருந்த ஓலையை நீட்டினார் ராயர்.

“இதை யார் அளித்தது தங்களுக்கு? அதில் என்ன இருக்கின்றது?”

சாளுக்கியத்தில் இருந்து ஒற்றன் கொண்டு வந்தது அரசே.”

“அதில் என்ன எழுதி இருக்கின்றது?”

“சோழர்களின் ஆளுமையில் இனி இருக்க அவர்களுக்கு விருப்பம் இல்லையாம். சுய ஆட்சி நடத்தப் போகின்றனராம். இருந்தும், உறவு முறைகள் தொடர வேண்டுமாயின், தங்களின் இளைய மகளை தனக்கு மணம் முடித்துக் கொடுக்கும்படி கேட்டுள்ளார் பிரபு.”

“என்ன, அதுதான் ஏற்கனவே நன் இரண்டாம் மகள் அம்மங்கையைக் கொடுத்து இருக்கிறோமே...”

“சரி, மேலும் என்ன எழுதி இருக்கின்றது அதில்?”

“இதற்கு உடனடியாகத் தங்களின் பதிலை எதிர்பார்க்கிறார் களாம், பிரபு”

“சரி, இதைப் பற்றிப் பின்பு பேசிக் கொள்ளலாம் ராயரே. யான் சற்றே தனிமையில் இருக்க விழைகின்றேன்.”

“உத்தரவு பிரபு!” என்று அங்கிருந்து சென்றார் ராயர்.

இதன் பிறகு இரண்டு மூன்று தினங்கள் கழித்திருக்கும். “அரசர் அவசரமாக வரக் கூறினார்” என்று ராயர் குலோத்துங்கனின் அறைக்குச் சென்றார்.

“வணங்குகின்றேன் அரசே!” என்றதும், “வணக்கம் ராயரே!” என்று கூறி ஓர் ஓலையை நீட்டினான் குலோத்துங்கன்.

“என்ன இது? தங்களின் கைப்படவே சாளுக்கியத்திற்கு ஓலை எழுதி விட்டீர்களா அரசே?”

“தங்களைக் கலந்தாலோசிக்காமல் எது ஒன்றை இதுநாள் வரையிலும் செய்திருக்கின்றேன், ராயரே. இது அது என்று எதையும் ஒதுக்கியதில்லையே. வந்திருக்கும் ஓலையைப் பிரித்துப் படியுங்கள்” என்றான் குலோத்துங்கன்.

ஈழத்தில் இருந்து வீரபாகு எழுதுவது: வணங்குகின்றேன், மாமன் அவர்களே. தாங்கள் சாளுக்கியர்களை சுயமாக ஆள ஒப்புதல் அளிக்கப் போவதாகவும் தங்களின் இளைய மகளை அவருக்கு இரண்டாம் தாரமாக மணமுடிக்கப் போவதாகவும் கேள்வியுற்றேன். அப்படியானால், நனது எண்ணத்தையும் கூறிவிடுகின்றேன். ஈழத்தில் இருக்கும் தங்களின் கப்பற்படையைத் திரும்பப் பெற்றுக் கொள்ளுங்கள். தங்களுக்கு இனி சுங்கம் செலுத்த இயலாது. இதன் பின் ஒரு வேளை தங்களுக்கு உறவை நீட்டித்துக் கொள்ளும் எண்ணமிருந்தால், நனது சிற்றப்பன் மகனுக்குத் தங்களின் மகளை மணமுடித்துக் கொடுத்தீர்களேயானால், நம் உறவு முறை நீடிக்க அது உறுதுணையாக இருக்கும். தங்களின் பதிலை விரைவில் எதிர்பார்க்கும் வீரபாகு தேவன்.

“என்ன மன்னா இது? இப்படி இரு தேசங்களிலிருந்தும் அடுத்தடுத்து ஓலைகள் வந்துள்ளனவே, எதனால்? இது ஆச்சர்யமாக அல்லவா உள்ளது.”

“இதில் அதிசயிக்க என்ன உள்ளது ராயரே? ஒருவனின் பலம் என்பது அவனின் மனைவியும், மக்களும். இதில் ஒன்றை இழந்தானாலும் அவன் பலகீனமாகக் கருதப்படுகின்றான். அந்த பலவீனத்தை தனக்கு சாதகமான வகையில் பயன்படுத்திக் கொள்ளப் பார்க்கின்றனர்; அவ்வளவு தான்!

“புரிகின்றது அரசே!” என்றார் ராயர்.

“சரி, நடப்பது நடக்கட்டும். என்ன செய்வதென்று யோசிக்கலாம்” என்ற குலோத்துங்கன் குரலில் வருத்தம் இழையோடியதை ராயரால் உணரமுடிந்தது.

“தாங்கள் ஓய்வெடுத்துக் கொள்ளுங்கள் அரசே! யான் பின்னர் வருகின்றேன்” எனக் கூறி அங்கிருந்து விடைபெற்றார் ராயர்.

தனது அரண்மனையில் இருந்து வெளியே வந்த குலோத்துங்கன் மணிமண்டபம் நோக்கி நடக்கத் துவங்கினான். அந்த இரவில் கோட்டை எங்கும் தீவட்டிகள் எரியூட்டப்பட்டு இருந்தன. வாயிலில் இருந்த காவலர்கள் தங்களின் வணக்கங்களைத் தெரிவித்துக் கொண்டனர். குலோத்துங்கன்

மண்டப முகப்பு வாயிலில் இருக்கும் திடலில் சென்று அமர்ந்தான். தனது இளமைக் காலம் துவங்கி தற்போது வரையிலும் தான் சந்தித்த நெருக்கடியான சூழ்நிலைகளைத் தன் நினைவுக்குக் கொண்டு வந்தான் குலோத்துங்கன். சில ஆண்டுகள் முன்பு வரையிலும் கூட எந்த ஓர் இடர்ப் பாட்டையும் துணிச்சலுடனும் உறுதி தளராமலும் எதிர்கொண்டு அதற்கொரு தீர்வு காணும் குலோத்துங்கன், தற்போது எந்த ஒரு முடிவை எடுப்பதானாலும் பலமுறைகள் சிந்தித்தும் ராயருடன் கலந்தாலோசித்துமே முடிவுகளை எடுக்கும் நிலைக்குத் தள்ளப்பட்டது போன்றதொரு நிலை இன்று.

'இவர்கள் இருவரும் தான் எத்தனை பெரிய சுயநலக்காரர்கள்! இவ்வாறாக ஓலை அனுப்ப இவர்களுக்கு தான் எப்படி மனம் வந்தது? முன்பொரு காலத்தில் மேலை சாளுக்கியரின் அச்சுறுத்தலை எதிர்கொள்ள முடியாத போது சோழர்களின் தயவும் உறவும் இவர்களுக்குத் தேவைப்பட்டன. வீரபாகு தேவன் மட்டும் என்னவாம்! அன்று சிங்களர்களை விரட்டி அடித்து இவனின் தந்தையை சோழப் பிரதிநிதியாக்கி அழகு பார்த்தார் நனது அம்மான் இரண்டாம் ராசேந்திரன்.

சாளுக்கியத்தின் பாதுகாப்பிற்காகவும், ஈழத்தின் பாதுகாப்பிற்காகவும் போர்கள் பல புரிந்து அதில் மாண்டே போனார் நனது மற்றும் ஒரு அம்மான் வீரராசேந்திரன் சோழன் அவர்கள். அதற்கான பலன் சுயஆட்சி கோரி ஓலை. வெட்கம் கெட்டவர்கள். உறவிற்கும் நட்பிற்கும் பொருள் அறியாதவர்களிடம் இணங்கிப் போவது என்பது இனி இயலாக் காரியம். இவ்விரு தேசங்களின் நட்புறவு என்பது இனி எப்பொழுதும் எனக்குத் தேவையில்லை. இருந்தும், சுயஆட்சிக்கான விருப்பத்தைத் தெரிவித்ததுகூட ஒரு பொருட்டல்ல. நன் மகளைப் பணயப் பொருளாக்கி அவளை மணக்க எண்ணியவர்களுக்குத் தக்க பாடம் புகட்ட வேண்டும். பரம்பொருளே அதற்கொரு வழி காட்டுங்கள்' என்று வேண்டிய குலோத்துங்கன் அங்கிருந்து கோட்டை வாயிலை நோக்கி நடக்கத் துவங்கினான். அவ்வழியே

பரியில் வந்த ஒருவன் அரசனைக் கண்டதும் கீழிறங்கி தனது வணக்கத்தைத் தெரிவித்து கொண்டான்.

"யார் அது? ஓ... அமைச்சர் வீரசிகாமணியா?"

"ஆம் அரசே!"

"என்ன இவ்வேளையில்? புறத்தே ஏதும் பணியா அமைச்சரே?"

"இல்லை அரசே! வண்டை வரையிலும் சென்றுவந்தேன்."

"வண்டைக்கா? ஏன்? என்ன விசேடம் அமைச்சரே?"

"இரு தினங்களுக்கு முன் நமது கருணாகரத் தொண்டைமானின் பிறந்த நாள் அல்லவா அரசே. அதற்கு திருவரங்க அன்னவராயர் உறவினன் என்ற முறையில் சென்று விட்டு, அப்படியே மற்றும் ஓர் உறவினர் இல்லத்திற்கும் சென்று விட்டு வருகின்றேன் பிரபு."

"ஓ... அப்படியா? பிறந்த நாள் நிகழ்வு எப்படி இருந்தது அமைச்சரே?"

"அதற்கென்ன அரசே? வெகு விமர்சையாக செய்திருந்தார் திருவரங்க அன்னவ ராயர். தனது ஒரே மகனின் பிறந்த நாள் அல்லவா? ஆறுவகை தானம் அளித்திருந்தார். தவிரவும், அவர்களின் பாரம்பரியமும் பண்பு நலனும் தாங்கள் அறியாததா அரசே?"

"ஆம் அமைச்சரே! அவர்களின் குலப் பெருமையை யான் நன்கறிவேன். ஆமாம், கருணாகரன் எப்படி இருக்கின்றார்?"

"நலமாக இருக்கின்றார் பிரபு. பிறந்த நாள் அன்றே தொண்டை மண்டலம் சென்றுவிட்டார் - தனது நண்பரான அமைச்சர்கள் ஞானமூர்த்தியையும், மாதவனையும் காண."

"சரி நல்லது அமைச்சரே! தாங்கள் சென்று ஓய்வு எடுத்துக் கொள்ளுங்கள்."

"உத்தரவு பிரபு!" என்ற அமைச்சர் அங்கிருந்து சென்றார். அரண்மனைக்கு திரும்பி குலோத்துங்கன் ஏதோ சிந்தித்தவாறே தனது அறைக்குச் சென்றான். படுக்கையில் தன்னைக் கிடத்திக் கொண்டவன் எதனை யோசித்தான்?

-33-

நண்பர்கள் மூவர்

மாமல்லபுரம் சிவன், விஷ்ணு ஆலயத்தின் அருகே மணலில் அமர்ந்து கடல் அலைகளை ரசித்த படியே நண்பர்கள் மூவரும்.

"ஆமாம் கருணா, யான் உன்னை ஒன்று கேட்க வேண்டும் என்று நினைத்தேன்."

"கேள் மூர்த்தி."

"தினமும் மாலை வேளையில் இலக்கண, இலக்கியம் குறித்த கருத்தரங்கம் நடக்கின்றதாமே."

"அதுவும் நம் சக்கரவர்த்திகள் தலைமையில்."

"தலைமை என்னவோ நம் அரசர் தான்; ஆனால் அதில் அனேகம் விவாதிப்பவர்கள் நம் கருணாவும், இளவரசியாரும் என்று உனக்கு யாரும் கூறவில்லையா?" என்றான் மாதவன்.

"ஏன்... கூறினார்கள். ஆனால், அதை இவன் இன்னும் நமக்குக் கூறவில்லையே..." என்றான் மூர்த்தி.

"நீ வேறு... என்னிடமும் தான் இவன் கூறவில்லை மூர்த்தி" என்றான் மாதவன்.

"உனக்கு ஒன்று தெரியுமா மூர்த்தி! இப்பொழுது எல்லாம் நம் அமைச்சர் அவர்களுக்கு சோழ கோட்டையை விட்டு எங்கும் வர விருப்பமே இல்லை. இல்லையா அமைச்சரே?"

"என்ன மாதவா, ஏன் இன்று எம்மை இருவரும் கேலிப் பொருளாக ஆக்குகின்றீர்கள்."

"ஆமாம், நீயாக கோட்டை சம்பவங்களைக் கூறுவாய் என்று எதிர்பார்த்தோம். நீ ஒன்றும் கூறாததால் நாங்கள் இப்படி கேட்க வேண்டியது ஆயிற்று."

"இதில் தங்களிடம் ஒளிக்கவோ, மறைக்கவோ ஒன்று மில்லை. யான் சாலையில் பயிலும் காலங்களில் இலக்கியங் களைக் கற்க ஆர்வம் இருந்தும் நேரம் இல்லை என்பது உங்கள் இருவருக்கும் தெரியும், அல்லவா? இப்பொழுது அலுவலகப் பணிக்குப் பின் இருக்கும் மாலைப் பொழுதை வீண் ஆக்குவதேன் என்று எண்ணினேன். இளவரசியார் இலக்கியங் களில் புலமையும், தேர்ச்சியும் பெற்றவர் என்பது அங்கிருக்கும் அனைவரும் அறிந்ததே. ஆகையினால் இளவரசியின் மூலம் அறிந்து கொள்ளும் பொருட்டு, நனது விருப்பத்தை அரசரிடம் கோரிக்கையாக வைத்தேன்; அவ்வளவு தான்."

"இது துவங்கி எத்தனை நாட்கள் இருக்கும் கருணா?"

"அது ஏறக்குறைய ஒன்னரை திங்கள்கள் இருக்கும் மூர்த்தி."

"இது வரையிலும் எந்த எந்த இலக்கியங்கள் குறித்து விவாதித்தீர்கள் கருணா?"

"அதிகம் ஒன்றும் இல்லை மாதவா. வள்ளுவம், கலம்பகம், பாரத குருச்சேத்திரம்" போன்றவைகளில் குறிப்பிட்ட சில அதிகாரங்கள் குறித்து விவாதித்தோம்.

"வள்ளுவம் கலம்பகம் சரி, சேத்திரம் அதிலே விளக்கமா? யார் யாருக்குக் கொடுத்தது?" என்றான் மூர்த்தி.

"யான் விளக்கம் கேட்டேன், இளவரசியார் விளக்கம் அளித்தார்.

திடுக்கிட்டு மாதவும், மூர்த்தியும் ஒருவரை ஒருவர் பார்த்து கொண்டனர்.

“கருணா, இதைக் கேட்க எப்படி இருக்கிறது தெரியுமா? வனத்தை எப்படி காப்பது என்று வேங்கை, அரிமாவிற்குக் கற்பித்ததாம்?”

“மூர்த்தி....” என்று முறைத்தான் கருணா.

“நன் தலையிலே அடித்து சத்தியம் செய் கருணா - உனக்கு குருச்சேத்திரம் குறித்து சாலையில் கற்பிக்கப்படவில்லை என்று.”

“எப்படி கூறுவான் மூர்த்தி? சேத்திரம் கற்பித்த போது தான் நாம் இருவரும் இவனுடன் இருந்தோம் என்பதை அதற்குள்ளாகவா மறந்திருப்பான்?” என்றான் மாதவன்.

பதிலேதும் கூறாத கருணா, பின் “எமக்குத் தெரியும் மூர்த்தி. அது இளவரசியாருக்குத் தெரிந்திருக்கின்றதா? என்று சோதித்துப் பார்த்தேன்” என்றான்.

“நல்ல சோதனை தான்” என்றான் மாதவன் ஏளனச் சிரிப்புடன்.

“அது சரி கருணா, கருத்தரங்கம் முடிந்து விட்டதா? அல்ல...” என்று மூர்த்தி முடிப்பதற்குள், “இல்லை மூர்த்தி. எம் பொருட்டு ஒத்தி வைக்கப்பட்டுள்ளது” என்றான் கருணா.

“எமக்கு ஒரு சந்தேகம் கருணா.”

“என்ன அது மாதவா?”

“இந்தக் கருத்தரங்கம் இளவரசியாரின் திருமணத்திற்குப் பின்பும் நீடிக்குமா?”

“திருமணமா? இளவரசிக்கா நீ என்ன கூறுகின்றாய்?” மாதவா.

“ஆம், இளவரசர் விக்கிரமன் எதற்கு சோழபுரம் வந்து சென்றார் என நினைக்கின்றாய்?”

“எதற்கு?”

மேலை சாளுக்கிய மன்னனான விக்கிரமாதித்தனுக்கு இளவரசியாரைப் பெண் கொடுக்கும் தனது உத்தேசத்தைக் கூறவே அவர் இங்கு வந்தார்.

"அய்யோ" அப்படியானால் இளவரசியை யான் மணக்க வேண்டும் என்ற கனவு என்னவானது?"

"நீ வேறு... சற்று சும்மாயிரு மூர்த்தி" என்றான் கருணா எரிச்சலுடன்.

"அப்படியானால் அதற்கு சக்கரவர்த்திகள் ஒப்புக் கொண்டு விட்டாரா மாதவா?" என்று கலத்துடன் கேட்டான் கருணா.

"அது தான் இல்லை; சோணாட்டு குறு நில மன்னர் அல்லாது எவர் ஒருவருக்கும் தனது மகளைத் தரப்போவது இல்லை என்று உறுதிபட கூறிவிட்டார் அரசர்."

நீண்ட பெருமூச்சுடன் "அப்படியா? மிக்க மகிழ்ச்சி!" என்றான் கருணா.

"ஒரு வழியாக நநது கனவு நிறைவேறப் போகின்றது" என்றான் மூர்த்தி, சட்டென.

"நிகழாதவற்றை எண்ணிக் குழம்பாதே மூர்த்தி. அவர் உனக்குப் பொருந்த மாட்டார். தேவையில்லாமல் ஆசைகளை வளர்த்துக் கொள்ளாதே. உனது இல்லத்தில் பார்க்கின்ற பெண்ணை மணந்து கொள், அதுதான் சரிவரும்" என்றான் கருணா.

"அப்படி என்றால் சரி, நீ சோழபுரம் செல்கையில் நனது தாயையும் உன்னுடன் அனுப்பிவைக்கின்றேன். எம்பொருட்டு இளவரசியாரை அரசரிடம் பெண் கேட்கின்றாயா கருணா?" என்றான் மாதவன்.

அவன் முகத்தைக் கூர்ந்து கவனித்தவாறு. "இல்லை மாதவா இளவரசியாருக்கு உன்னைப் பிடிக்குமா என்று தெரியவில்லை."

"அதனால் என்ன? அவருக்கு எம்மைப் பிடிக்கும் படி நநது குலத்தைப் பற்றியும் நனது அருமை பெருமைகளையும் நீயே எடுத்துக் கூறு அப்போது அவர்களுக்குப் பிடிக்கும் அல்லவா?"

"இல்லை மாதவா. இதை எம்மால் அவர்களிடம் கேட்க இயலாது. இது குறித்து மேலும் விவாதிக்க எமக்கு விருப்பம் இல்லை மாதவா. எம்மை மன்னித்துவிடு" என்று கூறி அங்கிருந்து எழுந்து கடற்கரை ஓரம் நடக்க துவங்கினான் கருணா.

“இவனுக்கு என்ன தான் ஆனது மாதவா? எம்மை இளவரசி குறித்து மறந்துவிடு என்கிறான். உன்னையோ அவர்களுக்குப் பிடிக்குமோ என்று தெரியவில்லை என்கிறான். இவன் என்ன தான் நினைத்துக் கொண்டு இருக்கின்றான்?”

“அவன் என்ன நினைத்துக் கொண்டு இருக்கின்றான் என்பது எமக்குத் தெரியும் மூர்த்தி. ஆனால் அவனாகக் கூறும் வரையில் யான் அதை கேட்கப் போவது இல்லை” என்று புன்னகைத்தான் மாதவன்.

“என்னவோ, எனக்கு ஒன்றும் விளங்கவில்லை” என்றான் மூர்த்தி.

அதிகாலை, சோழர் கோட்டை வாணவர் மாளிகை.

வானதி ராயர் படுக்கையில் இருந்து எழுந்தார்.

காவலன் ஒருவன் “வணங்குகின்றேன் அரசே! தங்களைக் காண சக்கரவர்த்திகள் வந்துள்ளார்” என்றான்.

“என்ன சக்கரவர்த்திகளா?” என்று ராயர் படுக்கையில் இருந்து ஓடோடிச் சென்று வரவேற்று அறையில் அமர்ந்திருந்த குலோத்துங்கனை வரவேற்றார்.

“பெருமா, தாங்கள் நனது குடிலுக்கா? கட்டளை இட்டிருந்தால் அடியேன் தங்களைக் காண வந்திருப்பேனே. தங்களைக் கண்ட பதற்றத்தில் வணக்கம் தெரிவிக்க மறந்துவிட்டேன் பெருமா.”

“அதனால் ஒன்றுமில்லை, ராயரே.

“வடிவுடையாள், இங்கே வந்து பாரம்மா - நமது குடிலுக்கு யார் வந்திருக்கிறார்கள் என்று.”

மிகவும் பணிவுடன் வந்து தனது வணக்கத்தைத் தெரிவித்துக் கொண்டார் ராயரின் மனைவி.

“தேவி, விரைவாகச் சென்று சக்கரவர்த்திகள் அருந்துவதற்கு எடுத்து வா” என்றார் ராயர்.

சிறிது நேரத்திற்கெல்லாம் பசும் பாலில் பனங்கற்கண்டு கலந்து எடுத்து வந்தாள் வடிவுடையாள். அதைப் பெற்றுக் கொண்டான் குலோத்துங்கன் அங்கிருந்து சென்றாள் வடிவுடையாள்.

“ராயரே, தங்களால் எமக்கு ஒரு உதவி ஆக வேண்டும்.”

"தாங்கள் இவ்வாறாகக் கூறலாகாது பிரபு; கட்டளை இடுங்கள் - என்ன செய்யவேண்டும் என்று."

"இல்லை; யான் இதை இந்நாட்டின் அரசனாகக் கேட்க வில்லை; தங்களின் நண்பனாகக் கேட்கின்றேன்."

"அப்படி எல்லாம் கூறி எமை சங்கடத்தில் ஆழ்த்தாதீர்கள் பிரபு. தாங்கள் கூறுவது எதுவாயினும் அதை உடனடியாக செய்து முடிப்பேன் இது உறுதி."

"தாங்கள் வண்டை அரசரைச் சந்தித்து நிருதியை பெண் கேட்கும்படிக் கூற வேண்டும் ராயரே. யான் அறிவேன் - தாங்கள் மலரைக் கருணாகரனுக்கு தருவதாகக் கூறி இருந்தீர்கள் என்று."

"ஆம் அரசே தருவதாகக் கூறினேனே தவிர, வாக்களிக்க வில்லை..." தாங்கள் இது குறித்து வருந்த தேவையில்லை. நிருதியும் நனது மகளே யான் இன்றே இப்பொழுதே வண்டைக்குச் செல்கின்றேன் நிருதியை பெண் கேட்கும் படி வண்டை அரசரை கையோடு அழைத்து வருகின்றேன். கருணா நிருதியின் திருமணம் நிச்சம் நடக்கும். யான் தங்களுக்கு வாக்களிக்கின்றேன் அரசே!

"தாங்கள் கவலை இன்றி செல்லுங்கள் யான் விரைவிலேயே தங்களை வந்து சந்திக்கின்றேன்."

"ராயரே, தங்களின் பெருங்குணத்தை என்னவென்று கூறுவேன்? தங்களுக்கு எம் நன்றிகள்."

"இது நன் கடமை அரசே."

அங்கிருந்து சென்றான் குலோத்துங்கன்.

வாணவர்களுக்கே உண்டான பெருந்தன்மை ராயருக்கு. தனது மனைவியை அழைத்தார்.

அங்கு வந்தாள் வடிவுடையாள்.

"தேவி, நீ அடிக்கடி ஒன்றைக் கூறுவாய், அல்லவா? அதை நீ மெய்ப்பிக்கும் தருணம் உனக்குக் கிடைக்கப்போகின்றது."

"என்ன சுவாமி அது?"

"நிருதியை நமது மகள் போன்றவள் என்பாயே."

"ஆமாம், அதில் என்ன சந்தேகம்? இப்பொழுதும் கூறுகின்றேன்; அவள் நம் மகள் தான் அரசே!"

“அப்படியென்றால் கருணாகரனுக்குப் பெண் கேட்கும் படி உனது தமையனை அழைக்கப்போகின்றேன். இதில் உனது கருத்து?”

“தாய்க்கே உண்டான கலக்கம் அவள் கண்களில் தென்பட்டது. இருந்தும், “மிக்க மகிழ்ச்சி அரசே! நிருதியைப் போல் மனைவி அமைய கருணாகரன் கொடுத்து வைக்க வேண்டும். தவிரவும், பல நூறு ஆண்டுகளுக்குப் பின் சோழர்களுக்கும் வண்டையர்களுக்குமான திருமண உறவு - அதுவும் நனது தமையனின் மகன் மூலம் என்பது எமக்கு மிகவும் பெருமையே, சுவாமி.”

“அப்படியானால் சரி, யான் இப்பொழுதே வண்டைக்குப் புறப்படுகின்றேன்” என ஆர்வத்துடன் புறப்பட்டார், ராயர்.

“இறைவா! இதை மலர் எப்படி ஏற்கப் போகின்றாளோ!” என்ற கலக்கத்தில் இருந்தாள் வடிவுடையாள்.

வண்டையர் அரண்மனை காவலன் ஒருவன் அன்னவாயரை வணங்கி, “அரசே நம் கோட்டையின் வாயிலில் வானர்குல அரசர் அவர்கள் வந்து கொண்டு இருக்கின்றார்கள்.

“என்ன? வானதி ராயரா அவருக்குத் தக்க மரியாதை செலுத்துங்கள்; இதோ, யான் வந்து விடுகின்றேன்.

“உத்தரவு அரசே!”

“வல்லி!”

“அழைத்தீர்களா சுவாமி?”

“ஆம், நமது அரண்மனைக்கு வானதிராயர் வந்து கொண்டு இருக்கின்றார்.”

“என்ன! நனது தமையனா வந்திருக்கின்றார்!”

மகிழ்ச்சி கரைபுரண்டோடியது உத்தம வல்லிக்கு.

“வாருங்கள் அரசே! நனது தமையனை சென்று வரவேற்கலாம்.”

“அதற்காக தானே உன்னை அழைத்தேன்! வா போகலாம்”

முழு அரசு மரியாதையுடன் வண்டையர்களால் வரவேற்கப் பட்டார் - வானதி ராயர்.

“வாருங்கள் அண்ணா! நலமா?”

"அண்ணியார், மலர் எப்படி உள்ளனர்?"

"அனைவரும் நலம் தங்காய். நீ எப்படி அம்மா இருக்கின்றாய்?"

"இங்கு எமக்கு என்ன குறை அண்ணா? யான் நலமுடனே இருக்கின்றேன்."

"மைத்துனரே என்ன இது? முன்பின் அறிவிப்பு இன்றி இந்தத் திடீர் விசயம்."

"எல்லாம் காரணமாகத் தான் மைத்துனரே."

"கடந்த மூன்று தினங்களுக்கு முன் வந்திருக்கலாம் அண்ணா தாங்கள். நன் மகனின் பிறந்த நாளில் கலந்து கொள்ள."

"என்ன செய்வது தங்காய்? விருப்பம் இல்லாமல் இல்லை. யான் வகிக்கும் பதவி அப்படி. நினைத்த நேரத்தில் எங்கும் செல்ல இயலாது. ஏறக்குறைய இனி உனது மகனின் நிலையும் இப்படித் தான் இன்னும் கொஞ்ச காலத்தில்"

"ஏன் தமையா, அவவாறு கூறுகின்றீர்கள்?"

"ஆமாம், சோணாட்டின் மிக உயரிய பதவிகள் ஒன்றல்ல; இரண்டல்ல; நான்கு பதவிகள் வகிக்கின்றான் உனது மகன். அது அவனின் திறமையை மெச்சி சக்கரவர்த்திகள் கொடுத்தது."

"தாங்கள் எப்போது நன் மகனுக்கு மலரைக் கொடுக்க போகின்றீர்கள்? அதை முதலில் கூறுங்கள் அண்ணா" என்றாள் உத்தம வல்லி.

"வல்லி, சற்று அமைதியாக இரு. இப்பொழுதுதானே வந்திருக்கிறார். அதற்குள்ளாக ஆரம்பித்து விடாதே! காலையி லிருந்து, பயணித்து களைத்துப் போய் இருப்பார் மைத்துனர் அவர்கள். முதலில் சென்று இரவு உணவிற்கு ஏற்பாடு செய்" தேவி.

"ஆமாம், இதோ அண்ணா தாங்கள் பேசிக்கொண்டிருங்கள் வந்துவிடுகிறேன்!" என்று அங்கிருந்து சென்றாள் வல்லி.

"முதலில் உணவருந்துங்கள்; பின் ஓய்வெடுத்துக் கொள்ளுங்கள், மைத்துனரே! நாளை பொறுமையாகப் பேசலாம்" என்றான் திருவரங்கன்.

“இல்லை மைத்துனரே, ஓய்வெடுக்க யான் இங்கு வரவில்லை யான் நாளையே சோழபுரம் திரும்ப வேண்டும். தங்களிடம் ஒரு முக்கியமான விசயம் குறித்துப் பேசவே இங்கு வந்தேன்.”

“வணங்குகின்றேன் மைத்துனரே!”

“வணக்கம் வாருங்கள், ஆவுடையான் எப்படி இருக்கின்றீர்கள்.”

“நலம் அங்கே நனது தங்கையும் மலரும் எப்படி இருக்கின்றார்கள்?

“நன்றாகவே இருக்கின்றனர் மைத்துனரே”

“சரி தாங்கள் ஏதோ முக்கியமான விசயம் என்று கூறினீர்களே. அதைக் கூறுங்கள் அரசே!” என்றான் திருவரங்கன்.

“என்ன தமையா, தாங்கள் இருவரும் முக்கியமாகப் பேச உள்ளீர்களா? அப்படியானால், யான் பிறகு வருகின்றேன் மைத்துனரே.”

“இல்லை ஆவுடையா, தாங்கள் இங்கிருப்பதும் அவசியம்.”

“அப்படி என்ன விசயம் மைத்துனரே?” என்றான் திருவரங்கன்.

இரு தேசங்களில் இருந்து ஓலை வந்தது முதல், தான் இங்கு எதற்கு வந்தோம் என்பது வரை கூறி முடித்தார் வானதி ராயர்.

அதிர்ச்சியுடன் சகோதரர்கள் இருவரும் ஒருவரையொருவர் பார்த்துக் கொண்டனர்.

அங்கு வந்த உத்தம வல்லி, “தமையா, தாங்கள் என்ன கூறுகின்றீர்கள்? இதை இங்கு வந்து கூற தங்களுக்கு எப்படி மனம் வந்தது? இதனை எம்மால் ஒரு போதும் ஏற்க முடியாது.” என்னாள்.

“தங்காய், சற்று யான் கூறுவதை நீங்கள் அனைவரும் பொறுமையாகக் கேளுங்கள்.” என்ற வானதி ராயர் பேசலானார்:

“இத்துணை காலமாக தங்களுக்கு உறுதுணையாய் இருக்கப் போகிறவர்கள் சாளுக்கியர்கள் என்ற

நம்பிக்கையில் அவர்களுடன் திருமண உறவை வளர்த்துக் கொண்டனர். இதையே அவ்வப்போது ஈழ தேசத்தாருடனும் தொடர்ந்தனர். என்றுமே சோணாட்டின் நலனை மட்டும் எண்ணும் நம்மை போன்ற சிற்றரசர்கள் இருக்க. எங்கேயோ இருக்கும் சாளுக்கியர் களையும், ஈழ நாட்டினரையும் நம்பியதன் விளைவை சக்கரவர்த்திகள் இன்று அனுபவித்துக் கொண்டு இருக்கின்றார். பாவம் அவரின் தற்போதைய மனநிலையில் நாம் அவர் மகளை மணக்க மறுத்தோமேயானால் அதற்காக அவர் நின்று விட மாட்டார். அதற்காக, அவ்விரு தேசத்தினருக்கும் தரமாட்டார். மாறாக, இங்கிருக்கும் வேறு ஒரு குறுநில மன்னருக்குத் தனது மகளைத் தரத் தயங்க மாட்டார். இது உறுதி. அப்படி அவர் செய்தாரேயானால், அதை விடவும் நமக்கு மானக்கேடு என்பது வேறெதுவும் இல்லை. தாங்களே சிந்தித்துப் பாருங்கள் மைத்துனரே. தற்போது சோணாட்டில் குடை உரிமையும் கொடி உரிமையும் பூண்ட அரச வம்சத்தினர் நால்வர்.

அதில் முதன்மை பழுவேட்டரையர் அவர்கள் இளவரசியின் அம்மான் வீடு என்றாலும், தியாக வல்லியார் கிழவருக்கு ஒரே மகள் என்பது நாம் அறிந்ததே. அடுத்து வாணர் குலத்தில் நிருதியை மணக்கும் படி தற்போது யாரும் இல்லை. அடுத்து தங்களது குலம். தாங்கள் தவறவிட்டால், பல்லவரையன் மாதவனுக்கு இளவரசியைக் கொடுப்பது திண்ணம். இது நமக்குக் கிடைத்திருக்கும் ஓர் அரிய வாய்ப்பு மைத்துனரே. இவை யனைத்தையும் விட்டு விடுங்கள் மைத்துனரே. இளவரசியை கருணாகரனுக்கு மணம் முடித்தோமே யானால் அவனின் இல்லறமானது மிகவும் மகிழ்ச்சிகரமாக இருக்கும். அதற்கு யான் உத்தரவாதம் அளிப்பேன். தவிரவும் நனது மகளை விட கருணாவிற்கு இளவரசியே பொருத்த மானவள்!"

"அப்படியானால், மலரின் எதிர்காலம் தமையா?"

"அவள் என் மகள். அவளின் எதிர்காலம் குறித்து யான் பார்த்துக் கொள்கின்றேன், தங்காய். யான் அனைத்தையும்

கூறிவிட்டேன்; தாங்கள் இன்னமும் பதில் அளிக்க வில்லை மைத்துனரே?"

"இல்லை அரசே! எமக்குக் கொஞ்சம் அவகாசம் வேண்டும் - இது குறித்து முடிவெடுக்க."

"நன்றாக இன்று இரவு முழுவதும் எடுத்துக் கொள்ளுங்கள். ஏனெனில் நாளையே பெண் கேட்க தங்களை அழைத்து வருவதாக அரசரிடம் வாக்களித்துள்ளேன்" என்றார் ராயர்.

இரவு உணவிற்குப் பின் எப்போதும் நேரம் போவது தெரியாமல் தனது தமையனுடன் உரையாடிக் கொண்டு இருக்கும் உத்தம வல்லி அன்று அவருடன் பேச விருப்பம் இல்லாதவளாக தனது அறைக்குச் சென்று விட்டாள்.

ராயரோ பயணக் களைப்பால் தனக்கு ஒதுக்கப்பட்ட அறைக்குச் சென்று ஓய்வெடுத்தார்.

அன்னவராயனும் ஆவுடையானும் வெகு நேரம் உரையாடிக் கொண்டிருந்தனர்.

ராயர் கூறியவற்றை பெரிதாகப் பொருட்படுத்தாத அன்னவராயனுக்கு அப்பெண்ணைத் தனது மகன் மணந்து கொண்டால் அவன் இல்லறம் சிறக்கும் என்றது மட்டும் ஆழப்பதிந்தது. அதே கருத்தையே தானும் முன்மொழிந்தான் ஆவுடையான்.

-34-

அன்னவராயரின் விருப்பம்

மறுநாள் காலை.

"தேவி, நீயும் புறப்படு; சோழபுரம் சென்றுவரலாம்"

"இல்லை அரசே! யான் வரவில்லை. இதில் எமக்குத் துளியும் உடன்பாடு இல்லை. இருப்பினும், பெரியோர்கள் நீங்கள் அனைவரும் எடுத்த முடிவிற்கு யான் தடையாக இருக்க விரும்பவில்லை. ஆகையினால் எம்பொருட்டு தங்கை பெரியநாயகியை அழைத்துச் செல்லுங்கள்."

"உனது மருமகளை நீ பார்க்க வேண்டாமா, தங்காய்?" என்றார் ராயர்.

"அது தான் கூறிவிட்டீர்களே மருமகள் என்று. திருமணத்தின் போது பார்த்துக் கொள்கின்றேன்."

"பெரிய தந்தையே, யானும் வரட்டுமா?" என்றான் இரண்டாம் திருவரங்கன்.

"ஆம் மகனே, நிச்சயமாக குடும்ப உறுப்பினர் அனைவரும் செல்வதே கௌரவம்" என்றான், திருவரங்க அன்னவராயன்.

"சரி அம்மா, யானும் புறப்படுகின்றேன். திருமணத்தில் சந்திப்போம்" என்றார் வானதி ராயர்.

உத்தம வல்லியைத் தவிர மற்ற அனைவரும் வண்டையில் இருந்து புறப்பட்டு சோழபுரம் அடைந்தனர்.

அவர்கள் வருவதை அறிந்த குலோத்துங்கன் அவர்களை வரவேற்க வெகு விமர்சையாக ஏற்பாடுகள் செய்திருந்தான்.

தலை தெறிக்க ஓடி வந்தாள் நிருதி - நந்தவனத்திற்குள். அங்கே பூக்களைப் பறித்துக் கொண்டு இருந்தனர் அமுதாவும், மலரும்.

“மலர் யான் கேள்விப்பட்டது உண்மையா?” என்றாள் நிருதி மூச்சிறைக்க.

“முதலில் உட்காரு நிருதி. கொஞ்சம் ஆசுவாசப்படுததிக் கொள், பின் கூறு” என்றாள் மலர் வெகு இயல்பாக. “மலர்!” என்றாள் நிருதி களைப்புடன்.

“இரு நிருதி உன்னைப் பெண் கேட்டு வண்டையில் இருந்து நனது அம்மான் அவர்கள் வந்து கொண்டிருக்கின்றனர். இன்னும் சிறிது நேரத்தில் இங்கே வந்து விடுவார்கள். அவர்களை அழைத்து வருவது நன் தந்தை, இது அனைத்தையும்.

இரு தினங்களுக்கு முன் இதை எமக்குத் நன் தாயார் எமக்குக் கூறிவிட்டார். உன்னை நனது அத்தான் மணந்து கொள்வதில் எமக்கு யாதொரு வருத்தமும் இல்லை; மாறாக, மகிழ்ச்சியே! தவிரவும், உன்னிடமே கூறிவிட்டு எத்தனையோ முறைகள் அத்தானைச் சந்திக்க சென்றிருக்கின்றேன். அவரைக் காண வேண்டும் என்பது நனது நோக்கமே தவிர, நாங்கள் இருவரும் வரம்பு மீறி நடந்து கொண்டது இல்லை. அது குறித்து எம்மைத் தவறாக எண்ணாதே.”

“மலர், இவ்வாறாகப் பேசி எம்மை மேலும் வதைக்காதே! சிறுபிள்ளை முதலே நீ அவரை மணக்க விரும்பியதை யான் நன்கறிவேன். உங்கள் இருவருக்கும் திருமணம் நடப்பதே முறை. ஆகையால் இதைத் தடுத்து நிறுத்த வழியிருந்தால் கூறு மலர்.”

“இதை நிறுத்த யாதொரு வழியும் இல்லை நிருதி. இனி இதைப் பற்றி பேசுவது வீண். யான் தான் கூறி விட்டேனே நிருதி - இதில் எமக்கு எந்த வருத்தமும் இல்லை என்று. நீ அந்தப்புரத்திற்குச் செல், இன்னும் சற்று நேரத்தில் அவர்கள் சோழர்களின் அரண்மனைக்கு வந்துவிடுவார்கள். அமுதா, நீ நிருதியை அழைத்துச் சென்று அலங்கரித்து விடு, யான் எங்களது அரண்மனை வரையிலும் சென்று வருகின்றேன்” என்றவள் அங்கிருந்து சென்றாள்.

நிருதியும் அமுதாவும் அவளை அழைக்க, அவள் அதைக் காதில் வாங்கிக்கொண்டதாகத் தெரியவில்லை.

வண்டையர்கள் அனைவரும் வாணர்கள் மாளிகைக்கு சென்றனர். அங்கே வடிவுடையாள் தனது தமையன்களையும் சிறிய அண்ணியாரையும் சிறு மாப்பிள்ளை இன் முகத்துடனே வரவேற்றாள்.

“தங்காய், எப்படி அம்மா இருக்கின்றாய்?” என்றான் ஆவுடையான் - நீண்ட இடைவேளைக்கு பின் பார்த்ததனால்.

“நலமுடன் இருக்கின்றேன் தமையா. எங்கே, பெரிய அண்ணியார் வரவில்லையா?”

“இல்லை அம்மா. அவர்களுக்கு சற்றே உடல் நலக்குறைவு. அதனால் வரவில்லை.”

“எங்கே நனது மருமகள்?” என்றாள் பெரிய நாயகி.

“இதோ வந்து விட்டேன் அத்தை அவர்களே!” என்று அங்கு வந்தாள் மலர். அனைவரும் அவளைச் சூழ்ந்து கொண்டு அவளுக்கு ஆதரவாகப் பேசினார்கள்.

வாணர்களின் பெருந்தன்மை “என்ன என்பதனை! இன்று நீ ஒருமுறை நிரூபித்து விட்டாய் மருமகளே” என்றார். அன்னவராயர்.

“சரி அனைவரும் ஓய்வெடுத்துக் கொள்ளுங்கள்; சற்று நேரத்தில் சோழர் அரண்மனைக்கு செல்ல வேண்டும்” என்றார் ராயர்.

“அமுதா இங்கே என்ன நடக்கிறது என்று உனக்கு ஏதேனும் புரிகின்றதா? எமக்கு ஒன்றுமே விளங்கவில்லையே...” என்று தலையில் கைவைத்துக் கொண்டாள் நிருதி.

“நீ கூறுவதும் உண்மை தான் நிருதி. எமக்கும் ஒன்றும் விளங்கவில்லை. அதிலும் மலரின் செய்கையே எமக்கு வியப்பளிக்கிறது நிருதி. இதை யார் ஆரம்பித்தார்கள்? எதற்கு இந்த எதிர்பாரா திருமண ஏற்பாடுகள்? இது அவருக்குத் தெரியுமா? அல்லது தெரியவந்தால்? இதை அவர் ஒரு போதும் ஏற்கமாட்டார். மலர் அன்றி அவர் யாதொரு பெண்ணையும் மணக்கமாட்டார் என்பதை யான் நன்கறிவேன். எதற்கிந்த விஷப்பரிட்சை செய்கின்றார் தந்தையார்?”

“மகளே நிருதி! என்ன இது இன்னும் அலங்கரித்துக் கொள்ள வில்லையா? அமுதா, விரைவாக அம்மா.

வண்டையர்கள் நம் அரண்மனைக்கு வந்து விட்டார்கள்" என்று கூறிச் சென்றாள் ஏழிசை வல்லபி.

வண்டையர் குடும்பத்தார், வானதி ராயரும், அவரின் மனைவியும், காலிங்க ராயர், நாராயண பட்டர் உடன் இருக்க, குலோத்துங்கனும் அவர் தம் இரு மனைவியரும் உடனிருந்தனர்.

வானதி ராயரே பேச்சைத் துவங்கினார்: "இளவரசியை வரச் சொல்லலாமே பெருமா. எதற்கு இந்த ஒப்பனைகள் மைத்துனரே? ஓரிரு முறைகள் இளவரசியாரை யான் கண்டிருக் கின்றேன். அதனால் இந்த சம்பிரதாயங்கள் தேவையற்றவை நாம் நேரடியாக மற்றவற்றைப் பேசலாமே!" என்றார் திருவரங்கன்.

"இல்லை வண்டையர் கோனே, எதற்கும் முறை என்று ஒன்று உண்டல்லவா? தவிரவும், இனி என்ன இளவரசியார் என்று கூறுகின்றீர்கள்? தங்களின் மருமகள் என்று உரிமையுடனே கூறுங்கள்" என்று கூறி நகைத்தார் நாராயணர்.

"ஆம், பட்டர் கூறுவதும் சரிதான்" என்ற குலோத்துங்கன் தனது மகளை அழைத்துவர உத்தரவிட்டான்.

அமுதாவும், அன்னமும், நிருதியை அழைத்து வந்தனர். அங்கிருந்த பெரியவர்களை வணங்கினாள் நிருதி.

"தாயே, இவர் மிகவும் அழகாக இருக்கின்றார். இவர்களை எமக்கு மிகவும் பிடித்து இருக்கிறது" என்றான் இரண்டாம் திருவரங்கன் - அங்கிருந்தோர் சிலரின் காதுபட.

"தம்பி, நீ இவ்வாறாகப் பேசக்கூடாது மகனே! அவர்கள் உனது தமையனை மணக்கப் போகின்றார்கள். உனது தாயைப் போல அவர்களை எண்ணவேண்டும். புரிந்ததா?" என்றாள் பெரியநாயகி.

"அப்படியே தாயே!"

"தன்னிடம் இருந்த ஆபரணப் பேழையை எடுத்து, "பெரியநாயகி, இதை நிருபமைக்குக் கொடு, அம்மா" என்றார் அன்னவராயன்.

"ஆகட்டும், மாமன் அவர்களே!" என்று அதை வாங்கி நிருதியின் கைகளில் கொடுத்தாள் பெரியநாயகி.

"அகத்தே அழைத்துச் செல்லுங்கள்!" என்ற குலோத்துங்கன் "தொடர்ந்து, திருமணம் குறித்துப் பேசலாமா வண்டையர் அவர்களே?" என்றான்.

"அதற்காகத் தானே பட்டரை கையோடு அழைத்து வந்திருக்கின்றேன் பிரபு" என்றார் வானதி ராயர்.

"யான் நாளைக் குறித்தே எடுத்து வந்து விட்டேன்" என்றார் பட்டர். "வரும் ஆவணி திங்கள் சதுர்த்தி திதியில் திருமணம் செய்வது நலம்; உத்தமம் பெருமா"

"அடுத்த திங்களா? இன்னும் முழுதாக முப்பது நாட்கள் கூட இல்லையே... இதற்குள்ளாக எப்படி ஏற்பாடுகளை செய்வது?" என்றான் குலோத்துங்கன்.

"அதைப் பற்றித் தங்களுக்கு ஏன் கவலை தேவரே - யான் இருக்கையில்?" என்றார் ராயர். "ஆளுக்கொரு பணியை எடுத்துக் கொண்டால் முடிந்துவிடப் போகின்றது" என்றார் காலிங்க ராயர்.

"அதுவும் சரி தான். பிறகு என்ன அரசே, தாம்பூலத்தை மாற்றிக் கொள்ளுங்கள்" என்றார் பட்டர்.

"வண்டையர்களும், சோழனும் தாம்பூலம் மாற்றிக் கொள்ள, "சரி, நாங்கள் இன்றே வண்டைக்குப் புறப்படுகின்றோம் தேவரே! நாட்கள் குறைவு என்பதனால், இப்பொழுதில் இருந்தே பணிகளைத் துவங்கினால் தான் சரியாக இருக்கும்" என்றார் திருவரங்க அன்னவராயன்.

"நல்லது வண்டையர் கோனே. சென்று வாருங்கள்!" என்று இன்முகத்துடன் வழி அனுப்பி வைத்தனர் குலோத்துங்கன் குடும்பத்தினர்.

வண்டையர்களுடன் சென்ற வானதிராயரை அழைத்தான் அரசன். "ராயர் அவர்களே! வண்டையர் கோனை வழியனுப்ப நன் குடும்பத்தாரும் கலந்து கொள்கின்றோம். இன்று மாலை."

"அதற்கென்ன அரசே? தாராளமாக! தாங்கள் இருவரும் சம்பந்திகள். யார் தங்களைத் தடுப்பது?" என்று கூறி புன்னகைத்துச் சென்றார்.

பரமேஸ்வரா, தங்களின் பெரும் கருணையினால் நன் மகளுக்கு நல்லதொரு துணைவன் கிடைத்துள்ளான்.

நல்லபடியாய் நிருதிக்குத் திருமணம் முடிந்து விட்டால், அவளைப் பற்றியும், சோணாட்டின் பாதுகாப்பை பற்றியும் கவலையின்றி சற்றே அமைதியுறும் நனது உள்ளம் என்று எண்ணிக் கொண்டே குலோத்துங்கன், "தேவி யார் அங்கே?" எனக் கேட்க, அருள்மொழி நங்கை (ஏழிசை வல்லபி) அங்கே வந்தாள்.

"கூறுங்கள் அரசே."

"வல்லி, எங்கே அம்மா?"

"அக்கையார் அவர்களின் அறைக்குச் சென்றுள்ளார் பிரபு."

"சரி, அரண்மனையின் இரண்டாம் தளத்தில்தானே நிருதிக்குத் தரவுள்ள சீதனப் பொருள்கள் உள்ளன?"

"ஆம், அரசே!"

"அப்படியானால் அந்த அறைகளின் திறவுகோலை எடுத்துக் கொண்டு தியாக வல்லியையும் அழைத்துக் கொண்டு வா தேவி. அவற்றை ஒரு முறை சரிபார்த்து விடலாம். நாட்கள் குறைவாக உள்ளன அல்லவா?"

"அப்படியே பிரபு! இதோ உடனே அழைத்து வருகின்றேன்" என்று அங்கிருந்து சென்றாள் வல்லபி.

இரண்டாம் தளத்திற்குச் சென்ற குலோத்துங்கனின் பார்வையில் குதிரைக் கொட்டில் பட்டது. அங்கே தனது புரவியை அவிழ்த்துக் கொண்டு இருந்தாள் நிருதி - யாரும் தன்னைப் பார்க்கின்றனரா என்றபடி. பரியில் ஏறிய நிருதி கோட்டையின் வடக்கு வாசல் வழியாகப் புறத்தே சென்றாள்.

குலோத்துங்கனுக்கு சினம் தலைக்கு ஏறியது. 'அப்படி யானால், நாம் சந்தேகித்தது சரி தானா? மாப்பிள்ளை வீட்டார் இன்னும் அவர்கள் இல்லத்திற்குக் கூட திரும்பவில்லை. அதற்குள் இவள் யாரைக் காண செல்கிறாள்?'

அங்கிருந்து விரைந்தான் குலோத்துங்கன்.

"சுவாமி எங்களை வரக்கூறிவிட்டு, தாங்கள் எங்கே செல்கின்றீர்கள்?"

"நீங்கள் இருவரும் பார்த்துக் கொண்டு இருங்கள்; யான் இப்போது வந்து விடுகின்றேன் தேவி" என்று அங்கிருந்து சென்று நிருதியைப் பின் தொடர்ந்தான்.

ஆற்றுப் படுகை காளி கோயிலுக்குள் சென்ற நிருதி 'ஓ'வென அழத் தொடங்கினாள்.

"தாயே, இங்கு என்ன நடக்கின்றது? இவற்றைத் தாங்களுமா வேடிக்கை பார்த்துக் கொண்டிருக்கிறீர்கள். அவரை முதன் முதலில் கண்ட போது, நான் அவரையே மணக்க நினைத்தது உண்மை தான். ஆனால் என்று அவர் மலரை மணக்கப்போவதாக எமக்குத் தெரியவந்ததோ, அது முதல் அவரை மணக்கும் எண்ணம் என்பது எனக்கு அடியோடு இல்லாமல் போனது. இத்திருமணத்தை அருள்கூர்ந்து, தாங்களே தடுத்து நிறுத்தவேண்டும்."

என்ன திருமணத்தை நிறுத்துவதா? யாரிடம் உரையாடிக் கொண்டு இருக்கின்றாள்?

சினம் குலோத்துங்கனின் கண்களை மறைத்தது.

"நிருதி, நம் குலபெயரைக் குலைக்கும் வகையில் நீ நடந்து கொண்டாயானால் உன்னைக் கொன்று புதைத்தேனும் நம் குலப்பெருமையைக் காக்கத் தவறேன்.?" என்று ஆவேசமாகக் கோயிலினுள் வர, சற்றே அதிர்ச்சியுடன், 'என்ன யாரையும் காணவில்லை. யாருடன் இவள் உரையாடிக் கொண்டிருக் கின்றாள்?' என்று தனக்குள்ளே கேட்டுக்கொண்டான் குலோத்துங்கன். "வண்டையர் கோனும், மலரும் ஒருவரை ஒருவர் காதலிக்கின்றனர். இது தந்தையாருக்குத் தெரிய வாய்ப்பில்லை. அவரைச் சந்திக்கப் போவதாக என்னிடம் கூறிவிட்டு எத்தனையோ முறைகள் இதே கோயிலுக்கு அவளும் வந்துள்ளாள்.

இது தங்களுக்குத் தெரியும். இருந்தும், ஏன் தாயே இந்த ஏற்பாட்டை தாங்கள் நிறுத்தவில்லை? அவரை யான் மணக்க சம்மதித்தால் அது மலருக்கு நான் செய்யும் துரோகம் ஆகும். இத்திருமணத்தை மறுத்தால் அது தந்தையாருக்குப் பெரும் அவப்பெயர் ஆகும். இப்பொழுது யான் என்ன செய்வது? வண்டையர் கோன் அல்லது வேறு எவரை தந்தையார் மணந்து கொள்ளும்படி கூறியிருந்தாலும், தந்தையாரை மகிழ்விப்பதன் பொருட்டு நிச்சயம் மணந்து கொண்டு இருப்பேன். அல்லது திருமணமே இல்லை என்றாலும்

நனது பெற்றோர்களுடன் இருந்து எம் ஆயுள் காலத்தைக் கழித்திருப்பேன். இப்படி ஒரு தர்ம சங்கடத்திற்கு எம்மை ஆளாக்கி விட்டீர்களே. இது முறையா?” இன்னும் ஏதேதோ புலம்பிக் கொண்டிருந்தாள் நிருதி.

அவற்றையெல்லாம் மறைந்திருந்து கேட்டுக் கொண்டிருந் தான் குலோத்துங்கன். வெகு நேரத்திற்குப் பின் அங்கிருந்து சென்றாள் நிருதி.

அவள் சென்ற பிறகு காளி தேவியைத் தொழுதான் குலோத்துங்கன்.

“அப்படியானால், தாயே நன் அருமை மகளை யான் தேவையின்றி சந்தேகித்து விட்டேனா? மலரின் சிறுவயதில் பெரியவர்களால் நிச்சயிக்கப்பட்டதே அவளின் திருமணம் என்று எண்ணி இருந்தேன். அவள் கருணாகரனை விருப்பம் கொண்டிருப்பது எமக்கு உண்மையில் தெரியாது. அப்படி தெரிந்திருந்தால், இந்த ஏற்பாடுகளை யான் செய்திருக்க மாட்டேனே. நடக்கப் போவதை இனி எம்மாலும் தடுத்து நிறுத்த இயலாதே தாயே. யான் செய்த பிழைக்கு நன் மகளைத் தண்டித்து விட்டாதீர்கள் தாயே. நன் மகளை பரிபூரணமாக மனைவியாக ஏற்றுக் கொள்ளும் மனப் பக்குவத்தைக் கருணாகரனுக்குத் தாருங்கள் அம்மா!” என்று வேண்டிக் கொண்ட குலோத்துங்கன் அங்கிருந்து சென்றான்.

மாலை வண்டையர்களை வழி அனுப்பிய அரசனும், ராயரும் இன்னும் சில அதிகாரிகளும் சோழர் அரண்மனையின் வரவேற்பு அறையில் அமர்ந்திருந்தனர்.

“ராயரே, உடனடியாக நிருதியின் திருமணம் குறித்த தகவல்களை நம் நட்பு நாடுகளுக்கும், நன் மகன்களுக்கும் தெரிவித்து, அவர்களை திருமணத்தில் கலந்து கொள்ளும்படி அழையுங்கள். இங்ஙனம் நன் மனைவியரும், நன் தனயன்களும் என்று இருக்கட்டும். அத்துடன் உப ஓலையாக சோணாட்டின் சிற்றரசர்களும், அமைச்சர்களும் அழைப்பு விடுத்ததாக அதில் குறிப்பிடுங்கள் ராயரே.”

“அப்படியே பெருமா!”

"ராயரே, தாங்கள் மேலும் எமக்கு ஒரு உதவி புரியவேண்டும்."

"ஆணையிடுங்கள் பிரபு!"

"திருமணத்திற்கான அனைத்து ஏற்பாடுகளையும் தாங்களே முன் நின்று கவனித்துக் கொள்ளுங்கள். ஏற்பாடுகள் அனைத்தும் மிகவும் விமர்சையாக இருக்க வேண்டும்."

"சிறப்பாக செய்து விடலாம் அரசே."

"திருமணத்திற்கு இன்னும் சில வாரங்களே இருப்பதனால் யான் எம் பெரும்பாலான பொழுதுகளை நன் மகளுடன் கழிக்க எண்ணுகின்றேன்."

"தங்களின் எண்ணம் எமக்கு நன்கு புரிகின்றது அரசே! அனைத்தையும் யான் பார்த்துக் கொள்கின்றேன். தாங்கள் கவலை இன்றி இருங்கள்" என்றார் ராயர்.

பகல் பொழுதில் திருமண வேலைகளைத் தன் தலைமையில் கவனித்துக் கொண்ட ராயர் மற்ற வேளைகளில் தன் மகளின் கலக்கத்தைப் போக்க முடியாமல் படாத பாடு பட்டார்.

மொத்தத்தில் படுக்கையை விட்டு எழுவதே இல்லை நிருதியும், மலரும்.

திருமணத்திற்குப் பிறகான தனது மகளின் வாழ்க்கை எப்படி இருக்குமோ என்ற பயத்தில் குலோத்துங்கன்.

இனி தன் மகளை யாருக்கு மணம் முடித்து கொடுப்பது என்ற குழப்பத்தில் வானதி ராயர். ஒவ்வொரு நாளும் பெரும் போராட்டமாக கழிந்தது சிறு, பெரு நில மன்னர்கள் இருவருக்கும்.

ஒரு வாறாக, சோணாடெங்கும் அதன் நட்பு நாடுகளுக்கும் தெரியவந்தது கருணா - நிருதியின் திருமணத்தைப் பற்றி! மகிழ்ச்சி, வருத்தம், ஆச்சர்யம், வெறுப்பு, குழப்பம் என அனைத்து உணர்வுகளும் அவ்வோலையைப் பெற்றவர்களிடம் பிரதிபலித்தன.

வேங்கியின் அரண்மனை ஒற்றனின் ஓலை கிடைத்தது. அதில் எழுதி இருந்து சபையினர் அறிய வாசிக்கப்பட்டது.

"என்ன?" என்று அரியணையில் இருந்து எழுந்தான் விக்கிரமன்.

'இப்படி ஒரு முடிவை தந்தையார் எப்படி எடுத்தார்?'

உடனடியாக அவையை ஒத்தி வைத்து தனது அறைக்குச் சென்றான் விக்கிரமன்.

"சுவாமி தங்களுக்கு என்னவானது? ஏன் அதற்குள்ளாக வந்து விட்டீர்கள்?" என்றாள் நேரியன் மாதேவி தேவி.

"எம்மைச் சற்றே தனித்து இருக்கவிடு" என்றான் அறை அதிர.

அங்கே வந்த தியாக பதாகை, தேவரே தங்களுக்கு ஏன் இத்துணை கோபம்? என்னவாயிற்று? என்றாள்.

இருவரிடமும் ஓலையைக் காட்டினான்.

"என்ன! நிருதிக்குத் திருமணம்! இது மகிழ்ச்சி கொள்ள கூடிய விஷயம் தானே பிரபு. இதில் கோபம் கொள்ள என்ன இருக்கின்றது?" என்றாள் பதாகை.

"தேவி, இதெல்லாம் உனக்கு ஒன்றும் புரியாது. நீங்கள் இருவரும் எமக்கு ஒரு உதவி செய்தாக வேண்டும்."

"உத்தரவிடுங்கள் தேவரே"

"யான் உடனடியாக சோழபுரம் செல்ல வேண்டும். ஆனால் இது வேங்கியில் யாருக்கும் தெரியக்கூடாது. போன காரியம் முடிந்ததும் உடனே வந்து விடுவேன். புரிந்ததா?"

"அப்படியே பிரபு!" என்று ஒருவரையொருவர் பார்த்துக் கொண்டனர். விக்கிரமனின் மனைவியர்.

"குலோத்துங்கனைப் பத்திரமாகப் பார்த்துக் கொள்ளுங்கள்" என்று கூறிப் புறப்பட்டான் விக்கிரமன்.

தஞ்சை வானவர் அரண்மனை.

"அத்தான், என்ன இது கொடுமை? நனது தமையனாருக்கு இளவரசியுடன் திருமணமா? அப்படியானால் மலரின் நிலை? இந்தத் திருமண ஏற்பாடுகளைச் செய்வது தங்களின் தந்தையார் என்பதே எமக்கு மிகுந்த வேதனை அளிக்கின்றது. இதில் தங்களின் நிலைப்பாடு என்ன அத்தான்?"

"சற்றே அமைதியுறு, இளவேனில்! எமக்கும் மிகுந்த கவலை அளிக்கின்றது இச்செய்தி. இருந்தும், நன் தந்தையாரே

முன் நின்று இந்த ஏற்பாடுகளைக் கவனிக்கின்றார் என்றால் அதில் முக்கிய பொருள் புதைந்திருக்கும். இருந்தும் நிருதியை கருணாகரன் மணந்து கொள்வது என்பது எமக்கு மகிழ்ச்சி அவளும் நனது தங்கை போன்றவரே. அவளும் தனது தமையன்மார்களில் ஒருவராய் தான் எம்மையும் பாவிப்பாள் நடப்பதெல்லாம் நன்மைக்கே என்று எண்ணுவோம். வேறு வழி இல்லை” என்றான் வானதி ராயர்.

–35–

வண்டையில் சோழ சிற்றரசர்கள்

மாமல்லபுரம் பல்லவர் மாளிகை.

காவலன் ஒருவன் "வணங்குகின்றேன் பிரபு! தங்களைக் காண ஒற்றன் வந்திருக்கின்றான் - சோழபுரத்தில் இருந்து."

"சோழபுரத்தில் இருந்தா? உடனடியாக வரச்சொல் என்றான்?"

"உத்தரவு அரசே!"

"வணங்குகின்றேன் பல்லவர் அரசே! சோழ மண்டலத்தி லிருந்து தங்களுக்கும், வண்டையர் கோன் கருணாகரத் தொண்டைமான் அவர்களுக்கும், சேனாதிபதி ஞான முர்த்திப் பண்டிதன் ஆகிய மதுராந்தக பிரமாதி ராஜனுக்கும் தனித்தனி ஓலைகள் கொடுக்கும்படி உத்தரவு அரசே!" என்று கூறினான்! ஒற்றன்.

"ஓ... அப்படியா? சற்றுப்பொறு" என்ற மாதவன். "கருணா!, மூர்த்தி! இருவரும் எங்கு இருக்கின்றீர்கள்? இங்கே சற்று வாருங்கள்!" என்றான்.

இருவரும், "என்ன மாதவா?" என்று அங்கே வந்தனர்.

நம் மூவருக்கும் ஓலை வந்துள்ளது - சக்கரவர்த்திகளிடம் இருந்து - அதுவும் தனித்தனியே.

"அதை இப்படி கொடு!" என்றான் மூர்த்தி.

"வண்டையர் கோனே, தங்களுக்கு மட்டும் இரண்டு ஓலைகள் கொடுக்கப்பட்டு உள்ளன. ஒன்று சக்கரவர்த்திகளிடம் இருந்து, மற்றும் ஒன்று தங்களின் தந்தையிடம் இருந்து" என்று கூறி கொடுத்து விட்டு அங்கிருந்து சென்றான் ஒற்றன் தனது வணக்கத்தைத் தெரிவித்து விட்டு.

"என்னவாக இருக்கும்? முறையான அனுமதி பெற்றுதானே இங்கு வந்தோம்? அப்படி இருந்தும், எதற்காக மூவருக்கும் ஓலை அனுப்பி உள்ளார்கள்?"

"முதலில் என்ன எழுதி உள்ளது என்று படிப்போம்; பிறகு பேசிக் கொள்ளலாம், மூர்த்தி" என்றான் மாதவன்.

"கருணா, நீ ஓலையில் இருப்பதைப் படிக்க வில்லையா?"

இல்லை மூர்த்தி! உங்களிருவருக்கும் வந்துள்ள ஓலைகளைப் படியுங்கள். பின் தானாக அதில் எமக்கான ஓலையில் என்ன இருக்கும் என்று அறிந்து கொள்ளலாம்" என்றான் கருணா.

தூரத்தில் தெரியும் கடற்கரையைப் பார்த்தவாறு ஓலையைப் பிரித்துப் படித்த மாதவனும், மூர்த்தியும் அதிர்ச்சியில் கருணாவை நோக்க, "அதில் என்ன உள்ளது? ஏன் இருவரும் எம்மை இப்படி காண்கின்றீர்கள்?" என்று கேட்டான் கருணா.

"திருமண அழைப்பிதழ், கருணா!"

"திருமணமா? யாருக்கு?" என்றான், கருணா.

"உனக்கும் இளவரசியார் பானு நிருபமைக்கும்" என்றான் மாதவன்.

அவர்களை விடவும் பன்மடங்கு அதிர்ச்சியுடன் இருக்கையில் இருந்து எழுந்தான் கருணா. தனக்கான ஓலையைப் பிரித்துப் படித்தான். அதில் ஒன்று சக்கரவர்த்திகளின் அழைப்பிதழ் மற்றும் ஒன்று அன்னவராயன் அனுப்பியது.

"அன்பு மகனுக்கு நல்லாசிகள்! உனக்குத் திருமணம் நிச்சயித்து உள்ளோம். திருமணத்திற்கான நாட்கள் குறைவாக உள்ளதால், உடனடியாக வண்டைக்குப் புறப்பட்டு வரவும்" என்று குறிப்பிட்டு இருந்தார்.

இந்தத் திருமணச் செய்தி மாதவனைப் பெரிதாகப் பாதிக்க வில்லை என்றே கூறலாம். ஆனால் மூர்த்தி சற்றே ஆதங்கம் கொண்டது உண்மையே. இப்பொழுது அல்லவா தெரிகின்றது - இளவரசருக்கு சமயத்தில் சென்று உதவியதற்கும், சோழ

மண்டலத்தின் அனைத்து துறைகளையும் தானே முன்னின்று கவனித்ததற்கான காரணம் என்ன வென்று. பதவிகளும், பரிசுப்பொருள்களும், பாராட்டுக்களும், பட்டமும் உனக்குப் போதாது; தனது அருமை மகளையும் உனக்குத் தரவேண்டும் என்று சக்கரவர்த்திகள் நினைக்கும் அளவிற்கு நீ உனது பணியை திறம்பட செய்திருக்கின்றாய் இல்லையா, கருணா? ஏற்கெனவே நீ வகிக்கும் பதவியினால் சோணாடு எங்கும் செல்லலாம். இனி, சக்கரவர்த்தியின் மருமகன் என்று சொல்லிக் கொண்டு கடல்கடந்த தூரதேசங்களுக்கும் சென்று வரப்போகின்றாய்.

சினம் தலைக்கேறிய கருணா, “மூர்த்தி, நிறுத்து!” என்றான் அம்மாளிகை அதிர.

“நண்பர்கள் இருவரும் ஒரு கணம் அரிமாவின் குகைக்குள் சென்று வந்தது போன்ற பிரம்மை.

“மூர்த்தி இனி ஒரு முறை இவ்வாறு பேசினாயானால் விளைவு விபரீதமாக இருக்கும் என்று எச்சரிக்கின்றேன். இது நாள் வரையிலும் யான் வகிக்கும் பதவிகளை ஊதியம் கிடைக்கும் அரசின் பதவி என்று ஒரு நாளும் எண்ணியது இல்லை. நனது தாய் நாட்டின் நலத்திற்கும் பாதுகாப்பிற்க்கும் காவலனாய் இருக்கும் நன் கடமை இது என்றே அகமகிழ்வுடன் இப்பணியை செய்து கொண்டிருக்கின்றேன்.

இதில் சக்கரவர்த்திகள் அளிக்கும் பதவியும், பரிசும், ஏன் அவர் மகளும் கூட எனக்கு ஒரு பொருட்டல்ல. எதிலுமே சுயத்தை விரும்பு கின்றவன் யான். அதனாலேயே தான் உலகளந்தான் திருவரங்க தேவனின் மகன் என்று எங்கேயும் யான் கூறிக் கொண்டது இல்லை. வண்டையின் அரசன் என்று மட்டுமே எம்மை யான் அடையாளப்படுத்திக் கொள்கின்றேன். நனது தந்தையின் கீர்த்தியில் உரிமை வேண்டா, யானா சக்கரவர்த்திகளின் புகழில் உரிமை கோரப் போகின்றேன்.”

சற்றே கோபம் தணிந்தவனாகக் காணப்பட்டான் கருணா.

“நண்பன் என்ற வகையில் ஏதோ வேடிக்கையாகப் பேசிவிட்டான் மூர்த்தி. இதைப் பெரிதாக எண்ணாதே”

“ஆமாம் கருணா. ஏதோ சிறுபிள்ளைத் தனமாகப் பேசிவிட்டேன். எம்மை மன்னித்துவிடு”

“இல்லை மூர்த்தி. யான் தான் உன்னிடம் மன்னிப்பு கோர வேண்டும். யானும் உணர்ச்சி வசப்பட்டு ஏதேதோ பேசி விட்டேன். சரி எது எப்படியோ ஒருவிதத்தில் இது மகிழ்ச்சி கொள்ள வேண்டிய தருணமே. மிக நீண்ட இடைவேளைக்குப் பின் சோழர்களுக்கும் சோணாட்டுச் சிற்றரசர்களுக்குமான திருமண உறவு. அதிலும் எங்களின் ஆருயிர் நண்பன் சோழனின் மகளை மணக்கப் போகின்றான். இது எங்களுக்கு எவ்வளவு பெருமையாக இருக்கின்றது தெரியுமா?”

“ஆமாம் கருணா மாதவன் கூறுவது முற்றிலும் உண்மை”

“இல்லை மூர்த்தி இது குறித்து எம்மால் மகிழ்ச்சி அடைய இயலவில்லை.”

“காரணம் என்ன?”

“மலர் நனது அம்மான் மகள் சிறுவயது முதலே அவளை யான்தான் மணந்து கொள்ள வேண்டும் என்பது நனது தாயின் விருப்பம். எமக்கும் அப்படியே. இப்பொழுது வேறு ஒரு பெண்ணை மனைவியாக ஏற்க நனது உள்ளம் மறுக்கின்றது மூர்த்தி”

“நீ கூறுவதும் கூட ஒரு விதத்தில் உண்மை தான் கருணா. ஒரு பெண்ணைப் பார்த்துப் பழகி அவளின் குணநலன்களை அறிந்து அவளையே மணப்பதனால் தான் இல்லறம் இனிக்கும். ஒரு பெண்ணின் பெயரையும் அவள் பிறந்த குலத்தையும் வைத்து அவளின் பண்பு நலன்களை அறுதியிட்டு கூற முடியாது தான் கருணா! நீ சோழபுரம் சென்று சக்கரவர்த்திகளிடம் மலரின் மேல் நீ கொண்டிருக்கும் அபிமானத்தையும், இளவரசியாரை மணப்பதில் உனக்கு உடன்பாடு இல்லை என்றும் கூறு. உன் கோரிக்கையை ஏற்று ஒருவேளை அரசர் இத்திருமணத்தை நிறுத்தலாம்” என்றான் மாதவன்.

இருக்கையில் இருந்து எழுந்தான் கருணாகரன்.

“என்ன இந்த இரவு வேளையிலா? நாளை காலை புறப்படு கருணா. அப்போது உனை யாரும் தடுக்கவில்லை.”

“இல்லை மாதவா, யான் இப்போதே புறப்பட வேண்டும்” என்ற கருணாகரன் காவலனை அழைத்து சுந்தரத்தை அவிழ்த்து வரும்படி கூறிவிட்டு, உள்ளே சென்று தனது வாளையும் முடியையும் தரித்துக் கொண்டு வெளியே வந்தான்.

“எம்மீது உனக்குக் கோபம் இல்லையே”

“இல்லை மூர்த்தி. எமக்கு யார் மீதும் கோபம் இல்லை. யான் சென்று வருகின்றேன் பிறகு சந்திக்கலாம்.” என்று கூறிப் புறப்பட்டான்.

அவனை வழியனுப்பி நண்பர்கள் இருவரும் முகப்பு வாயிலில் போடப்பட்டு இருந்த இருக்கையில் அமர்ந்தனர்.

“கருணா புறப்படும் வேகத்தைப் பார்த்தால் திருமணம் நின்றுவிடுமோ மாதவா?” என்றதும் ‘கலகல’வென சிரித்தான் மாதவன்.

“ஏன் இப்படி நகைக்கின்றாய்?”

“இல்லை மூர்த்தி. நீ நினைப்பது தவறு; இத்திருமணம் நிச்சயம் நடக்கத் தான் போகின்றது.”

“அவன் தான் மலரை மணக்க விரும்புவதாகக் கூறினானே”

“இருக்கட்டுமே, இளவரசியாரை மணப்பதில் உனக்கு உடன்பாடு இல்லை என்று யான் தான் கூறினேனே, ஒழிய அவன் கூறவில்லையே......”

“மூர்த்தி நீ என்ன தான் கூற வருகின்றாய்”

“மாதவா நனது அனுமானம் சரியானால்.....”

“மூர்த்தி, என்ன அனுமானம்?”

“இத்திருமணம் பெரியவர்கள் முன்னின்று நிச்சயித்ததால் அவன் இதற்கு ஒப்புக் கொள்வான் என்று கூறவந்தேன்.”

“ஓ... அப்படியானால் சரி, போகட்டும். நீ வா, நாம் சென்று உறங்கலாம்.”

“இல்லை மூர்த்தி. நீ சென்று ஓய்வெடுத்துக் கொள் யான் சிறிது நேரம் பொறுத்து வருகின்றேன்.”

“ஆகட்டும் மாதவா!” என்று அங்கிருந்து சென்றான் மூர்த்தி.

மாதவன்: கருணா நீ திருமணத்தை நிறுத்தச் சொல்ல வில்லை? தற்போதைய சூழலில் இருந்து நழுவிச்

சென்றிருக்கிறாய். நீ சோழ மண்டலத்தில் பதவி ஏற்ற நாள் துவங்கி இன்று வரை உன்னிடம் அனேக மாற்றங்களை யான் உணர்கின்றேன். இது கோட்டையில் மலர்விழியைச் சந்தித்ததால் வந்த மாற்றம் என்றும் கூறிவிட முடியாது. ஏனெனில் அவளை நீ இன்றோ நேற்றோ சந்திக்க வில்லை.

உனது பிள்ளைப்பிராயத்தில் இருந்தே அவளை நீ நன்கு அறிவாய். ஆகையால் உனது இந்தத் தீடீர் மாற்றம் அவள் பொருட்டு இராது என்பது திண்ணம். சோணாட்டின் தலைசிறந்த தமிழ்ப் புலவர்கள் கவிச்சக்கரவர்த்தி சயங்கொண்டார், கவிகுமுத நாராயணப் பட்டர், நெற்குன்றங்கிழார் களப்பாள ராயர், கோளரி மாமுனிவர் என தமிழில் சிறந்த புலமை படைத்த புலவர்கள் பலர் இருக்கின்றனர்.

நீ நினைத்தாயேயானால் அவர்களை உன் அரண்மனைக்கே வரவழைத்து இலக்கண, இலக்கியம் குறித்த விளக்கங்களைக் கேட்டிருக்கலாம். இருந்தும், நீ அவ்வாறு செய்யவில்லை. புலவர்களின் புலமையை ஒப்பிடும் பொழுது அறியா சிறுபிள்ளை போன்றவர் இளவரசியார். இருந்தும், அவரிடமே உன் சந்தேகத்திற்கான விளக்கத்தை அறிய விரும்பி இருக்கின்றாய். இதன் பொருள்? தவிர, இளவரசியார் குறித்த உரையாடலில் நீ காட்டும் ஆர்வம் இதற்கெல்லாம் அர்த்தம் என்ன கருணா? இதை எங்களிடம் மறைக்கின்றாயா அல்லது இதற்கான பொருள் உனக்கே தெரியவில்லையா? அந்த பரம்பொருளுக்கே வெளிச்சம்.'

காலைப் பொழுது பல்லவர் மாளிகையில் தனது பூசைகளை முடித்துக் கொண்டு வெளியே வந்தான் மூர்த்தி.

"என்ன மாதவா இத்தனை காலையில் எங்கே சென்று வருகின்றாய்?"

"சோழர் மாளிகையில் இருக்கும் அலுவலகத்திற்கு மூர்த்தி"

"என்ன காரியமாக, மாதவா?"

"தொண்டையில் இருக்கும் முக்கியஸ்தர்களுக்கு அழைப்பிதழ் கொடுத்துவர உத்தரவு மாதவா இதனைக் கூறுவதால் எம்மைத் தவறாக எண்ணாதே.

என்ன மூர்த்தி உண்மையில் உனக்கு வருத்தம் இல்லையா தகுதிகள் இருந்தும் இளவரசியாரை மணக்க இயலாதது குறித்து?

வாழ்க்கைத்துணை என்பது சில வேளைகளில் மட்டுமே அவரவர் விருப்பப்படி அமையும்; பல நேரங்களில் அந்தப் பரம்பொருளின் விருப்பப்படியே நிகழும். இதில் நமது விருப்பத்திற்கு வேலை இல்லை மூர்த்தி. இதற்கு நம் கருணாவையும் விட சிறந்த உதாரணம் வேண்டுமா உனக்கு? வாணரின் மகளை மணக்க விரும்பினான். ஆனால் வாய்த்தது என்னவோ சோழனின் மகள். 'இப்படி ஒரு வாய்ப்பு நமக்கு கிடைக்க வில்லையே' என்ற ஏக்கம் சோணாட்டில் பலருக்கு இருக்க, இந்தத் திருமணத்தை எப்படி நிறுத்துவது என்ற குழப்பத்தில் அவன் இருக்கின்றான். இந்தக் கொடுமையை என்னவென்று சொல்லுவது?"

"இப்பொழுது கூறினாய் அல்லவா? இது நூற்றுக்கு நூறு சதம் உண்மை!" என்றான் மூர்த்தி. நனது தாயாருக்கு தான் சற்றே வருத்தம். இருந்தும் கருணா தான் மாப்பிள்ளை என்றதும் அவருக்கும் மகிழ்ச்சியே. இப்பொழுதுதான் அவர்களையும் சந்தித்து விட்டு வந்தேன். திருமணத்திற்கு ஐந்து தினங்களுக்கு முன் அரசியார்களுடன் சோழபுரம் செல்லப் போகின்றார், நனது தாய்."

"அப்படியானால், அவர்களுடனே நாமும் புறப்படலாமா மாதவா?"

"இல்லை மூர்த்தி. அது அவ்வளவாக நன்றாய் இராது; நாம் நாளை மறுநாள் காலையே புறப்படவேண்டும்."

"நாளை மறுநாளா? அது தான் திருமணத்திற்கு இன்னும் இரண்டு வாரங்கள் உள்ளனவே, பிறகென்ன?"

"இல்லை, நாம் சோழபுரம் செல்லப் போவது இல்லை; வண்டைக்கே செல்கின்றோம். கருணா மாப்பிள்ளை என்பதனால் அவனால் வெளிவேலைகளுக்குச் செல்ல இயலாது. நாம் இருவரும் சென்றோமேயானால், அவன் தந்தைக்கு உதவியாய் இருக்கும்."

"நீ கூறுவதும் சரிதான் மாதவா"

“முதலில் இங்கு இருப்போருக்கு அழைப்பிதழ்களைக் கொடுத்து விட்டு, திருமணத்திற்கான விடுப்பு ஆவணத்தை அலுவலகத்தில் தந்துவிட்டு பின்னர் பிரயாண வேலைகளை துவங்கலாம், சரியா மூர்த்தி?”

“அப்படியே மாதவா.”

வண்டைநகர் காலை வேளையிலேயே என்றும் இராத அளவுக்கு ஆரவாரமும் ஆர்ப்பரிப்புமாய் மக்கள் கூட நகருக்கு வந்த கருணாகரனைக் கண்ட மக்கள் அனைவரும் தங்களின் வாழ்த்துகளைத் தெரிவித்தனர்.

ராசபாட்டை துவங்கி அரண்மனை வரையிலும் தேர்களும், களிறு, பரிகளும் நிறுத்தி வைக்கப்பட்டு இருந்தன.

சற்றே ஆச்சர்யத்துடன் அரண்மனைக்குள் வர அவனது தம்பி வரவேற்றான்.

“வாருங்கள், தமையா! தங்களுக்காகத் தான் அனைவரும் காத்திருக்கின்றனர் - மணிமண்டபத்தில்.”

“யார்? எதற்கு திருவரங்கா?”

“தங்களின் திருமணம் குறித்து வாழ்த்து தெரிவிக்க சோணாட்டு சிற்றரசர்கள் அனைவரும் வந்திருக்கின்றனர்” என்றான்.

மணிமண்டபத்தினுள் நுழைந்தான் கருணாகரன் - காவலனறி விப்புடன். அரியாசனத்தில் திருவரங்க அன்னவரையன் கொலுவிருக்க ஏனைய சிற்றரசர்கள் உடன் இருந்தனர். அவர்களை வரவேற்று தனது வணக்கத்தைத் தெரிவித்துக் கொண்டான் கருணாகரன். மன்னர்கள் அனைவரும் தங்களின் வாழ்த்துகளைத் தெரிவித்துக் கொண்டனர். நன்றிகளைக் கூறிக்கொண்ட கருணாகரன் தனது இருக்கையில் சென்று அமர்ந்தான்.

“நம் வாழ்நாளில் முக்கிய தருணம் இது திருவரங்கா!” என்றார் வண்டையர் கோனை விடவும் வயதில் மூத்தவரான “தகடூர் அதிகமான்”

“தகடூரார் கூறுவது முற்றிலும் உண்மையே” என்றார் வெலநாண்டுத் தலைவனாகிய முதலாங் கொங்கன்”. “உண்மை தான் ஏறக்குறைய நூற்று முப்பது ஆண்டுகளுக்குப்

பின் இப்படி ஒரு நிகழ்வு" என்றார் பொத்தப்பிக் காமதேவ சோட மகராஜன்.

"பொதுவாக, நம்மைப் போன்ற சிற்றரசர்கள் வீட்டுப் பெண்டுகளை சோழர்கள் இன்றளவும் மணம் செய்து கொள்கின்றனர் என்றாலும், மிக நீண்ட இடைவெளிக்குப் பின் ஒரு சிற்றரசனுக்கு சோழர் தனது மகளைத் தருவது என்பது உண்மையில் பெருமகிழ்ச்சி கொள்ளக்கூடியது. இதனை எண்ணுங்கால் தங்களின் மகன் பொருட்டு எங்களுக்குப் பெருமையாக உள்ளது வண்டையர் கோனே" என்றார் குவளாலபுரத்து சீயகங்கன்.

"இதன் பொருள் என்ன? சாளுக்கியனுக்கும், ஈழத்தானுக்கும் சற்றும் சளைத்தவன் அல்லன் இளங்கோ வண்டையன் என்பதை நம் சக்கரவர்த்திகளே ஒப்புக் கொண்டது போல் தானே?" என்றார் சேதிராயர்.

"எல்லாம் சரி தான். என்ன... இனி, வண்டையருக்கான சுயம் என்பது சோழனின் பின்னால் சற்றே ஒடுங்கி தான் போகும்" என்றார் மகா "மண்டலேசுவான் சூரப்பராஜன்".

"தாங்கள் கூறுவது எமக்கு விளங்கவில்லையே அரசே!" என்றான் திருவரங்க அன்னவராயன்.

"ஆலத்தின் (ஆலமரம்) நிழலில் அருகு கூட தலை எடுக்க இயலாது என்பதை தாங்கள் அறியவில்லையா, வண்டையர் கோனே?"

"சக்கரவர்த்திகள் இருக்கும் இடத்து தங்களின் மகன் தலை எடுப்பது எங்ஙனம்? இதன் பொருள்..." என்றான் அன்னவராயன்.

"ஆமாம் முன்னொரு காலத்தில் இறைவனடி சேர்ந்த இரண்டாம் பராந்தகனாகிய சுந்தரசோழ தேவரின் மகளை மணந்தார் வாணர் குலத்தோன்றலான வல்லவராயன் வந்தியத் தேவன். இருந்தும், இதற்குள்ளாகவே அவர் சுந்தரசோழனின் மருகன் என்றும், ராசராச சோழத் தேவரின் மைத்துனர் என்றும் இதற்கெல்லாம் மேலாக குந்தவை பிராட்டியின் கணவர் என்று தான் அவர் பலரால் அறியப்படுகிறார்.

அதுபோலவே தான் இனி தங்களின் மகனும், குலோத்துங்க சோழனின் மருமகன், விக்கிரமனின் மைத்துனன், பானு நிருபமையின் கணவன் என்றாகும். இதில் வண்டையன் என்ற வார்த்தையே இல்லாமல் போகுமே என்றான் கேரள கேசரி அதிராசாதிராச தேவன்". இதனைக் கேட்ட அனைத்து குறுநில மன்னர்களும், "அது என்னவோ உண்மை தான்!" என்று கூறி நகைத்தனர்.

இருக்கையில் இருந்து 'வெடுக்'கென எழுந்தான் கருணாகரன்.

"சபையோர் எம்மை மன்னித்து அருளவேண்டும். புறத்தே ஒரு காரியமாகச் செல்லவேண்டி உள்ளது" என்று கூறி, அங்கிருந்து வெளியேறினான்.

அவன் பின்னேயே வந்தான் கருணாகரனின் சிற்றப்பன் "தம்பி கருணாகரா எங்கே மகனே புறப்பட்டு விட்டாய்? உனைக்கான அனைவரும் வந்திருக்கையில் நீ இதுபோல் நடந்து கொள்ளலாமா மகனே?"

"எம்மை மன்னித்து விடுங்கள், தந்தையாரே! யான் உடனடியாக சோழபுரம் செல்ல வேண்டும்."

"என்ன சோழபுரத்திற்கா? திருமணத்திற்கு முன்பாக பெண் வீட்டிற்குச் செல்வது முறை அல்ல, மகனே!"

"யான் மாப்பிள்ளையாக செல்ல வில்லை தந்தையே, சோணாட்டின் அமைச்சனாக செல்கின்றேன். எம்மைத் தடுக்காதீர்கள்."

"ஆமாம், அவனைத் தடுக்காதீர்கள், கொழுந்தன் அவர்களே! பார்த்தாயா தம்பி உனது தந்தையும், அம்மானும் செய்திருக்கும் காரியத்தை உன்னைப் போலவே எமக்கும் இத்திருமணத்தில் உடன் பாடு இல்லை. நீயே சென்று உன் அம்மானிடம் நியாயத்தைக் கேள்."

"அண்ணியாரே, சற்று சும்மாய் இருங்கள். அவனே சினம் கொண்டு இருக்கின்றான். அதைத் தணிக்காவல் வளர்ப்பது போல் இருக்கின்றது தங்களின் பேச்சு. கருணா நீ சோழ புரத்திற்குச் செல்ல வேண்டாம். இது குறித்து உனது அம்மானிடம் நீ எதுவும் பேசலாகாது."

“இல்லை தந்தையே, யான் அம்மானைச் சந்திப்பதற்காகச் செல்ல வில்லை. சக்கரவர்த்தியை சந்திக்கவே செல்கின்றேன்.

“ஏன் தமையா அன்னியாரை தருவது குறித்து நன்றி கூறவா?” என்றான் இரண்டாம் திருவரங்கன்.

“இதைக் கேட்டதும் நகைத்தே விட்டார் ஆவுடையான். அங்கிருந்து சோழபுரம் புறப்பட்டான் கருணாகரன்.”

-36-

விக்கிரமன் மறுப்பு

சோழபுரம் கோட்டை எவ்வித ஓலையோ, முன் அறிவிப்போ இன்றி அங்கு வந்த விக்கிரமனைக் கண்டதும் அதிர்ச்சி! அதே வேளையில் மகிழ்ச்சியும் குலோத்துங்கனுக்கு. வானதிராயருடன் விக்கிரமன் பேசலானான்.

"எமக்குக் கிடைத்த தகவல் உண்மையா?" தந்தையே

ஆம் மகனே! அதிலே தான் தெளிவாக எழுதி இருக்குமே?"

"எந்த உத்தேசத்தில் தாங்கள் இப்படி ஒரு முடிவை எடுத்தீர்கள், தந்தையே?"

"இதில் உத்தேசிக்க என்ன உள்ளது மகனே? ஒரு நகரத்தின் அரசன், நம்தேசத்தின் உயர் பதவிகளை வகிக்கின்றார். நல்ல அறிவாளி, பண்பு நலன்கள் உடையவர். அவ்வளவு ஏன்... பேராபத்தில் இருந்து உன்னையே காத்தருளி உள்ளார் பிறகென்ன?"

"இந்தப் பட்டியலில் இன்னும் இரண்டைச் சேர்க்காமல் விட்டுவிட்டீர்கள், தந்தையே."

"என்ன அது!"

"சினம் கொண்டான், குரூரமான கொலைகாரன்"

"விக்கிரமா, நீ என்ன கூறுகின்றாய்?"

"ஆமாம் தந்தையே, ஒரு மானுடனுக்கு எத்தனை நற் குணங்கள் இருந்தாலும், அதீத சினம் அவை அத்தனையையும் தவிடுபொடியாக்கும் என்பதை தாங்கள் அறிவீர்கள் தானே? அந்த அதீதசினம் தான் தாங்கள் தேர்வுசெய்த மாப்பிள்ளையின் மற்றுமோர் அடையாளம்!"

"நீ என்ன கூறுகின்றாய் என்று எமக்கு விளங்கவில்லை, மகனே!"

"தெளிவுபடவே கூறுகின்றேன். உடனடியாக இத் திருமணத்தை நிறுத்துங்கள். இதிலே எமக்கு உடன்பாடு இல்லை."

"விக்கிரமா! என்ன உளறுகின்றாய்?"

"ஆம் தந்தையே, அதீத சினம் ஒருவனை சுயம் இழக்கச் செய்யும் என்பார்களே, அதனை அவர் வாயிலாகத்தான் யான் அன்று கண்டேன். அப்பப்பா... என்ன ஓர் ஆவேசம்! எத்தனை குரூரம்! எவ்வளவு கொலை வெறி அவருக்கு!"

"இவற்றின் அடிப்படை என்பது உன்னைக் காக்கும் பொருட்டு தானே? அப்படியிருக்க, இதனை அவருக்கு இருக்கும் குறை என நீ கூறுவதை யான் ஏற்கமாட்டேன். நன்றி மறப்பது நன்றல்ல! மகனே"

"தந்தையே, அதனை யானும் நன்கு அறிவேன். அவரின் இந்த உதவிக்குத் தாங்கள் வெறும் பட்டம் வழங்கியதில் கூட எமக்கு உடன்பாடு இல்லை. வண்டையுடன் சேர்த்து, தொண்டை மண்டலத்தையும் அரசாளும் படி கூறுங்கள் அதில் எமக்கு மகிழ்ச்சியே.

ஆனால், அவருடனான நனது தங்கையின் இல்லறம் என்பது சாத்தியப்படாது. அவருடைய இந்த அதீத சினம் கொள்ளும் குணம் ஒரு நாள் நன் தங்கையைப் பாதிக்கும் என்பதே நனது அச்சம்!"

"என்ன இது, மகனே ஒரு நாட்டின் அரசன் போலவா பேசுகின்றாய் நீ? உனது பேச்சு சிறுபிள்ளைத் தனமாய் அல்லவா உள்ளது? இல்லத்திற்கும், போர்க்களத்திற்கும் வேறுபாடு அறியாதவரா அவர்?"

"அதை யானும் நன்கு அறிவேன் தந்தையே, இவ்விரண்டிற்கு மான வேறுபாடுகள் என்பது அவர் அறிந்திருக்கக் கூடும் யான் அதை மறக்கவில்லை. இருப்பினும், இணைக்கு இணையே துணை ஆகும். இதுவே இயற்கையின் நியதி. ஆனால் தாங்களோ அரிமாவிற்கு அணிற்பிள்ளையை இணை சேர்க்க எண்ணு கின்றீர்கள்."

குலோத்துங்கன் நகைத்தபடியே, அணிற்பிள்ளையா? அது வேங்கையின் பிள்ளை என்பதை நீ எப்படி மறந்தாய்?"

"அப்படியானாலும், அரிமாவிற்கு வேங்கை எப்படி தந்தையே துணையாகும்? இவை இரண்டிற்கும் குணம் என்பது வேறு தானே."

"குணம் வேறாக இருக்கலாம்; இனம் என்பது ஒன்றுதான் என்பதை நீ அறியாயோ?

"தங்களிடம் உரையாடி யான் வெல்லமுடியாது, ஒப்புக் கொள்கின்றேன். இருப்பினும், இன்று தாங்கள் எடுத்துள்ள இம்முடிவானது தவறு என எண்ணும் நாள் வெகு தொலைவில் இல்லை. அப்படி அதை தாங்கள் உணரும் கால் அதைத் திருத்திக் கொள்ளும் சந்தர்ப்பம் என்பது அமையாமலே போகலாம். அதை தாங்கள் நினைவில் கொள்ளுங்கள். ஒரு பிள்ளையை காத்ததன் பொருட்டு அவருக்கு இன்னொரு பிள்ளையைக் காவு கொடுக்கும் அதிசயத்தை இங்குதான் காண்கின்றேன்."

"இளவரசே, இடைமறித்துப் பேசுவதற்கு தயைகூர்ந்து மன்னியுங்கள். சக்கரவர்த்திகள் ஏற்கெனவே சங்கடத்தில் உள்ளார். அவரை இது போன்று பேசி மேலும் சங்கடப்படுத்த வேண்டாம் என்று கேட்டுக் கொள்கின்றேன். தங்களைக் காத்ததன் பொருட்டே இளவரசியைக் கருணாகரனுக்கு மணம்முடிக்க ஏற்பாடு செய்யவில்லை. வேறு சில காரணங்களும் உண்டு" என்ற வானதிராயர், ஈழம், சாளுக்கியத்தில் இருந்து வந்த ஓலைகளைப் பற்றி எடுத்துரைத்தார். இத்திருமண ஏற்பாட்டிற்கு இவையே மிக முக்கிய காரணம் இளவரசே!" அவ்வாறு ராயர் கூறும் இடத்தே வாயிற்காவலனின் குரலில் ஒலித்தது: வண்டையர் கோன் கருணாகரத் தொண்டைமான் அரசரைக் காணவந்து கொண்டிருக்கிறார் என்று.

அதிர்ச்சியில் ஒருவரையொருவர் பார்த்துக் கொண்டனர்.

"கருணாகரன் இங்கே எப்படி? தொண்டையில் இருந்து. எப்பொழுது வந்தார்?" என்றார் வானதி ராயர்.

ஏனோ கருணாகரனைக் காண விரும்பாத விக்கிரமன் அந்த அறையில் இருக்கும் மற்றோர் அறைக்குச் சென்றான்.

குலோத்துங்கனின் அறைக்கு வந்தான் கருணாகரன்.

“வாருங்கள் அமைச்சரே! அமருங்கள்” என்றான் குலோத்துங்கன் இன்முகத்துடன்.

“வணங்குகின்றேன் சக்கரவர்த்தி அவர்களே!”

வணங்குகின்றோம். கருணாகரா, என்ன இந்தத் திடீர் விசயம்? எப்பொழுது தொண்டையில் இருந்து வந்தீர்கள்?”

குலோத்துங்கனுக்கும் ஏதோ ஒரு வித தயக்கம் தொடர்ந்தது. ராயரே பேசலானார்: இன்னும் தங்களின் விடுப்பானது முடியவில்லையே, அதற்குள்ளாக வந்துவிட்டீர்களே.”

“யானாக வரவில்லை. வரவழைக்கப் பட்டிருக்கின்றேன்.”

அமைதியானார் ராயர்.

“தங்களின் செயல்பாடுகளில் நியாயம் உள்ளதா என்று கேட்டறிய வந்தேன் பெருமா! இத்திருமணத்தில் தங்களுக்கு உடன்பாடுள்ளதா என்று ஓலை அனுப்புவதே முறை. ஆனால் நன் தந்தையாரும், தாங்களும் சற்றே வித்தியாசமாக நனது திருமணத்தில் யான் கலந்துகொள்ள அழைப்பிதழ் அனுப்பியிருக்கிறீர்கள். அருமை!

“அப்படியானால், இத்திருமணத்தில் உனக்கு சம்மதம் இல்லையா மகனே?” என்றார் ராயர்.

“இல்லை ராயரே, எமக்கு சம்மதமே. பெரியோர் எடுத்த முடிவை யான் ஏற்றுக் கொள்கின்றேன்.”

“மிக்க மகிழ்ச்சி மகனே.”

“எனினும் நனது நிபந்தனைகள் சில உண்டு. அதனை சக்கரவர்த்திகள் ஏற்பாராயின், அவர்களின் மகளை யான் அகமகிழ்வுடன் ஏற்றுக் கொள்வேன்.”

“எதுவாயினும் கூறுங்கள், மாப்பிள்ளை அவர்களே.” என்றான் குலோத்துங்கன் முதல் முறையாக

நிபந்தனைகளில் முதன்மையானது தங்களுக்குச் செலுத்தப்படும் திறைப்பொருள் இப்பொழுது போலவே இனி எப்பொழுதும் செலுத்தப்படும். இப்பொழுது போலவே இனி எப்பொழுதும் வண்டை நகர் நனது சுயகட்டுப்பாட்டிலே இருக்க வேண்டும்.

“சம்மதம்” என்றான் குலோத்துங்கன்.

“இரண்டாவது நிபந்தனை: நனது திருமணத்திற்குப் பின் இக்கோட்டையில் எம்மால் இருக்கலாகாது. நனது பணிகுறித்த அலுவலகம் இனி வண்டையில் இருந்தே செயல்படும் முக்கிய சபை கூடும் நாட்களில் மட்டுமே இங்கு வந்து கலந்து கொள்வோம்.”

“சம்மதம்”

“மூன்றாவது நிபந்தனை: திருமணத்திற்குப் பின் தங்களின் மகள் இங்கிருக்க இயலாது. அவர்கள் எம்முடன் வண்டையிலேயே வசிக்க வேண்டும். இங்கு நடைபெறும் சுபநிகழ்வுகளில் மட்டும் கலந்துகொள்ள அனுமதி அளிக்கப்படும்.

“சம்மதம்”

“நான்காம் நிபந்தனை: இன்றிலிருந்து இப்போதில் இருந்து எங்கேயும், எப்போதும் எதன் பொருட்டும் தங்களை மாமன் என்று அழைக்கவும் மாட்டேன்; அதேபோல் தாங்களும் எங்கேயும், எப்போதும், எதன் பொருட்டும் எம்மை தங்களின் மருகன் என்று கூறக்கூடாது. சக்கரவர்த்தி, அமைச்சன் என்பதே நிரந்தரம் ஆகட்டும்.”

“சம்மதம்.”

ஐந்தாம் நிபந்தனை: திருமணத்தின் அன்றில் இருந்து இளவரசியாரின் இயற்பெயரைத் தவிர்த்து விட்டு, துணைப் பெயர் வைத்து அப்பெயரைக் கொண்டே இனி அவர்களை அழைக்க வேண்டும்.

சற்றே அமைதி ஆனான் குலோத்துங்கன்.

வானதி ராயர், “கருணாகரா தாங்கள் இதற்கு முன் கூறிய நிபந்தனைகள் அனைத்துமே ஓர் அளவிற்க்கு நியாயமானவையே. அதனாலேயே அவை அனைத்திற்கும் சக்கரவர்த்திகள் சம்மதம் கூறினார். ஆனால் இப்படி ஒரு நிபந்தனை எதற்காக? இளவரசியாரை இயற்பெயர் கொண்டு அழைப்பதனால்தான் என்னவாகிவிட போகின்றது?”

“தாங்கள் வருந்தும் அளவிற்கு யான் தவறுதலாக கேட்கவில்லையே. இது அரச குடும்பத்தின் இயல்பே. இப்பொழுது கூட சக்கரவர்த்தி அவர்களின் அரசியார்கள் அனைவருக்குமே இயற்பெயர் இருந்தும் துணைப் பெயர் கொண்டுதானே

அழைக்கப்படுகின்றார்கள். அப்படியிருக்க எமக்கு வரப்போகும் மனையாளுக்கு நனது விருப்பப்படி யெர்வைப்பதில் என்ன தவறு இருக்கின்றது, நாயகரே.

“அப்படி இல்லை, கருணாகரா! நம் தாயகத்தில் பெண்டுகளோ ஆண்களோ அவர்தம் பெயரை வைத்தே அவர்களை இன்னாரின் பிள்ளைகள். இன்ன குலத்தினர் என்பதை எளிதாகக் கண்டு கொள்ள முடியும். அதேபோல் பேரரசர்களின் (சேர, சோழ, பாண்டியர்) வீட்டுப் பெண் பிள்ளைகள் திருமணத்திற்குப் பிறகு தங்களின் இயற்பெயரிலே தன் கணவனாலும் அவன் நாட்டு மக்களாலும் அழைக்கப் படுவதும், பேரரசர்களின் அரசிமார்களை இயற்பெயர் அல்லாமல் துணைப் பெயர் கொண்டு அரசரும் அன்னாட்டு மக்களும் அழைப்பது என்பதும் காலம் காலமாக நடை முறையில் இருக்கும் ஒன்று தானே மகனே?”

“இந்த அணுகு முறைக்கான காரணம் என்னவோ?” என்றான் கருணாகரன்.

அதுதான் கூறினேனே கருணா. பெண்பிள்ளைகள் திருமணத்திற்குப் பிறகு தங்களின் இயற்பெயரால், கணவனாலும், அவன் நாட்டு மக்களாலும் அழைக்கப் படுவதால் அப்பெண் இன்ன பேரரசனின் மகள் என்று என்றென்றும் மக்களால் நினைவுகூரப்படுவதால் பேரரசர்களின் அரசிமார்களை இயற் பெயர் அல்லாமல் துணைப் பெயர் கொண்டு அழைப்பதனால் அவர்கள் இன்ன சிற்றரசரின் மகள் என்பது மக்களால் மறக்கப்பட்டு பேரரசரின் மனைவி என்பதே மக்களின் எண்ணத்தில் நிலைநிறுத்த உதவும். இது நிகழ்காலத்தோருக்காக உருவாக்கப்பட்ட கோட்பாடு அல்ல; எதிர்காலத்தோர் பேரரசர்களின் வரலாற்றையும் அவர்தம் வாழ்க்கை முறை குறித்து அறிவதற்காக வகுக்கப்பட்டுள்ள பல காரணிகளில் இதுவே முதன்மை ஆனது கருணாகரா.”

“அருமை! அற்புதம்! நாயகரே! நனது ஐந்தாம் நிபந்தனைக்கான விளக்கத்தை வெகு சிறப்பாக கூறினீர்கள்.” என்றான் கருணாகரன்.

அரசனும், ராயரும் ஒருவரையொருவர் பார்த்துக் கொண்டனர்.

“கருணா, நீ கூறவருவது எமக்கு விளங்க வில்லையே.” என்றார் ராயர்.

தாங்கள் தான் வினவீனர்களே - இளவரசியாரை இயற்பெயர் கொண்டு அழைப்பதனால் தான் என்னவாகிவிடப் போகின்றது என்று. இது தான் நடக்கும். அவர்கள் நன் மனைவி என்று உலகத்தாரால் நினைவுகூரப்பட மாட்டார்கள், அரசரின் மகள் எனறே அறியப்படுவார். இதனை மாற்றி அமைக்க வேண்டும். வரலாற்றில் முதல் முறையாக என்று கூட வைத்துக் கொள்ளுங்கள். பெயரை மாற்றுவதனால் சக்கரவர்த்திகளின் மகள் என்பது மறைந்து நனது மனைவி என்றே உலகத்தாரால் நினைவில் கொள்ளப்படும்” என்றான் கருணாகரன். விரக்தியும் அல்லாமல் மகிழ்ச்சியும் அல்லாமல் இடைப்பட்ட மனநிலையில் “சம்மதம்” என்றான் குலோத்துங்கன்.

“மிக்க மகிழ்ச்சி, சக்கரவர்த்திகளே! யான் சென்று வருகின்றேன்.” என்று விடைபெற்ற கருணாகரன். அரசே தாங்கள் அனுமதித்தால் நனது அம்மான் அவர்களை அழைத்துக் கொண்டு வானர் மாளிகைக்கு சென்று நனது அத்தையாரைச் சந்தித்து விட்டு பின் வண்டைக்குப் புறப்படுவேன் என்றான்.

அதற்கு கென்ன வண்டையர் கோனே? தாராளமாக நாயரை அழைத்துச் செல்லுங்கள்” என்றான் குலோத்துங்கன்.

“நன்றிகள்! வணக்கம்!” என்று கூறி இருவரும் அங்கிருந்து சென்றனர்.

அவர்கள் சென்றதும், “வாழ்த்துகள் தந்தையே! இப்படி ஒரு வரை தங்களின் மருகனாகத் தேர்வு செய்ததற்கு” என்று கூறி குலோத்துங்கன் முன் தோன்றினான் விக்கிரமன்.

பதிலேதும் கூற வில்லை குலோத்துங்கன்.

விக்கிரமனே பேசலானான்: “என்ன ஒரு துணிச்சல் அவருக்கு. யாரை மணப்பதற்கு யார் நிபந்தனை விதிப்பது? தங்களின் மற்ற மருகன்களுக்கும் இவருக்கும் என்ன

வேறு பாட்டை உணர்ந்தீர்கள், தாங்கள்? அவர்களேனும் இத்தனை ஆண்டுகளுக்கு பின் இப்போதுதான் தங்களின் நிபந்தனைகளைத் தெரிவித்து உள்ளனர். ஆனால் இவரோ இன்னும் நன் தங்கையை மணக்கவே இல்லை. அதற்குள்ளாக இத்தனை நிபந்தனைகள். திருமணத்திற்குப் பின் இன்னும் எத்தனையோ. பேரரசர்களின் குடி உதித்த காலம் முதல் இன்றுவரை அவர்கள் வீட்டு பெண்பிள்ளைகளை அவரவர் இயற்பெயரிலே அழைப்பது என்பதுதானே மரபு! அவ்வளவு ஏன் நனது தாயாகட்டும், இறைவனடி சேர்ந்த நனது முதல் மனைவி ஆகட்டும். அவர்கள் பேரரசர்களின் மகள்கள் என்பதால் தானே அவர்களை இயற்பெயர் இட்டே நாமும், நம் நாட்டு மக்களும் அழைத்தோம். இதன் பொருள் அவர்களையும் அவர்கள் பிறந்த அகத்தையும் கௌரவிக்கும் விதமாக இருக்கும் என்றே அவ்வாறு அழைப்போம். இல்லையா, தந்தையே?"

அதற்கும் பதில் கூற வில்லை குலோத்துங்கன்.

"அப்படி இருக்க நனது தங்கையின் பெயரை மாற்றி அமைக்கும் அவரின் நிபந்தனையை எப்படி ஏற்றீர்கள் தந்தையே?" வரலாற்றை மாற்றி அமைக்கப் போகின்றாராம். இவ்வுலகிலே எவனும் தன் மனையாளுக்காக செய்திராத அல்லது செய்யத் துணியாத காரியத்தை செய்தவன் என்ற பெயர் எடுத்துவிட்டு அதன் பின் நனது தங்கையின் இயற்பெயரை மாற்றி, இவர் விருப்பப்படி புனைப் பெயரை வைக்கட்டும். அப்போது அவருடைய நிபந்தனையை மணப்பூர்வமாக யானே ஏற்றுக் கொள்கிறேன்."

"இல்லை மகனே, வாக்களித்து விட்டேன். இனி இதிலிருந்து பின்வாங்குவது என்பது இயலா காரியம். தவிரவும், நீ இதை ஏன் நிபந்தனைகளாகப் பார்க்கின்றாய் மகனே? இவற்றை அவர்தம் வாழ்நாளில் கடைபிடிக்கும் கொள்கைகளாகப் பார்! அப்பொழுது இவை தவறாகத் தெரியாது. மேலும் தனது கொள்கைகளில் உறுதிதவறாமல் இருப்பவனே இது போன்ற நிபந்தனைகளை விதிப்பான். இதை எண்ணி நீ பெருமைப் படவேண்டும். தவிரவும், நீ கூறியது போலவே இதுவரையில்

இவ்வுலகில், எவனும் தன்மனைவிக்காக செய்திராத அல்லது செய்யத்துணியாத காரியத்தை உனது தங்கையின் பொருட்டு நிச்சயம் செய்வார் என்று யான் நம்புகின்றேன். நனது இந்த நம்பிக்கையை நீயும் உணரும் காலம் வெகுதொலைவில் இல்லை மகனே."

"அதற்கு சாத்தியமே இல்லை தந்தையே."

"நீ நினைப்பது தவறு மகனே. ஏதோ ஒரு வனத்திக்குள் சில நாழிகைகள் நடந்த சம்பவங்களை முன்னிருத்தி அவர் மீது வெறுப்புணர்வு கொள்வது என்பது தவறு மகனே. ஒருவரின் குணம் என்னவென்று அறியாமலே அவர் மீது வெறுப்பு கொள்வது என்பது அபத்தம். தவிரவும், எமக்கும் வண்டையர் கோனுக்கும் ஆன அரசியல் பயணம் என்பது இன்னும் சில காலமே. ஆனால் உனக்கும் அவருக்குமான அரசியல் பயணம் என்பது நீண்ட நெடுங்காலம் இருக்கப் போகின்றது. அந்நாளிலே நீயே உணர்ந்து கொள்வாய் - அவரைப் போன்றதொரு அரசியல் தலைவனும் இல்லை, அவரைப் போன்ற கணவன் எந்தப் பெண்ணுக்கும் வாய்க்க போவதும் இல்லை என்று. அப்படி நீ உணரும் தருணங்களில் உங்கள் இருவருடனும் யான் இருப்பேனா என்பதுதான் கேள்வி" என்று முடித்தான் குலோத்துங்கன்.

"இதற்கு மேல் இது குறித்து தங்களிடம் விவாதிக்க எமக்கு விருப்பம் இல்லை. எம்மை மன்னியுங்கள், தந்தையே. இத்திருமணத்தில் கலந்துகொள்ளவும் எமக்கு விருப்பம் இல்லை. யான் இன்றே வேங்கி புறப்படுகின்றேன். யான் அங்கு சென்றபின் தங்களின் மருமகள்களையும் தங்களின் பெயரனையும் அனுப்பி வைக்கின்றேன் எம்பொருட்டு. எம்முடன் இளவல் சோழகங்கனை அழைத்துச் செல்கின்றேன். அவனின் அண்ணியார்களை இங்கே அழைத்து வரும் பொருட்டு. திருமணம் முடிந்ததும் தம்பியையே வேங்கியில் கொண்டுவந்து விடும்படி கூறுங்கள்" என்றான் விக்கிரமன்.

"அப்படியானால், உனது முடிவு இதுதானா மகனே?"

"தங்களின் முடிவு அதுவானால் நனது முடிவு இதுவே"

"பாதகம் இல்லை மகனே நீ நல்ல முறையில் வேங்கிக்குப் புறப்பட்டு செல் வீரனும், சோழகங்கனும் இராசராசப் பெரும் பள்ளி புத்தவிகாரம் (நாகப்பட்டினம்) வரை சென்றுள்ளனர்; இவ்வாண்டிற்கான நிபந்தங்களை வழங்கும் பொருட்டு. இன்று மாலை வந்து விடுவார்கள். அதன்பின் சோழகங்கனை அழைத்துச் செல்" என்றான் குலோத்துங்கன்.

"நன்றி தந்தையே, அவர்கள் வரட்டும். அதற்குள்ளாக யான் தங்கையைப் பார்த்து வருகின்றேன். வணக்கம்" என்று கூறி அங்கிருந்து சென்றான். விக்கிரமன்.

-37-

மலரின் நிலைப்பாடு

வாணர் மாளிகை.

"வாருங்கள் மாப்பிள்ளை அவர்களே!"

"வணங்குகின்றேன் பிரபு!" என்றாள் வடிவுடையாள்.

"வணக்கம் அத்தை!" அவர்களே என்ற கருணாகரனும், வானதி ராயரும் இருக்கையில் சென்று அமர்ந்தனர். சிறிது நேரம் அங்கே அமைதி நிலவியது.

வடிவுடையாளே பேசலானாள் "வண்டையில் தமையன் மார்களும், அண்ணியார்களும், சிறிய மாப்பிள்ளையும் நலமா?" என்றாள்.

"அனைவரும் நலமே"

மீண்டும் அங்கே அமைதி நிலவியது.

இம்முறை கருணாகரனே பேசலானான்: "தாங்கள் இருவரும் எம்மைத் தவறாக எண்ணவில்லை என்றால் மலரை ஒரு முறை சந்திக்க அனுமதி அளிப்பீர்களா அத்தை அவர்களே?"

கணவனும், மனைவியும் ஒருவரை ஒருவர் பார்த்துக் கொண்டனர். அவர்களுடன் சற்றே உரையாடி விட்டு, இங்கிருந்து சென்று விடுகின்றேன், அம்மான் அவர்களே! தயவு கூர்ந்து அனுமதியுங்கள்."

"ஆகட்டும், கருணாகரா தாங்கள் வரவேற்பு அறையில் காத்திருங்கள். யான் சென்று மலரை அழைத்து வருகின்றேன்." என்ற ராயர் தன் மகளுடன் வரவேற்பறைக்கு வந்தார்.

"யான் மலருடன் சற்றே தனிமையில் உரையாட விரும்புகின்றேன், அம்மான் அவர்களே. தாங்கள் எம்மைத் தவறாக எண்ண வேண்டாம்

“மருகனே, தாங்கள் சக்கரவர்த்திகளுக்கு மாப்பிள்ளை ஆகப்போகின்றீர்கள். அப்படி இருக்க, இது போன்று தனிமையில் மலருடன் உரையாடுவது என்பது முறையாகாது மகனே.”

“ஒழுக்க நெறிமுறைகளை உயிர் எனக் காக்கும் உயர்குலத்தோர் வழிவந்தவன் யான் என்பதைத் தாங்கள் ஒப்புக்கொள்வீர்களேயானால் அனுமதியுங்கள் அம்மான் அவர்களே”

அங்கிருந்து சென்றார் வானதிராயர்.

கருணாகரனும், “மலர் இளவரசியாரை யான் மணக்க உனக்கு சம்மதமா?”

“எமை மறந்து வேறொரு பெண்ணை மணக்க தங்களுக்கு சம்மதமோ - அத்தான் அவர்களே?

நனது பிள்ளைப்பிராயத்தில் உனை மணக்க வேண்டும் என்பது நன் தாயின் கட்டளை. தற்போது இளவரசியை மணக்க வேண்டும் என்பது நந்து தந்தையின் கட்டளை. இதில் நனது எண்ணம் எதுவென்று அறிவதில் யாருக்கும் கவனம் இல்லை.”

“யான் வகிக்கும் இப்பதவியின் மூலம் சோணாட்டில் எங்கும் எப்பொழுதும் தங்கு தடையின்றி சென்று வரலாம். இத்தேசத்தின் நலன் குறித்து, பாதுகாப்பு குறித்துப் யாதொரு முடிவும் யான் சுயமாக எடுக்கலாம் என்பது சில திங்கள்களுக்கு முன்பு தரப்பட்ட கூடுதல் சலுகை. இது இந்நாட்டுச் சக்கர வர்த்திகளின் வெளிப்படை. ஆனால் நன் இல்வாழ்க்கை குறித்த யாதொரு முடிவும் என்வசம் இல்லை. உனை மறக்கவோ அல்லது அவர்களுடனான இல்லறம் சிறக்கவோ யான் எந்த முயற்சியும் எடுக்கப்போவதும் இல்லை. அதனைக் காலம் பார்த்துக்கொள்ளும். இருப்பினும், நனது விருப்பம் என்று ஒன்று உள்ளது. அதை நீயாவது ஏற்பாயா மலர்?”

ஒன்றும் புரியாதவளாய் அவனை ஏறிட்டாள் பின் “தங்களின் விருப்பம் என்ன வென்று கூறுங்கள் அத்தான்.”

“நீ எம்மை மறப்பது. அதுவே உனது எதிர்காலத்திற்கு நலன் பயக்கும் மலர்.”

கோபம் வந்தவளாக நனது எதிர்காலம் குறித்து தாங்கள் கவலை கொள்ளத் தேவையில்லை அத்தான். எம்மை விடுத்து மற்றொரு பெண்ணை மணக்கும் எண்ணம் தங்களுக்கு உண்டானால், தங்களைத் தவிர்த்து மற்றொருவரை ஏற்கும் நெஞ்சுரம் எமக்கும் உள்ளது. தங்களை எண்ணி எண்ணி துவண்டு போக யான் சாமான்யப் பெண் அல்லள் தாங்கள் எமக்கு இல்லை என்றாலும் வாழ்ந்து காட்டும் வாணர் குல இளவரசி மலர்விழி யான். தாங்கள் இங்கிருந்து செல்லலாம்" என்றவள் அவன் பதிலுக்காகக் காத்திராமல் அங்கிருந்து சென்றாள். ராயரிடமும், அவர்தம் மனைவியிடமும் விடைபெற்று வண்டை நோக்கிப் புறப்பட்டான் கருணாகரன்.

நம்மேல் அன்புடையார் இல்லாத ஊரில் வாழ்தலை விடவும் துன்பமானது - இனிய காதலரின் பிரிவு.

அந்தப்புரம். நிருதியின் அறைக்கு விக்கிரமன் வருதல் வாயில் காவலனால் அறிவிக்கப்பட்டது.

இதைக் கேட்டவள் தனது படுக்கையில் இருந்து எழுந்து,

"வணங்குகின்றேன் தமையா!" என்றாள். அங்கு வந்த விக்கிரமன் நனதருமை தங்காய் எப்படி இருக்கின்றாய் அம்மா?" என்றான்

"நலம் அண்ணா"

"உதடுகள் மட்டுமே ஒப்புக்குக் கூறுவது போல இருக்கின்றது தாயே. ஏன் அம்மா உனக்கு இத்திருமணத்தில் விருப்பம் இல்லையா என்ன? தயங்காமல் எம்மிடம் கூறு தங்காய்"

"இல்லை அண்ணா தந்தையின் விருப்பமே நனது விருப்பம். ஆனால் தங்களுக்கு தான் விருப்பம் இல்லை என்று எண்ணுகின்றேன். அவரைத் தங்களுக்குப் பிடிக்க வில்லையா தமையா?"

நனது உயிர் காத்தவர் அம்மா அவரை எப்படி பிடிக்காமல் போகும்? யான் மட்டும் சோணாட்டின் தற்போதைய சக்கர வர்த்திகளாய் இருந்தேனேயானால் அவரின் தன்னலம் அற்ற அரசியல் தொண்டுக்கு இச்சோணாட்டையே பரிசளித் திருப்பேன்.

"ஆனால்..." ஆனால்

எம்மை அவருக்கு மணம்முடிக்க மட்டும் விருப்பம் இல்லை. அப்படி தானே தமையா?"

"இதில் நனது விருப்பம் என்றில்லை அம்மா. இப்பிறவியில் அவரே உனது கணவன் என்பது அந்த ஆடவல்லானின் விருப்பம் போலும். அதைத் தடுக்க, தவிர்க்க யான் யார்? எமக்கு பூரண சம்மதமே. நீ இக்கோட்டையில் இருக்கப் போகும் இந்த சில தினங்களில் உனக்கு என்னென்ன வேண்டுமோ அதைத் தந்தையாரிடம் கேட்டுப் பெற்றுக் கொள். உனது ஆசைகள் எதுவாயினும் அதை எம்மிடம் கூறு!"

"தற்போதைய ஆசை ஒன்றே ஒன்று தான் தமையா!"

"என்ன வென்று கூறு அம்மா."

"நம் தந்தையாருடன் நனது தமையனார் நால்வரும் உடன் இருந்து நன் திருமணத்தை நடத்த வேண்டும் என்பது. செய்வீர்களா தமையா?"

அவள் கண்களில் வழியும் கண்ணீரைத் துடைத்து அவளின் தலையைக் கோதி, "முயற்சி செய்கின்றேன் தங்காய்" என்றான் விக்கிரமன்.

அங்கே வந்தனர் சோழகங்கனும், வீரனும்.

"வணங்குகின்றோம் தமையா. தாங்கள் எப்பொழுது வந்தீர்கள்?" என்றனர்.

"இன்று காலை தம்பி."

"பின் இதற்குள்ளாக தாங்கள் புறப்படப் போவதாகவும் உடன் எம்மையும் அழைப்பதாகவும் தந்தையார் கூறினார்களே." என்றான் சோழகங்கன்.

விக்கிரமனின் முகத்தை ஏறிட்டாள் நிருதி.

"வேங்கியில் ஒரு முக்கிய பணி உள்ளது."

"அதற்கு? இங்கிருந்து சென்று விட்டால் திருமண வேலைகளை யார் பார்ப்பது?" என்றான் வீரன்.

அதற்கு சோழன் உடன் இருந்தானேயானால் உதவியாக இருக்கும் என்றே அவனை அழைத்துச் செல்கின்றேன். அப்பணி முடிந்ததும் உடனடியாக உனது அண்ணியார்களையும், உனது

மகனையும் சோழனுடன் இங்கே அனுப்பி வைக்கின்றேன். பின் இரண்டொரு நாளில் யானும் இங்கு வந்து விடுவேன். அதுவரையில் தந்தையாருடனிருந்து நீயே திருமண வேலைகளை கவனித்துக் கொள்ள வேண்டும் வீரா.

“தங்களின் உத்தரவுப் படியே தமையா”

“பிறகு இது நம் இல்லத்துக் கடை பெண்பிள்ளைத் திருமணம் என்பதால் பார்ப்பவர்கள் மலைக்கும் வண்ணம் ஏற்பாடுகள் வெகு சிறப்பாக இருக்க வேண்டும். புரிந்ததா”

“கடை என்பதை விடவும் நிருதி நம் அனைவருக்கும் செல்லத் தங்கை என்பது இது நாள் வரையில் நமது இல்லத்தாருக்கு மட்டுமே தெரியும். இனி இவ்வுலகத்தாரும் அறியும் வண்ணம் இருக்கும் இத்திருமண ஏற்பாட்டினால் தமையா.” என்றான் வீரசோழன்.

“நல்லது தம்பி அப்படியானால் சரி, நன் அன்பு உடன் பிறப்புக்களே, யான் புறப்படட்டுமா விரைவிலேயே சந்திப்போம்.” என்று விக்கிரமன் கூற,

“நல்லபடியாய் சென்று வாருங்கள் அண்ணா!” என்றாள் நிருதி.

விடைபெற்றுக் கொண்ட விக்கிரமன் சோழகங்கனை அழைத்துக்கொண்டு அங்கிருந்து செல்ல, தமையன்களை வழியனுப்பிவிட்டு வருவதாகக் கூறிவீரனும் அங்கிருந்து சென்றான்.

நாட்கள் உருண்டோடின. திருமணத்திற்கு ஐந்து திணங்களுக்கு முன்னதாக மங்களகால் ஊற்றப்பட்டு சோழ மண்டலம் எங்கும் கொட்டகைகள் போடப்பட்டன. இலங்கை வேந்தனுக்கு மணம் முடித்த குலோத்துங்கன் மகளான சுத்தமல்லியாழ்வார், விக்கிரம சோழன் தவிர மற்ற அனைவரும் அப்பொழுதே கோட்டைக்கு வந்திருந்தனர். சிற்றரசர்கள், தூரதேசத்து வணிகர்கள். சோணாட்டு முக்கியஸ்தர்கள் என அனைவரும் கோட்டைக்கு அகமும் கோட்டைக்குப் புறமும் கொட்டகாரம் அமைத்தும் தங்கவைக்கப்பட்டு இருந்தனர்.

-38-

சிலம்புகழி சடங்கு

சோழிசுரர் ஆலயத்திற்கும் சோழனின் கோட்டைக்கும் இடையே பிரத்தியேகமாகவும் பிரம்மாண்டமாகவும் அமைக்கப்பட்ட கொட்ட காரத்தில் வண்டையர்கள் அவர் தம் சுற்றமும் நட்பும் அங்கே வந்து சேர்ந்தனர். திருமணத்திற்கு இரு தினங்களுக்கு முன்பு மங்கலக் கால் ஊன்றிய ஐந்து தினங்களும் தினமும் காலை பழைய தோரணங்களை அவிழ்த்து விட்டு புதிது புதிதாய் தோரணம் அமைக்கப் பட்டது.

ஈச்ச ஓலை, மாவிலை, தாழை மடல், தென்னையோலை, பனையோலைக் கூந்தல், வாழை மரம் போன்றவற்றாலும், செவ்விலங்குரும்பை குழை, தென்னங் குரும்பைக் குலை, ஈச்சம்பழக் கொத்து, வாழைக்கச்சல், நுங்குக் குலை, நார்த்தைக் குலை, அத்தி சரடு போன்ற காய் கனிகளாலும். அனிச்சம், ஆம்பல், குளவி, பயினி, மணிச்சை, செங்கோடு வேரி, வெட்சி, குவளை, ஆரம், புன்னை, கொன்றை, பிண்டி, ஆத்தி, வாகை, வகுளம், வேங்கை, கோடல், மணிக்குவளை, ஆவிரை, காந்தள், குறு நறுகண்ணி, சிறு பூளை, தவளம், ஞாழல், தாமரை, வள்ளி, குடசம், பயனி, எறுழ், கூவிரம், செருவிளை, கருவிளம் போன்ற மலர்களாளும் தோரணங்கள் அமைக்கப்பட்டிருந்தன. களிறுகளும், புரவிகளும் அலங்கரித்து ஆங்காங்கே நிறுத்தப்பட்டு இருந்தன. திருமணத்திற்கு வருபவர்களை வரவேற்கும் பொருட்டு திருமணத்தின் முதல் நாள் அதிகாலை கோட்டை வாயிலில் காத்திருந்தனர் குலோத்துங்கன் குடும்பத்தார். மிக நீண்ட இடைவேளைக்குப் பின் தனது பெயர்த்தியின் திருமணத்திற்காக கிழவர் பழவேட்டரையர் சோழரின் கோட்டைக்கு வந்தார். அம்மான் சீர்வரிசைகளுடன் கோட்டையை அடைந்த பழுவேட்டையாருக்கு பூரண மரியாதை வழங்கப்பட்டது.

"வாருங்கள் மாமன் அவர்களே! நலமா?" என்றான் குலோத்துங்கன் வாஞ்சையாக.

"வணங்குகின்றேன் சக்கரவர்த்திகளே! நனது நலத்திற் கென்ன? நாளை நனது பெயர்த்தியின் கண்ணாலம் முடிந்தால்! எடுத்திருக்கும் இப்பிறவியின் பயனை நான் அடைந்திடுவேன். இனி தங்களின் சேமமே எமக்கு முக்கியம் அரசே." என்றார் கிழவர்.

"தங்களின் ஆசிகள் இருக்க நனது சேமத்திற்கு என்ன குறை வந்துவிடப் போகின்றது" என்றான் குலோத்துங்கன்.

அனைவருமாக சோழர் அரண்மனைக்குச் செல்ல குலோத்துங்கனின் மனைவிகளும், மக்களும், மருமகள்களும் கிழவரிடம் ஆசிபெற்றுக் கொண்டனர்.

“மகளே உனது பிள்ளைகள் விக்கிரமனும், சுத்தமல்லியும் வரவில்லையா அம்மா?” என்றார் கிழவர்.

“இல்லை தந்தையே, நாளைதானே திருமணம். இன்றைக்குள்ளாக வந்து விடுவார்கள்” என்றாள் தியாக வல்லி.

“அதுவும் சரிதான் அம்மா.”

“மாமன் அவர்களே தாங்கள் சற்று ஓய்வெடுத்துக் கொள்ளுங்கள். சில காரியங்கள் உள்ளன. அதனை முடித்து விட்டு பிறகு தங்களைச் சந்திக்கின்றேன். உத்தரவு அளியுங்கள்!” என்றான் குலோத்துங்கன்.

“நல்லது சென்று வாருங்கள் அரசே!” என்றார் கிழவர்.

“கண்ணால வீடு என்றாலே ஆளுக்கொரு பணி என்பது அவசியம் இருக்கும். நன் பொருட்டு காலத்தை வீணாக்காமல் அவரவர் பணிகளை சென்று கவனியுங்கள்” என்றார் கிழவர்.

உற்சாகமாக அனைவரும் அங்கிருந்து செல்ல நிருபமை உனது பாட்டனுடன் சற்று நேரம் இரம்மா என்றார் கிழவர்.

நிச்சயமாக பாட்டனாரே என்ற நிருதி அவரின் இருக்கைக்குக் கீழ் அமர்ந்தாள்.

“பாட்டன் - பெயர்த்தி உரையாடலில் யானும் பங்கு பெறலாமா?” என்ற தியாக வல்லி தானும் அமர்ந்து கொண்டாள்.

“மகளேப் நனது பெயர்த்தியை பார்த்தாயா எத்தனை அழகு என்று?”

“ஆம் தந்தையே, தங்களின் மாப்பிள்ளையும் இதையேதான் கூறிக் கொண்டு இருப்பார்கள். தன் மகள் எத்தனை அழகு என்று. அப்படியே அவர் பாட்டனின் அத்தையைப் போல என்பார்.”

“உண்மைதான் மகளே, நனது சிறுபிள்ளைப் பிராயத்தில் அவர்களை ஒரு சில முறைகள் கண்டுள்ளேன். அப்போது அவர்கள் மூதாட்டி. இருந்தும் கூட அவ்வளவு அழகாய் இருப்பார். பின்னாளிலே அவரைக் குறித்து எண்ணும் பொழுது யான் நினைத்ததுண்டு.”

“என்ன அது பாட்டனாரே?” என்றாள் நிருதி ஆவர்மாக.

"மூதாட்டியாக இருக்கும் பொழுதே இத்தனை அழகாக இருப்பாரேயானால் இளம்பருவத்தில் எப்படி இருந்திருப்பார் என்று எண்ணிக் கொள்வேன். அவர்களைப் போன்றதொரு பெண்மணியை இச்சோணாடு மீண்டும் ஒருமுறை பார்க்கப் போவது இல்லை என்று சில காலங்களுக்கு முன்னால் எண்ணிக் கொண்டேன் பெயர்த்தி.

"எதனால் அப்படி பாட்டனாரே?"

அழகில் சிறந்த பெண்கள் நம் சோணாட்டில் எண்ணற்றோர் உண்டு. ஆனால் அவர்களின் அறிவுத்திறன் என்பது குறைவாகவே இருக்கும். அறிவில் சிறந்த பெண் புலவர்களும் இச்சோணாட்டிலே உண்டு. அவர்களிடம் அழகு என்ற ஒன்றை எதிர்பார்க்க இயலாது. இவை இரண்டும் கலந்த பெண்மணிகள் மிக சிலரையே நம் தேசமானது கண்டுள்ளது. அவர்களின் பட்டியலில் தனக்கென இடம் பிடித்தவரே குந்தவை நாச்சியார்."

"தாங்கள் கூறுவதும் சரிதான் பாட்டனாரே. அவர்களைப் போல் பெயரெடுக்க இனி சோழகுலத்தில் பெண்கள் பிறக்கப் போவதில்லை போலும்."

"யானும் அப்படிதான் நினைத்திருந்தேன் - சில காலங்களுக்கு முன்பு வரை. ஆயினும் உண்மை அதுவல்ல. அவர்களை விடவும் அழகிலும், அறிவிலும் சிறந்த சோழகுலப் பெண் ஒருத்தி நனது மகளின் திருவயிற்றில் பிறப்பாள் என்று யான் கனவிலும் நினைத்ததில்லை." என்று கூறி சிரித்தார் கிழவர் பழுவேட்டரையர். குந்தவை நாச்சியார் தொண்ணூற்று ஒன்று அகவை வரையிலும் வாழ்ந்தார். நீ நூறு அகவை வரையிலும் வாழ இந்தக் கிழவனின் நல் ஆசிகள் மகளே!" என்றார் கண்ணீர் மல்க.

தனது தந்தையின் வாழ்த்தைக் கேட்டு தானும் கண் கலங்கினாள் தியாகவல்லி.

அவர்கள் இருக்கும் இடத்திற்கு வந்தாள் மூன்றாம் குந்தவை குலோத்துங்கனின் தங்கை. "அண்ணியாரே, பிற்பகலுக்குப் பின் சிலம்புகழி சடங்கைத் துவங்கலாமா என்றாள்.

அது தங்களின் முறை ஆயிற்றே. தாரளமாக துவங்குங்கள் நாத்தனாரே. என்றாள் தியாகவல்லி.

அப்படியானால் சரி நிருதி, எம்முடன் வாஅம்மா. உனது சிறிய அத்தையார் மதுராந்தகியும், உனது அண்ணிமார்களும் தடாகத்திலே காத்திருக்கின்றனர். அங்கு சென்று புனித நீர் ஆடிவிட்டே சிலம்புகழி சடங்கைத் துவங்க வேண்டும்."

"உனது அத்தையாருடன் செல் நிருதி" என்று அங்கிருந்து அனுப்பி வைத்தாள் தியாகவல்லி.

"தந்தையே, தாங்கள் ஓய்வெடுத்துக் கொள்ளுங்கள். இதன் பிறகு பெண்டுகள் பங்குபெறும் சடங்குகள் முடிந்ததும், மாலை மாப்பிள்ளை வீட்டார் ஐவர் வர உள்ளனர் - ஓலை மாற்ற. அதன் பின் தங்களின் அம்மான் சீரும் இரவு விருந்தும். ஆகையினால் மாலை வரையிலும் ஓய்வெடுத்துக் கொள்ளுங்கள். அவ்வப் போது தங்களுக்குத் தேவையானதை யான் வந்து கவனித்துக் கொள்கின்றேன். தற்போது விடை அளியுங்கள் நனது பணிகளை சென்று கவனிக்க!"

"நல்லது மகளே சென்றுவா!" என்றார் கிழவர்.

தடாகத்தில் பெண்டுகள் நிறைந்திருந்தனர் அங்கே அனேக தட்டுகள் வரிசையாக வைக்கப்பட்டு இருந்தன. பன்னீர், சந்தனம், மஞ்சள், அரைப்பு கலவை, நல்எண்ணெய், பசு சாணம் சிறுஉருண்டை, நள்ளிருணாறி(மல்லிகை), குளவி (பன்னீர் பூ), கொகுடி(மல்லி), செம்மல் (சாதிமுல்லை), சண்பகம், வெட்சி (இட்லி பூ), செருவிளை, கருவிளம் (சங்குப்பூ வெள்ளை, ஊதா), குவளை (தாமரை) ஆகியவை வைக்கப்பட்டு இருந்தன. தடாகத்தின் அருகே மனையிட்டு அதிலே அத்தைமார்களும், அண்ணி மார்களும். உச்சம் தலையில் நெய், நல்எண்ணெய் பசுசாணம் வைத்து, கன்னம், கரங்கள், கால்களிலே மஞ்சள், சந்தனம் பூசி பன்னீரைத் தெளிக்க. ஓடி வந்து சிறுவன் ஒருவன் நிருதியின் மடியில் அமர்ந்து கொண்டான் என்ன இது இங்கே ஆண்களுக்கு அனுமதி இல்லை என்று தங்களுக்குத் தெரியாத சோழசக்கரவர்த்திகளே என கூறி சிரித்தாள் நிருதியின் உடன் பிறந்தாள் ஆன நான்காம் குந்தவை. நனது முன்னோர்கள் செய்த புண்ணியத்தின்

பலன் என்பது இது மட்டுமே என்று கூறி அப்பிள்ளையை, ஆசையாய் முத்தமிட்டாள் குலோத்துங்கனின் இரண்டாம் தங்கை மதுராந்தகி. யார் அவன்?

ஒட்டக்கூத்தரின் பிள்ளைத் தமிழுக்கு சொந்தகாரன், குலோத்துங்கன் பெயரன், விக்கிரமனின் மைந்தன். இரண்டாம் குலோத்துங்கன்?

“அத்தை அவர்களே, தங்களுக்கு இங்கே என்ன நடக்கின்றது?” என்று கேட்டான். மழலை தமிழில்.

“இது ஒருவித சடங்கு மருமகனே என்றாள் அவன் கன்னத்தைக் கிள்ளியவாறே நிருதி.

“இந்த சடங்கு எதற்காக?” என்றான்.

“உனது அத்தையின் திருமணத்திற்காக” என்றாள். அவனின் தாய் பதாகை.

“திருமணம் செய்வது எதற்காகத் தாயே?”

“பின்னொரு நாளில் இதே போன்று ஒரு பெண்ணுக்கு சடங்குகள் செய்து உனக்கு மனையாள் ஆக்க வேண்டும். அதற்காக மகனே” என்றாள், இரண்டாம் குலோத்துங்கனின் மற்றொரு தாயான நேரியன் மாதேவி. இதைக் கேட்ட அங்கிருந்த அனைவரும் அது என்னவோ உண்மைதான் என்று கூறி, சிரிக்க, நிருதியோ, “முதலில் அவர் எம்மை மனைவியாக ஏற்பாரா என்பதே சந்தேகம். இதில் எங்ஙனம் அவரின் பிள்ளைகளுக்கு தாயாவது யான்?” என்று எண்ணிக் கொண்டாள்.

“சரி சரி, நேரம் கடந்து கொண்டு இருக்கின்றது. விரைவாக அனைத்தையும் முடித்து விட்டு அனைவரும் நீராடுங்கள். சிலம்புகழி சடங்கு வேறு உள்ளது” என்றாள் மதுராந்தகி.

இதில் கலந்து கொண்ட அனைவரும் நீராவடி புத்தாடையும், ஆபரணங்களும் அணிந்து சிலம்புகழி சடங்கிற்குத் தயாராகினர். இலைகள், பூக்கள், கனிகள், வாழைக்கன்றுகள் கொண்டு அலங்கரிக்கப்பட்ட பந்தலின் நடுவே மனை இட்டு சிலம்புகழி சடங்கு துவங்கியது. கோட்டையில் இருக்கும் முக்கிய அமைச்சர்களின் மனைவிகளும், பெண் பிள்ளைகளும் அதில் கலந்து கொண்டனர். நீண்ட நாட்களுக்குப் பிறகு

மலர் அங்கே வந்தால் தனது தாய் மற்றும் அண்ணியான இளவேனிலுடனும்.

அவளைக் கண்டதும் ஓடி வந்து அனைத்துக் கொண்டாள் நிருதி.

“மலர் எமைக் காண ஏன் இத்தனை நாட்களாய் வரவில்லை நீ?”

ஒன்றுமில்லை நிருதி, சற்றே உடல் நலக்குறைவு அதனாலேயே உனைக் காண வரவில்லை. அதுதான் தற்போது வந்துவிட்டேனே” என்றாள் வெகு இயல்பாக மலர்.

“வணங்குகின்றேன் இளவரசியாரே!” என்றாள் இளவேனில்.

“வணக்கம்!” என்றாள் நிருதி.

இதைக் கேட்டதும் அங்கிருந்து ஒரு சில பெண்மணிகள் “என்ன இது இளவரசியாரே என்று அழைக்கின்றாய்? அண்ணியார் என்றே அழைக்கலாமே” என்றனர்.

“அது நாளை நனது தமையனை மணந்த பிறகே அழைக்க முடியும். அதற்கு முன்னதாக அழைப்பது எப்படி?” என்றாள் இளவேனில். இதன் பிறகு, ஒரு வழியாக சிளம்புகழி சடங்கு துவங்கியது. அங்கே வந்திருந்த பெண்கள் அனைவரும் நிருதிக்குப் பொட்டிட்டுப் பூவைத்தனர். இறுதியாக, அவளின் அத்தைகள் இருவரும் அவள் பாதங்களில் இருந்த சிலம்பை அவிழ்த்தனர். அங்கிருந்த பெண்கள் அனைவரும் விடை பெற்றுச் செல்ல அவர்களுடன் மலரும் புறப்பட்டாள்.

அவள் கரங்களைப் பிடித்துக் கொண்ட நிருதி, “மலர் நீ எங்கே செல்கின்றாய் எம்முடன் இருக்காமல்?”

“என்ன நிருதி, சிறுபிள்ளைபோல் இயம்புகின்றாய்? இன்று மாலை இங்கே உனக்கு அம்மான் சீர் பழுவேட்டரையர் தருவது போல், அங்கே அவருக்கு நனது தந்தை தானே அம்மான் சீர் தரவேண்டும். அப்படி இருக்க யான் அங்கே செல்வது தானே முறை?”

“நீ கூறுவதும் சரிதான்; எம்மை மன்னித்துவிடு - சிறுபிள்ளைபோல் நடந்து கொண்டதற்கு” என்றாள் நிருதி.

அதனால் என்ன நிருதி! யான் இப்பொழுது சென்று விட்டு இன்று இரவே கோட்டைக்கு வந்து விடுவேன். பின் நாளை

அதிகாலை முதல் உன்னுடனேயே இருப்பேன் சரிதானே?" என்றாள் மலர்.

"சரி அப்படியானால் சென்று வா மலர்." என்றாள் நிருதி.

மாலைவேளையில், கோட்டை முழுவதும் கண்ணாலக்கலை பூண்டு இருந்தது. தஞ்சையின் மங்கள வாத்தியங்கள் கோட்டை முழுவதும் ஆங்காங்கே இசை கலைஞர்களால் வாசிக்கப் பட்டன. சோழதேசத்தின் புகழ்பெற்ற ஆதோத்யம் கச்சேரி ஆங்காங்கே நடைபெற்றது.

இவை அல்லாது சல்லரி, தாளம், தருணிதம், தத்தளகம், பேரி, கல்லலகு, கல்லவடம், மொந்தை, சங்கம், தடாரி, சலஞ்சலம், தண்ணுமை, குடமுழவம், கொக்கரை, வீணை, குழல், யாழ், படகம், மத்தளம், துந்துரி, முருகு போன்ற இசைக் கருவிகள் அவற்றில் வல்லுனர் ஆனவர்களைக் கொண்டு வாசிக்கப் பட்டன.

மாலை பெண்வீட்டாரும், பிள்ளை வீட்டாரும் ஓலை மாற்றும் வைபவம் இனிதே முடிந்தது. அதை இருவீட்டாரும் பெற்றுக் கொள்வதே ஓலை மாற்றும் சடங்கு என்பதாகும்.

அம்மான் சீர் ஏந்தி கோட்டை வாயிலின் கிழவரும் அவர் தான் சுற்றத்தாரும் நிற்க, குலோத்துங்கன் குடும்பத்தார் அவர்களை இனிதே வரவேற்றனர். சீர் வரிசைகள் - பெண்பிள்ளை என்பதனால் - ஒரு பல்லக்கு, ஒன்பது களிறுகள், பதினாறு புரவிகள், நூறு பசுக்கள், ஐம்பது காளைகள், கலிங்கு (துணி) பெட்டகங்கள் ஆபரணப்பேழைகள், வாசனைத் திரவியங்கள், கண்ணாடி, வெள்ளி, செப்பு, பித்தளை, கனகம் போன்றவற்றாலான பொருட்கள், தானியங்கள், காய்கள், கனிகள், வாழையிலைக்கட்டுகள், பட்டையும், பொன்னையும் இழையாக்கி, மிகநேர்த்தியாய் நெய்யப்பட்ட, கச்சுத் துணி இடையாடை, மேலாடை இவை அனைத்தும் ஒரு தட்டிலும், சண்பகம், செம்மல், குவளை, குருக்கத்தி, நள்ளிருணாறி போன்ற ஐவகைப் பூக்களை அழகுற கட்டிய மாலை ஒன்றும் அடக்கம். கிழவரையும் அவர் சுற்றத்தாரையும் வரவேற்கும் விதமாக ஆரத்தி எடுத்தாள் அவருடைய முதல் பெயர்த்தியான நான்காம் குந்தவை, குலோத்துங்கன், அவன்

மனைவியர், மகன்கள், சகோதரிகள், பெண்பிள்ளைகள் என அனைவரும் உடன் இருக்க, பொன்னாலான பெட்டி ஒன்றில் அரிசி நிறைத்து அதிலே தேங்காயை நடுவில் வைத்து, அதனை பழு வேட்டரையர் குடும்பத்தாரும், குலோத்துங்கன் குடும்பத்தாரும் ஒருவருக்கொருவர் மாற்றிக் கொண்டு, பின் கோட்டையுனுள் சென்றனர். அதனைத் தொடர்ந்து இரவு விருந்து துவங்கியது.

இதை போன்றதே தான் கொட்ட காரத்தில் வண்டையர் களுக்கு வாணர்கள் அளித்த அம்மான் சீர் வைபவம் என்பது. இதிலே பல்லக்கிற்குப் பதில் தேர் சீர்பொருள் ஆகும்.

அன்றைய நாள் அங்கிருக்கும் அனைவருக்கும் இனிதே கழிந்தது. விடிந்தால் கருணாகரன் - நிருதியின் திருமணம். 'விடிந்தால், தன் வாழ்வில் இனி என்னென்ன நடக்குமோ!' என்ற எண்ணத்துடன் கருணா.

விடியாமல் இருந்துவிட்டால் நன்றாக இருக்குமே என்ற எண்ணத்தில் நிருதி.

"இனி விடிந்தாலும், விடியா விட்டாலும் அதனால் நமக்கு ஆவதென்ன?" என்ற எண்ணத்தில் மலர். நாளை விடியல் என்பது இனிவரப் போகும் நாட்களுக்கு நல்லதொரு ஆரம்பமாக இருக்கட்டும் என எண்ணி கண்ணயர்தான். குலோத்துங்கன்.

ஆவணி திங்கள் சதுர்த்தி திதி வண்டையர் கோன் கருணாகரத் தொண்டை மானுக்கும், பானு நிருபமைக்கும் திருமணம். சித்திர மண்டபத்தில் அரியாசனம் இருந்த இடத்தில் திருமணத்திற் காண மனை போடப்பட்டு இருந்தது.

அன்று காலை அக்கோட்டையில் முதலாவதாக விழித்தது குலோத்துங்கன். விடிவதற்கு முன்பே எழுந்து, நீராடி, நீறுபூசி, புத்தாடை, ஆபரணம், மணிமுடிதரித்து, சோழர்களுக்கே உரித்தான கம்பீரத்துடன், தனது அறையில் இருந்து வெளியே வந்த குலோத்துங்கன் - தனது அன்பு மகளின் திருமண ஏற்பாடு களைப் பார்வையிடும் பொருட்டு. தேரில் ஏறி கோட்டைக்கு வெளியே ராசபாட்டைத் துவக்கத்திற்குச் சென்றான்.

அங்கே அவ்வேளையில் அவனை எதிர்பாராத பணியாட்களும், காவலர்களும் அவனை வணங்கி நின்றனர்.

அவர்களின் பணிகளை மேற்பார்வை இட்டுக் கொண்டிருந்த காலிங்க ராயர். "வணங்குகின்றேன் பிரபு! தாங்கள் இவ்வேளையில் இங்கே எப்படி என்றான்.

ஒன்றுமில்லை அமைச்சரே மாப்பிள்ளை வரவேற்பு என்பது இங்கிருந்து தானே துவங்கும். ஆகையால் அலங்காரங்களும் மற்ற ஏற்பாடுகளும் எப்படி இருக்கின்றன என காணலாம் என்று. ஆனால் யான் எதிர்பார்த்ததை விடவும் மிக நேர்த்தியாக இருக்கின்றது அமைச்சர் அவர்களே! மிக்க மகிழ்ச்சி!

"இது நன் கடமை அரசே."

"மாப்பிள்ளை அழைப்பின் மற்ற செயல்பாடுகள் குறித்து விளக்க முடியுமா அமைச்சரே!"

"ஆம் பிரபு! இன்னும் சற்று நேரத்தில் சோணாட்டு முக்கிய அமைச்சர்களும், அதிகாரிகளும், சேனாதிபதிகளும், சோழிசுரர் ஆலயம் சென்று மாப்பிள்ளையை அழைக்க உள்ளோம். நம் நாட்டுச் சிற்றரசர்கள் அனைவரும் வண்டையர் கோனுடன் வருவதாகத் தகவல் தெரிவித்துள்ளனர். ஆலயத்தில் இருந்து ராசபாட்டையின் தோரண வாயில் துவங்கி கோட்டை வாயில் வரைக்கும் சோழ குலத்தாரின் சடங்குகள் துவங்கும் படி ஏற்பாடுகள் செய்யப்பட்டுள்ளன, பெருமா!"

"நல்லது அமைச்சரே!" என்றான் குலோத்துங்கன்.

"தேவரே அடியேன் கூறுவதைத் தவறாக எண்ண வேண்டாம்."

"என்ன அது? கூறுங்கள் காலிங்க ராயரே! யான் தவறாக எண்ண மாட்டேன்."

அவரவருக்குப் பகுத்து அளிக்கப்பட்ட பணிகளை சிறப்புறவே செய்து கொண்டு உள்ளோம். தாங்கள் இவற்றைக் குறித்து கவலை கொள்ளத் தேவை இல்லை; மாறாக, தாங்கள் இளவரசியாருடன் இருப்பதே உகந்தது. ஏனெனில் மணம் ஆகும் வரையே அவர்கள் தங்களின் மகள்; அதன் பின் மாற்றானின் மனைவி. அதன்பிறகு அவர் அனுமதி

பெற்ற பின்னே தங்களின் மகளைக் காண்கின்ற நிலை வரலாம். ஆகையால் தான் கூறுகின்றேன். இப்பொழுதில் இருந்து திருமணம் ஆகும் வரையிலும், ஒவ்வொரு கனமும் பொன் போன்றது தங்களுக்கு. அதை இவ்விடத்திலே நின்று விரயம் ஆக்க வேண்டாம்" என்று பணிவுடன் கேட்டுக் கொள்கின்றேன் என்றார்.

குலோத்துங்கன் நிகழ்த்திய பல்வேறு போர்களுக்குத் தலைமை தாங்கி சிறப்புக்கள் பல பெற்ற அருளாகரன், அருப்பாக்கிழான், பொன்னம்பலக் கூத்தன், நரலோக வீரன் முதலான சிறப்புப் பெயர்களை உடையவனும், அரும்பைத் தொள்ளாயிரம் நூலின் நாயகனுமான. மணவிற் கூத்தனான காலிங்கராயன்.

"அப்படியே! தாங்கள், கூறும் கருத்துகளுக்கு எம்மிடம் மறுப்பேது அமைச்சரே. இதோ புறப்பட்டு விட்டேன்" என்று அங்கிருந்து அரண்மனை நோக்கி வந்தான் குலோத்துங்கன்.

விடிந்ததைத் தெரிவிக்கவும், திருமணம் தொடர்பான வேலை களைச் செய்யும் பொருட்டு கோட்டையில் இருப்போரை எழுப்பவும். மங்கள வாத்தியங்கள் வாசிக்கப்பட்டன. நிருதியின் திருமணத்தையொட்டி கோட்டையிலும் அதன் புறத்திலும் வசிக்கும் பெண்டுகள் அனைவருமே நீராடி புத்தாடை உடுத்தி, ஆபரணங்கள் பூட்டி தங்களை அலங்கரித்துக் கொண்டனர். அந்தக் காலைப் பொழுதிலேயே திருமணத்தில் கலந்து கொள்ள கோட்டையை நோக்கி வரத் துவங்கினர் மக்கள் அனைவரும் - தங்களின் பிள்ளைகளுடன்.

கொட்ட காரம். தனக்கென அமைக்கப்பட்ட கொட்டா காரத்தில் படுக்கையை விட்டு எழாமல் அமர்ந்திருந்தான் கருணா.

அங்கு வந்த மாதவன் "கருணா என்ன இது? இப்படி அமர்ந்து கொண்டு இருக்கின்றாய்? எழுந்துவா நீராட! இன்று உனக்குத் தான் திருமணம் என்பதை மறந்தாயா, என்ன?"

"சற்று பையவே நீராட செல்லலாம் மாதவா! இப்படி வந்து அமரு."

"என்ன... பையவா? இன்று உனக்கு என்னவானது கருணா? இப்போதே நீராடினால் தானே சரியாக இருக்கும். இதன் பின் உனது அம்மான் சடங்குமுறைகள். அதன் பின் ஆலயம் செல்ல வேண்டும். அங்கிருந்து கோட்டைக்குச் செல்ல வேண்டும். இதற்கெல்லாம் காலம் குறைவாக உள்ளது. முதலில் எழுந்துவா!" என்ற மாதவன் அவன் கரங்களைப் பற்றி இழுத்துச் சென்றான்.

ஆற்றுப்படுகையில் அமர்ந்திருந்தனர் மூர்த்தியும், இரண்டாம் வானதி ராயனும், இன்னும் சில நண்பர்களும்.

"என்ன கருணா இத்தனை நேரம் என்ன செய்தாய்? விரைவாக வா. நமக்குக் கால அவகாசம் குறைவாக உள்ளது" என்று கடிந்து கொண்டான் ராயன்.

அனைவரும் நீராடி புத்தாடைகளும், ஆபரணமும் அணிந்து, வாசனைத் திரவியங்கள் பூசி, அவரவர் முடிகளைத் தரித்துக் கொண்டனர்.

"கருணா இன்று நீ மாப்பிள்ளை என்பதனால் நாங்கள் அனைவருமாகச் சேர்ந்து உன்னை அலங்கரிக்கலாமா?" என்றான் மூர்த்தி.

“வேண்டாம் மூர்த்தி. அலங்கரித்துக் கொள்ள யான் என்ன பெண்பிள்ளையா?” என்று கூறி மெல்லிய புன்னகையைத் தவழவிட, “ம்.... ஒரு வழியாக உன் வதனத்திலும் புன்னகை பூக்க துவங்கி விட்டது. மிக்க மகிழ்ச்சி கருணா!” என்றான் பாண்டியன் ஸ்ரீ வல்லபன். வெண்பட்டுடுத்தி, வாசனைத் திரவியம் பூசி நெடுஞ்சங்கிலி, நேர்சங்கிலி, முத்துமாலை, பொன் அருபூமாலை, குவளை கொடி சங்கிலி அணிந்தான். கரங்களிலே அங்கி, காப்பு, கணையாழி, இடையில் பட்டைய காஞ்சி உடுத்தி, முடிதரித்து, நீறுபூசி, “போதுமா?” என்றான் புன்னகைத்தபடி கருணா.

“உண்மையிலேயே, இன்று நீ எத்தனை வடிவுடன் இருக்கின்றாய் தெரியுமா கருணா?” என்றான் வானதிராயன்.

ஆண்களுக்கான மேல்வஸ்திரத்தை கருணாவின் இடத்தோளிலே அணிவித்து அதை அவன் வலக்கரத்திலே சுற்றித் தரையைத் தொடும்படியாக அழகுற அணிவித்தான் மாதவன்.

“புறப்படலாமா?” என்றான் அதிராசாதிராச தேவன். தனது வாளைக்கரத்தில் எடுத்துக் கொண்ட கருணா “ஆகட்டும்! என்று தலை அசைத்தான். நாம் என்ன? போருக்கா புறப்பட்டுக் கொண்டிருக்கின்றோம் கருணா. வாளை எடுத்துக் கொள்கிறாய்” என்றான் மூர்த்தி.

இல்லை மூர்த்தி. கருணா வாளை வைத்துக் கொள்ளட்டும். ஓர் அரசனுக்கு முடியைப் போன்றதே. வாளும் அது எந்நேரமும் அவன் உடன் இருப்பதே அழகு.

“பிள்ளைகளே, என்ன செய்து கொண்டிருக்கிறீர்கள்? காலம் கடந்து கொண்டிருக்கிறது” என்று கூறினார் அங்கு வந்தசேதி ராயர்.

இதோ வந்து விட்டோம் அரசே என்றனர் அங்கிருந்த அனைவரும்.

கொட்டா காரத்தின் நடுநாயகத்தில் மாப்பிள்ளைக்கான பிரத்தியேக மனையும் அதன் அருகே உடைக்கப்பட்ட தேங்காய்கள், வாழைப்பழம், உதிரிப்பூக்கள், மஞ்சள் நீர், மஞ்சள் அரிசி, மஞ்சள் துணி, சிறிய அளவில் ஆன செப்பு

நாணயம், ஆண்களுக்கான மெட்டி இரண்டு, ஆலயத்தில் இருந்து வருவிக்கப்பட்ட ஆவுடையாரின் சண்பக மாலை ஒன்று, முன் இரவு அம்மான் சீருடன் கொண்டு வரப்பட்ட மாலை ஆகியனவும் அங்கே வைக்கப்பட்டு இருந்தன. மனையைச் சுற்றிலும் ஆங்காங்கே பெரிய அளவிலான குத்து விளக்குகள் ஏற்றப்பட்டு இருந்தன. சிற்றரசர்களும், வண்டையர்களும் சுற்றமும் நட்பும் அங்கே கலந்து கொள்ள அம்மான் சடங்கு இனிதே துவங்கியது.

போடப்பட்டிருந்த தடுக்கில் அமர்ந்த வானதி ராயரை வணங்கி தானும் எதிரே தடுக்கில் அமர்ந்தான் கருணா. மஞ்சள் துணியில் வைத்து செப்பு நாணயங்களை முடிந்து, அதை கருணாகரனின் இடக்கரத்தில் காப்பாகக் கட்டினார் ராயர். அதன்பின் ஆவுடையாரின் சண்பக மாலையையும் தான் கொடுத்த திருமண மாலையையும் அவன் கழுத்திலே அனுவித்தார் ராயர்.

எழுந்து நின்று வணங்கினான் கருணா. தடுக்கிலிருந்து எழுந்த ராயர் சற்றே விலகி நிற்க, ராயரின் மகனான வாணகோவரையன். அதிலே அமர்ந்து ஆண்களுக்கான மெட்டியை தனது மைத்துனனின் பெருவிரலுக்கு அடுத்த விரல்கள் இரண்டிலும் பூட்ட, தனது அம்மான் குடும்பத்தார் முன்னிலையிலும் பின் தனது அம்மான், அத்தையார் பாதங்களிலும் விழுந்து வணங்கினான் கருணாகரன். அவனது வலக்கரம் பிடித்த வாணதிராயர். மனையை மூன்று முறைகள் வலம்வந்து கருணாகரனை மனை அமர்த்தினார். மனையின் முன்னே இலைபோடப்பட்டு அதிலே கருணாவின் அத்தை சமைத்த பொங்கலும், அதன்மேல் காய்கறி குழம்பும் வைத்து அதன் அருகேயே தேங்காய் பழம், வெற்றிலை பாக்கு வைக்கப்பட்டது.

அதன்பின் அம்மான் சடங்கு நடைபெற்றது. உதிரிப்பூக்களை எடுத்து மணமிட துவங்கினர் மனையில் இருக்கும் கருணாகரனுக்கு அவனின் உறவினர்கள். அவனுடைய தாய், தந்தை, சிற்றப்பன், சிற்றன்னை என அவனைவரும் அதிலே அடக்கம். இதன் தொடர்ச்சியாக மனையில் இருந்து

இறக்கி அவனது கரங்களைப் பற்றி ஆலயம் நோக்கி ராயர் முன்செல்ல, அவர்களைப் பின்தொடர்ந்தனர் அங்கு வந்திருந்த அனைவரும். கங்கை கொண்டசோழிசுரர் ஆலயத்தில் சிறிய பூசையை முடித்துக் கொண்டு. ஆலயத்தில் இருந்து வெளிவந்தனர் மாப்பிள்ளை வீட்டார்.

"மகனே கருணாகரா! ஆடவல்லானை வணங்கி விட்டு இந்தத் தேங்காயை சிதறும்படி செய்து அம்பாரியில் ஏறு மகனே?" என்றார் ராயர்.

கண்களை மூடி கரம் கூப்பிய கருணாகரன். எம் இறைவா அண்டத்தின் நீள, அகலத்தை எவராலும் அளக்க முடியுமோ? ஆழ்கடலின் ஆழத்தை அதுவை எவரேனும் அறிய முடியுமா? அது போலவே தங்களின் எண்ணம் என்பது தாங்கள் மட்டுமே அறியக் கூடும். ஐந்து திங்கள்களுக்கு முன் இங்கே தான் அவளை முதன் முதலில் கண்டேன். ஆனால் அன்று யான் அறியவில்லை - தங்களின் எண்ணம் எதுவென்று. இருளிலே நின்றவளின் முகம் காண தவித்த காலம் போய் இன்று அவளையே கரம் பற்றப் போகின்றேன் தங்களின் நல் ஆசிகளுடன். இனி நனது வாழ்வும், வாழ்நாளும் தங்களின் பொற்பாதங்களுக்குக் கீழ் இறைவா." என்று வேண்டிக் கொண்டான்.

"கருணா புறப்படலாமா மகனே?" என்றார் அவனின் தந்தையான வண்டையர் கோன் திருவரங்க அன்னவரையன்.

"ஆகட்டும் தந்தையே!" என்றவன் களிறு மீது அமைக்கப் பட்டு இருந்த இருக்கையில் அமர்ந்தான். அவனுடன் அவனின் தங்கை மகளான இரண்டாம் உத்தம வல்லியும் அமர்ந்து கொண்டாள். தனது மாமன் மடியில் சிவப்பு நிறத்தில் குடை அதிலே நிறுத்தப்பட்டு, அதை ஒருவன் அவர்களுக்குப் பின் அமர்ந்து பிடித்துக் கொள்ள, கரி நடக்கத் துவங்கியதும் பரிகளும் மாப்பிள்ளை வீட்டார் சென்றனர் - ஆலையத்தில் இருந்து கோட்டை சற்று தொலைவு என்பதனால்.

அவர்களை சேனைகள் புடைசூழ முன் வழிநடத்திச் சென்றனர் சோணாட்டு அமைச்சர்களும் முக்கியஸ்தர்களும்

அவர்கள் ஆலயத்தில் இருந்து புறப்பட்டதை அறிவுறுத்தும் விதமாக வானவேடிக்கை நிகழ்த்தப்பட்டது.

தொலைவில் சப்தம் கேட்க மாப்பிள்ளை வீட்டார் ஆலயத்தில் இருந்து புறப்பட்டு விட்டார்கள் போலும் என்று கோட்டையே பரபரப்பு ஆனது. திருமணத்தைக் காணும் பொருட்டு கோட்டை வாயிலில் பலரும், மணிமண்டபத்தில் குறைவாகவும் இருந்தன.

சிவப்புப் பட்டு நூலினாலும் பொன் இலைகளாலும் நெய்யப்பட்ட கலிங்கு(துணி) உடுத்தி, கூந்தலிலே சண்பகம், நள்ளிருணாறி, செம்மல், குளவி, வெட்சி ஆகியவற்றை அழகுறத் தொடுத்து, சூடி ஆபரணங்களாக நெற்றி சுட்டி, சந்திரபிறை, சூரிய முத்திரை என்றும் வளம்புரி சங்கு, பூப்பாளை, பொன்

அரிமாலை, சூடாமணிகளை தலையிலே அணிந்து வாளி, குழை காதுகளில் அணிந்து, வைடூர்ய மாலை, வைர ஆரம், நித்தில மாலை, வீரசங்கிலி, நேர் சங்கிலி, பொன்னரு சவடி, சரப்பனி போன்றவற்றைக் கழுத்தில் அணிந்து நவமணி வங்கி அணிந்து கடகம், பொன்மணி வளையம், நவமணி வளையம், சங்கு வளையம், பவளவளையம், முத்து வளையம் போன்ற காப்புக்களை (வளையல்) கரங்களிலே பூட்டி. சதங்கை, பரியகம், காற்சரம், பாடகம் என பாதங்களிலே அணிந்து கைவிரல்களில் கணையாழி பூட்டி, தனது அறையில் கண்ணாடிக்கு முன் அமர்த்தி வைக்கப்பட்டிருந்தாள் நிருதி.

இயல் 57

இரண்டு மெய்க் காவலர்களுடனும், தனது தனயன் களுடனும் அங்கு வந்தான் குலோத்துங்கன்.

“நன் அருமை மகளின் எழில் மீது இன்று எவர் கண்களும் பட்டுவிடக் கூடாது என்றே எண்ணி இங்கு வந்தேன். ஆனால் நனது கண்ணே பட்டுவிடும் போல் நனது பிள்ளைக்கு. உங்களின் உடன்பிறந்தாள் இன்று பார்க்க எப்படி இருக்கின்றாள் என்அன்பு மக்காள் என்றான் தனது மகன்களை நோக்கி குலோத்துங்கன்.

“அவளுக்கென்ன தந்தையே? நிருதி எப்பொழுதுமே அழகிலும், அறிவிலும் தாய் பெரியநாயகியைப் போன்றவள் இல்லையா, தமையா?” என்றான் - எந்நாளும் நிருதியின் மேல் அளவற்ற அன்பு வைத்திருக்கும் வீரன்.

“ஆம் தம்பி நீ கூறுவதே உண்மை” என்றான் கங்கன். அவர்களின் பின்னே இருந்த மெய்க்காவலர்கள் தங்களையும் அறியாமல் தலையசைத்தனர் - இளவரசர்களின் கூற்றுக்கு.

“சரி காலம் கடந்து கொண்டு இருக்கிறது அவர்கள் வேறு வந்து கொண்டு இருக்கின்றனர். மணிமண்டபத்திற்குச் செல்லலாம் மகளே” என்றார் குலோத்துங்கன்.

தலையசைத்த நிருதி ஒரு கணம் தனது தந்தையையும், தனது மூன்று தமையன் மார்களையும் நோக்கியபடியே, “தந்தையே, மூத்த தமையனார் இன்னும் வரவில்லையா?” என்றாள் ஏக்கத்துடன்.

அனைவருக்கும் புன்னகை மறைந்து இருக்கும் குடிகொண்டது முகத்தில்.

திருமணத்தின் அன்று காலை துவங்கி மாலை வரையிலும் எம்முடன் இருக்கப் போவதாக தமையனார் தங்களிடம் கூறியதாகச் சொன்னீர்களே அண்ணா?” என்றாள் சோழகங்கனிடம்! அவனிடமிருந்து பதில் வரவில்லை.

“அன்று எம்மிடம் கூட நிச்சயம் உனது திருமணத்தில் கலந்து கொள்வேன் என்றுகூறி சென்றார்கள். இருந்தும் வரவில்லை. எம்மீது தமையனுக்குக் கோபமா தந்தையே?”

“இல்லை அம்மா. அவனுக்கு எம்மீதே கோபம். எனினும் நம் மேல் கொண்ட கோபமானது நெடுநாள் இருக்காது. மிக விரைவிலேயே உனது தமையன் நமைக் காண வந்து

விடுவான். இப்பொழுது நீ எழுந்து வா மகளே!" என்றான் குலோத்துங்கன்.

அரசனும், அவனது மகன்களும், மகளும் சித்திர மண்டபம் வருவதை வாயிற் காவலன் உரத்த குரலில் கூற, அங்கே அனைவரும் ஆர்வத்துடன் அவர்களைக் கண்டனர். மனை அருகே போடப்பட்டிருந்த தடுக்கில் தனது மகளை அமரவைத்தான் குலோத்துங்கன். அம்மான் இல்லாத காரணத்தால் அவளின் பாட்டனே அம்மான் சடங்குகளைத் துவங்கினார். ஆணுக்கும், பெண்ணுக்குமான சடங்குகளில் சிறுசிறு மாற்றமே இருக்கும். நிருதிக்கு வலக்கரத்தில் காப்புகட்டப்பட்டு அதே போல் மாலை அணிவிக்கப்பட்டது. அதன் பின் கருணாவைப் போலவே நிருதியின் கரம் பிடித்து மனையை மூன்று முறைகள் வலம் வந்து மனை ஏற்றினார் கிழவர் பழுவேட்டரையர்.

அங்கே குலோத்துங்கன் அருகே வந்த காலிங்கராயர், "பிரபு, மாப்பிள்ளை வீட்டார் ராசபாட்டையின் தோரண வாயிலுக்கு வந்து விட்டனர். தாங்களும் இளவரசர்களும் வந்தீர்களேயானால் மற்ற சடங்குகளைத் துவங்கலாம் என்றார்.

"ஆகட்டும் ராயரே!" என்ற குலோத்துங்கன், "ஒரு கணம் காலிங்கரே!" என்றார்.

"கூறுங்கள் பிரபு"

"தாங்கள் பெயரன் குலோத்துங்கனை ஏந்திக் கொள்ளுங்கள். அவன் அப்பன் இதுவரையிலும் வரவில்லையே அவன் தானே நிருதியின் மூத்த தமையன்" என்றான் குலோத்துங்கன்

"புரிகின்றது பிரபு!" என்று கூறி விக்கிரமன் மகன் குலோத்துங்கனை காலிங்கராயர் தூக்கிச் செல்ல, அவருடன் குலோத்துங்கனும் அவன் மகன்களும் மெய்க் காவலர்களுடன் பின்தொடர்ந்தனர் - தோரண வாயில் நோக்கி.

தோரணவாயில் துவங்கி கோட்டை வாயில் வரையிலும் கொட்டகைக்கு இருபுறங்களிலும் நூறு களிறுகளை நிறுத்தி பூச்சொரிய ஏற்பாடு செய்திருந்தனர். தோரணங்களும், காய்களும், கனிகளும், பூக்களுமாக கொட்டகை அலங்காரம்

கண்களைப் பறிக்க மங்கள வாத்தியங்களின் இருந்து வரும் ஒலியால் ஒருவர் கூறுவது மற்றவர் செவிகளில் விழுந்ததாகத் தெரியவில்லை. வாரணத்தில் இருந்து கீழ் இறங்கினான் கருணாகரன். அவன் அருகே அவன் தங்கை மற்றும் மைத்துனன், மற்றும் நண்பர்கள் ஒரு பணிப் பெண்ணை அழைத்து அவளிடம் இருந்த தட்டை தான் பெற்றுக் கொண்டாள் இளவேனில். அதிலே புத்தாடையும், பூமாலையும், முப்பது குன்றி எடையும், இருபத்து ஒன்பது பிடி நீளமும் கொண்ட பொன் நாண். அதிலே கருவறைக் கோபுரத்தை ஒத்த மாங்கல்யம் ஒரு குன்றி எடையில். இவை அத்தட்டிலே அடக்கம்.

கருணாகரனின் காதோரமாய் மாதவன், "கருணா இன்று நமக்குப் பின் இருக்கும் எண்ணற்ற சிற்றரசரும் சுற்றமும், நமக்கு முன் இருக்கும் சோணாட்டு குடிகளும், அமைச்சர்களும் உனது திருமணத்திற்கு முன்னுரிமை கொடுத்து இங்கு வரவில்லை." என்றான்.

நீ என்ன கூறுகின்றாய் மாதவா. பின் எதற்கு இங்கே முன்னுரிமை தரப்போகின்றனர்?

இங்கிருக்கும் மக்கள் தற்போது நடைபெற இருக்கும் சடங்கிற்கு. உண்மையில் உன் திருமணத்தை விடவும் இந்த சடங்கை காணவே யானும் ஆவலாக இருக்கின்றேன் கருணா."

"தயவு செய்து நீ கூறவருவதைத் தெளிவாக கூறு. எமக்கு ஒன்றும் விளங்கவில்லை. இப்போது இளவேனில் திருமணத்தின் போது வாணகோவரையன் உங்களின் கோட்டை அருகே வந்ததும் என்ன நடந்தது?"

"என்ன நடந்தது? நனது தந்தையார்களும் நனது தம்பியுடன் சென்று வரவேற்றோம். அதன்பின் வானதிராயனுக்கு யான் குடைபிடித்துச் சென்றேன். திருமணமண்டபம் வரையிலும் இது தான் நடந்தது" என்றான் கருணாகரன்.

"அதையே தான் யானும் கூற வருகின்றேன். நம் தாயகத்தை ஒரு குடையின் கீழ் ஆட்சி செய்ய விருப்பம் கொண்டவர்கள் சோழர்கள். அதை சாதித்தும் காட்டி

உள்ளனர். அப்படிப்பட்ட சோழர்கள் தனது வாழ்நாளில் எவருக்கேனும் குடைபிடிப் பார்களேயானால் அது அவர்கள் வீட்டு பெண்பிள்ளையை மணப்பவனுக்கு மட்டுமே! அப்படி ஒரு அரிய நிகழ்வு தற்போது நடக்கவுள்ளது. அதுவும் உன் பொருட்டு என எண்ணுகையில் எனக்கு எத்தனை மகிழ்ச்சியாய் உள்ளது தெரியுமா, கருணா? வெகு ஆண்டு காலமாக இந்த சடங்குகளையும் சம்பிரதாயங் களையும் சாளுக்கியர்களே அனுபவித்து வந்தனர் அவ்வப்போது ஈழமும், தற்போது தான் நம்பக்கம் திருப்பி இருக்கின்றது சோழர்களுடனான இந்த உறவு. இதனை நாம் தக்க வைத்துக் கொள்ள வேண்டும். இனி வரும் காலங்களில்... அதோ அரசர் அருகே வந்து விட்டார்" என்று அமைதியானான் மாதவன்.

இரண்டு மெய்க் காவலர்களுடன் ஒரு அலங்கரிக்கப்பட்ட களிறுடன் வந்தனர். காவலர்களிடம் இரண்டு தட்டுகளில் ஒன்றில் பச்சை நிறப்பட்டுத் துணிகள் மடித்து வைக்கப்பட்டு இருந்தன. மற்றொன்றில் ஐந்து பூமாலைகள் இருந்தன. கருணாகரனுக்குச் சற்று தொலைவில் நின்றபடி அந்தப் பச்சைத் துணிகளை அரசனும், அவன் மகன்களும், அவனது பெயரனும் இடையில் கட்டிக்கொண்டனர். அந்த மாலை தட்டில் குவளை மலர்களை நெருக்கக் கட்டிய மாலை கரியிடம் தரப்பட்டது. முன்னே சென்ற கரி அந்த மாலையை கருணாகரனின் கழுத்தில் அணிவித்தது. அதன் பின் அங்கு வந்த மாப்பிள்ளை வீட்டாரை அரசனும் அவன் மகன்களும் வணங்கி வரவேற்றனர். கொம்பு ஒலிக்கப்பட்டது. வாத்தியங்கள் வாசிப்பும், மக்கள் உரையாடு வதும் நிறுத்தப்பட்டன. கருணாகரனின் குடும்பத்தார் மட்டும் அவன் அருகே வந்து நின்றனர்.

அங்கே களிறு மீது அமர்ந்திருந்த ஒருவன் சடங்கிற்கான துதியை உரத்த குரலில் கூறினான்.

ஸ்வஸ்தி ஸ்ரீ கோ இராகேசரிவன்மரான திரிபுவன சக்கரவர்த்திகள் ராசேந்திரன், அபயன், சபயதரன், சயதுங்கன், விருதராச பயங்கரன், கரிகாலன், ராசநாராயணன், உலகுய்யவந்தான், திருநீற்றுச் சோழன், மனுகுல தீபன்,

உபயகுலோத்துமன் ஸ்ரீ குலோத்துங்க சோழ தேவர் அவர்களின் கடை மகள் இளவரசி பானு நிருபமை அவர்களின் திருமணத்திற்கு வருகை தந்திருக்கும் அனைவருக்கும் சக்கர வர்த்திகள் குடும்பத்தார் சார்பாகவும், சோணாட்டு அமைச்சர் பொருமக்கள் சார்பாகவும் வணங்கி வரவேற்கப்படுகின்றனர்.

"மைத்துனர் சடங்கு துவங்க உள்ளதால் சற்றே அமைதி காக்கும்படி கேட்டுக் கொள்ளப்படுகின்றது. சோப்பெரும் வளநாட்டுத் திருநறையூர் நாட்டு வண்டாழஞ்சேரி நகர் உடையான் வண்டையர் கோன் திருவரங்க அன்னவராயர் அவர்களின் திருகுமாரன் சீரிளங்கோ கருணாகரத் தொண்டை மகனார்க்கு வழங்கப்படும் மைத்துனர் மரியாதைகள்.

தங்களின் குலக்கொடியை மணந்து கொள்வதனால், தலைமைத்துனர் இராசராச விக்கிரம சோழதேவரின் ஆத்தி மாலை மரியாதைகள். அவர் பொருட்டு அவர்தம் தனயன் அம்மாலையை அணிவிப்பார்" என்றதும் ஆத்தி மாலையை இரண்டாம் குலோத்துங்கன் காலிங்கராயரின் உதவியுடன் கருணாகரனுக்கு அனுபவித்து தனது வணக்கத்தைத் தெரிவித்து கொண்டான்.

ஆடவல்லானின் அருள் கிட்ட ராசராச சோழகங்க தேவரின் தும்பை மாலை மரியாதைகள் என்றதும் அம்மாலையை கருணாகரனின் தோள்களில் அணிவித்து தனது வணக்கத்தினைத் தெரிவித்தான் இரண்டாம் மைத்துனன் ராசராச சோழகங்கன்.

"எண்ணிய, எடுத்த காரியங்கள் அனைத்திலும் வெற்றி கிட்ட ராசராச மும்முடிசோழ தேவரின் வாகை மாலை மரியாதைகள்" என்றுதும் கருணாகரன் கழுத்தில் வாகை சூடி வணக்கத்தைத் தெரிவித்தான் மூன்றாம் மைத்துனன் மும்முடி சோழன்.

"அனைத்துச் செல்வங்களும் கிட்ட ராசராச வீரராசேந்திர தேவரின் கதம்ப மாலை மரியாதைகள்" என்றதும், கருணாகரனின் கழுத்தில் அணிந்து அவனை அணைத்து தனது வணக்கத்தையும் மகிழ்ச்சியையும் தெரிவித்துக் கொண்டான் நான்காம் மைத்துனனான வீரசோழன்.

பொதுவாக, கருணாகரனுக்கும் வீரசோழனுக்கும் பரஸ்பரம் ஒரு புரிதல் என்பது எப்பொழுதுமே இருந்தது. ஆகையால் வீரசோழனின் அந்த எதிர்பாரா அணைப்பு என்பது கருணாகரனுக்கு இறுக்கத்தைத் தளர்த்தி, இயல்புக்குத் திரும்பியது போல் இருந்தது.

மைத்துனர்களுக்குப் பதில் மரியாதை என்றதும் அவர்கள் நால்வருக்கும் வகுளம் பூமாலையை அணிவித்தான் கருணாகரன்.

–39–

கருணாகரன் – நிருபமை கண்ணாலம்

இயல் 61

வெண்கொற்றக் குடை ஒன்று கொண்டு வரப்பட்டு. அதனை விக்கிரமன் மகன் தொட்டுத் தர அதனை முறையே சோழகங்கன் மும்முடி சோழன், வீரசோழன் மூவரும் கோட்டை வாயில் வரையிலும் பிடித்து வந்தனர் கருணாகரனுக்கு.

கோட்டை வாயிலில் வைத்து கருணாகரனுக்கு ஆரத்தி எடுத்தாள் குலோத்துங்கனின் மூன்றாம் மகளான நான்காம் குந்தவை. "மைத்துனரே, ஆரத்தி எடுத்ததற்கான உற்ற பரிசு அளித்தால் மட்டுமே உள்ளே அனுமதிக்கப்படுவீர்கள் - நனது தங்கையை மணக்க" என்றதும், அங்கிருந்த அனைவரும் நகைத்தனர்.

குலோத்துங்கனின் உடன் பிறந்த பெண்டுகளுக்கும், நிருதியின் உடன் பிறந்த பெண்டுகளுக்கும் வண்டையர்கள் சார்பில் ஆபரணப் பேழைகள் வழங்கப்பட்டன. "இளவரசியாரே, இப்போது உள்ளே செல்லலாமா?" என்று கேட்டான் மூர்த்தி.

"தடையேதுமில்லை தாராளமாகச் சொல்லலாம்" என்றாள் குந்தவை.

நிருதி அமர்த்தி வைக்கப்பட்ட மனையில். முன்பு போலவே கருணாகரனின் கரம்பிடித்து மனையை வளம் வந்து அவனையும் அதிலே அமர்த்தினார் வானதிராயர். கண்ணாலச் சடங்குகளைத் துவங்கி வைத்தார் சயங்கொண்டார். கடவுள் வாழ்த்துடன் துவங்கியது. சித்திர மண்டபத்தில் அமைதி நிலவ பெண், பிள்ளை வீட்டுக் குடும்பத்தார் அவர்களின் அருகே அமர்ந்திருந்தனர்.

மலர்மிசை ஏகினான் மாணடி சேர்ந்தார்.

நிலமிசை நீடுவாழ் வார்.

"எல்லாம் வல்ல ஆடவல்லான் பெருங்கருணையோடு இனிதுர நிகழட்டும் இத்திருமணம்" என்றார்.

அங்கிருந்த அனைவருக்கும் மஞ்சள் அரிசியும், உதிரிப் பூக்களும் தரப்பட்டன, மங்கள நாண் வைத்திருந்த தட்டை அனைவரிடத்திலும் எடுத்துச் சென்று ஆசிபெறச் செய்தாள் இளவேனில்.

ஆற்றின் ஒழுக்கி அறனிழுக்கா இல்வாழ்க்கை
நோற்பாரின் நோன்மை உடைத்து

“கருணாகரா, இக்குறளுக்கான விளக்கத்தை அளித்து விட்டு மங்கள நாணை கரங்களிலே எடுத்துக் கொள்” என்றார் சயங்கொண்டார்.

கருணாகரன் “அறநெறியில் மற்றவரையும் ஒழுகச் செய்து தானும் அறம் தவறாத இல்வாழ்க்கை வாழ்வது என்பது தவம் செய்வாரைவிட மிக்க வல்லமை உடைய வாழ்க்கையாகும்” என்றான்.

“மங்கலம் என்ப மனைமாட்சி மற்று அதன்
நன்கலம் நன்மக்கட் பேறு.

நிருபமை இதற்கான விளக்கத்தைக் கூறு மகளே

“மனைவியின் நற்பண்பே இவ்வாழ்க்கைக்கு மங்கலம் என்று கூறுவர். நல்ல மக்களைப் பெறுதலே அதற்கு நல்ல அணிகலம் என்றும் கூறுவர்” என்றதும் மங்கள நாணை இளவேனில் கருணாகரனிடம் தர அதனை நிருதியின் கழுத்தில் அணிவித்தான். மங்கல வாத்தியங்கள் முழங்க அங்கிருந்த அனைவரும் தங்களின் நல்ஆசிகளை அச்சதையாகத் தூவினர். அதன் பின் மாலை மாற்றும் படலம், பூச்சூடுவது பொட்டிடுவது என படிப்படியாக பெண், பிள்ளைக்கு பெற்றவர்கள், உற்றவர்கள், உறவினர்கள், சிற்றரசர்கள், அமைச்சர்கள் என அனைவரும் தம்பதியினராய் வந்து மனமிட்டு சென்றனர். அதன் பின்னர் மனையில் இருந்து இறங்கி வந்தனர் அவரவர் அம்மான்கள். வேறோர் இருக்கையிலே அமர்த்தி தம்பதிகளுக்கு பாலும் பழமும் கொடுக்கப்பட்டன. குலோத்துங்கன் நிருதிக்குக் கொடுக்கும் சீர் குறித்த விவரம் வாசிக்கப்பட்டது. அதன் பின் வண்டையர் கோன் அன்னவராயர் தனது மருமகளுக்கு அளிக்கும் சீர் குறித்த விவரங்கள் அறிவிக்கப்பட்டன.

அதன்பின் கருணாகரன் வெகுநேரமாய் எதிர்பார்த்துக் கொண்டிருந்த அறிவிப்பு வெளியிடப்பட்டது.

“சபையோரின் கவனத்திற்கு, மிக முக்கிய அறிவிப்பு ஒன்று தெரிவிக்கப்பட உள்ளதால் சற்றே அமைதி காக்கும்படியாக

அறிவுறுத்தப் படுகின்றார்கள்" என்றார் வானதி ராயர் அன்னவராயரோ கருணாகரனை ஏறிட்டார். மௌனத்தைக் கடை பிடித்தான் கருணாகரன்.

ஓலை நாயகம் உரத்த குரலில் கூறினார். "வண்டையர் கோன் கருணாகர தொண்டைமான் அவர்கள் கோரிய நிபந்தனைகளை இன்று சபையோர் அறிய சோனாட்டு மக்களுக்குப் பிரகடனம் செய்ய உள்ளார். நம் சக்கரவர்த்திகள் இதன் பொருள் உரைப்பது யாதெனில் சக்கரவர்த்திகளின் குடும்பத்தார்கள் ஏற்றுக் கொண்டதை நம் நாட்டு மக்கள் பின்பற்ற வேண்டும் என்பதே."

"இங்கே என்ன நடக்கின்றது மைத்துனரே?" என்றார் அன்னவராயன் சற்றே பதற்றத்துடன்.

"கொஞ்சம் அமைதியாக இருங்கள், அரசே!" என்றார் வானதிராயர்.

முன் ஒருமுறை குலோத்துங்கன் அறையில் கருணாகரன் தெரிவித்த நிபந்தனைகள் வாசிக்கப்பட்டன. அவற்றை அரசர் ஏற்றுக்கொண்டதாக அறிவிக்கப்பட்டது. இதைக் கேட்ட அங்கிருந்த அனைவருக்கும் அதிர்ச்சி! நிருதிக்கோ அது பேரதிர்ச்சி! அது அவளின் கண்ணீராய்ப் பிரதிபலித்தது. கருணா என்ன காரியம் செய்திருக்கின்றாய்" என்று மனதினுள் எண்ணிக் கொண்ட அன்னவராயன் நறநறவெனப் பற்களைக் கடித்துக் கொண்டார். அதற்கு மேல் அங்கு அவரால் ஒன்றும் செய்ய இயலாது அல்லவா? நிருதியைத் தவிர அவளுடைய குடும்பத்தார் அனைவருக்குமே இது குறித்து முன்னமே தெரியப்படுத்தி இருந்ததால், அவர்களிடம் எந்த ஒரு சலனமும் இல்லை.

"சரி, வண்டையர் கோனின் ஐந்தாவது நிபந்தனை குறித்து இளவரசியாருக்கு துணைப் பெயர். எதுவும் தேர்வு செய்துள்ளீர் களேயானால் அதைத் தாராளமாகத் தெரிவிக்கலாம் கருணாகரா என்றார். ஓலை நாயகம்.

"இல்லை நாயகரே இதுவரையும் எந்த ஒரு பெயரையும் யான் தேர்வு செய்யவில்லை. இளவரசியாரின் பிள்ளைப் பிராயத்தில் பெயர் சூட்டிய நாராயண பட்டரே

தற்போது அவர்களுக்குத் துணைப் பெயர் சூட்டட்டும்" என்றான்.

"மிக்க நன்றி!" என்று வணங்கிய நாராயண பட்டர், "இன்னும் என்ன? இளவரசியார் என்று அழைத்துக்கொண்டிருக்கின்றீர்கள் வண்டையர் கோனே. நன் மனையாள் என்று கூறுங்கள் என்றார் - பட்டர் அங்கிருப்போரின் மனநிலையை மாற்றும் விதமாக. உடனடியாக அங்கிருந்தோர் புன்னகையைத் தவழவிட்டு, தலை அசைத்தனர் - பட்டரின் கூற்றுக்கு. 'என்ன பெயர்சூட்டுவது?' என்று பட்டர் சயங் கொண்டாரிடம் ஆலோசித்தார். பின் "இளவரசியாரின் இயர்பெயரான பானு நிருபமையை நீக்கிவிட்டு இன்று முதல் கருணாகரனின் அழகிய மணவாளினி தேவியார் என்றழைக்கப்படுவார். அதுவே அவருக்கு இனி நிரந்தரம் ஆகட்டும்" என்றார் பட்டர். அங்கிருந்த இனைவரும் அப்பெயரை மூன்று முறைகள் உச்சரிக்க தானும் உள்ளார்ந்து உச்சரித்துக் கொண்டான் கருணாகரன்.

"நிபந்தனைகள் அனைத்தரம் நிறைவேற்றப் பட்டதில் தங்களுக்கு மகிழ்ச்சி தானே கருணாகரா?" என்றார் திருமந்திர ஓலை நாயகமான வானதிராயர். குலோத்துங்கன் அருகே சென்று நின்றபடி மிக்க மகிழ்ச்சி என்றான் கருணாகரன்.

"தங்களுக்கு வாக்களித்தபடி சக்கரவர்த்திகள் நடந்து கொண்டார். ஆனால் பெண்ணைப் பெற்றவர்களுக்கு அவர்களின் மாப்பிள்ளை தரும் வாக்குறுதியை இன்னும் தாங்கள் தரவில்லையே கருணாகரா" என்றார் ராயர். "இதோ!" என்று எழுத்து நின்றான் கருணாகரன். சேடிபெண் ஒருத்தி பட்டுத் துணி விரித்த தட்டில் வள்ளுவம் பொறித்த ஓலைச் சுவடிகளைக் கொண்டு வந்து கருணாகரன் முன் நின்றாள். அதிலே தனது இருகரங்களையும் வைத்த கருணாகரன். ஆதித்தன் ஆணையாக, ஆடவல்லான் ஆணையாக, வள்ளுவத்தின் மீது சத்தியமாக, பஞ்ச பூதங்கள் சாட்சியாக வண்டையர் கோன் சீரிளங்கோ கருணாகர தொண்டைமானான யான் நனது மனையாளான அழகிய

மணவாளினி தேவியாரைக் கரம்பிடித்த நாள் அதுவில் இருந்து நனது மனையாளுடன் யான் கொண்ட உறவு என்பது உடம்போடு உயிர்க்கு உள்ள தொடர்பு போன்றிருக்கும் என வாக்களிக்கின்றேன்.

மணிபோல் தெளிந்த நீரும், வெட்ட வெளியான நீலமும், பசு மலையும், அழகிய நிழல் உடைய காடும் ஆகிய இவை நான்கும் கூடிய அரணாக அவர்களுக்கு யான் இருப்பேன் என வாக்களிக்கின்றேன்."

"பெறத் தகுந்த பேறுகளில், அறியவேண்டியவற்றை அறியும் நன்மக்களைப் பெறுவதைத் தவிர, மற்ற பேறுகளே இல்லை என்பதை வலியுறுத்தும், வண்ணம் மக்கட்பேறு நனது மனையாளுக்குக் கிட்டும்" என்று கருணாகரன் உரைத்ததும். குலோத்துங்கனும் அவன் தன் மனைவிகளும் கரம் கூப்பி கருணாகரனை வணங்கினர். திருமண சடங்குகள் நிறைவு பெற்றதையொட்டி அனைத்துப் பெருமக்களும் போசனபந்தியில் கலந்து கொள்ளும்படி கேட்டுக் கொள்ளப்பட்டனர். பந்தியில் தலை வாழையிலை போடப்பட்டு முப்பத்து இரண்டு உணவு வகைகள், ஒன்பது பாயாசங்கள், ஏழுவகையான கனிகளுடன் பந்தி பரிமாறப்பட்டது. உணவருந்தியவர்கள் தாம்பூலம் தறிப்பதற்காக ஆங்காங்கே தட்டுகளில் வெற்றிலை, பாக்கு, சுண்ணாம்பு வைக்கப்பட்டு இருந்தது. அன்றைய நாள் பிற்பகலைக் கடந்தது. இனி மாப்பிள்ளை வீட்டார் சடங்குகள் மிச்சம். குடிகள் அனைவரும் உணவருந்த செல்ல இரு குடும்பத்தாரின் சுற்றமும் நட்பும் மட்டும் மணி மண்டபத்தில் இருந்தன. நிருதியை ஊஞ்சலிலே அமரவைத்தனர். அதன் அருகே மனை ஒன்று போடப்பட்டு அதிலே கருணாகரன் அமர்ந்தான். அவன் தொடை மீது நிருதியின் பாதங்களை ஒவ்வொன்றாக வைக்கும்படி அங்கிருந்தோர் ஒன்றாகக் கூறினர். அவர்களை பொருட்படுத்திக் கொள்ளாத நிருதி தயங்கிய படி இருந்தார். அவர்களின் அருகே சென்ற இளவேனில், "என்ன அண்ணியாரே, இதுவும் ஒரு வித சடங்கு தானே? இதில் என்ன தயக்கம்?" என்று கூறி

அவளின் பாதங்களை கருணாகரனின் தொடையில் வைத்து ஒரு தட்டை நீட்ட, அதிலே சிலம்பும், மிச்சியும் இருந்தன. (பெண்களுக்கு உரியது) மெட்டி (ஆண்களுக்கு உரியது) இருந்தன. வடிவத்தில் சற்றே வேறுபாடிருக்கும் முதலில் மிச்சியை அவள் விரல்களில் மாட்டி, அதன் பின் சிலம்புகளை அவள் பாதத்தில் பூட்டினான். சடங்கு என்ற எண்ணம் இருந்ததே தவிர வேறு எந்த ஒரு உணர்வும் இருவரிடமும் ஏற்படவில்லை எனலாம்.

அடுத்து மஞ்சள் நீராட்டும் சடங்கு வாருங்கள் அனைவரும் ஆற்றுப்படுகைக்குச் செல்லலாம்" என்றாள். கருணாகரனின் சிற்றன்னை பெரிய நாயகி. கருணாகரனின் பெற்றவர்களும், நிருதியின் பெற்றவர்களும், மற்றும் அங்கிருக்கும் பெரியோர்கள் தவிர மற்ற பெண்டுகளும், காளையர்களும் புதுமணத் தம்பதியினருடன், தேரிலும், பரிகளிலும் சென்றனர்.

“மகளே சடங்கிற்கான பொருட்களை எடுத்துக் கொண்டாயா?” என்றாள் உத்தம வல்லி.

“எடுத்துக் கொண்டேன் தாயே!” என்ற இளவேனில், அவற்றைத் தான் தாயிடம் காட்டினாள். “காலையில் நிருதிக்கு எடுத்து வந்த புத்தாடை, அதனுடன் கருணாவிற்கு மற்றும் ஒரு புதிய ஆடை, புதிய ஆபரணங்கள், இவை ஒன்றிலும், பன்னீர், மஞ்சள் கிழங்குகள், உதிரி மற்றும் தொடுத்த பூக்கள், குங்குமம், என்றும் பொன்னால் ஆனா நீர் நிரப்பும் குடம் ஒன்றும் சரிதானே தாயே என்றாள்.

“எல்லாம் சரிதான் மகளே! விரைவாக சென்று வாருங்கள்... பொழுது சாயத் துவங்க உள்ளது. நீங்கள் வந்த பின்னும் சடங்குகள் உள்ளன அல்லவா?”

“விரைவிலேயே வந்து விடுகின்றோம், தாயே” என்று அங்கிருந்து சென்றாள் இளவேனில்.

உத்தம வல்லியின் அருகே வந்த அன்னவராயர். “தேவி நமது மருமகள் எப்படி இருக்கின்றாள்? இன்று தான் நீ முதல் முறையாக காண்கின்றாய் அல்லவா. ம் நன்றாகத் தான் இருக்கின்றாள் - யான் எதிர்பார்த்ததை விடவும்.

"ஆம், தேவி இன்று யான் மிகவும் மகிழ்ச்சியுடன் இருக்கின்றேன். சிற்றரசர்களும், அமைச்சர்களும் எம்மிடம் வந்து நமது மருமகளின் குணம் குறித்தும், அழகு குறித்தும் தங்களின் வாழ்த்துகளைத் தெரிவித்துக் கொண்டனர். என்ன ஒன்று நம்மிடம் தெரிவிக்காமல் கருணா அரசரிடம் தெரிவித்த நிபந்தனைகளால் நமது உள்ளம் கலக்கம் கொண்டது. அரசர் என்ன நினைப்பார் என்று.

"அவர் நினைக்க என்ன இருக்கின்றது அரசே?" உண்மையில் நனது மகனின் நிபந்தனைகளே இன்றைய பொழுது நிகழ்ந்ததில் எம்மை மிகவும் மகிழச் செய்தன. அவன் நனது மகன் என்று இன்று நிரூபித்து விட்டான் என்றாள் உத்தம வல்லி.

ஒரு நீண்ட பெருமூச்சுடன் அங்கிருந்து சென்றார் அன்னவராயன். குலோத்துங்கன் அருகே சென்றதும், ராயரை வணங்கி இருக்கையில் அமரச் செய்தான் குலோத்துங்கன்.

"நல்லபடியாக கண்ணானம் முடிந்தது மிக்க மகிழ்ச்சி வண்டையர் கோனே!" என்றான் குலோத்துங்கன் - இன் முகத்துடனே.

"ஆம் தேவரே; இருப்பினும், கருணாகரன் அளித்திருந்த நிபந்தனைகள் குறித்து அடியேன் அறிந்திருந்தேனேயானால், அதைத் தடுத்திருப்பேன்."

"அதனால் ஒன்றும் பாதகம் இல்லை வண்டையர் கோனே. எதிலும் வெளிப்படையாக இருப்பது என்பது எல்லோராலும் முடியாத ஒன்று அது தங்களின் மகனாரிடம் இருக்கின்றது. அது குறித்து மகிழ்ச்சியே எமக்கு!"

"அது தங்களின் பெரும்போக்கான எண்ணத்தைக் காட்டுகின்றது அரசே!" என்று அன்னவராயர் கூறியதும், தலையசைத்தான் குலோத்துங்கன். அவர்களுடன் காலிங்கராயர், வானதி ராயர், இன்னும் சில சிற்றரசர்களும் உரையாடலில் கலந்து கொண்டனர்.

ஆற்றுப்படுகை. ஆண், பெண் என அங்கு சென்ற அனைவரும் நீராடினர். கருணாவும், நிருதியும் புத்தாடைகள் அணிந்திருந்தனர். நிருதிக்குப் புது ஆபரணங்கள் அணியப்

பட்டன. வண்டையயர்களின் வழக்கப்படி, பொன்னாலான குடத்தை நிருதியின் கையிலே கொடுத்தாள் இளவேனில். அவர்கள் அருகே வந்த வாணகோ வரையன், "தங்காய், கருணா நீங்கள் இருவரும் அதோ அங்கே நிறுத்தி வைக்கப்பட்டிருக்கும் படகில் ஏறி. அக்கரையில் உள்ள விஷ்ணு கோவிலுக்குச் சென்று இறைவனை வணங்கி அங்கிருந்து வருகையில் இக்குடத்தில் நீர்நிரப்பி வரவேண்டும் அம்மா. அதன் பின்னரே கோட்டைக்குச் செல்ல வேண்டும் புரிகின்றதா?"

"அப்படியே வானதி ராயா!" என்றான் கருணா.

தலைமட்டும் அசைத்தாள் நிருதி.

இருவரும் படகிலே ஏறியதும், "நினைவிருக்கட்டும், இருள் சூழத்துவங்கி விட்டது. கோயிலிலே காலத்தைக் கடத்தாமல் உடனடியாக வந்து விடுங்கள்" என்றான் ராயன்.

"ஆகட்டும்!"

அனைவரும் ஆற்று மணலில் அமர்ந்து அவர்கள் செல்வதைக் கண்டு கொண்டிருந்தனர். சற்று நேரத்தி தூரத்தில் காரணத்தால் படகு தெரியவில்லை - அவர்களுக்கு.

நாராயணர் கோவிலுக்குச் சென்று அவரை வணங்கி அங்கே இருக்கும் படித்துறையில் குடத்தில் நீர் எடுத்து பின் அக்கரைக்குத் திரும்ப படகிலே பயணித்துக் கொண்டிருந்த கருணாவும், நிருதியும் அதுவரையிலும் ஒரு வார்த்தை கூட பேசிக் கொள்ளவில்லை.

"சற்றுப் படகை நிறுத்துங்கள்!" என்றாள்.

அவன் செவிகளில் அவள் கூறியது விழுந்ததோ என்னவோ தெரியவில்லை. அவன் தொடர்ந்து படகைச் செலுத்தினான்.

அரசே! தங்களைத் தான். சற்றுப் படகை நிறுத்துங்கள்" என்றதும் அன்று காலையில் இருந்து இருவரும் அருகருகே இருந்தும் கூட தற்போது தான் ஒருவரை ஒருவர் பார்த்துக் கொண்டனர்.

"என்ன வாயிற்று?" என்றான் கருணா.

"அதோ பாருங்கள், பெண் ஒருத்தி அக்கரையில் நின்று கொண்டு இருக்கின்றாள்."

"ஆமாம் அதற்கென்ன இப்பொழுது?"

"இல்லை, அந்திக்கும் இராத்திரிக்கும் இடைப்பட்ட இவ்வேளையில் பெண் ஒருத்தி -- அதுவும், தனியாக - அதுவும், அது ஆழமான பகுதி வேறு. அதுதான் யோசிக்கின்றேன் என்றாள் தயக்கத்துடன்.

அதற்குள்ளாக ஏதோ தண்ணீரில் விழுந்த சப்தம் கேட்க, அங்கே அப்பெண்ணைக் காணவில்லை. உடனடியாக, அந்த இடத்திற்கு படகைச் செலுத்தினான் கருணாகரன்.

"சுவாமி! தண்ணீருக்குள் மூழ்கி அப்பெண்ணைக் காப்பாற்றுங்கள்" என்றாள் நிருதி.

உடனே, நீருக்குள் குதித்தான் கருணாகரன். நிமிடங்கள் கரைந்தன. ஏதோ ஒருவித பயம் அவளை ஆட்கொண்டது.

"சுவாமி தாங்கள் எங்கிருக்கின்றீர்கள்? மேலே வந்து விடுங்கள்! சுவாமி" என்று அலறத் துவங்கினாள் நிருதி.

கரை ஓரமாக நீரில் இருந்து எழுந்து கருணாகரன், "நிருதி, யான் இங்கிருக்கின்றேன். பயம் கொள்ளாமல் படகை செலுத்திக் கொண்டு இவ்விடத்தே வா" என்றான்.

நிருதிக்கோ கருணாகரனை அல்ல; அந்த ஆடவல்லானையே தரிசித்தது போல் இருந்தது. அவன் அருகே செல்வதற்குள்ளாக எத்தனை முறைகள் அந்த ஈசனுக்கு நன்றி தெரிவித்து இருப்பாளோ, அது அந்தப் பரம்பொருளுக்கே வெளிச்சம்.

"நல்ல வேளையாக தங்களுக்கு ஒன்றும் ஆகவில்லை. என உடலைப் பிரிந்து போன உயிர் தங்களைக் கண்டதும் மீண்டும் ஒட்டிக் கொண்டது போன்றதோர் உணர்வு எமக்கு!" என்று தன்னையும் அறியாமல் அவனிடம் கூறினாள் நிருதி.

அவனையும் அறியாமல் ஒரு கனம் நிருதியைப் பார்த்த கருணா, பின், "எமக்கு ஒன்றும் ஆகாது; வீணாக நீ பயம் கொள்ளாதே!" என்றான். "சரி வா, இப்பெண் மயக்க நிலையில்தான் இருக்கின்றாள். முகத்தை சிகை மறைத் திருப்பதால் யார் என்று தெரியவில்லை; கரைக்கு எடுத்துச் சென்று பார்ப்போம் வா என்றவள் அப்பெண்ணை அப்படியே தூக்கிசென்றான் கரைக்கு அப்பெண்ணின் கூந்தலை

நிக்கினால் நிருதி கணவனும், மனைவியும் ஒருகனம் உறைந்தே போயினர் அதிர்ச்சியில்" மலர் என்று கூறி.

மலரின் மயக்க நிலையைத் தெளிய வைத்து அவளை ஓரமாக அமர்ந்தினர். கோபத்தின் உச்சத்திற்குச் சென்ற கருணா ஓங்கி அறைந்தான் மலரை.

"என்ன காரியம் செய்தாய்? என்று கத்தினான். அப்படி ஒரு கோபத்தை கருணாவிடம் முதல் முறையாகக் கண்ட நிருதிக்கு மற்றும் ஓர் அதிர்ச்சி!

"எதற்காக இப்படி ஒரு காரியத்தை செய்தாய் மலர்?"

"இல்லை நிருதி, இவர் இன்றி இனி எம்மால் வாழலாகாது. அதனாலேயே இப்படி ஒரு முடிவுக்கு வந்தேன்"

"முட்டாள்தனத்திற்குப் பெயர் முடிவு; அப்படித்தானே?" என்றான் கருணா கோபம் குறையாமல்.

இத்தனை நாட்களாக எங்களின் திருமணம் என்பது உனக்கு ஒரு பொருட்டில்லை என்றாயே...

"அது வெளிதோற்றத்திற்கு; உள்ளத்தில் ஒப்புக்குக் கூட இதை எம்மால் ஏற்க முடியவில்லை நிருதி.

"இப்பொழுது என்ன செய்வது?" என்றான் கருணாகரன்.

"எம்மை இப்படியே விட்டு விடுங்கள், அத்தான்; எம்மாய் இனி உயிர் வாழலாகாது; யான் தற்கொலை செய்து கொள்வது உறுதி."

"மீண்டும் மீண்டும் ஏன் இப்படி அறிவிழந்து பேசுகின்றாய்?" என்று கோபத்தின் உச்சிக்கே சென்றான்.

அன்பில்லா இல்லறம் என்பது உயிர் அற்ற உடலுக்கு சமம். அப்படி ஒரு இல்லற வாழ்க்கையைத் தான் யான் வாழப்போகின்றேன் என்று கருணா கூறியதுமே நிருதியின் உடலில் ஒட்டிக் கொண்டிருந்த உயிர் ஆனது. கண்களின் வழியே கண்ணீராய் வழிந்தோடியது.

தனது கூந்தலை இறுகக் கட்டி முடிந்து கொண்ட மலர், "பார்த்தாயா நிருதி? எமது அத்தான் எம்மீது கொண்ட காதலை யான் இல்லா இல்லறம் அவருக்கு உயிர் அற்ற உடல் போன்றது என்று அவர் வாயால் கூறிவிட்டார் என்றாள்.

-40-

கருணாவின் சத்தியம்

சினம் தணிந்து நிதானத்திற்கு வந்தவனாக யான் இப்போது என்ன கூறினேன்?" என்றான் கருணா.

கண்களைத் துடைத்துக் கொண்ட நிருதி, "ஒன்றுமில்லை அரசே! உண்மையைக் கூறினீர்கள். இனி என்ன? யான் மகிழ்ச்சியாய் மாண்டு போவேன்" என்றாள் மலர்.

"எமக்கும் கூடத்தான் சிறுபிள்ளை முதலாக உனையே மணக்க வேண்டும் என்று ஆசை கொண்டிருந்தேன். அது இனி நிராசைதான் எமக்கும். இருந்தும் வாழ பழக வேண்டும் மலர்" என்றான் கருணா வருத்தத்துடனே.

"மலர், இவரை மருமணம் புரிந்துகொள்ள உனக்கு சம்மதமா?" என்றாள் நிருதி.

மலரும் கருணாவும் ஒருவரை ஒருவர் நோக்க, "கூறு மலர். அவரை மணக்க உனக்கு சம்மதமா?"

அவரை மணப்பதுதானே எமது வாழ்நாள் ஆசை, பிறகு எப்படி மறுப்பேன்? என்றாள் மலர் தயக்கத்துடன்.

"அரசே, தங்களுக்கு சம்மதமா மலரை மணக்க?"

சற்றே சிந்தித்த கருணா, "உனது தந்தையும், நனது தந்தையும் சுற்றமும் நட்பும் என்ன நினைப்பார்கள் நிருதி"

"அதைப் பற்றிய கவலை தங்களுக்குத் தேவை இல்லை அரசே! சம்மதமா? என்று மட்டும் கூறுங்கள்.

சரி கூடிய விரைவிலேயே உங்கள் இருவருக்கான திருமண ஏற்பாடுகளை யானே செய்கின்றேன். உனக்கு மகிழ்ச்சி தானே மலர்? என்றாள் நிருதி. நிருதியை அணைத்துக்கொண்ட மலர் "மிக்க மகிழ்ச்சி!" என்றாள்.

“அப்படியானால் சரி, நீ விரைவாகக் கோட்டைக்குச் செல் உனை யாரும் தேடுவதற்குள்”

“ஆகட்டும், என்று மலர் ஒரு அடி முன்எடுத்து வைத்தாளோ என்னவோ இருவரையும் நோக்கி உங்களை யான் எங்ஙனம் நம்புவது நீதானே நிருதி வாக்களித்தாய்? அத்தான் அமைதியாக அல்லவா உள்ளார்? இதன் பொருள்?” என்றாள்

“அதன் பொருள்? நனது சம்மதம் கேட்டுதானே நிருதி வாக்களித்தாள். பிறகு என்ன மலர்? சரி, யானும் வாக்களிக் கின்றேன்; உனை மணந்து கொள்கின்றேன் போதுமா?” என்றான் கருணாகரன்.

போதாது அத்தான். இந்த வாக்குறுதிகளில் மட்டும் எமக்கு நம்பிக்கை இல்லை. தாங்கள் எமக்கு அளிப்பது சத்தியமாக இருக்க வேண்டும். அது உங்கள் இருவரையும் அதன் கட்டுக்குள் வைத்திருக்க வேண்டும். அச்சத்தியம் அந்த ஆடவல்லானின் பெயரில் இருக்க வேண்டும் அப்படி ஒன்றை மட்டுமே யான் ஏற்பேன் என்றாள் மலர்.

சற்றே யோசித்த கருணாகரன், “சரி மலர், நமக்குத் திருமணம் ஆகும் வரையிலும் எங்களது இல்வாழ்க்கையில் தாம்பத்யம் என்றென்று இராது; யான் அவளைத் தொடப் போவது இல்லை. இது அந்த ஆடவல்லான் மீது சத்தியம்” என்றான்.

“அவரின் இந்த சத்தியத்தை கடைபிடிக்க அவருக்கு உறுதுணையாய் இருப்பேன் என்று யானும் உனக்கு வாக்களிக் கின்றேன்” என்றாள் நிருதி.

“மிக்க மகிழ்ச்சி!” என்று உடனடியாக அங்கிருந்து சென்றாள் மலர். இருவரும் படகில் ஏறி இக்கரைக்கு வந்தனர்.

“என்ன கருணா, உன்னிடம் என்ன கூறி அனுப்பினேன் இவ்வளவு காலம் என்ன செய்து கொண்டிருந்தீர்கள். நாங்கள் அனைவரும் பயந்து விட்டோம். வாருங்கள், கோட்டைக்குச் செல்லலாம். அங்கிருக்கும் பெரியோர்கள் கோபித்துக் கொள்ளப் போகின்றார்கள்” என்றான் வாணகோவரையன். அவன் தங்கையினால் உண்டான தாமதமும் பின்னாளில்

வரப்போகின்ற பேரிடரும் என்பது பாவம் அப்போது அவனுக்குத் தெரியாது.

கோட்டைக்குத் திரும்பிய புதுமணத் தம்பதியினர் அங்கிருக்கும் வண்டையர் மாளிகைக்குத் தேரில் அழைத்துச் செல்லப்பட்டனர். பூசை அறையில் அந்த நீர்க்குடத்தை வைத்து வணங்கினர் இருவரும். அறை ஒன்றில் அவர்களை அமர்த்தி பால்அருந்த கொடுத்தாள் பெரிய நாயகி. பின் அங்கிருந்த அனைவரும் சித்திர மண்டபத்திற்குத் திரும்பினர் அங்கே அவர்கள் கரங்களிலே கட்டப்பட்டு இருந்த காப்பு அவரவர் அம்மானால் அவிழ்த்தப்பட்டு, அவர்கள் இருவரும் அணிந்திருந்த மாலைகளும் அவிழ்த்து சோழர்களின் பூசை அறையில் வைக்கப்பட்டன. பிறகு இரவு விருந்துடன் திருமண சடங்குகள் அனைத்தும் நிறைவுற்றன.

தங்களின் கொட்டகாரத்திற்குப் புறப்பட்ட வண்டையர் குலத்தினர் குலோத்துங்கன் கும்பத்தினரை வணங்கினர். அன்னவ ராயர், “தேவரே, நாளை காலை கருணாகரன் இங்கு வந்து எமது மருமகளை அழைத்துக்கொண்டு ஆலய வழிபாட்டிற்குச் செல்லட்டும். அதன் பின் நமது பாரம்பரிய முறைப்படி பழுவேட்டையர் மாளிகையில் அவர்களுக்கு மதிய விருந்து, நாளை இரவே வாணர் மாளிகையில் விருந்து. நாளை மறுநாள் வண்டைக்கு நனது மருமகளை அழைத்து செல்கின்றோம். அங்கு சென்றதும் மற்ற சடங்குகளை ஏற்பாடு செய்யலாம் என்று எண்ணி இருக்கின்றேன்.” என்றார்.

“தங்களின் விருப்பப்படியே!” என்றான் குலோத்துங்கன். வண்டையர்களை வழி அனுப்பினான் அரசன். சற்று தூரம் சென்று இருப்பார்கள்.

“கருணா உனது மனைவியிடம் புறப்படுவதாகக் கூறினாயா?” என்றார் அன்னவ ராயர்.

“இல்லை தந்தையே!”

“என்ன இது கருணா, சிறுபிள்ளை போல நடந்து கொள்கின்றாய்? போய் உன் மனைவியிடம் சென்று விடை பெற்றுவா.”

“யான் மட்டும் தனியாக எப்படி? அங்கே அனைவரும் நிருதியுடன் இருக்கின்றனரே?”

“மூர்த்தி நீயும் உடன் சென்றுவா மகனே!” என்றார் ராயர். “ஆகட்டும்” என்று கருணாவை அழைத்துக் கொண்டு அவர்களிடத்தில் செல்ல, “என்ன வாயிற்று அரசே?” என்றான் வீரசோழன்.

“ஒன்றுமில்லை இளவரசே! நிருதியிடம் விடைபெற மறந்துவிட்டேன்”

“ஓ... அப்படியா?” என்று அனைவரும் கூறி சிரிக்க, “நிருதி, யான் சென்று வரட்டுமா?” என்றான் கருணா.

“ஆகட்டும்” என்றாள் தலையசைத்து. அங்கிருந்து அவர்கள் அனைவரும் சென்றனர்.

சோழ குடும்பத்தார் களைப்பு மிகுதியால் மாளிகையின் நடுநாயகமான பத்தியில் போடபட்டு இருந்த இருக்கைகளில் அமர்ந்தனர். அரச பெண்டுகளும் அங்கேயே அமர்ந்ததால் அங்கிருந்த காவலர்கள் வெளியேறினர்.

ஓடிச் சென்று ஒரு காவலனின் கரத்தைப் பிடித்தாள் நிருதி. இதை அவளின் குடும்பத்தார் அனைவரும் கண்டனர். சினம் கொண்ட குலோத்துங்கன் தன் வாளை எடுத்து, “நிருதி, என்ன காரியம் செய்யத் துணித்தாய்? உன்னை என்ன செய்கின்றேன் பார்?” என்று ஆவேசமாக அவள் அருகில் சென்றான். தனது தந்தையைப் பொருள்படுத்தாத நிருதி. அக்காவலைனைக் கண்டு இப்பொழுது கூட இந்த காவலன் வேடத்தைக் கலையப் போவதில்லையா தமையா?” என்றாள் கனிவாக.

“என்ன!” என்று வியந்தான் குலோத்துங்கன்.

ஆம், அவன் காவலன் அல்லன்; நிருதியின் மூத்த தமையன் விக்கிரமன். தனது வேடத்தைக் கலைந்தான். அவனை அங்கு கண்டதும் அங்கிருந்த அனைவருக்கும் களைப்பு பறந்து உற்சாகம் பெருக்கெடுத்தது. விக்கிரமனைக் கண்டதில் உண்டான மகிழ்ச்சியைவிட தனது மகளிடம் நடந்து கொண்டதை எண்ணி வெட்கி தலைகுனிந்தான் குலோத்துங்கன். தனது இரு கரங்களையும் கூப்பி “நன்னைப்

பெற்ற தாயே, நனதருமை மகளே. நனது வாழ்க்கையிலே இனி ஒரு முறை இது போல் உன்னிடம் நடந்து கொள்ள மாட்டேன் மகளே. உன்னுடைய செயல்பாடுகளில் ஏதோ ஒரு நியாயமான பொருள் புதைந் திருக்கும் என்பதை. யான் நன்குணர்ந்துக் கொண்டேன். எம்மை மன்னிப்பாயாக"

"மன்னிப்பா தந்தையே? தங்களுக்கு என்னவானது? ஒரு சாமான்ய குடிமகன் ஆனாலும், அரசனின் மகள் ஆனாலும் நியதி என்பது அனைவருக்கும் ஒன்று தான் என்பதை தாங்கள் இன்று நிரூபித்து இருக்கின்றீர்கள். இது குறித்து எமக்குப் பெருமையே அப்படி இருக்க. தங்களை தாங்களே இது போன்று சங்கடத்தில் ஆழ்த்திக் கொள்ளாதீர்கள். அதோ நனது தமையனார் எத்தனை மகிழ்ச்சியாக அங்கே அனைவரிடமும் உரையாடிக் கொண்டிருக்கின்றார் வாருங்கள் தந்தையே." என்ற நிருதி குலோத்துங்கனை அவ்விடத்தே அழைத்துச் சென்றாள்.

"இங்கே வா நிருதி" உன்னைத் தான் தேடிக் கொண்டிருந்தேன்" என்ற விக்கிரமன் அவளின் கரத்தைப் பிடித்து அவனருகே அமர்த்திக் கொண்டான்.

"என்னவானது தமையா?"

"நமது இல்லத்தார் எவருமே யான் இங்கிருப்பதைக் கண்டுபிடிக்க முடியவில்லை. அப்படி இருக்க, நீயோ மணப்பெண். உனது திருமணத்தில் தானே உன்னுடைய கவனம் இருந்திருக்கும். அப்படி இருந்தும், எம்மை எப்போது எப்படி கண்டு பிடித்தாய்?" என்றான் விக்கிரமன் நகைத்தபடியே.

"இன்று காலை நனது அறைக்குத் தந்தையாரும், தமையன் மார்களும் வந்த வேளையில் அவர்களுக்கு மெய்க்காப்பாளர்களாக வந்தவர்களுள் தாங்களும் ஒருவர் என்பதை அப்போதே தெரிந்துகொண்டேன். இன்று நனது திருமணம் என்றாலும் கூட தாங்கள் தங்களின் சுயத்தைக் காட்டிக் கொள்ளாமல் இப்படி காவலன் வேடத்தில் இருப்பதற்கு ஏதேனும் காரணம் இருக்கும் என்றே, தங்களைக்

கண்டதாக யாரிடமும் கூறவும் இல்லை. காட்டிக் கொள்ளவும் இல்லை; தவிர, தாங்கள் எமக்களித்த வாக்கின்படி அன்றைய நாளில் காலை துவங்கி மாலை வரையிலும் எம்முடனே இருப்பதாகக் கூறினீர்கள். அதை செயலாக்கம் செய்ததில் எமக்கு மட்டற்ற மகிழ்ச்சிகள் தமையா."

"உனது நிலையிலே தான் அம்மா யானும் இப்பொழுது இருக்கின்றேன் உண்மையில் நீ மட்டும் இப்பொழுது எம்மை கண்டுகொள்ளா விட்டால். தங்கையின் கண்ணாலத்தில் பங்கு கொண்டு விட்டோம் என்ற மகிழ்ச்சியுடன் வேங்கி புறப்பட்டு இருப்பேன். ஆனால் அதிலே நிறைவு இருந்திருக்காது நன்குடும்பம், நன்மக்கள் என்றாலும் கூட அவர்களிடையே ஒரு வார்த்தை கூட பேச முடியாததை எண்ணி எண்ணி அந்த நினைவே எம்மை வாட்டி வைத்திருக்கும். அப்படி ஒரு கொடிய துன்பத்திற்கு எம்மை ஆளாக்காமல் காத்த அருளியுள்ளாய் நன் கண்மணியே!"

"ஆமாம், நிருதி இன்று காலையிலேயே தமையனாரைக் கண்டு கொண்டதாகக் கூறினாய். மெய்க்காவலர் வேடத்தில், எங்களுக்குப் பின்னால் தானே தமையனர் நின்று கொண்டிருந்தார். எப்படி கண்டாய் அவர் தமையன் என்று?" என்றான் சோழகங்கன்.

"வாசனைத் திரவியத்தின் மூலமாக அண்ணா."

"நீ கூறுவது வேடிக்கையாக இருக்கின்றது தங்காய். வாசனை திரவிய பயன்பாடு என்பது சாமான்யன் முதல் சக்கரவர்த்திகள் வரையிலும் நம் சோணாட்டில் பயன்படுத்துவது என்பது நடைமுறையில் அப்படி இருக்க, அதிலே தமையனை மட்டும் எப்படி தனித்துணர முடியும்?" என்றான் வீரன்.

"முடியும் அண்ணா. ஏனெனில் தமையனார் வேங்கியில் உள்ள பிரத்தியேக வாசனைத் திரவியத்தைப் பயன்படுத்துவார்.

இதை முன் ஒருமுறை யான் உறங்கி போன போது நனது அறைக்கு எமை ஏந்திச் சென்றார். அப்பொழுது யான் நுகர்ந்தும் உணர்ந்தும் கொண்டேன்!"

“உனது இந்த நுண்ணறிவை உண்மையில் யான் மெச்சுகின்றேன் தங்காய்” என்றான் மும்முடி சோழன்.

புன்னகைத்தாள் நிருதி.

மறுநாள் காலை விடியும் தருணத்தில் வேங்கி புறப்படும் தனது எண்ணத்தைத் தெரிவித்தான் விக்கிரமன். இதை ஒருவாறாக அங்கிருந்த அனைவரும் ஆமோதித்தனர். அங்கே இருந்த மக்கள் வெகு நேரம் உறக்கம் என்பதை மறந்து பலதரப்பட்ட கலந்துரையாடல்களில் ஈடுபட்டனர்.

ஏனோ அதில் நிருதிக்கு தான் முழுவதுமாக ஈடுபாடு இல்லை. அன்று ஆற்றுப்படுகையில் நிகழ்ந்ததும் அங்கே நடந்த பேச்சு வார்த்தைகளும் அவளை நிம்மதி இழக்கச் செய்தன.

கொட்டகாரம். பெரியவர்கள் அனைவரும் உறங்கிப் போக தனது கொட்டகாரத்தில் நடந்து கொண்டே சித்திக்கலானான் கருணாகரன்.

“இன்று ஆற்றுப் படுகையில் என்ன நடந்தது? அங்கு யான் என்ன கூறினேன்? அளவு கடந்த ஆத்திரம் அறிவிழக்கச் செய்யும் என்பார்களே, அதற்கு இன்று யானே உதாரணம் ஆகிப்போனேனா, என்ன? நனது இந்த அதீத சினம் நன் அறிவை இரை ஆக்கிக் கொண்டதா என்ன? அங்கு அப்பொழுது யான் உதிர்த்த வார்த்தைகள் அனைத்துமே நன் சுயத்தில் இருந்து வந்தவை அல்ல; நன் மிகு சினத்தால் உதிர்ந்த வார்த்தைகள் அவை. யான் மலரை காத்ததுடனே நின்று இருக்க வேண்டும்; அவளை மணந்து கொள்வதாய் எதற்காக வாக்களிக்க வேண்டும்; அதுவும் அந்த ஆடவல்லான் மீது ஆணையாகக் கூறி. ஒருவன் ஆத்திரத்தில் அறிவிழக்கலாம். ஆனால் அவன் குடியின் பாரம்பரியத்தை எவ்விதம் மறக்க இயலும்? அதையும் இந்தப் பாவி செய்து விட்டேனா என்ன?” என்று தலையில் அடித்துக் கொண்டான் கருணாகரன்.

“முன்பு ஒரு முறை நனது சினம் குறித்து மாதவன் என்ன கூறினான் என்று எண்ணிக் கொண்டான். அது இதுதான் அதீத சினம் என்பது ஒருவனை சுயம் இழக்க செய்யும். இதுவே

நாம் சாலையில் கற்ற முதல் பாடம். மிகு சினம் என்பது நமது அன்புக்குரியவர்களின் அருகாமையைப் பறித்து விடும். இது பலரின் அனுபவ பாடம். மாதவன் கூறியதில் தாம் எத்துணை உண்மை இருக்கின்றது? அன்புக்குரியவர்களின் அருகாமையை பரித்து விடும். இதில் எம் அன்புக்குரியவர் யார்? நிருதியா, மலரா? கருணை செய்க கருணாகரா எம்மை இத்துயரத்தில் இருந்து காத்தருள்க!'

"கருணா, இன்னும் நீ உறங்க வில்லையா?" என்றான். அங்கு வந்த மாதவன். அவனை அவ்வேளையில் அங்கே கண்டதும், செய்வதறியாது மாதவனை அணைத்துக் கொண்டான் கருணாகரன்.

நனது துயர் துடைக்கவே இவ்வேளையில் இங்கே மாதவனை அனுப்பி உள்ளார் அந்த ஈசன். அழுவது என்பது ஆண்களுக்கு அழகல்லவே. அணைத்தபடியே கண்களை மூடிக்கொண்டான்.

"கருணா, யான் உன் மனையாள் நிருபமை அல்ல. உனது நண்பன் மாதவன்."

"தெரிந்தேதான் அணைத்தேன் மாதவா."

"எதனால் கருணா, உனது முகம் இத்துணை வாட்டமாக உள்ளது?" என்றான் மாதவன்.

பதில் ஏதும் கூறாமல் அமைதியாகவே இருந்தான்.

"என்ன என்று கூறு கருணா. சில தருணங்களில் உனது இந்த வெளிப்படை அற்ற தன்மையே உனது உள்ளார்ந்த உணர்வுகளுக்குப் பெரும் முட்டுக்கட்டை ஆகிவிடும் என்பதை மறவாதே."

"மாதவன் கூறுவதும் சரிதான் இனி மறைத்தும் பயன் இல்லை."

"மாதவா, ஒரு தவறு நடந்து விட்டது."

"தவறா? என்ன தவறு?"

"கொட்டகாரத்தின் வெளியே சென்று யாரேனும் அங்கு இருக்கின்றனரா என்று கருணாகரன் பார்த்தான்.

"இன்று இவனுக்கு என்னவானது? ஏன் இப்படி நடந்து கொள்கின்றான்?"

“மீண்டும் உள்ளே வந்த கருணா அன்று ஆற்றுப் படுகையில் நடந்தவற்றை மாதவனிடம் விவரித்தான்.

“என்ன காரியம் செய்திருக்கிறாய் கருணா? உனக்கு என்ன சித்தம் கலங்கிவிட்டதா?”

“நீ கூறுவது உண்மை தான் அப்பொழுது எமக்கு சித்தம் தான் கலங்கிவிட்டது போலும் மாதவா.

சோணாட்டு நன்மை தீமைகளை ஆராய்ந்து அதன் பாதுகாப்பு குறித்து நீ எடுக்கும் அனைத்து முடிவுகளையும் சக்கரவர்த்திகள் உட்பட சோணாட்டு அமைச்சர் பெருமக்கள் அனைவரும் அதனை ஆமோதிக்கும் வண்ணம் அத்துணை ஆழமாகவும் ஆணித்தரமாகவும் இருக்கும். இருப்பினும், உனது இல்லறம் குறித்து முடிவெடுப்பதில் இத்துணை குளறுபடிகளா? எம்மால் நம்பவே முடியவில்லை கருணா.”

“இப்பொழுது என்ன செய்வது மாதவா? எமக்கு ஏதேனும் ஆலோசனை கூறமாட்டாயா?”

“கருணா யான் கேட்பதற்கும் இப்பொழுதேனும் மறைக்காமல் உண்மையைக் கூறு. நீ உண்மையிலேயே மலரை காதலித்தாயா? அல்லது அவர்களை மணந்துகொள்ளும் எண்ணம் மட்டும் தான் இருந்ததா?”

“நீ என்ன கூறுகின்றாய்? எமக்கு ஒன்றும் விளங்கவில்லை மாதவா. புரியும் படியாகவே கூறுகின்றேன். நீ உண்மையில் அவர்களை காதலித்திருந்தாயானால், இத்துணை நிபந்தனைகளை விதித்து இளவரசியை மணந்து கொள்ள வேண்டிய அவசியம் என்ன? அரசரிடம் நேரடியாக ‘யான் நன் அம்மான் மகளை மணக்க விரும்புகின்றேன் என்றே கூறி இருக்கலாமே.’ ஏன் கூறவில்லை? அப்படி உனது விருப்பத்தைத் தெரிவித்து இருப்பாயேயானால் அரசர் ஒரு நாளும் அதற்குத் தடையாய் இருந்திருக்க மாட்டார். மேலும் அவரே முன்னின்று உங்கள் திருமணத்தை நடத்தி வைத்திருப்பார். காரணம் ராயரின் மகளை தனது மகளாகவே பாவித்தார் என்பது இஞ்சோழ மண்டலமே அறிந்த ஒன்று.”

அமைதி காத்தான் கருணாகரன்.

“சரி, உன்னைவிடு கருணா. இன்றைய திருமணம் என்பது பதினான்கு தினங்களுக்கு முன்பே முடிவு செய்தது தானே?

“ஆமாம்.”

இன்று தற்கொலை செய்து கொள்ளும் அளவிற்குத் துணிச்சல் கொண்ட மலர்விழி. ஏன் இதே துணிவுடன் அரசரிடமோ, அவரின் தந்தையிடமோ, அல்லது இளவரசியிடம் கூட கூறி இருக்கலாமே - உன்னை மணக்க இயலவில்லையானால் மாண்டு போவதாக. ஏன் அவர்கள் அதை செய்யவில்லை? இந்த செயல்பாடுகளுக்கு அர்த்தம் என்ன தெரியுமா கருணா? உனது கவனக்குறைவு; மலர்விழியின் அலட்சியம். இதுவே இன்று ஆற்றுப்படுகையில் நடந்த சம்பவத்திற்கு முக்கிய காரணம்.

“நீ கூறுவது அனைத்துமே உண்மை தான். ஒப்புக் கொள்கின்றேன்; தவறு என்னுடையது தான். இந்தத் தவறுக்கான பரிகாரம் என்ன மாதவா? அதைச் சொல்.”

“இதில் பரிகாரத்திற்கு என்ன இருக்கின்றது? கருணா மலர் விழியையும் மணப்பதுதான் இதற்கு ஒரே மார்க்கம். ஏனெனில் அந்த ஆடவல்லான் மேல் ஆணையிட்டு இருக்கின்றாய் - அவரை மணந்து கொள்வதாக. ஆனால் நினைவில் கொள் கருணா. மலர்விழியை மணப்பதற்கான எந்த ஒரு முயற்சியையும் உடனடியாக எடுத்து விடாதே. அதற்கான சூழ்நிலை அமையும் பட்சத்தில் அவர்களை தாராளமாக மணந்து கொள். சூழ்நிலைகளை நீயாக உருவாக்காதே; புரிந்ததா?”

“புரிந்தது மாதவா. ஆனால்...”

“ஆனால், என்ன கருணா?”

“மலர் தற்கொலைக்கு முயன்றதனால் ஏற்பட்ட வலியை விடவும் அவளுக்கு யான் கொடுத்த வாக்குறுதியே மிகுந்த வலியையும் வேதனையும் அளிக்கின்றது. இது எதனால்? உண்மையில் இந்த வாக்களித்ததில் யான் மகிழ்ச்சி தானே கொள்ளவேண்டும். நனது நெடுநாள் ஆசையும் கூறிய விரைவிலேயே நிறைவேறப் போவதனால், இருந்தும் எதற்கிந்த எதிர்மறை உணர்வு? வலி வேதனை? இதுதான் எமக்குப் புரியவே இல்லை மாதவா.”

"இன்று மலர்விழியை மணந்து கொள்வதாகக் கொடுத்த வாக்குறுதி என்பது உனது இல்வாழ்க்கையில் இனி நடக்கப்போகும் நன்மை, தீமை அனைத்திலுமே பிரதிபலிக்கக் கூடும். உன் வாழ்நாளின் கடைசி கனம் வரை. அல்லது இது எதுவுமே இல்லாமல், வெகு இயல்பாக கூட இருக்கலாம். எல்லோரையும் போல. ஆகையினால் இதைப்பற்றியே தேவையற்ற சிந்தனைகளை விட்டுவிட்டு நிம்மதியாகச் சென்று உறங்கு, கருணா."

"நிம்மதி... அது எம்மை விட்டுச் சென்று வெகு நாட்கள் ஆகின்றன மாதவா. நீயும் சென்று ஓய்வெடுத்துக் கொள்" என்ற கருணாகரன் தனது படுக்கைக்குச் சென்றான்.

காலைப் பொழுது. தனது குடும்பத்தாரிடம் பிரியாத விடைபெற்றுக் கொண்டு வேங்கி நோக்கி புறப்பட்டான் விக்கிரமன். அவன் சென்ற சில நாழிகைகளிலேயே கோட்டைக்கு வந்தான் கருணாகரன். உறவுமுறைகள் கூறி அழைக்காவிட்டாலும் கூட உற்சாக வரவேற்பு அளிக்கப்பட்டது. குலோத்துங்கன் கும்பத்தாரால் வாருங்கள் வண்டையர் கோனே. அமருங்கள் என்றான் குலோத்துங்கன். நேற்றைய தினம் சடங்கு சம்பிரதாயம் அதிகமாகவும், போதிய காலமின்மை காரணங்கலாலும் தங்கலுக்கு நம் குடும்ப உறுப்பினர்களை அறிமுகம் செய்ய இயலவில்லை. ஆகையால் இப்பொழுது அறிமுகம் செய்யலாம் என்று எண்ணுகின்றேன்.

அதற்கென்ன அரசே அனைவரையும் பற்றி தெரிந்து கொள்ள யானும் ஆர்வமாகவே இருக்கிறேன் என்றான் கருணாகரன்.

இதை கேட்டதுமே ஆச்சர்யம் கலந்த மகிழ்ச்சி குலோத்துங்கனுக்கு.

தனது குடும்பம் குறித்து விளக்கம் அளித்தான் குலோத்துங்கன்.

காசிப கோத்திரம், சூரிய குலத்தினர் சோழர்கள் என்பது தங்களுக்குத் தெரிந்திருக்கும் சோழர்களின் மகள்வழி பெயரன் யான் என்பதும் தங்களுக்குத் தெரிந்திருக்கும். ராசேந்திரன், சப்தம் விஷ்ணுவர்த்தனன் என்பது நனது இயற்

பெயர்கள். நனது இரண்டாம் அம்மான் மகளாகிய மதுராந்தகி என்பாள் நனது மூத்த மனைவி.

அவர் இறையடி சேர்ந்து சில திங்கள் ஆயின. நனது இரண்டாம் மனைவி தியாகவல்லி, அவர்களை அடுத்து அருள்மொழி நங்கை (ஏழிசை வல்லபி) அவர்களை அடுத்து கம்பமாதேவி, காடவன் மாதேவி, சோழகுல வல்லி. திரை லோக்கிய மாதேவி என்போர் நனது தலை மகன் ராசராச விக்கிரம சோழன் அவன் மனைவியர் தியாகபதாகை, நேரியன் மாதேவி. என்றது அவர்கள் இருவரும் கருணாகரனுக்கு தங்களின் வணக்கத்தை தெரிவித்துக் கொண்டனர். தனது மடியில் வைத்திருந்தவனைச் சுட்டிக் காட்டி இவன் நனது பெயரன் இரண்டாம் குலோத்துங்கன். இவனது தாயான முக்கோக் கிழானடிகள் சில ஆண்டுகளுக்கு முன் இறையடி சேர்ந்தாள். நனது இரண்டாவது மகன் ராசராச மும்முடிசோழன் அவனது மனைவி மங்கையர்க்கரசி என்றதும் அவர்கள் இருவரும் தங்களின் வணக்கத்தை கருணாவிற்குத் தெரிவித்துக் கொள்ள. நனது மூன்றாம், நான்காம் மகன்கள் ராசராச சோழகங்கன், ராசராச வீர ராசேந்திரன் சோழன், என்று அவ்விருவரும் தங்களின் வணக்கத்தை தெரிவித்துக் கொண்டனர்.

நனது பெண் மக்கள் நால்வர் அதிலே ஒருவர் மட்டும் தற்போது இங்கு இல்லை ஈழத்தில் இருக்கிறார். அவளின் பெயர் சுத்தமல்லியாழ்வார், அம்மங்கையாழ்வார், நான்காம் குந்தவை.

அவர்கள் இருவரும் தங்களின் வணக்கத்தைத் தெரிவித்துக் கொண்டனர். இவர்களுக்குப் பிறகு தங்களின் மனைவி பானு நிருபமை, மன்னியுங்கள் வண்டையார் கோனே வழக்கத்தின் படி கூறிவிட்டேன்.

தாங்கள் எதற்காக இதற்கு மன்னிப்பு கேட்க வேண்டும். இது தங்களின் உரிமை. நனது நிபந்தனை குடிகளுக்காக மட்டுமே தவிர குடும்பத்தாருக்கு இல்லை. உண்மையில் அவர்களின் இயற்பெயரைக் கூறி தான் யானே அழைக்கப் போகின்றேன். இதில் தாங்கள் வருத்த ஒன்றுமில்லை.

மிக்க மகிழ்ச்சி வண்டையர் கோனே. பிறகு இவர்கள் எமது சோதரிகள் மூன்றாம் குந்தவை மதுராந்தகி.

அவர்களும் தங்களின் வணக்கத்தைத் தெரிவித்துக் கொண்டனர்.

இவர்களே நம் குடும்ப உறுப்பினர்கள் அரசே என்றான் குலோத்துங்கன். நல்லது அரசே!

சற்றே அங்கு அமைதி நிலவியது கருணா. யாரையோ தேடுவது போல் இருந்தது.

உடனடியாக அம்மங்னக சென்று தங்கையை அழைத்து வா அம்மா. ஆலயம் செல்ல வேண்டும் என்று வீர அரசரையும், தங்கையையும் ஆலயத்திற்கு அழைத்துச் செல்.

உத்தரவு தந்தையே.

சற்று நேரத்திற்கெல்லாம் அங்கு வந்தாள் நிருதி. அங்கிருந்த அனைவரும் வழியனுப்ப ஆலயம் நோக்கிச் சென்றது தேர். தேரைச் செலுத்திய வீரசோழன் வண்டையர் கோனே யான் தங்களிடம் ஒன்றை கேட்களாம்.

தாராளமாக இளவவசே.

தங்களின் நிபந்தனைகள் குடிகளுக்காக குடும்பத்திற்கு அல்ல என்றீர்களே, அப்படியானால் அவ்வப்போது நாம் தனித்து இருக்கையில் தங்களை மைத்துனரே என்று அழைக்கலாமா.

ஆகட்டும் இளவரசே.

நன்றிகள்.

நிருதி இருப்பதை மறந்து ஆலயம் வரையிலும் மைத்துனர்கள் இருவரும் பலதரப்பட்ட உரையாடல்களை மேற்கொண்டனர்.

ஆலயத்துபட்டர்களால் உற்சாக வரவேற்பு அளிக்கப்பட்டது. புதுமணத் தம்பதியினரைக் காண குடிகளும் அங்கே கூடி இருந்தனர். விசேஷ பூசைகளுக்கு ஏற்பாடு செய்யப்பட்டு இருந்தது. ஆவுடையாரையும், பெரிய நாயகியையும் வணங்கி விட்டு ஆலயத்தை வலம் வந்தனர். வீரனும் ஒரு சில அதிகாரிகளும் உடன் இருக்க கருணாகவும் நிருதியும் காசிவிசுவநாதர் சன்னதி அனைவரும் ஈசனை வணங்க

நிருதிக்கும், கருணாவிற்கும் தங்கள் வாழ்நாளில் மறக்க முடியாத, மறக்க கூடாத, மறக்க விரும்பாத ஒரு இடம் அது என்பது அங்கிருந்தவர்களுக்கு மட்டுமல்ல. பின்னாளில் எவருக்குமே தெரியாமல் போகக்கூடும் என்பது. அவர்கள் இருவருக்கும் கூட தெரியாது. கரங்களை கூப்பி வணங்க முயற்சி செய்தும். இருவருக்கும் தங்களின் முதல் சந்திப்பே எண்ணங்கள் ஓடிக்கொண்டு இருந்தது.

அனைவரும் அவ்விடத்தை விட்டு நகர, நிருதி என்ன இது வந்து விட்டாய் என்றான் வீரன்.

தாங்கள் என்ன கூறுகின்றீர்கள் தமையா.

இந்த சன்னதியில் இருக்கும் மணியை அடிப்பது என்பது உனக்கு அலாதியான ஒன்றாயிற்றே. மறந்தாயா என்ன? சென்று அந்த மணியை அடித்து விட்டு வா தங்காய் என்று வீரன் கூறிய உடனேயே கருணாகரனை ஏறிட்டாள் நிருதி.

அவனும் அவளையே பார்த்த வண்ணம் இருந்தான்.

இல்லை வேண்டாம் தமையா. அதுதான் பூசைகள் முடிந்து விட்டதே. இனி எப்படி, முடிந்தால் என்ன? நிருதி இது நமது பாட்டனார் கட்டுவித்த ஆலயம் இதில் நமக்கில்லா உரிமையா? தவிரவும் இப்படி மணி ஓசையை உண்டு பண்ணுவதும் கூட வழிபாடுகலில் ஒரு முறையே. ஆகையால் செல். சென்று மணியை அடித்து வா.

இம்முறை அவள் எதுவும் கூறாமல் படியில் இருந்து இறங்க முயன்றாள்..

அதுதான் இளவரசரே கூறி விட்டாரே தங்களின் பாட்டனர் கட்டிய ஆலயம் என்று பிறகென்ன தடை தேவி ஆலய மணியை அடித்து விட்டுவாருங்கள் என்றான் கருணா.

உடனடியாக சென்று மணியை அடிக்க. மீண்டும் இருவரும் பார்த்து கொள்ள நகைப்பை அடிக்க முடியவில்லை இருவருக்கும். இவர்களின் இந்த செயல்பாடுக்கான காரணம் என்னவென்று அங்கிருந்தவர்களுக்குத் தெரியவில்லை.

ஆமாம் என்ன நிருதி புதிதாக எங்களின் பேச்சை கேட்க கூடாது என்றும். இனி கணவன் பேச்சை மட்டுமே கேட்க

வேண்டும் என்று உனக்கு நீயே நிபந்தனை விதித்துக் கொண்டாயா?

அப்படி எல்லாம் ஒன்றுமில்லை தமைய என்றாள் பதறிய வாரு நிருதி.

கோட்டையின் புறத்தே உள்ள பழுவேட்டையர் மாளிகைக்கு மதிய விருந்திற்கு அழைத்து சென்றான் வீரசோழன். அங்கே சோழ குடும்பத்தாரும், வண்டையர் குடும்பத்தாரும் இவர்களுக்காகக் காத்திருந்தனர். விருந்து உபசரிப்பு நிகழ்ந்தது. அவர்களின் குலப்பெருமைகள் குறித்து கருணாகரனிடம் விவரித்துக் கொண்டிருந்தார் கிழவர். அவரிடம் விடைபெற்ற இரு குடும்பத்தாரும் கோட்டையின் அகத்தே உள்ள வாணர் மாளிகைக்குச் சென்றனர். இரவு விருந்திற்கு இரு குடும்பத்தாருடனும். வானதி ராயர் குடும்பத்தினர் அளவளாவினர். வெகு விமர்சையாக விருந்திற்கு ஏற்பாடு செய்திருந்தார் ராயர். மூர்த்தியும், மாதவனும் கூட அந்த விருந்திலே கலந்து கொண்டனர். விருந்தினால் உண்டான மகிழ்ச்சியை விடவும் வெகு இயல்பாக மாறிப்போன மலரின் அணுகுமுறை ராயருக்கும் அவர்தம் மனைவிக்கும் மகிழ்ச்சி அளித்தது.

வாருங்கள் அத்தான் திருமண வாழ்க்கை எப்படி இருக்கின்றது? என்று கருணாவிடம் கேட்டதும். முன்பைவிட நிருதியிடம் அளவளாவியதுமே மகிழ்ச்சிக்கு காரணமாகக் இருந்தது. விருந்து முடிந்ததும், வண்டையர்கள் கொட்டாகாரம் செல்ல சோழர்கள் அரண்மனைக்குச் சென்றனர்.

அந்தப்புரத்தில் அமுதாவும் நிருதியும் அன்று நிகழ்ந்தவைகள் குறித்து உரையாடி விட்டு அவரவர் படுக்கைக்குச் சென்றனர். முன்தினம் இருந்த ஏதோ ஓர் இறுக்க உணர்வு சற்றே தளர்ந்தது போல் உணர்ந்தால் நிருதி.

அன்றைய விடியல் கோட்டை அகத்திலும், புறத்திலும், வருத்தத்துடனே விடிந்தது. காரணம் தனது கணவனுடன் நிருதி வண்டைக்குப் புறப்பட்டதால் அங்கிருந்த அனைவரது முகங்களிலும் கவலை கண்ணீர் இவர்களின் நிலை இதுவானால் அவளின் குடும்பதாரும், தோழிகளான

அமுதாவும் மலரும் அனைவரும் விவரிக்க இயலா சோகத்தில் ஆழ்ந்தனர். புலவர்கள் துவங்கி, குடிகள் வரை அனைவரும் ஒவ்வொருவிதமாக தங்களின் வருத்தத்தை வெளிப்படுத்த குலோத்துங்கன் மட்டும் எந்தவொரு வருத்தமோ, கவலையோ இல்லாமல் இன்முகத்துடன் தனது மகளை சிவிகையில் அமரச் செய்தான் (பல்லக்கு).

கோட்டை வாயில் துவங்கி மூன்று கிராமங்களைத் தொட்டு நின்றது நிருதிக்கு அவளின் தந்தை அளித்த சீரானது வண்டையர்கள் விடைபெற்று செல்ல, அவர்களின் பின்னே விரைந்து நகர்ந்தது சிவிகை. வண்டை வரையிலும் அவளுடன் சென்றால் என்ன என்ற எண்ணத்தில் இருந்தனர் வீரனும், குலோத்துங்கனும், ஆனால் அது முறை அல்லவே. அதையும் இனி நாம் பழகிக் கொள்ள தான் வேண்டும்.

கோட்டையில் நிகழ்ந்தவற்றுக்கு எதிர்மறையாக வண்டையில், தோரணங்கள், அலங்காரங்கள், ஆரவாரம், ஆர்பரிப்பு, இப்படி மகிழ்ச்சிக்குண்டான காரணிகள். எத்தனையோ, அவை அத்தனையும் வண்டை நகர் மக்களிடம் பிரதிபலித்தன. அந்த இரவிலும், இரவை பகல் ஆக்கியது விளக்குகளின் வெளிச்சம, இனி தனது வாழ் நாளில் பெரும் பகுதியானது. இங்கே தாம். தனக்கான வாழ்விடம் வண்டை நகர் தோரண வாயிலை அடுத்தே. வண்டையர்களால் கட்டப்பட்ட கற்றளி கோயில். அதிலே வினாயகர் அங்கையர்கன்னி சொக்கநாதர், சுப்பிரமணியன், காசிவிசுவநாதர் மூர்த்தங்கள் இருந்தன. அக்கோயிலின் அருகே நின்றன வண்டையர்களின் பரிவாரங்கள்.

சிவிகையின் அருகே சென்ற அன்னவராயர் மகளே. நிருதி வா அம்மா. இங்கிருக்கும் ஆடவல்லானை வணங்கி விட்டு பின் அரண்மனை செல்லலாம் என்றார்.

இவர்கள் வருகைக்காக காத்திருந்த பட்டர். தீப ஆராதனை காட்டி வண்டை குல ஆண்களுக்கு மாலையும் பெண்டுகளுக்கு பூக்களும் திருநீறும் அளிக்கப்பட்டன. அனைவரும் கோவிலை வலம் வர மூர்த்தங்களின் பெயர்களையே உற்று நோக்கினாள் நிருதி.

வலம் வந்த பிறகு அனைவரும் ஓர் இடத்தில் அமர மகளே என்ன வாயிற்று ஏன் மூர்த்தங்களையே பார்த்துக் கொண்டு இருக்கின்றாய் என்றாள் கருணாவின் சிற்றன்னை ஆன பெரிய நாயகி.

ஒன்றுமில்லை அத்தை அவர்களே இம்மூர்த்தங்களின் பெயர்களை கண்டு கொண்டிருக்கின்றேன். யான் அறிந்த வரையில் சோழ மண்டலத்தில் பொன்அம்பலம் தவிர மற்ற அனைத்திடங்களிலும் ஆவுடையார், பெரிய நாயகி என்றே இருக்கும். என்றவள் மறுகணமே தனது நாவை கடித்துக் கொண்டு மன்னியுங்கள் அத்தை அவர்களே. பெயரை உச்சரித்து விட்டேன். இது போல் இனி ஒருமுறை நடந்து கொள்ள மாட்டேன் என்றதும் அங்கிருந்து அனைவரும் நகைத்து விட்டனர்.

இதற்கெற்காக வருந்துகின்றாய் மகளே. நீ மட்டும் அல்ல இச்சோணாட்டு மக்கள் அனைவரும் அனுதினமும் உச்சரிக்கும் பெயர்கள் இவை. திடீரென்று மாற்றிக் கொள்ள இயலாது. இது குறித்து கவலையுற தேவையில்லை என்றாள் பெரியநாயகி.

இப்பொழுது என்ன இங்கிருக்கும் மூர்த்தங்களின் பெயருக்கான விளக்கம் தெரிய வேண்டும். அவ்வளவு தானே மகளே. என்றார் அன்னவராயர். இது நமது மூதாதையர்களால் கட்டப்பட்ட ஆலயம் அம்மா எழுநூறு ஆண்டுகள் பழமை வாய்ந்தது. இக்கோயிலின் அமைப்பை வைத்தே இதை நீ அறியக் கூடும். தஞ்சை பெரிய கோவிலுக்கு முற்பிட்ட அனைத்து ஆலயங்களி மூர்த்தங்களுக்கும் இதுவே பெயர்களாக இருக்கும்.

புரிகின்றது மாமன் அவர்களே. என்றாள் நிருதி.

சரி புறப்படலாமா? என்றார் அன்னவராயன். கோயிலின் வெளியே இருந்த குடிமக்கள் தங்களின் வாழ்த்துக்களை தெரிவித்துக் கொண்டனர் அவர்களின் அரசனுக்கு. கோட்டை வாயிலுக்குச் சென்றதும். இளவேனிலும், பெரிய நாயகியும் புதுமண தம்பதியருக்கு ஆரத்தி எடுத்து உள்ளே அழைத்துக் கொண்டனர். கருணாவை வரவேற்கும் விதமாக

அரண்மனை அலங்கரிக்கப்பட்டு இருந்தது. பூக்களாலும், தோரணங்களாலும், வண்டையர்களின் பூசை அறை. அறை என்பதை விட பத்தி எனக் கூறினால் பொருத்தமாக இருக்கும். அப்படி ஒரு தேவகடாட்சம். அந்த அறையில் பிரதிபலித்தது. இரும்பு, முத்து, மண், இதைத் தவிர மற்ற அனைத்து மணிகளாலும், உலோகத்தாலும் வடிவமைக்கப்பட்ட சிறிதும். பெரிதுமாய் சிவ லிங்கங்கள் அந்த அறையில் அவற்றின் நடுநாயகமாய் பொன்னாற் மேனியனை பொன்னாலே வடித்த சிலை. அம்பிகையை உருவகப்படுத்திய சிலை ஒன்றும், இவை தவிர அந்த அவை முழுவதும் சரவிளக்கு, பாவை விளக்கு, நந்தா விளக்கு, அகல் விளக்கு, குத்து விளக்கு என அனைத்தும் ஏற்றப்பட்டு இருந்தன. அவர்களுக்குத் திருமணம் ஆன அந்த நான்கு நாட்களில் அப்பொழுது தான் முதல் முறையாக தனது மருமகளிடம் பேசலானாள் உத்தமவல்லி. அங்கிருந்த விளக்குகளில் ஒன்றைச் சுட்டிக்காட்டி அதனை ஏற்றும்படி கூறினாள். அந்தக் காலத்திலுமே கணவனைப் பெற்ற தாய் என்றாலே, காரணம் இல்லாமல் அவர்கள் மேல் பயம் கொள்வது என்பது காலம் காலமாக கடைபிடிக்கப்படும் வழக்கத்திற்கு உற்படா பழக்கம் மருமகள்களிடம். அதற்கு நிருதியும் விதிவிலக்கு அல்ல. உத்தம வல்லியின் எதார்த்த வார்த்தைகள். அவளின் மீது நிருதி கொண்டது பயமோ, பக்தியோ அவளின் உள்ளிருந்து வியர்வை பூக்களாய் வெளிவந்த நிருதியின் உடலெங்கும் இதனை ஒப்புக் கொண்டே ஆக வேண்டும் நமது மருமகள் அவ்வளவு அழகு இல்லையா பெரிய நாயகி என்று கூறினாள் உத்தமவல்லி.

ஆம் அக்கையாரே இந்த விளக்கின் ஒலியில் மேலும் அழகாகத் தெரிகின்றாள். சரி இது அனைவருக்கும் தெரிந்ததுதானே. இதைப் பற்றி பிறகு பேசிக்கொள்ளலாம் அனைவரும் வெளியே வாருங்கள். அவர்கள் இருவரும் அந்த ஈசனை வணங்கி விட்டு வரட்டும் என்றார் அன்னவராயர் அதுவும் சரிதான் என்று அங்கிருந்த அனைவரும் வெளியேற. கருணாவும் நிருதியும் மட்டும் அந்த அறையினுள். தனது கரங்களை கூப்பி நனது குலதெய்வம், நனது கணவர், நனது

குடும்பத்தார், நன்குடிகள், நனது நகரம் என்று இனி யான் இங்கிருக்க வரம் அளியுங்கள் பரம்பொருளே என்று வணங்கி அங்கிருந்த நீறும், குங்குமமும் தனது நெற்றியில் இட்டுக் கொண்டாள் நிருதி.

அறையில் இருந்து வெளியே வர இளவேனில் உனது தமையனையும் அண்ணியாரையும் அழைத்து வா உணவருந்த எனக்கூறினாள் பெரியநாயகி.

போசன அறைக்குச் செல்லும் தருவாயில் அங்கு வந்தனர் மாதவனும் மூர்த்தியும், அவர்களை வரவேற்றனர் வண்டை குடும்பத்தார்.

என்ன வாயிற்று? ஏன் இவ்வளவு நேரம் உங்கள் இருவருக்கும் இங்கு வர என்றான் வாணகோ வரையன்.

அது ஒன்றுமில்லை வானகோ வரைய. நேற்றைய தினம் உனது மாளிகை விருந்தில் கலந்து கொண்டோம் அல்லவா. அப்போது ஒரு சிறுபணி உனது தந்தையார் அளித்தார் இன்று முடிக்கும் படி. அதனால் ஏற்பட்ட தாமதமே என்றான் மூர்த்தி.

இரவு வேளையில் நண்பர்கள் நீண்ட நாட்களுக்கு பிறகு நால்வரும் ஒரே இடத்தில் என்பதால் உரையாடி மகிழ்ந்தனர்.

உனது அண்ணியாருக்கு பிரயாண களைப்பு இருக்கும் அவர்களை அழைத்துச் சென்று அவர்களுக்கான அறைக்குள் ஒய்வு எடுக்கச் சொல் என்றாள் உத்தமவல்லி.

அப்படியே தாயே என்று. நிருதிக் கென்று ஒதுக்கப்பட்ட அறைக்கு அழைத்துச் சென்றாள்.

அங்கே சென்று இதுவே தங்களுக்கான அறை. தாங்கள் ஓய்வெடுத்துக் கொள்ளுங்கள் அண்ணியாரே. காலையில் பார்ப்போம் என்று அங்கிருந்து நகர்ந்தாள்.

ஒரு கணம் இளவேனில் என்றாள் நிருதி.

கூறுங்கள் அண்ணியாரே.

தங்களுக்கு தற்போது ஏதேனும் பணிகள் உண்டோ.

இந்த இரவு வேலையில் எமக்கென்ன பணி இருக்கப் போகின்றது அண்ணியாரே.

அப்படியானால் எம்முடன் சற்று நேரம் இருக்கக் கூடுமா.

தாராளமாக தங்களுக்கு இடையூறாக இருக்கும் என்றே இங்கிருந்து செல்ல எண்ணினேன்.

இடையூறா அதெல்லாம் ஒன்றுமில்லை என்றகூறி. அவளின் கரங்களை பிடித்து இருக்கையில் அமர்த்தினாள்.

இளவேனில் எதுவாவது பேசலாமே.

எதைப் பற்றி அண்ணியாரே.

எம்மைத் தாங்கள் ஏற்றுக் கொண்டதற்கு இத்துணை முறைகள் அண்ணி என்றழைத்ததற்கு அமைதியானாள் இளவேனில்.

மலரே அவரின் மனைவியாகப் போகின்றாள் என்பது இங்குள்ளவர்களின் மனதில் ஆழப்பதிந்திருக்கும். அப்படி இருக்க, இடையே யான் அவருக்கு மனைவியானதில் அவர் உட்பட பெருத்த ஏமாற்றமும் கவலையும். உங்கள் அனைவருக்கும் இருக்கும். என்பதை யான் நன்குணர்கின்றேன். இருந்தும் கூட எம்மீது வெறுப்பு உமிழாமல் இன்முகத்துடனே. எம்மிடம் உறவு பாராட்டும் தங்களின் பெரும்போக்கான உள்ளத்தை என்னவென்று கூறுவேன். மிக்க நன்றி இளவேனில்

ஐய்யோ என்ன இது அண்ணியாரே. நன்றி எல்லாம் கூறிக்கொண்டு. தாங்கள் கூறுவது உண்மை தான். வருத்தம் ஒன்று இருக்க தான் செய்தது இங்கே இருக்கும் கோயிலுக்குச் செல்லும் வரையிலும். பிறகு தான் அறிந்து கொண்டேன். இன்னாருக்கு இன்னாரே வாழ்க்கை துணையாக வேண்டும் என்பது. அந்த ஈசனின் சித்தம் என்று. இருந்தும் தங்களிடம் உடனடியாக எம்மால் ஒட்டி உறவாட இயலவில்லை. ஆனால் இது தற்போதைய சூழ்நிலை மட்டுமே. கூடிய விரைவில் ஒரு இலகுவான சூழ்நிலை ஏற்படலாம். நம்பிக்கை கொள்ளுங்கள்.

இருவரும் உரையாடிக் கொண்டிருக்க சேடி பெண் ஒருத்தி அவர்கள் அறைக்கு வந்து. இளவேனிலின் பிள்ளை அழுவதாக கூறி அவளை அழைத்துச் சென்றாள்.

சரி அண்ணியாரே ஓய்வெடுத்துக் கொள்ளுங்கள் காலை பார்ப்போம் என்று அங்கிருந்து சென்றாள் இளவேனில்.

புதிய இடம் என்பதாலா, அல்லது களைப்பா தனது குடும்பத்தார் தோழிகளின் நினைவா? எதுவென்று தெரியவில்லை. வெகு நேரம் உறங்காமல் விழித்திருந்தாள் நிருதி.

நண்பர்கள் உரையாடிக் கொண்டிருக்க கண்ணயர்ந்தான் கருணா. பூசை அறையில் அவளும் யானும். அவன் கண்முன்னே அந்த காட்சி வந்து சென்றது. திடுக்கிட்டு கண்விழித்தான்.

என்னவாயிற்று கருணா உறக்கம் வரவில்லையா என்ன? என்றான் மூர்த்தி அப்படி எல்லாம் ஒன்றுமில்லை மூர்த்தி.

இல்லை, இல்லை கடந்த பத்து நாட்களாகவே உனக்குப் போதிய ஓய்வும் இல்லை உறக்கமும் இல்லை. நீ செல் கருணா காலையில் பேசிக் கொள்ளலாம் என்றான் மாதவன்.

ஆமாம் மாதவன் கூறுவதும் சரிதான் நீ சென்று ஓய்வெடுத்துக் கொள் என்றான் ராயன்.

அதற்கு மேல் மறுக்காமல் அங்கிருந்து சென்றான் கருணா. தனது அறைக்குச் சென்றவன் படுக்கையில் தலை சாய்ந்தபடி. நிருதி எந்த அறையில் இருக்கின்றாள் என்று தெரியவில்லையே. இவ்விடம் என்பது வேறு அவளுக்குப் புதிது அவளுடன் யார் துணைக்கு இருக்கின்றார்கள் என்று தெரியவில்லை. அதற்கு மேல் யாரை பற்றியும் அவனால் நினைக்க இயலவில்லை. அந்த அளவிற்கு உறக்கம் அவனை தழுவியது.

அன்று காலை வண்டை நகர் அமைச்சர்கள், முக்கியஸ்தர்களுக்கு அழைப்பு விடப்பட்டு இருந்தது. சபை கூடுதல் பொருட்டு. காவலன் அனுமதிக்க அன்னவராயர் அறைக்கு வந்த வைத்திய நாதன் வண்டை கருவூல அதிகாரி. வணங்குகின்றேன் தேவரே.

வாருங்கள் வணக்கம் அமைச்சரே. என்ன இத்தனை காலைப் பொழுதில் என்றார்.

தங்களின் உத்தரவுப்படி. நமது பழைய மாளிகையில் இளவரசியார் அவர்களுக்கு வழங்கப்பட்ட பொருட்கள் அனைத்தையும் சரிபார்த்து வைத்தாகி விட்டது. அரசே

செப்பு பட்டையைதப் துவங்கி பாத்திரம் வரை அனைத்தின் விவரங்களும் இந்த ஓலைகளில் உள்ளன. பிரபு. ஆபரண பெட்டகங்களை மட்டும் இங்குள்ள மாளிகை அறையில் வைக்கும்படி அரசியார் அவர்கள் உத்தரவிட்டார். அவற்றையும் அங்கே வைத்தாகி விட்டது. அசையும் சொத்துக்கள் ஆன களிறு பரிகள், பசுக்கள், காளைகள். முறையே யானைக் கூடம், மாட்டுத் தொழுவம், குதிரைக் கொட்டியில் அடைத்தாகி விட்டது. இரண்டு மான்களும் ஒரு மானின் கன்றும் நந்தவனத்திலும் விடப்பட்டுள்ளன என்று கூறிய வைத்தியநாதன். அந்த பழைய மாளிகையின் சாவியைக் கொடுத்துச் சென்றார்.

சபை கூடியதும் தனது மகனையும் மருமகளையும் அங்கு வரவழைத்து அங்கிருந்த அனைவருக்கும் அறிமுகம் செய்து வைத்தார் அன்னவராயன். நிருதியின் துணைப் பெயரைக் கூறி. தனது இல்லத் திருமணத்திலே கலந்து கொண்டவர்களுக்கும் கலந்து கொள்ளும் விருப்பம் இருந்தும் வர இயலாதவர் களுக்கும் தனது நன்றியைத் தெரிவித்துக் கொண்டார் அன்னவராயர். அங்கு வந்த அனைவருக்குமே கண்ணாலப் பரிசு தரப்பட்டது. வந்தவர்கள் உடனேயே தாங்களும் புறப்பட்டுவதாக கூறினார். மூர்த்தியும், மாதவனும், தொண்டையில் இருந்து தாங்கள் இங்கு வந்து வெகு நாட்கள் ஆனதை நினைவு கூர்ந்தனர் வாணகோ வரையன். அன்று நிகழயிருக்கும் சடங்கின். காரணமாக இன்று இருந்து நாளை தஞ்சை செல்வதாக தெரிவித்தான். நண்பர்களின் பிரிவானது சற்றே வருத்தத்தை அறித்தது. கருணாவிற்கும் ராயனுக்கும்.

-41-

கருணாகரனின் பட்டத்து அரசி

வண்டையர்களின் அரண்மனையில் நடுநாயகமான முற்றத்தில் ஆண், பெண் என பிரித்துப் போடப்பட்ட பிரத்தியேக இருக்கையில் அமர்ந்தனர். அன்னவராயனின் குடும்ப உறுப்பினர்கள் திருவரங்க அன்னவராயன், அவன் மனைவி உத்தமவல்லி. கருணாகரன், இளவேனில் அவளின் கணவன் மற்றும் மகள் வாணகோ வரையன், இரண்டாம் உத்தமவல்லி, அன்னவராயனின் தம்பி. ஆவுடையான் அவனது மனைவி மற்றும் மகள் பெரியநாயகி. இரண்டாம் திருவரங்கன். இவர்களுடனேயே கருவூல அதிகாரி வைத்தியநாதன் உடன் இருந்தார். தனது மகளை அழைத்து நிருதியை அழைத்து வரும்படி கூறினார் அன்னவராயர். அங்கே வந்த நிருதி அங்கிருந்த அனைவரையும் வணங்கி நின்றாள். அவளுக்கான இருக்கையில் அமரும்படி கூறினார் அன்னவராயர்.

மகளே நிருதி இன்று காலை சபை கூட்டப்பட்டது. நமது நகரவாசிகளுக்கும் நமது அமைச்சர் பெருமக்களுக்கும் உன்னை அறிமுகம் செய்து வைப்பதற்காக தற்போது நமது குடும்ப உறுப்பினர்கள் இங்கே கூடி இருப்பது. நமது பாரம்பரியத்தையும், பழக்கவழக்கங்களையும் நீ அறிந்து கொள்ள வேண்டும் என்பதற்காக.

இந்த காரியத்தை சபை நடவடிக்கைகளுடனேயே தொடர்ந்து இருக்கலாம். அது ஒரு நாட்டின் அரசியாக. உனது கடமைகள் என்னென்ன, கடைபிடிக்க வேண்டிய விதிமுறைகள் என்னென்ன? ஒரு அரசனின் மனைவியானவல்

அவனுக்கு எந்தெந்த வகையில் பக்கபலமாக இருக்க வேண்டும் என்பன போன்ற அறன் வலியுறுத்தல்களை மக்களின் முன்னிலையில் சபையிலே உனக்கு அறிவுறுத்தி இருக்கலாம். ஆயினும், அது தேவையற்றதே எம்வரையில் ஒரு நாட்டின் அரசியானால் இப்படி தான் இருக்க வேண்டும் என்று நாம் நிர்ப்பந்திப்பதை விட, ஒரு நாட்டின் அரசியானவள் எப்படி இருக்க வேண்டும் என்று அப்பெண்ணிடமே கேட்க வேண்டும். அதுவே ஆரோக்கியமான அரச வாழ்க்கைக்கும் குடும்ப வாழ்வுக்கும் சிறப்பளிக்கும் என்பது நன் கருத்து. இதில் உனது அபிப்பிராயத்தைக் கூறு மகளே. என்றான் அன்னவராயன்.

அமோதிக்கின்றேன் மாமன் அவர்களே என்றாள் நிருதி.

நல்லது அம்மா. முதலில் நமது குலதெய்வம் துவங்கி குடும்ப உறுப்பினர் வரை. நம் கருவூல அதிகாரியான வைத்தியநாதன் விளக்கிக் கூறுவார். என்றான் அன்னவராயன்.

வணங்குகின்றேன் அமைச்சர் அவர்களே என்றாள் நிருதி.

வணக்கம் இளவரசியாரே என்ற வைத்தியநாதன். சிவ கோத்திரம், சந்திரகுலத்தினர் வண்டை அரசர்கள். பல திருநாமங்களை உடைய பிறை சூடனே இவர்களின் குலதெய்வம். இருப்பினும் பல நூறு ஆண்டுகளுக்கு முன். அயோத்திய அரசன் ஸ்ரீ ராமபிரான் சரிதத்தைக் கேட்ட இவர்களின் முன்னோர்கள். அவர் கொள்கைகள் பால் ஈர்க்கப்பட்டு. தாங்களும் அந்த அயோத்திய அரசன் போல வாழ விரும்புவ தாகவும், தங்களுக்கு பின் வரும் தங்களின் சந்ததிகளும். அப்படியே வாழ்வார்கள் என்றும் சங்கல்பம் செய்து கொண்டனர். இந்த வாழ்வியலே சோணாட்டு அரச வம்சத்தினர்களுள் இவர்களைத் தனித்துக் காட்டுகின்றது என்று வைத்தியநாதன் கூறியதுமே.

ஏதோ தலையில் இடிவிழுந்ததை போல் ஓர் உணர்வு நிருதிக்கு தனது குலப்பெருமையை காக்கவும், தன் குலம் தழைக்கவுமே. ஒரு பெண்ணை மணக்க நினைக்கின்றான் ஒரு

ஆண். அப்படி இருக்க அவரை மணந்து கொண்ட அன்றே. அவர் குலப்பெருமையைத் குலைக்க யானே காரணமாகிவிட்டன். இறைவா இது என்ன சோதனை. எந்தப் பிறவியில் கொண்டு இந்தப் பாவத்தை தொலைப்பது. இப்படி எதை எதையோ எண்ணி தவித்தாள் நிருதி. கண்கள் இருள்சூழ்ந்து, செவிகள் செயலிழப்பது போன்றதொரு நிலை அவளுக்கு.

மகளே நிருதி இதுவரையிலும் அமைச்சர் அவர்கள் தெரிவித்தவற்றை நன்கறிந்து கொண்டாயா. நம் குடும்ப உறுப்பினர், குறித்தும் அரசு அதிகாரிகள் குறித்தும் என்றார் அன்னவராயர். அப்பொழுதான் நிதானத்திற்கு வந்த நிருதி. அவர் கூறிய எது ஒன்றும் அவள் செவிகளில் விழவில்லை என்று எப்படி உரைப்பாள்? அறிந்து கொண்டதாக தலை அசைத்தாள்.

நல்லது மகளே. அடுத்து நமது பாரம்பரியத்தில் நீ அறிந்து கொள்ள வேண்டிய முக்கியமான ஒன்று. என்று அன்னவராயன் கூறியதுமே. நிருதியின் எண்ண ஓட்டத்தில் அவர்களின் மூதாதையரின் கொள்கைகளை கேட்டதற்கே. கண்களும், செவிகளும் செயல் இழந்தன சில நாழிகைகள். இது முக்கியமானது என்றாரே மாமன். இதனால் இதயமும் நின்று விட கூடுமோ என்று எண்ணிக் கொண்டான்.

அன்னவராயர் தொடர்ந்தார் வண்டையர்கள் என்றாலே. ஆன்மீகம், அரசியல், கல்வி, கொடை, ஓங்கி ஒழுகும் ஒழுக்கநிலை இப்படி பலதரப்பட்ட அடையாளங்களால் நம் நாட்டு குடிகள் நம் குலத்தை மேற்கோளிட்டு காட்டினாலும் இவற்றுள் எல்லாம் முதன்மையாக நம் குலத்தை மேற்கோள் இட்டு காட்டும் ஒன்று "தானம்" திருநறையூர் எங்கும் ஆலயங்களை விடவும் அதிகமாக நம்மவர்களால் கட்டப்பட்ட அன்ன சத்திரங்கள். அரசன் முதல் ஆண்டி வரை உணவு என்பது அனைவருக்கும் சமம் அது இங்கிருக்கும் எல்லோருக்கும் கிடைக்க வேண்டும் என்பதே. நமது குலத்தின் முதல் கொள்கை. இதன் பொருட்டே அன்னதானம் என்ற ஒன்று இந் நகரத்தில் அனுதினமும் நடைபெறுகின்றது. இது சத்திரத்தில் மட்டும் அல்ல. சமயத்தில் நமது அரண்மனையில்

இருந்தும் சமைத்து எடுத்து செல்லப்படும். பன்னிரண்டு திங்கள்களில் வரும் முக்கிய தினங்களில்.

ஒருவாறாக தன்னை ஆசுவாசப்படுத்திக் கொண்டால் நிருதி ராயர் கூறியதைக் கேட்டதும்.

அவை எந்தெந்த தினங்கள் மாமன் அவர்களே, என்றாள் நிருதி.

ஆர்வத்துடனே எது ஒன்றிலுமே தெளிந்த விளக்கம் வேண்டும் நனதருமை தங்கைக்கு என்றான் வாணகோ வரையன்.

தந்தையே இதற்கான விளக்கத்தை அண்ணியாருக்கு யான் கூறட்டுமா? என்றாள் இளவேனில்.

தடையேது நனதருமை மகளுக்கு என்றாள் அன்னவராயன்.

அண்ணியாரே கேட்டுக் கொள்ளுங்கள் ஆண்டில் வரும் அந்த முக்கிய தினங்கள் என்னென்வென்று என்றாள் இளவேனில்.

நிருதி தலை அசைக்க, கூறத்துவங்கினாள். சித்திரை முதல் நாள். அங்கயர்கன்னி (மீனாட்சி) சுந்தரேசர் திருகண்ணாலம், அழகர் சேவை, சித்திரை பௌர்ணமி, வைகாசி விசாகம், ஆனி உத்திர தரிசனம் (ஆருத்ரா தரிசனம்) அதன் பின் நனது தமையன் பிறந்த திங்களா ஆன ஆடியில் ஆடிப்பெருக்கும், ஆடிப்பூரட்டாதியும், அவர்கள் பொருட்டு அளிக்கப்படும் தானங்கள். ஆகும் இதன் பின் முறையே திருவாடிப்பூரம், கருட பஞ்சமி, ஆடித்தபசு, ஆவணி அவிட்டம், ஆவணி சதுர்த்தி, மகா பரணி, புரட்டாசி அம்மாவாசை, ஐப்பசி அமாவாசை (தீபாவளி), ஐப்பசி சஷ்டி, கார்த்திகை பஞ்சாத்ர தீபம், தைப்பூசம், தை அமாவாசை, மாசி மகம், மகா சிவராத்திரி, பங்குனி உத்திரம். நீண்ட நெடுமூச்சை விட்ட இளவேனில் சரிதானே தந்தையே என்றாள்.

அதற்கு அன்னவராயர் பதில் அளிக்கும் முன்னமே. அற்புதம் தங்களின் இந்தக் கோவையான விளக்கம் எம்மை வெகுவாக கவர்ந்தது. இளவேனில் என்றாள் நிருதி.

அங்கிருந்த பெரியவர்கள் அனைவரும் நிருதியை நோக்கினர்.

பிழை பொருத்தருளுங்கள் மாமன் அவர்களே. பெரியவர்கள் இருக்க யான் இவ்வாறு பேசலாகாது. மன்னித்து விடுங்கள் என்றாள் நிருதி.

நீ என்ன தவறு செய்தாய் மகளே. உன்னை மன்னிக்க நனது குடும்பம், நன் குடும்ப உறுப்பினர் என்று ஒன்றும் பொழுது இது போன்று பேசுவது என்பது வெகு இயல்பே. இது குறித்து எங்கள் அனைவருக்கும் மகிழ்ச்சியே. இல்லையா தம்பி என்றான் அன்னவராயன்.

தாங்கள் கூறுவதும் முற்றிலும் உண்மை தமையா என்றாள் ஆவுடையாள்.

தங்களின் பாராட்டுகளுக்கு மிக்க நன்றி. அண்ணியாரே என்று நிருதியின் அருகில் வந்து அமர்ந்தாள் இளவேனில்.

அங்கிருந்து எழுந்தாள் உத்தமவல்லி. சுவாமி எமக்கு அகத்தே சற்று வேலைகள் உள்ளன தாங்கள் உரையாடிக் கொண்டிருங்கள் யான் இதோ வந்து விடுகின்றேன் என்றாள்.

ஆகட்டும் தேவி.

அக்கையாரே யானும் உடன் வரட்டுமா?

வேண்டாம் பெரிய நாயகி நீ இங்கேயே இரு யான் வந்து விடுகின்றேன் என்று அங்கிருந்து நகர்ந்தால் உத்தமவல்லி.

சரி பெண்களுக்கு அதிக பணிகள் இருக்கும். அதை நாம் குலைக்க வேண்டாம். மகளே நிருதி உன்னிடம் இரண்டே இரண்டு கேள்விகள் தாம் அவற்றுகான விடைகளை மட்டும் கூறினால் போதும்

கேளுங்கள் மாமன் அவர்களே.

ஒரு தேசத்தின் அரசன் என்பவன் எப்படி இருக்க வேண்டும்.

அறத்தை அறிந்தவனாய், அறிவு நிறைந்தவனாய், எக்காலத்திலும் செயல் செய்யும் திறன் அறிந்தவனாய், அவன் தேச குடிகளுக்கு நல்லதொரு அரணாய் இருத்தல் வேண்டும் மாமன் அவர்களே.

உனது இந்த பதிலானது எம்மை வெகுவாகக் கவர்ந்தது அம்மா.

அங்கிருந்து அனைவருமே அன்னவராயன் கூறியதை ஆமோதித்து நிருதியை பாராட்ட கருணாகரன் மட்டும் அமைதி காத்தான்.

இல்வாழ்க்கையில் மனையாளின் பங்களிப்பானது எத்தகையது மகளே.

இல்வாழ்க்கைக்கு ஏற்ற நற்பண்பு மனைவியிடம் இல்லையானால். ஒருவனுடைய வாழ்க்கை வேறு எவ்வளவு சிறப்புடையதானாலும், அதனால் அவன் அடையும் பயன் என்பது ஏதும் இருக்காது மாமன் அவர்களே, என்று நிருதி கூறிய சில கணங்களில் அன்னவராயர். தனது இருக்கையில் இருந்து எழுந்து சென்றார்.

தமையா என்ன வானது? நமது மருமகளின் விளக்கம் என்பது நன்றாகத் தானே இருந்தது. ஏன் ஒன்றும் கூறாமல் செல்கின்றீர்கள் என்றாள் ஆவுடையாள்.

ஒன்றுமில்லை தம்பி நாளை சபை நடவடிக்கையின் போது. புதிதாக ஒரு பிரகடனம் அறிவிக்கப் போவது பற்றி நமது அவை அமைச்சர்களை கலந்தாலோசிக்க சென்று கொண்டிருக்கின்றேன். நீயும் அமைச்சர் அவர்களும் கூட என்னுடன் வாருங்கள். என்றார் அன்னவராயன்.

இங்கே கேள்விகளைக் கேட்டு விட்டு அங்கே கலந்தாலோசிக்க போகின்றார். என்னவாயிற்று இவருக்கு என்று அங்கிருந்தவர்கள் ஒருவரை ஒருவர் பார்த்துக் கொண்டனர்.

அமைச்சரும், ஆவுடையானும் அன்னவராயன் பின்னே செல்ல. எது குறித்த ஆலோசனை அம்மான் அவர்களே? என்றான் வாணகோ வரையன்.

நிருதிக்கு இளவரசி என்ற பட்டத்தை தவிர்த்து விட்டு. நாளை முதலே கருணாகரனின் பட்டத்து அரசி என்று பெயர் வழங்கப்படும். இதன் பொருட்டு நாளை முதல் அழகிய மணவாளினி அரசியார் என்றே அனைவராலும் அழைக்கப்படுவார் என்று கூறி தனது மகிழ்ச்சியை வெளிப்படுத்தினார் அன்னவராயர்.

அப்படியானால் யானும் தங்களுடன் வருகின்றேன் அம்மான் அவர்களே. கருணா நீயும் வா என்று அவனையும் அழைத்துச் சென்றான் வாணகோ வரையன்.

பெண்டுகள் மூவர் அங்கிருந்தனர்.

இளவேனில் நிருதியை அழைத்துச் சென்று அரண்மனையை சுற்றிக் காட்டு. அம்மா, அவள் வாழப்போகும் இடம் எப்படி இருக்கிறது என்பதை அவள் அறிந்து கொள்ளட்டும். நேற்றைய தினம் இரவு வேளையில் இங்கு வந்ததனால் சரிவர தெரிந்திருக்காது மாளிகையின் தோற்றம் என்றாள் பெரியநாயகி.

ஆகட்டும் சிற்றன்னையே. என்றவள் அங்கிருந்து அழைத்துச் சென்றாள்.

சில ஆண்டுகளுக்கு முன்பே கட்டப்பட்ட மாளிகை போலே தோற்றம் அளித்தது. சோழர்களின் அரண்மனை ஆனது. ராஜேந்திர சோழரால் கட்டப்பட்டது. அதன் அமைப்பை கொண்டே உணர முடியும். அதன் பழமையை அதை அவனுக்கு பின்னே வந்தவர்கள் அவ்வப்போதுப் புதுப்பித்து அதை பராமரித்து வந்தனர். பரப்பளவிலும் பயன்பாட்டிலும் சோழர்களின் அரண்மனையே பெரியது என்றாலும் புது விதக் கட்டுமானத்தில் மிக நேர்த்தியான வடிவமைக்கப்பட்ட இருந்தது வண்டையர்களின் அரண்மனை. மூன்று அடுக்குகளை கொண்ட அந்த அரண்மனை. கூரை விதவிதமான கலை பொருள்கள்களை கொண்டு அலங்கரிக்கப்பட்டு இருந்தது. சோழ மண்டல அரண்மனைகளின் கூறையை அலங்கரிக்கும் பிரசித்தி பெற்ற ரசமணிகள். பல்வேறு வடிவங்களிலும் பல வண்ணங்களிலும் வண்டையர் அரண்மனையை அழகுறக் காட்டியது. அரண்மனை சுவர்களில் எங்கு பார்த்தாலும், விதவிதமாய் சிறிதும் பெரிதுமாய் ஓவியங்கள், பல நூறு கலை பொருட்கள், வால்கள், கேடையங்கள், ஈட்டி, வில் அம்பு, இவைகள் தவிர பஞ்ச லோகத்தால் ஆன வாரணம் (யானை), அரிமா (சிங்கம்), வேங்கை, யாளிகள் கலைமான்கள், காளை, ரிஷம் (மாடு) சந்திர தேவர், நடராசர், ஐங்கரன் போன்ற

வளைவுகளில் சிலைகள். ஆங்காங்கே அரண்மனை வளாக வளைவுகளும் ஒருங்கினையும் கூடத்தில் மனிதர்கள் தாம் சிலையாய்ப் போனார்களா அல்லது சிலைக்குள்ளே உயிர் உள்ளதா என பார்ப்பவர்கள் குழம்பும் வண்ணம் இருந்தது. அந்த மூன்று சிலைகளின் வடிவமைப்பானது. ஆம் முழுக்க முழுக்க செம்பினாலே ஆன ராமன், லக்குவணன், சீதையின் சிலைகள். தனசு ஏந்தி நின்ற கோலத்தில் அனைத்தையும் கண்டு வந்த நிருதிக்கு இந்தச் சிலைகளை, அவ்வளவு எளிதாக கடக்க முடியவில்லை. அங்கேயே நின்று போனாள நிருதி.

என்ன வாயிற்று அண்ணியாரே. ஏன் இங்கேயே நின்று விட்டீர்கள்.

ஒன்றுமில்லை இளவேனில் அவர்களே. இத்துணை வடிவான செப்பு சிலைகளை இது நாள் வரையில் யான் கண்டதே இல்லை. பஞ்சலோக சிலைகளையே அதிகம் பார்த்து பழகி போய்விட்டது. இது முற்றிலும் புதிய அனுபவம்.

எமக்கு இதெல்லாம் பார்த்து பழகிவிட்டது அண்ணியாரே. அதனால் இவற்றைக் கடந்து செல்லும் பழக்கமும் தானாக வந்துவிட்டது.

தாங்கள் கூறுவதும் உண்மை தான் இளவேனில்.

சரி இதற்கு மேல் நடந்தோமேயானால் கலைப்பு உங்களை ஆட்கொள்ள கூடும். ஓரிடத்தில் இருந்தபடியே கோட்டையின் மதில்களுக்குள் இருக்கும் கட்டுமான இடங்களை காட்டி விடுகிறேன் வாருங்கள் அண்ணியாரே என்று சிலைகளுக்கு பின்னால் கோபுரம் போன்று அமைப்புடைய ஒரு கட்டிடத்தின் உள்ளே செல்ல அதன் உச்சிக்கு செல்வதற்கு படிக்கட்டுகள் இருந்தன. அதிலே வெகு நேரமாக ஏறிச் செல்வது போன்று இருந்தது நிருதிக்கு. ஒருவழியாக அந்த கோபுரத்தின் உச்சிக்கு வந்தனர் இருவரும். குடை போன்ற அமைப்பின் நடுவே. இருவரும் நிற்க. அப்பொழுது அங்கே கண்ட காட்சியை நிருதியால் நம்பவே முடியவில்லை.

இயல் 67

கோட்டையின் சுற்று சுவர் முழுவதையும் மிக தெளிவாக காணமுடிந்தது. இது இந்த இடம் என்று காரணப் பெயரை இளவேனில் கூற தேவையே இல்லை. கோட்டையினுள்ளே இருந்த அணைத்து இடங்களுமே நிருதியின் கண்களுக்கு விருந்து படைத்தன ஆலயம் வண்டையர்களில் பழைய அரண்மனை, மணிமண்டபம், நந்தவனம், யானைக் கூடம், குதிரைக் கொட்டில், மாட்டுத் தொழுவம், பசு நிரை, வைக்கோற் போர் காவலர் குடியிருப்பு காவலர் குடியிருப்பைச் சற்றே தள்ளி ஒரு கட்டிடமும், புதிய அரண்மனையை ஒட்டியவெரு ஒரு சிறிய அளவில் ஆன கட்டிடம் ஒன்றும்.. அவற்றை சுட்டிக் காட்டி, அவற்றைக் குறித்துக் கேட்டாள் நிருதி.

குடியிருப்பின் அருகே இருப்பது ஆயுதக் கிடங்கு அண்ணியாரே. மற்றும் அது தூய்மை மாளிகை. (அ) புனித மாளிகை.

ஓ... அப்படியா என்று தலை அசைத்தாள் நிருதி.

சரி போகலாமா என்றாள் இளவேனில்.

ஆகட்டும் என்று அங்கிருந்து இருவரும் கீழிறங்கி வர அவர்களின் எதிரே உத்தமவல்லி.

இளவேனில் அனைத்தையும் உனது அண்ணியாருக்கு காண்பித்து விட்டாயா.

ஆம் தாயே.

இல்லையே மிக முக்கியமான ஒன்றை இன்னும் நீ அவளுக்கு காட்டவில்லை.

எதை என்று இளவேனில் யோசிக்க.

சமையல் அறையை யான் இன்னும் காணவில்லை அத்தையாரே.

ஆமாம் நானும் தான் மறந்துவிட்டேன் என்றாள் இளவேனில்.

சமையல் அறையை யானே உனக்குக் காட்டுகின்றேன். போகலாமா மருமகளே என்றாள் உத்தமவல்லி.

ஆகட்டும் அத்தை அவர்களே.

வண்டையர்களின் சமையல் அறை. இல்லை! வளாகத்தில் நுழைந்தனர் மூவரும். ஆணும் பெண்ணுமாக ஐம்பது பேர் அங்கே பணி செய்து கொண்டிருக்க. அனைவரும் வெளியேறுங்கள் என்றாள் உத்தமவல்லி.

உத்தரவு அம்மா என்று அனைவரும் அங்கிருந்து சென்றனர். "உத்தமவல்லி"

வாணர்களின் குலக்கொடி, மலருக்கும் இவர்களுக்கும் தான் எத்துனை வேறுபாடுகள். தானம் கொடுத்தே தனது பெயரின் பாதியில் அன்னத்தைச் சேர்த்துக் கொண்ட ராயரின் மனையாள், சோணாடு இனி ஒருநாளும் பார்த்தறியா சுத்த வீரனைப் பெற்ற புண்ணியவதி. சோணாட்டுச் சிற்றரசர்களிலே. தங்களுக்கென்று தனியிடம் பிடித்துக் கொண்டவர்களைக் கணவனாகவும், மகனாகவும் கிடைக்கப்பெற்றாள்.

கண்களிலே ஒளியும், முகத்திலே பொலிவும், தேகத்திலே கம்பீரமும் தானாக வந்துவிடும் போலும். பார்த்துக் கொண்டே இருக்கத் தூண்டும் முகம் என்றாலும், உத்தம

வல்லியின் கண்கள் ஏனோ நிருதியை பயம் கொள்ளச் செய்தது.

"நிருதி, உடல் ஆனது இங்கு இருக்கின்றது. உனது எண்ணம் எங்கு சென்றது?" என்றாள் உத்தம வல்லி.

"மன்னியுங்கள் அத்தை அவர்களே! நனது கவனக்குறையைப் பிழைபொருத்தருங்கள்."

"சரி ஆகட்டும் உனக்கு சமையல் தெரியும் தானே?"

"ஆம்" என்று தலை அசைத்தாள்.

இவர்களின் உரையாடலின் போது அங்கே வந்தாள் பெரிய நாயகி.

"யான் கூறப்போவதை கவனமாகக் கேட்க வேண்டும் புரிந்ததா?" என்றாள் உத்தமவல்லி.

அதற்கும் தலையசைத்தாள் நிருதி.

"நீ சோழரின் மகளாக இருக்கலாம். ஆனால் அது ஐந்து தினங்களுக்கு முன்; தற்போது வண்டையரின் மருமகள் நீ. இனி இதுவே உனது மாளிகை. இங்கிருப்பதே உனது குலதெய்வம், இங்கிருப்பவர்களே உனது குடும்பத்தார். நமது குடும்ப பாரம்பரியப் பழக்கவழக்கங்களுக்கு, உனை நீ மாற்றிக் கொள்ள வேண்டும். புரிந்ததா?"

"புரிந்தது" என்று தலையசைத்தாள் நிருதி.

"நம் வீட்டு ஆடவர்களுக்குப் பிடித்த உணவுகளை அறிந்து வைத்திருக்க வேண்டும். அது குறித்த அட்டவணையை நாள்தோறும் சமையல் அறைக்கு வந்து சமைப்பவர்களிடம் தெரிவிக்கவேண்டும். நமது வீட்டுவேலைகளை நாமே தான் செய்யவேண்டும். இதில் சாமான்யன், மனைவி, சக்கரவர்த்தி களின் மனைவி என்ற பேதம் இல்லை, இருக்கவும் கூடாது. அதுவே ஆரோக்கியமான இல்லறத்திற்கும் வழிவகுக்கும் என்பது நனது கருத்து. ஆகையினால் அவ்வப்போது சமையல் அறைப்பணிகளை நீயும் பகிர்ந்து கொள்ளவேண்டும். புரிந்ததா?"

அதற்கும் தலை அசைத்தாள் நிருதி.

"ஏன் வாய்மொழி பேசமாட்டாயோ?"

"இல்லை இல்லை, அத்தை அவர்களே. தாங்கள் கூறிய அனைத்தும் எனக்கும் நன்றாகவே புரிந்தது.

"புரிந்தால் சரி" என்றவள் சமையல் அறை வளாகத்தில் இருக்கும். ஒரு பெரிய வெங்கலப் பானையின் அருகே அழைத்துச் சென்றாள் உத்தமவல்லி.

அந்த பானையின் வாய்விளிம்பிற்குச் சற்றே கீழ் இருந்தது மென் மஞ்சள் நிறத்தால் ஆன பசும் தயிர்.

"நிருதி யான் கூறுவதைக் கவனமாக கேள். இந்தத் தயிரை மத்தை இட்டுக் கடைய வேண்டும். எப்படியென்றால் இதிலே இருக்கும் நீர் தன்மையை பானையின் பின்னுக்குத் தள்ளி அதில் இருக்கும். வெண்ணெயை பானையின் முன்னுக்குத் தள்ளி அதிலே கூடும் நுரையை தரையில் சிந்தாமல், சிதறாமல் பானையின் விளிம்பிலேயே தக்க வைக்கவேண்டும். புரிந்ததா?" என்றாள் உத்தமவல்லி. மத்தை பானையில் இட்டு அதன் கயிறை நிருதியின் கரங்களிலே கொடுத்தாள் - "ஆரம்பி" என்று. உண்மையில் தயிரைக் கடைவதை விடவும் தனது மாமியாரின் அருகாமையே நிருதியை பயம் கொள்ள செய்தது. இருந்தாலும் ஒரு சில நாழிகைகள் கடந்திருக்கும். உத்தம வல்லியின் மேற்கோளின் படியே செய்து முடித்தாள் நிருதி.

"பாராட்டுக்கள் அண்ணியாரே! எமக்கும் தான் தாயார் இதுபோல கட்டளை இடுவார்கள். இருந்தும், ஏதேனும் பிழை அதிலே இருக்கும். ஆனால் தாங்களோ இத்துணை செம்மையாக செய்து முடித்து விட்டீர்களே" என்றாள் இளவேனில்.

"ஆம், உனது இந்தப் பணி பாராட்ட வேண்டியதுதான். இத்துடன் இன்று நீ பணி எதுவும் செய்யவேண்டாம். இன்னும் மூன்று தினங்களில் மகா பரணி நாள். அப்போது இங்கு சமைத்து ஆலயங்களுக்கு அனுப்பி வைக்கப்படும் அன்னதானத்தின் பொருட்டு. அன்றே நன்னாளும் கூட அன்றில் இருந்தே சமையலறைப் பணிகளை நீ துவங்கலாம். தற்போது சென்று ஓய்வெடுத்துக் கொள்" என்ற உத்தமவல்லி, "ஒரு கணம் நில்!" என்றாள். நிருதியின் கரங்களைக் காண சிவந்து போய் இருந்தது கண்டு. உண்மையிலேயே வருத்தம் கொண்டாள் உத்தமவல்லி.

“இந்த வேலைகள் தெரிந்தும் அனுபவம் இல்லை என்பதைத் தெரிவித்து இருக்கலாமே. ஏன் கூறவில்லை?”

“அனுபவத்தின் துவக்கம் என்பது இதுபோன்ற அடையாளங்கள் தானே? இல்லையா அத்தை அவர்களே?” அதன் பொருட்டு தாங்கள் கவலை கொள்ள தேவையில்லை. இது தானாக மறைந்து விடும். என்றதும், சிறு புன்னகையைத் தவழ விட்டாள் உத்தமவல்லி.

“சரி, சென்று ஓய்வெடுத்துக் கொள்!” என்று அங்கிருந்து அனுப்பி வைத்தாள்.

அன்றைய தினம் மாலைப் பொழுதைக் கடந்து கொண்டிருந்தது. இளவேனிலும் இன்னும் சில பணிப் பெண்களும் நிருதியை அந்தப்புரத்தில் இருக்கும் தடாகத்திற்கு அழைத்துச் சென்றனர். அங்கே நீராடி மஞ்சள் நிறத்தினால் ஆன புத்தாடையை உடுத்திக் கொண்டாள் நிருதி. அவளின் அறைக்கு அழைத்து வந்து வண்டையர்களின் பாரம்பரிய ஆபரணங்கள் நிருதிக்கு அணிவித்து,

கூந்தலைப் பின்னி அதிலே சண்பகம், நள்ளிருநாறி, வெட்கி போன்ற மலர்களைச் சூடி. அவர்களின் பூசை அறைக்கு அழைத்துச் சென்றாள் இளவேனில். அந்த ஆடவல்லானிடம் வரமாக எதைக் கேட்பது, என்னவென்று கேட்பது ஒன்றும் விளங்கவில்லை நிருதிக்கு. தனது அத்தைமார்கள் இருவர்களின் பாதங்களில் விழுந்து வணங்க, அவர்களின் நல் ஆசிகளைத் தெரிவித்துக் கொண்டனர். தனது மகன் மனம் கோணாது நடந்து கொள்ள வேண்டும் என்று எச்சரித்தாள் உத்தமவல்லி. அதற்கும் தலை அசைத்து வைத்தாள் நிருதி.

“இளவேனில் உனது அண்ணியாரை உனது தமையன் அறையில் சென்று விட்டுவிட்டு வா” என்றாள் பெரியநாயகி.

“ஆகட்டும் அன்னையே!” என்று அங்கிருந்து நிருதியை அழைத்துச் சென்றாள் இளவேனில்.

அறையின் கதவருகே சென்றதும், “அண்ணியாரே, தமையன் உள்ளே இருப்பார்கள். தாங்கள் செல்லுங்கள்” என்று கதவுகளைத் திறந்து விட்ட இளவேனில், “நனது

வாழ்த்துகள் அண்ணியாரே!" என்று கூறி அந்த அறையின் கதவைச் சாற்றி சென்றாள்.

குவளை மலருடன் இன்ன பிற பூக்களையும் கோவை ஆக்கி அந்த அறை முழுதும் அலங்கரிக்கப்பட்டு இருந்தது.

கட்டிலிலே அமர்ந்திருந்த கருணாகரன் நிருதியைக் கண்டதும் எழுந்து நின்றான். அவள் அருகே சென்றதும், "நிருதி!" என்று கூறி ஓரடி பின்னோக்கிச் சென்றான் கருணாகரன்.

"நினைவில் உள்ளது சுவாமி! மறப்பேனா?" என்றவள். அவன் பாதங்களுக்கு முன்னே உள்ள தரையைத் தொட்டு வணங்கி தானாகவே எழுந்து கொண்டாள்.

"எம்மை மன்னித்து விடு நிருதி ஆத்திரத்தில் அறிவிழந்து எதை எதையோ வாக்காக அளித்துவிட்டேன் மலருக்கு."

"அப்படி இல்லை, சுவாமி. இது ஆத்திரம் அல்ல இது அவளின்மேல் தாங்கள் வைத்துள்ள அளவற்ற காதலையே உணர்த்துகின்றது. இதில் தங்களின் பிழை என்று ஏதுமில்லை. உண்மையில் இதில் யானே குற்றவாளி அரசே! வண்டையர் களின் பாரம்பரியம் அறியாமல் தாங்கள் மலருக்கு அப்படி ஒரு சத்தியம் செய்து கொடுக்க யானே தூண்டுகோலாகிப் போனேன். இதன் பொருட்டு முதலில் தாங்களே எம்மை மன்னித்து அருளவேண்டும்" என்று வணங்கினாள் நிருதி.

"இவ்வாறாகக் கூறி மீண்டும் எம்மை துயரத்தில் தள்ளாதே நிருதி. நீயோ சோழர்களின் குடியில் பிறந்தவள். வண்டையர் களின் பாரம்பரியம் என்பது இன்னதென்று உனக்குத் தெரிந்திருக்க வேண்டிய அவசியம் இல்லை. ஆனால் யானோ, மலரோ அப்படியல்ல; இங்கிருக்கும் பழக்கவழக்கம் என்ன என்பதை நன்கு அறிந்தவன் நான். நனது அத்தையின் மூலமாக அறிந்து கொண்டவள் மலர். அப்படியிருக்க, குலப் பெருமையைக் கெடுக்கும் வகையில் நாங்கள் தாம் நடந்து கொண்டோம். இதில் உனது பிழை என்று ஏதும் இல்லை. முன்னோர்களின் சங்கல்பத்தைக் காக்க எண்ணினால். மலரிடம் சத்தியம் தவறியவன் ஆகிவிடுவேன். மேலும், அந்த ஆடவல்லானின் கோபத்திற்கும் ஆளாக நேரிடலாம்;

மலரிடம் அளித்த சத்தியத்தை நிறைவேற்றினால், முன்னோர்களின் சாபத்திற்கு ஆளாக நேரிடலாம் எமது இந்த நிலையானது இவ்வுலகில் எவருக்கும் வரக்கூடாது நிருதி. நரக வேதனை என்பார்களே, அதை யான் தற்போது அனுபவித்துக் கொண்டிருக்கின்றேன்."

எத்தனை தூரம் துயரத்தில் ஆழ்ந்திருக்கின்றான் கருணாகரன் என்பதை அவனுடைய குரலிலே உணரமுடிந்தது நிருதியினால். 'அய்யோ ஈசனே! கட்டிய கணவன் இத்துணை துயரப்படுகையில் தொட்டு ஆறுதல் கூட கூறமுடியவில்லையே, எனக்கு ஏன் இந்தச் சோதனை?'

"சுவாமி கவலை கொள்ளாதீர்கள். இதற்கு ஏதேனும் உபாயம் இருக்கும். அது என்னவென்று கண்டுபிடிக்கலாம். அது வரையிலும் சற்றே அமைதி கொள்ளுங்கள் பிரபு."

"உபாயமா? இல்லை நிருதி. அந்த ஒன்றை இந்த ஐந்து தினங்களில் அல்லும் பகலும் தேடி தேடி என் ஜீவனும் தேய்ந்துபோனது."

"இல்லை அரசே! அவ்வாறாகக் கூறாதீர்கள். தாங்கள் அறியாதது ஒன்றும் இல்லை. ஒரு மனிதன் தன்னுள் தோன்றும் உணர்வுகளான அதீத இன்பம், அதீத துன்பம் ஏற்படும் தருணங்களில் எடுக்கப்படும் காரியங்களுக்கு முறையான முடிவுகள் எட்டப்பட மாட்டாது என்பார்களே, அதைத் தாங்கள் அறிவீர்கள் தானே?

அதனை ஆமோதிக்கும் விதமாக நிருதியை நோக்கினான் கருணா.

முடிவில்லா துன்பம் என்று இவ்வுலகில் எங்கும் எவருக்கும் இல்லை. ஒரு வேளை தங்களின் துயரத்திற்கான முடிவு இன்றைய இரவுக்குள்ளாகக் கூட கிடைத்துவிடலாம் சற்றே பொறுமையுடன் சிந்தியுங்கள் சுவாமி. தங்களுக்காக யான் இருக்கின்றேன் என்றாள் நிருதி.

அவளின் வார்த்தைகள் சற்றே புத்துணர்வை ஏற்படுத்தின கருணாவிற்கு. என்ன செய்யலாம் என்ற சிந்தனையில் இருவரும் மூழ்கினர்.

அங்கே அமைதி நிலவியது வெகுநேரம்.

கருணாவின் அருகே வந்த நிருதி, "சுவாமி, தாங்கள் மலருக்கு என்னவென்று சத்தியம் செய்தீர்கள் என்று சரியாக நினைவிருக்கிறதா?"

"ஏன் இல்லாமல்? அந்தப் பாழும் சத்தியத்தை ஓலையிலே கூட எழுதிவைத்திருக்கின்றேன்" என்றவன். அந்த அறையில் நடராசர் சிலை ஒன்றின் கீழே மறைத்து வைத்திருந்த ஓலையை எடுத்து வந்து, "படிக்கின்றேன், கேள்" என்றான்.

"மலர் நமக்கு திருமணம் ஆகும் வரையிலும் எங்களது இல்வாழ்க்கையில் தாம்பத்தியம் என்ற ஒன்று இராது. யான் அவளை தொடப்போவது இல்லை. இது அந்த ஆடவல்லான் மீது சத்தியம்."

"சுவாமி தங்களின் துயர்நீங்க வழி பிறந்துவிட்டது."

"இதன் மூலம் நீ என்ன கூறுகின்றாய், நிருதி? எமக்கு ஒன்றும் விளங்கவில்லையே. சற்றே புரியும்படியாகக் கூறுகின்றாயா?"

"தாங்கள் சைவக் குறவர் திருநீலகண்ட குயவனார் வரலாறு அறிவீர்கள் தானே?"

"ஆமாம்"

"அதைக் கூறுங்கள்."

"அது இப்போது எதற்கு நிருதி?"

"காரணம் இருக்கின்றது. கூறுங்கள், சுவாமி"

"குயவர் குலத்தில் பிறந்த அவர் சிறந்த சிவனேசன் ஆவார். தனது மனைவி அறியா வண்ணம் பரத்தையர் இல்லம் சென்றார். ஒருநாள் அதை அறிந்துகொண்ட அவர் மனைவி "தீண்டுவீராயின் எம்மை திருநீலகண்டம்" திருநீலகண்டத்தின் ஆணையாக, சத்தியமாக என்னைத் தொடாதீர்கள் என்று அந்த அம்மையார் கூற அந்த சத்தியத்தின் படியே தங்களின் வாழ்நாள் முழுதும் கலவி கொள்ளாமல் தங்களின் முதுமைப் பருவத்தை எய்தினார்கள். இவர்களின் இந்த உன்னத வாழ்க்கை முறையை உலகத்தார் அறியச் செய்த அந்த ஆடவல்லான் தாயாருடன் தரிசனம் தந்து அவர்களின் இளமையைத் திரும்ப தந்தான். இல்லறத்தை இனிதே முடித்துக் கொண்டு பின்னே தனது திருவடி சேரும்படி

உத்தரவிட்டு மறைந்தார், அந்தப் பரம்பொருள் இதுவே அந்த கதையின் சுருக்கம்."

இந்தக் கதைக்கும் நமது இப்போதைய துன்பம் நிலைக்கும் என்ன சம்பந்தம் நிருதி.

இருக்கின்றது சுவாமி.

இந்தக் கதையின் வாயிலாக நமக்கு ஒரு மார்க்கம் கிடைத்துள்ளது. இதனால் தங்கள் முன்னோர்களின் சாபமும் தங்களை அண்டாது; மலருக்கு செய்து கொடுத்த சத்தியமும் கெடாது."

"நீ என்ன கூறுகின்றாய், நிருதி? அது எப்படி சாத்தியம்?"

"தங்களின் முன்னோர்களின் சங்கல்பம் ஆனது ஒருத்தியையே மணந்து அவளுடனான இல்லறமே தங்களின் வாழ்நாள் முழுதும் தொடரவேண்டும். அதுதானே? மேலும் மலரிடம் செய்து கொடுத்த சத்தியம் என்பது என்னைத் தொடுவதில்லை என்று. ஆக நமது இந்த கணவன் மனைவி உறவு முறை ஊராருக்கு மட்டுமே. தாங்கள் என்னைத் தொடுவதில்லை. ஆதலால் இனி தங்களின் இல்லறம் என்பது மலருடன் மட்டுமே. இதன் பொருள் தங்கள் மூதாதையர் செய்து சங்கல்பம் வீணாகாது. தாங்கள் மலருக்கு அளித்த சத்தியமும் வீண்போகாது. ஆகையினால் எந்த விதக் குற்ற உணர்வும் இன்றி தாங்கள் தாராளமாக மலரை மணந்து கொள்ளலாம் - கூடிய விரைவில். சரிதானே."

"நிருதி! அப்படியானால் நம் இருவரின் இந்த இல்லறத்தின் பொருள் தான் என்ன?"

"இதற்கும் தாங்களே தானே அன்று மலரிடம் விளக்கம் அளித்தீர்கள் சுவாமி? அன்பிலா இல்லறம் என்பது உயிரற்ற உடலுக்கு சமம் என்றும். அப்படி ஒரு இல்லற வாழ்க்கையை தான் தாங்கள் வாழப்போவதாகவும் கூறினீர்களே. உயிர் அற்றவையிடம் பரிவு காட்ட தேவையில்லை சுவாமி. தாங்கள் சென்று கண் உறங்குங்கள். வெகு நேரம் ஆகிவிட்டது. பிறகு இன்று ஒரு நாள் மட்டும் தங்களின் அறையில் தங்க அனுமதி அளியுங்கள். நாளை முதல் நனது அறையில் இருந்து கொள்கின்றேன், சுவாமி"

“தலை அசைத்தான் கருணாகரன்.” நடராசர் சிலைக்குக் கீழே சென்று படுத்துக் கொண்டாள் நிருதி.

மறுநாள் காலை, சித்திர மண்டபத்தின் மேற்கூரை இடையே உள்ள மாடத்தில் அமர்ந்திருந்தனர் - வண்டை குலமகளிர். சபை நடவடிக்கைகள் துவங்கின. அவற்றில் நிருதிக்கான அறிவிப்பு வெளியிடப்பட்டது. வண்டையின் ஓலை நாயகம் அறிவித்தார்

வண்டையர் கோன் அன்னவராயரின் மருமகளும், அவர்தம் மகனார் இளங்கோ கருணாகரத் தொண்டைமான் மனைவியும் ஆகிய அழகிய மணவாளினி தேவியார் அறியப்படுவது யாதெனில், இன்றில் இருந்து இளவரசி என்ற பட்டம் விலக்கப்பட்டு, கருணாகரனின் அரசியார் என்றே அழைக்கப் படுவீர்கள். இதன் மூலமாக வண்டையில் தங்களுக்கான கூடுதல் அதிகாரங்கள் பின்வருமாறு: அதில் முதலாவதாக, தங்களின் சீதன சொத்துக்கள் அனைத்தும் தங்களின் சுயக்கட்டுப்பாடிலே இருக்கும். மேலும் அவற்றை, இறையளி தானமாகவோ, தேவதானமோ, அல்லது மாற்றார் எவருக்கேனும் அன்பளிப்பு களாகவோ தாங்கள் தரலாம். அதனைத் தடுக்கும் உரிமை, தங்களின் கணவருக்கும் கிடையாது. மாறாக தங்களின் கணவரான கருணாகரத் தொண்டைமானார் சொத்துக்கள் அனைத்தும் தங்களின் கட்டுப்பாட்டுக்குள் கொண்டுவரப் பட்டுள்ளன. இனி சொத்துக்களை தங்களின் அனுமதி யுடனேயே. இறையளி தானமாகவோ, தேவதானமாகவோ அல்லது ஏனைய தானமாகவோ அவர் அளிக்க இயலும். இனி சுயமாக நிலங்களை, தானம் அளிக்கவோ, விற்கவோ தங்களின் கணவருக்கு அனுமதி கிடையாது. அதே வேளையில், அவரின் அனுமதி இன்றி அவர் நிலங்களை தாங்கள் தானத்தின் அடிப்படையில் தாரைவார்க்க அனுமதி தங்களுக்கு உண்டு. இது தங்கள் இருவருக்குமான உடன்படிக்கை விதிமுறைகள். தற்போது கூறப் போவது. வண்டைக்கும் தங்களுக்குமான பொதுப்படை விதிமுறைகள் தங்களின் குடும்ப நலனுக்காக தங்களால் எடுக்கப்படும் முயற்சிகளுக்கு வண்டையர்

குலத்தினர் முழு ஆதரவு அளிப்பர். இது இந்த சபையினர் முன்னிலையில் அறிவிக்கப்படுகிறது. மேலும் வண்டை நகர் நகர வாசிகள் நலன் குறித்து எட்டப்படும் செயல்பாடுகளுக்கு தாங்களின் மேலான ஆலோசனைகளைத் தெரிவிக்கலாம். அது உடன் கூட்டத்ததி காரிகளால் பரிசீலிக்கப்படும் என்பதையும் இங்கே தெரிவித்துக் கொள்கிறோம்.

சேடிப் பெண் ஒருத்தி பட்டோலைச் சுருள் ஒன்றை நிருதியிடம் கொடுத்தாள். அதிலிருப்பதை வாசிக்கும்படி உத்தமவல்லி கட்டளையிட்டாள்.

அதை நிருதி வாசிக்க சபை அமைதி ஆனது.

“வண்டையர் இளங்கோ மனையாள் ஆகிய அழகிய மணவாளினி எனும் யான் நனது குடும்பத்தின் பொருட்டும், இந்நாட்டுக் குடிகளின் பொருட்டும், நனது கணவர் எடுக்கும் அத்தனை நலன் பயக்கும் முயற்சிகளுக்கும் உறுதுணையாய் இருப்பேன் என்று அந்தப் பரம்பொருளின் ஆணையாக வாக்களிக்கின்றேன்” என்று கூறி முடித்தாள் நிருதி.

அதன் பின் சற்று நேரத்திற்கு எல்லாம் சபை நடவடிக்கைகள் முடிந்து அங்கிருந்து அனைவரும் வெளியேற, வாணகோ வரையனும் இளவேனிலும் விடைபெற்றுக் கொண்டு தஞ்சை புறப்பட்டனர். தனது மகள் இரண்டாம் உத்தம வல்லியை அழைத்துக் கொண்டு.

அவர்களை வழி அனுப்பி வைத்து வருங்கால், “மணவாளினி சற்று நில்” என்றாள் உத்தமவல்லி.

“கூறுங்கள், அத்தை அவர்களே!”

“உன்னிடம் ஒரு கேள்வி!”

“கேளுங்கள், அத்தை அவர்களே!”

“இளவரசியில் இருந்து அரசி என்ற பட்டமானது எப்போது ஒரு பெண்ணுக்கு வழங்கப்படும்?”

“தனது கணவனின் பட்டாபிஷேகத்தின் போது”

“அது, நனது மகனுக்கு நடக்கும் முன்னமே உனக்கு அரசி என்ற பட்டம் கிட்டிவிட்டது. அதன் பொருள் உணர்ந்து பொறுப்புணர்வுடன் நீ நடந்து கொள்ள வேண்டும். இதுவே எமது அறிவுரை”

“தங்களின் கட்டளைப்படியே, அத்தை அவர்களே!”

“சரி, நீ செல்லலாம்” என்றாள் உத்தமவல்லி. பூசை அறைக்குச் சென்ற நிருதி, தனது கரங்களைக் கூப்பி, “எம் இறைவா, இதென்ன சோதனை? என்னை மனைவியாக ஏற்க மறுக்கும் அவரின் சொத்துக்களும் அவரின் மனைவி என்ற பெயரில் கிடைக்கும் பட்டத்தினால் தான் எமக்கு ஆகக் கூடுவது என்ன இறைவா? என்னை தீண்டுதல் வேண்டாம்; என்னுடன் இணை சேருதல் வேண்டா. அவரின் உள்ளத்தினுள்ளே ஒரு கணம் நன் மனைவி இவள் என்று எண்ணுவாராயின், அதுவே எனக்குப் போதும். எண்ணத்தினாலும் என்னை ஏற்கப் போவதில்லையானால், இப்பிறவியானது எமக்கு வேண்டாம், பரம்பொருளே.”

பூசை அறையை விட்டு வெளியேறினாள் நிருதி.

அரண்மனை முற்றத்தில் அமர்ந்திருந்தார் அன்னவராயர்.

அவர் அருகே சென்ற நிருதி, “வணங்குகின்றேன், மாமன் அவர்களே”

“வணக்கம்! வா மகளே! என்ன வேண்டும் உனக்கு?”

“தயக்கத்துடன் தந்தையாருக்கு ஓலை அனுப்பலாம் என்று எண்ணுகின்றேன். மாமன் அவர்களே - தாங்கள் அனுமதித்தாள் என்றாள்.”

“அதற்கென்ன தடை மகளே? தாராளமாக உனது அறைக்குச் சென்று கடிதம் எழுதி அதை சேடிப் பெண்ணிடம் கொடுத்தனுப்பு மகளே. அப்படி இல்லையானால் இங்கேயே எழுதிக் கொடுத்தாலும் சரி”

“அப்படியானால், இப்போதே தந்தையாருக்குக் கடிதம் எழுதி அனுப்பலாமா மாமன் அவர்களே?”

“ஆமாம், இந்நாட்டின் அரசி அல்லவா நீ? உனது கோரிக்கைகள் உடனடியாக நிறைவேற்றப்படும். புரிந்ததா?”

ஒரு காவலனை அழைத்துப் பட்டு சுருளும், எழுதுகோல் மையும் எடுத்துவரும்படி கட்டளை இட்டான் அன்னவராயன்.

பின் அவனையே ஒற்றனை அழைத்து வரும்படி கூறினான்.

நிருதி ஆர்வமாக தனது தந்தை குலோத்துங்கனுக்குக் கடிதம் எழுதினாள். அது உடனடியாக ஒற்றன் மூலம் கங்கை கொண்ட சோழபுரம் கொண்ட செல்லப்பட்டது.

“மிக்க நன்றிகள் மாமன் அவர்களே.”

“இதற்கு எதற்காக நன்றிகள் மகளே? இது நன் கடமைகளில் ஒன்றே. நீ உனது அறைக்குச் செல் மகளே. கூடிய விரைவிலேயே இதற்கான பதில் ஓலை நம் சக்கரவர்த்திகளிடம் இருந்து வரும். சரியா!”

“ஆகட்டும், மாமன் அவர்களே!” என்று தனது மகிழ்ச்சியைத் தெரிவித்து விட்டு அங்கிருந்து சென்றாள் நிருதி.

அன்னவராயனின் இடத்தே வந்தான் அவன் தம்பி.

“என்ன தமையா, நனது மருமகள் இத்துணை மகிழ்ச்சி கொள்ள காரணம் என்ன?”

சற்றுமுன் அங்கே நடந்ததை கூறினான் அன்னவராயன்.

“அதுதானே! இன்று காலையில் அவளுக்குப் பட்டம் அளிக்கும் போது கூட அவள் இத்துணை மகிழ்ச்சியாகக் காணப்படவில்லையே. தற்போது எங்கிருந்து வந்தது இவ்வளவு உற்சாகம் நனது அன்பு மகளுக்கு என எண்ணினேன்.”

“பிறகு இருக்காதா அரசே! என்ன தான் நாம் அனைவரும் அவளுடன் இருந்தாலும், அவ்வப்போது சமையலறைப் பணி களில் தனது கவனத்தை வைத்தாலும். அவளின் பெற்றவர்கள், உடன்பிறந்தார் நினைவு இல்லாமல் இருக்குமா? பாவம்... அவளும் சிறுபிள்ளை தானே?” என்றாள் அங்கு வந்த பெரியநாயகி.

“நீ கூறுவதும் சரிதான் தேவி!” என்றான் ஆவுடையான்.

“அனைவரும் இங்குதான் இருக்கின்றீர்களா?” எனக் கேட்டுக் கொண்டே அங்கு வந்தாள் உத்தமவல்லி.

“வா தேவி! வந்து அமரு!” என்றார் அன்னவராயன்

“சுவாமி தங்களிடம் ஒன்றைக் கேட்கலாமா? எம்மைத் தவறாக எண்ணக் கூடாது.” என்றாள் உத்தம வல்லி.

“எதுவானாலும் கேள், தேவி!”

-42-

வண்டையர்களின் கௌரவம்

இயல் 70

“நமது மருமகளுக்கு இத்துணை சலுகைகளும், இதற்குள்ளாக இந்தப் பட்டமும் தேவைதானா சுவாமி?

“இங்கிருக்கும் நாம் அனைவருக்கும் காட்சி ஒன்றை ஆயினும், நாம் ஒவ்வொருவரும் காண்கின்ற கோணம் மட்டுமே வேறு தேவி. நீ அவளை உனது மகனின் மனைவியாக மட்டுமே பார்ப்பதனால் அவள் குறித்த செயல்பாடுகள் அனைத்துமே உனக்கு அதிகமாகத் தான் தெரியும். ஆனால் நனது கண்ணோட்டத்தில், நிருதி நம் குலத்திற்குக் கிடைத்த மிகப் பெரும் கௌரவம் ஆவாள். எத்தனையோ ஆண்டுகளுக்குப் பின்னால் நமக்கும் சோழர்களுக்குமான உறவு முறையை எடுத்துரைக்கும் அடையாளம் அவள்.

தவிரவும் நனது இந்த செயல்பாடுகள் அனைத்தும் நிருதியை மகிழ்விப்பதற்காக அல்ல தேவி. இவற்றாலே அவள் மகிழ்ச்சி கொள்ளப்போவதும் இல்லை. மாறாக, நனது இந்த காரியங் களினால், இனி வருங்காலங்களில் சோழர்கள் தங்களின் மகளை இந்நாட்டு சிற்றரசன் அன்றி வெளியே எவருக்கும் தருகின்ற எண்ணமே வரக்கூடாது என்பது நமது நோக்கம். இதுவும் ஒரு காரணமே தவிர இது மட்டுமே காரணம் என்று எடுத்துக் கொள்ளத் தேவையில்லை தேவி. இந்த பட்டங்கள், பாராட்டுக்கள், சிறப்புகள் இவை அனைத்திற்கும் முழுத்தகுதி உடையவளே நமது மருமகள் என்பதை நீயும் கூடிய விரைவிலேயே உணர்ந்து கொள்வாய் தேவி”

“என்னவோ தாங்கள் கூறுவதை ஏற்றுக் கொள்ளத்தான் வேண்டும்.”

மாளிகையின் மூன்றாவது சாளரத்தின் வழியே அந்த ஒற்றன் குதிரையில் சென்று மறைவதைக் கண் கொட்டாமல் பார்த்த வண்ணம் இருந்தாள் நிருதி.

“இது மட்டும் பரியாக இல்லாமல் பறவையாக இருந்தால் எத்துணை நன்றாக இருக்கும். நனது கடிதமானது உடனடியாக தந்தையாரின் கரங்களில் சேர்ந்திருக்குமே...” என்று தனக்குத் தானே பேசிக்கொண்டாள் நிருதி.

இரவு வேளையில் தனது அறையில் ஏதோ ஓலைச் சுவடிகளைப் பிரித்துப் படித்துக் கொண்டிருந்தாள் நிருதி.

விளக்கொளியுடன் அங்கே வந்த கருணா, “என்ன நிருதி, பொழுதுபோக வில்லையா?” என்று அவளின் அருகே வர, வணங்குகின்றேன் சுவாமி! என்ற நிருதிக்கு அப்பொழுதே நினைவிற்கு வந்தது - தனது மேல் துகில் கட்டிலில் கிடப்பது. ஓடிச் சென்று அதனை ஒருபுறமாக அணிந்து கொண்டாள்.

மன்னித்துவிடு நிருதி, உனது அனுமதி கேட்டுக் கொண்டே யான் அகத்தே வந்திருக்க வேண்டும்.”

“அய்யோ... அதனால் ஒன்றுமில்லை, தேவரே! தாங்கள் வந்து அமருங்கள். தாங்கள் அருந்துவதற்குப் பால் எடுத்து வருகின்றேன் என்றவளை “வேண்டாம் நிருதி. நீயும் இப்படி அமரு. இன்று காலை மணி மண்டபத்தில் உன்னைக் கண்டது. அதன்பின் புறத்தே கொஞ்சம் பணிகள் இருந்ததால் சென்று வந்தேன்.”

“ஆம் சுவாமி, அதை யானும் அறிவேன் நாளை மகா பரணி என்பதால் ஆலயங்களில் நமது சார்பாக வழங்கப்படும் அன்னதானம் குறித்துப் பேசிவரச் சென்றதாக அத்தையார் கூறினார்கள். தங்களிடம் யான் ஒன்று...

“ஆமாம் நிருதி, அனேக ஆலயங்கள் சென்று வரவேண்டி இருந்தது. இனி நாளை அதிகாலை வேறு ஆலயத்திற்குச் செல்ல வேண்டும். சரி யான் உறங்க செல்கின்றேன். நீயும் அதையே படித்துக் கொண்டு இராமல் காலகாலத்தில் உறங்கு. புரிந்ததா?” என்று அங்கிருந்து நகர்ந்த கருணா, “நிருதி, என்னிடம் ஏதேனும் கூற வந்தாயா என்ன?” என்றான்.

“இல்லை அரசே, ஒன்றும் இல்லை.”

“அப்படியானால் சரி, நாளை பார்க்கலாம்” என்று அங்கிருந்து சென்றான்.

“பாவம்... அவர் களைத்துப் போய் உள்ளார். இன்று இல்லையா ஆனால் என்ன? நாளை நாம் கூற நினைத்ததை சொல்லிக் கொள்ளலாம் என்று தானும் உறங்கிப் போனாள்.

அன்று காலை மகா பரணிக்காக அரண்மனையில் அன்னதானத்திற்கான சமையல் நடந்து கொண்டிருந்தது. வண்டையர்களின் சமையல் வளாகத்தில் அங்கே தனது அத்தை மார்களுடன் தானும் அப்பணியில் ஈடுபட்டாள்

நிருதி. ஒரு வழியாக அப்பணிகள் முடிந்ததும், “மணவாளினி, முடிந்தால் இன்னும் ஒரு முறை நீராடி விட்டு புத்தாடை, ஆபரணங்கள் அணிந்து கொண்டு விரைவாக புறப்படு அம்மா - ஆலயத்திற்கு” என்றாள் உத்தம வல்லி.

“அப்படியே அத்தை அவர்களே!” என்றவள் அங்கிருந்து தனது அறையை நோக்கிச் செல்ல, அவளின் பின்னே வந்த கருணாகரன், “நிருதி ஒரு கணம்” என்று அழைத்தான்.

“கூறுங்கள் தேவரே!”

நேற்றைய இரவு உனக்கு வாழ்த்துக் கூறவே உனது அறைக்கு வந்தேன்.

“எதன் பொருட்டு சுவாமி?”

“உனக்களித்த அரசி பட்டத்தின் பொருட்டு”

“ஓ... அப்படியா? நேற்றைய தினம் யானும் தங்களிடம் ஒன்று கூறவந்தேன்.”

“என்ன கருணாகரா! எங்கே இருக்கின்றாய் மகனே?”

“சிறிய தந்தை அழைக்கின்றார். இதோ வந்து விடுகின்றேன்.” என்று அங்கிருந்து சென்றான் கருணாகரன்.

தனக்குள்ளாக சிரித்துக் கொண்டு நீராட சென்றாள் நிருதி.

ஆலயத்தில் தரிசனம், அன்னதானம் இவை எல்லாம் சற்றே வேறுபட்ட அனுபவத்தைத் தந்தன நிருதிக்கு. மகிழ்ச்சியாக நாட்கள் பல கடந்தன. ஒவ்வொரு நாளும் தனது தந்தையின் இடத்தில் இருந்து ஏதேனும் ஓலை வருமா என்று எதிர்பார்த்துக் காத்திருந்த நிருதிக்கு ஏமாற்றமே மிச்சம். கணவன் மனைவி என்ற உறவையும் கடந்து சோழபுரத்தில் தாங்கள் கொண்டிருந்த நட்பைப் புதுப்பித்துக் கொண்டனர் கருணாவும் நிருதியும். அது அவர்களை முன்பு போல இயல்பு நிலைக்குத் திரும்பச் செய்ய பெரும் உதவியாக இருந்தது. இருப்பினும். நிருதி தன்னிடம் கூற வருவதை அவ்வப்போது கவனத்தில் கொள்ள கருணாவின் பழக்கமும் தொடர்ந்து கொண்டு தான் இருந்தது.

ஒரு திங்கள் கழிந்திருக்கும். சக்கரவர்த்திகளிடம் இருந்து ஓலை வந்திருப்பதாக தகவல் கிடைத்ததோ என்னவோ

நிருதிக்கு, ஓடோடி வந்தாள் அரண்மனை முற்றத்திற்கு மூச்சிரைக்க.

அங்கே அவளது மாமனும், கணவனும் அமர்ந்திருந்தனர்.

"வா மகளே! சோழபுரத்தில் இருந்து இரு ஓலைகள்; ஒன்று, உனது கணவனுக்கான பணி குறித்தும், மற்றும் ஒன்று உங்களின் மறுவீட்டு சடங்கு குறித்தும் நாளை காலையே நீயும் உன் கணவரும் சோழபுரம் புறப்பட உள்ளீர்கள். அதற்குத் தயாராகிக் கொள், மகளே" என்றார் ராயர்.

வெளியே வெறும் தலையை மட்டும் அசைத்தாலும் உள்ளே அவளின் உள்ள களிப்பிற்கு அளவே இல்லை எனலாம்.

மாமன்களும், அத்தைமார்களும், நிருதியை அவளுடைய கணவனுடன் வண்டையில் இருந்து வழியனுப்ப சோழபுரம் நோக்கிச் சென்றன கருணாகரனின் பரிவாரங்கள்.

தனது அன்பு மகளின் வருகையையொட்டி கோட்டை வாயிலில் அல்ல; சோழ கோட்டை ராசபாட்டை தோரண வாயிலியே காத்துக் கொண்டு இருந்தான் குலோத்துங்கச் சோழன். தனது பரிவாரங்களுடன சோழபுர குடிகளாலும், சோழனாலும் உற்சாக வரவேற்பு அளிக்கப்பட்டது - கருணாவிற்கும் நிருதிக்கும்!

ஆனால் நிருதிக்கோ தனது தந்தையைக் கண்டதும் சொல்ல இயலா வருத்தம் குடிகொண்டது. குலோத்துங்கன் களையிழந்து பொலிவிழந்து, உடல் மெலிந்து காணப்பட்டான்.

"நனது அன்பு மகளே! எப்படி அம்மா இருக்கின்றாய்?" என்றான் குலோத்துங்கன்.

"நலமுடனே இருக்கின்றேன் தந்தையே! தங்களின் கோலமே எம்மை வருந்தும்படிச் செய்கின்றது."

"ஒன்றும் இல்லை அம்மா. சற்றே உடல் நலக்குறைவு ஏற்பட்டது. அதன் காரணமாக சற்று உடல் இளைத் திருக்கும். வாருங்கள் வண்டையர் கோனே! வண்டையில் அனைவரும் நலமா" என்றான் குலோத்துங்கன்.

"அனைவரும் நலமே சக்கரவர்த்திகளே. தங்களின் நலனிலும் தயவுகூர்ந்து அக்கறை கொள்ளுங்கள். அதுவே நம் சோணாட்டிற்கு நலன் பயக்கும்."

"ஆகட்டும் அரசே! நன்றிகள்."

தனது மகளையும், மாப்பிள்ளையையும் கோட்டைக்கு அழைத்துச் செல்ல, கோட்டை வாயிலில் நிருதியின் தாய் மற்றும், சுற்றத்தாரும், நட்பும் வரவேற்று அவர்களை உள்ளே அழைத்துச் சென்றனர். நிருதியின் அன்னையர்களும், தோழிகளும் ஆரத்தழுவிக் கொண்டனர். ஒருவருக்கொருவர் நலன் விசாரிப்பதிலேயே வெகு நேரம் கடந்தது.

"பிரயாணக் களைப்பு என்பது இருவருக்குமே இருக்கும். சற்றே ஓய்வெடுத்துக் கொள்ளுங்கள் வண்டையர் கோனே" என்றான் குலோத்துங்கன்.

"ஆகட்டும் அரசே!" என்ற கருணாகரன் தனது மனைவியை அழைத்தான். தான் கோட்டையின் உள்ளே இருக்கும் ஆலயம் சென்று விட்டு தனது மாளிகையில் ஓய்வெடுப்பதாகத் தெரிவித்தான்.

யானும் தங்களுடன்

"இல்லை இல்லை வேண்டாம் நிருதி. நனது பணிகள் நிறைவு பெறும் வரையிலும் நீ இங்கேயே இருக்கலாம்"

"நன்றிகள் அரசே!"

"அவ்வப்போது யானே இங்கு வந்து கொள்கின்றேன்!"

"ஆகட்டும் அரசே."

அங்கே பலரும் இருந்ததால் மலரைப் பார்க்கத்தான் முடிந்ததே தவிர, கருணாவால் பேச இயலவில்லை.

"சரி, யான் என்று வரட்டுமா, நிருதி?"

"ஆகட்டும் அரசே!" என்றவள் அரண்மனை முகப்பு வாயில் வரையிலும் சென்று வழி அனுப்பி வந்தாள்.

அவர்களின் உரையாடலையும் அவர்கள் சென்றதையும் கண்குளிரக்கண்டு கொண்டிருந்தான் குலோத்துங்கன்.

இவ்வளவு சீக்கிரத்தில் இத்துணை அன்னியோன்யமா தனது மகளுக்கும், மாப்பிள்ளைக்கும் என்று எண்ணிப் பூரித்துப்போனான் சோழன்.

"நிருதி, யானும் ஒரு சிறு வேலையாக நமது மாளிகைக்குச் சென்று வருகின்றேன். விடை கொடு" என்றாள் மலர்.

"ஆகட்டும் மலர், சென்று வா பிறகு பார்க்கலாம்" என்ற நிருதி.

"பாவம் மலர்... கடந்த ஒரு மாத காலத்தில் அவரைக் காணாது தவியாய்த் தவித்திருப்பாள் போலும். அவரும் அப்படியே என்பது அவளுக்கு தெரியாது. அல்லவா? தற்போது அவரைக் காணவே செல்கின்றாள் போலும். ஒருவருக்கொருவர் ஆறுதலாக பேசிக் கொள்ளலாம்" என்று எண்ணிக் கொண்டாள். தனது தந்தை, தாய்மார்கள். வானதி ராயர் மற்றும் அமுதா வுடனும் உரையாடிக் கொண்டிருக்க எங்கே என் கண்மணியாள் என்று கூறிக்கொண்டே அங்கு வந்தான் வீரசோழன்.

"தமையா!" என்ற நிருதி அவன் அருகே செல்ல அவளின் தலையைக்கோதி, "எப்படி இருக்கின்றாய் தாயே?" என்றான் வீரசோழன்.

நலம் அண்ணா. யான் இங்கு வந்த உடனேயே தங்களைத் தான் தேடினேன். நாயகர் அவர்களே தாங்கள் புற வேலையாகச் சென்றிருப்பதாகக் கூறினார்.

"ஆம் அம்மா, இதோ! இது உனக்காக" என்று தனது கரத்தில் வைத்திருந்த குவளை மலர்களைத் தனது தங்கைக்குக் கொடுத்தான் வீரன்.

மீண்டும் அங்கிருப்பவர்களுடன் நிருதி உரையாட வீரனும் அதிலே கலந்து கொண்டான். அங்கிருந்தவர்களிடம் மகிழ்ச்சி கரைபுரண்டோடியது.

நந்தவனம்.

"எப்படி இருக்கின்றாய் மலர்? உனைத் தனிமையில் சந்திக்க எண்ணியே நிருதியிடம் ஆலயம் சென்று பின் அரண்மனை செல்லப் போவதாகக் கூறினேன்."

"தங்களின் சாடை உணர்ந்ததாலேயே, இங்கே தங்களுக்காக வந்தேன். அத்தான் எப்படி இருக்கின்றீர்கள்? இந்த ஒரு மாத காலத்தில் உங்களை தினமும் நினைத்துக் கொண்டேன்."

"யானும் உனைப் போலவே மலர்."

"எமக்கு அப்படி தாங்கள் என்னை எண்ணிக் கொண்டதாக தெரியவில்லையே அத்தான்."

"ஏன் அவ்வாறு கூறுகின்றாய் மலர்?"

"ஆமாம், தங்களின் பட்டாபிஷேகத்திற்கு முன்னதாகவே நிருதிக்கு வழங்கப்பட்டுள்ள அரசிப் பட்டம். சற்றுமுன் தங்களுக்கும் அவளுக்கும் இடையே இருந்த அன்னியோன்யம். இவற்றையெல்லாம் காணும் போது. தங்களுக்கு எனது நினைவானது இருந்ததா என்றே சந்தேகம் எழுகின்றது."

"நீ என்ன கூறுகின்றாய், மலர்? அரசிப் பட்டமானது தந்தையாரால் வழங்கப்பட்டது. எங்களின் உரையாடல் என்பது வெறும் நட்பின் அடிப்படையிலே.

இதனை என்னை நம்ப சொல்கின்றீர்களா அத்தான்? ஒரு திங்களுக்கு மேலாக. ஏறக்குறைய முப்பது இரவுகள் ஒரே அறையில் நீங்கள் இருவரும். ஒரு நாள் இல்லை என்றாலும் ஒரு நாள் நிருதியின் அழகு என்பது தங்களின் கண்களை உறுத்தவில்லையா அத்தான்? இதை யான் ஏன் கேட்கின்றேன் என்றால், சோணாட்டுச் சிற்றரசர்கள் துவங்கி சாளுக்கியன், ஈழத்தான், சேர, பாண்டியன் சாமான்ய ஆண்கள் வரை நிருபமை என்றாலே. அவள் நனது மனைவியாக மாட்டாளா என்று ஏங்கித் தவிக்க நிருதி தங்களுக்கானவள் என்றிந்தும் கூட அவளைத் தீண்டாதிருந்திருப்பீரோ என்பதே நனது சந்தேகம்."

"நிறுத்து மலர்" என்ற கருணாவின் குரல் கேட்டு. நந்தவனத்துப் பட்சிகள் பறந்தோடின. மலரும் அதிர்ந்து போனாள் ஒரு கணம்.

"எங்களின் சத்தியமானது ஆடவல்லான் மீது என்பதை மறந்தாயோ? அறிவிழந்து பேசிக் கொண்டிருக்கின்றாய் நீ. இது குறித்து இனி உன்னிடம் பேசுவது என்பது அர்த்தமற்றது. உன்னிடம் ஏதேதோ பேசவேண்டும் என்றே ஆசையாய் வந்தேன். ஆனால் உனது எண்ணமானது தற்போது சுத்தமில்லை. இதற்கு மேல் விவாதிக்க எமக்கும் விருப்பமில்லை. மலர் நீ ஒன்றை அறிவாயா? இப்போது இவ்வேளையில் நாம் இருவரும் உரையாடிக் கொண்டிருப்பதை நிருதி நன்கறிவாள். இருந்தும், அதை ஒருபோதும் என்னிடம் காட்டிக் கொள்ளவும் மாட்டாள்,

கேட்டுக் கொள்ளவும் மாட்டாள். அவளே நிருதி. அதுவே அவளின் குணம்."

அமைதியானாள் மலர்.

"சரி, நீ புறப்படு. யான் மாளிகைக்குச் செல்கின்றேன் - ஓய்வெடுக்க" என்றவன். இதோ இந்தப் பரிசை வண்டையில் இருந்து ஓயாத ஆலயப் பணிகளுக்கு இடையே உனக்காக ஆசையாய் வாங்கி வந்தேன். வெகு நாள்களுக்குப் பின் பார்ப்பதால் இதை காணும் தாள் இன்ப அதிர்ச்சி ஆவாய் என்று எண்ணி. ஆனால் நீ எமக்களித்த அதிர்ச்சியானது இதைப் பின்னுக்குத் தள்ளிவிட்டது" என்ற கருணா ஒரு பேழையை மலரின் கரங்களிலே கொடுத்தான்.

அதை வாங்கிக் கொண்ட மலரிடம் தனது பரியில் ஏறிய படியே, நீ என்ன கூறினாய் மலர். சிற்றரசன் துவங்கி சாமான்யன் வரை அவளை மனைவியாக்கிக் கொள்ள நினைத்திருக்கலாம் - முன்பு ஒரு காலத்தில். ஆனால் இனி, தவறான எண்ணத்துடன் அவளின் பெயரைக் கூறக் கூட துணியமாட்டான் - இங்கிருக்கும் ஆண்மகன் எவனும். காரணம், அவள் கருணாகரனின் அழகிய மணவாளினி என்பதனால்" என்று கூறி அங்கிருந்து சென்றான் கருணா.

"இன்று நாம் தேவையற்ற வார்த்தைகளைக் கூறிவிட்டோமோ?" என்று எண்ணிக் கொண்டாள் மலர் - கருணாவை நோக்கியபடி.

"இந்தப் பேழையில் இருப்பதை இப்போது பார்க்க வேண்டாம்; பின்னர் பார்த்துக் கொள்ளலாம்" என்று எண்ணி அங்கிருந்து மலரும் சென்றாள்.

சோழர்கள் அரண்மனை.

"தந்தையே, தங்களுக்கு எப்படி வந்தது இந்த உடல் நலக்குறைவு? இதனால் தான் தாங்கள் எனது கடிதத்திற்குப் பதில் அளிக்கவில்லையா?"

"நிருதியின் கேள்விகளுக்குப் பதில் ஏதும் கூறாமல் சிறு புன்னகையுடன் இருந்தான்" குலோத்துங்கன்.

“உனது தந்தையார் எப்படிக் கூறுவார்கள். அவர்களுக்கு பிள்ளை சவளை வந்ததையும் அதன் பொருட்டு உடல் நலன் பாதித்ததையும்.”

“தாங்கள் என்ன கூறுகின்றீர்கள் தாயே? எமக்கு ஒன்றும் விளங்க வில்லையே.”

“ஆம் மகளே, உனது திருமணம் முடிந்த மறுநாளே உனது மூத்த தமையன் வேங்கி சென்றுவிட்டான். அவனைத் தொடர்ந்து நீயும் வண்டை சென்றுவிட்டாய். நீங்கள் இருவரும் சென்றதே உனது தந்தையை மிகுந்த கவலைக்குள்ளாக்கியது. இது போதாதென்று. ஒரே நாளில் உனது அண்ணிமார்களையும் உன் மாப்பிள்ளையையும் அழைத்துக் கொண்டு வேங்கி புறப்பட்டான் சோழகங்கன். அவன் இன்னும் அங்கிருந்து வரவில்லை. மும்முடியோ பாண்டிமண்டலம் சென்றாகி விட்டது. வீரனோ இராசராசப் பெரும்பள்ளி புத்த விகாரத்தின் செப்பனிடும் பணியைப் பார்வையிடச் சென்று விட்டான். அதன் பின் உனது உடன் பிறந்தார்களும், உனது தந்தையின் உடன் பிறந்தாள்களும் அவர அவர் புகலிடம் சென்று விட்டனர். ஒரேயடியாக அனைவரும் சென்று விட்டதால், உங்கள் அனைவரின் பிரிவே பெருத்த நோய் ஆனது உனது தந்தைக்கு” என்றாள் நிருதியின் தாய் தியாகவல்லி.

“தாயாரைப் போலவே யானும் கூற வேண்டும் என்றே ஆசை. ஆனால் உண்மை அதுவல்ல நிருதி”

“அப்படியானால், எது உண்மை தமையா?”

“உனது பிரிவே தந்தையாரின் பிணிக்குக் காரணம். இதை அவர்கள் மறுக்கமாட்டார் இல்லையா தந்தையே. என்று வீரன் கூறியதும் குலோத்துங்கன் கண்கள் குளமாயின.”

“உண்மையாகவா தந்தையே?” என நிருதி தனது மென் விரல்களால் குலோத்துங்கன் கண்களைத் துடைக்க அவன் ஆதரவாய் தன் மகளை அணைத்துக் கொண்டான். அங்கிருந்த அனைவருக்கும் கண்கள் கசிந்தன.

சற்றே இயல்பு நிலைக்குத் திரும்பிய குலோத்துங்கன் அன்று மாலையே உடன் கூட்டத்ததிகாரிகளுடன்

ஆலோசனையில் கலந்து கொண்டான். ஓலை நாயகம் சபையினரை வணங்கி, “கூடல் நகரிலிருந்து ஓலை வந்திருக்கின்றது. நம் இளவரசர் ராசராச மும்முடி சோழர் எழுதி உள்ளார் - பின் வருமாறு: பாண்டி மண்டல திறை பொருள் நடப்பாண்டிற்கான கணக்குகள் முடித்தாகி விட்டதாம். அதனை சரி பார்த்து எடுத்து சொல்லும்படி கூறி இருக்கின்றனர். தவிரவும், மழைக்காலம் மிக விரைவில் துவங்க உள்ளதால். வைகையைத் தூர்வாரி கரையைச் செப்பனிட அனுமதி அளிக்கும்படி கேட்டுக் கொண்டுள்ளார் பெருமா. இவ்விரு பணிகளுக்காக யாரைத் தேர்வு செய்யலாம்? தங்களின் பரிந்துரைகளைக் கூறலாம், அமைச்சர் பெருமக்களே!” என்றார் திருமந்திர ஓலை நாயகமான வானதி ராயர்.

அவர்களோ கருணாகரனையும் பாண்டியன் ஸ்ரீ வல்லபனையும் தேர்வு செய்தனர் - சரிசமமாக;

“இல்லை இல்லை, வண்டையர் கோனுக்கு தற்போதே மணமாகி இருப்பதனால் அவரை விடுத்து வேறு யாரையும் பரிசீலிக்கலாம்” என்றார் ராயர்.

“வேண்டாம் ராயரே யானே சென்று வருகின்றேன் தற்போது அல்ல, எமக்கு திருமணம் ஆகித்தான் ஒரு மாத காலத்திற்கு மேல் ஆகிவிட்டதே பிறகு என்ன?” என்றான் கருணாகரன்.

“ஆணையிடுங்கள் தேவரே அடியேன் கூடல் நகரம் சென்றுவர”

உண்மையில் கருணா தனது மகளைப் பிரிந்து செல்வதில் துளியும் விருப்பம் இல்லை குலோத்துங்கனுக்கு. இருந்தும், பொது வாழ்வில் அது பொருந்தாதே என்று எண்ணிக் கொண்ட குலோத்துங்கன். “போய்வாருங்கள், வண்டையர் கோனே!” என்றான்.

-43-

கூடல் நகர் பயணம்

தனது மனையாள் உள்ளிட்ட அனைவரிடமும் விடை பெற்றுக் கொண்ட கருணாகரன், கூடல் நகரத்திற்கான தனது முதல் அரசு முறைப் பயணத்தை மேற்கொண்டமையால் சோழ மண்டலத்தினரும், பாண்டி மண்டலத்தினரும் உற்சாகமாக வழி அனுப்பவும், வரவேற்கவுமாக இருந்தனர். பாண்டியன் ஸ்ரீ வல்லபன் உடனான முதல் பயணம் கருணாவிற்கு. நல்ல ஒரு நட்பாகவே இருவருக்கும் இருந்தது இந்தப் பயணத்தில். மைத்துனன் என்று அழைக்காவிட்டாலும் மிகுந்த மரியாதையுடன் அணுகினான் மும்முடிசோழன் கருணாகரனை.

"சோழர் அரண்மனை

மகளே உனது கணவனை கூடல் நகர் அனுப்பியது குறித்து உனக்கு ஏதும் வருத்தம் இல்லையே அம்மா."

"வருத்தமா? எதற்காக தந்தையே? அவர் பணி நிமித்தமாகவே தானே அனுப்பி உள்ளீர்கள். பிறகு என்ன?"

இல்லை அம்மா, தற்போதுதான் கண்ணாலம் ஆனது. அதற்குள்ளாக மகளையும், மாப்பிள்ளையையும் அரசர் பணி நிமித்தமாக பிரித்து விட்டார் என்றல்லவா ஊரார் தூற்றுவர். தவிரவும், இத்தனை நாட்களாக வண்டையர் கோனுடன் இருந்தபடியால் அவரின் பிரிவானது. உனக்குச் சற்றே வருத்தம் அளிக்கும் அல்லவா நிருதி?

"அப்படியாக ஒன்றும் இல்லை தந்தையே. இதில் ஊரார் பேச தான் என்ன இருக்கின்றது? கண்ணாலம் ஆனால் மனைவி யுடனே இருக்கவேண்டும் என்ற கட்டாயம் என்ன?

தவிரவும், பணி முடிந்ததும் இங்கே வந்துவிடப்போகிறார். இதில் வருத்தம் கொள்ளத்தான் என்ன இருக்கிறது. அப்படியே பிரிவினால் வருத்தம் இருந்தாலும் பிணி பிடிக்கும் அளவிற்கு இருக்காது தந்தையே"

"பார்த்தாயா எம்மையே நீ கேலிபேசுகின்றாய்."

"அப்படி இல்லை, தந்தையே. வளர்ந்த பிள்ளைகளின் பிரிவை எண்ணி இந்த அளவிற்கு வருந்துவோர் எவரேனும் உண்டோ? அதிலும், இப்பெரும் சோழ சாம்ராஜ்யத்தின் சக்கரவர்த்திகள் தாங்கள் இருந்தும். தங்களின் பிள்ளைச் சவளையை எம்மால் நம்பவே முடியவில்லை.

"அப்படி அல்ல தாயே. சக்கரவர்த்தியே ஆனாலும் சகல உணர்வுகளையும் கொண்ட சாதாரண மனிதன் தான் அம்மா யான். ஒரு அரசனாக நனது நாடு, நன் குடிகள் என்று தான் இத்தனை ஆண்டு காலங்கள் வாழ்ந்து வந்தோம். இனியும் எமக்கு இருக்கும் ஆயுட்காலத்தில் பெரும்பகுதியும் நம் நாட்டு மக்களின் நலன் குறித்தே நனது என்னவோடம் இருக்கும். ஆனாலும் ஒரு குடும்பத்தின் தலைவன் என்கிற வகையில் நனது குடும்பம். நன் பிள்ளைகள் என்றிருக்கத் தவறிவிட்டேனோ என்று தோன்றுகிறது. யான் பெற்ற செல்வங்களின் பிள்ளைப் பிராயத்தை உங்களுடன் இருக்கத் தவறிய தருணங்களைத் தேடுகின்றேன் - அது கிடைக்காது என்று தெரிந்தும். மகளே, தற்போது உங்கள் அனைவரையும் எனது அருகேயே வைத்துக் கொள்ள எண்ணுகின்றேன். இதுவும் சாத்தியமில்லை எனத் தெரிந்தும் இது போன்ற எண்ணங்களின் பிணக்கமே பிணியாகிப் போனது சில வாரங்களுக்கு முன். இனி இது போன்ற எண்ணங்களைத் தவிர்க்கவும் இப்போது இயலாது மூப்பு வந்ததனால்" என்ற குலோத்துங்கனைக் கண்கொட்டாமல் பார்த்த வண்ணம் இருந்தாள் நிருதி.

ஆறுதலாக, தனது தந்தையின் தோளை வருடிக் கொடுத்த நிருதியால் ஏனோ எது ஒன்றும் பேச இயலவில்லை.

"சரி மகளே, வெகு நேரம் ஆகிவிட்டது. நீ உனது அறைக்குச் செல் உனது தோழிமார்களுடன் பேசிக்கொண்டாவது

இருந்திருப்பாய். யான் வேறு எதை எதையோ கூறி நன் அன்பு மகளை சங்கடத்தில் ஆழ்த்தி விட்டேன்."

"அதெல்லாம் ஒன்றும் இல்லை, தந்தையே. யான் உங்களுடனேயே இருக்கின்றேன்.

பரவாயில்லை அம்மா. நீ செல் பிறகு பார்க்கலாம்.

தலையசைத்த நிருதி, "வணக்கம் தந்தையே!" என்று அங்கிருந்து சென்றாள்.

"ஒரு வழியாக இப்போது தான் உனது அறைக்கு வழி தெரிந்ததா, நிருதி? உனக்காக நாங்கள் இங்கிருப்பது உனக்கு நினைவில் இருக்கிறதா, இல்லையா?" என்று பொய்க் கோபம் கொண்டாள் அமுதா.

"ஏன் அமுதா இவ்வாறாக கூறுகின்றாய்?"

"ஆமாம், நனது தாய் தந்தை சேதி நாட்டிலே இருக்க, யான் உனக்காக இங்கிருந்தால், நீயோ இங்கே வந்ததில் இருந்து பெரும்பாலான நாட்களை சக்கரவர்த்திகளுடனேயே பொழுதைக் கழித்துக் கொண்டு இருக்கின்றாய்."

"ஆமாம். அதை யான் ஒப்புக் கொள்கின்றேன். ஆனால் நீ ஒன்றைக் கவனித்தாயா அமுதா."

"எதை? என்ன வாயிற்று நிருதி?"

"தந்தையாரிடம் ஏற்பட்டிருக்கும் இந்த மாறுதல்களை?"

"ஆமாம் நிருதி, சக்கரவர்த்திகளின் இந்த மாறுதல் வெகு நாட்களாகவே உள்ளது. உனது கண்ணாலத்திற்குப் பின், நோயுற்றதற்கு முன் அவ்வப்போது அரசர் அவர்கள் இளவரசர் களின் அறைகளில் சென்று சற்று நேரம் அமர்ந்திருப்பதும், உனது அறைக்கு வந்து செல்வதையும் கூட யானே கண்டிருக்கின்றேன். இது குறித்து தியாக வல்லி தாயார் கூட என்னிடமே கூறி வருந்தி உள்ளார்கள். என்னவாக இருக்கும் நிருதி?"

"என்னவாக இருக்கும்? முன்பெல்லாம் அனைத்து அரசகாரியங்களிலும் தந்தையே தலையிட்டு அதற்கான தீர்வுகளைக் கண்டதனால் ஓய்வு என்பதற்கான காலம் கூட தந்தையாருக்குக் கிடைக்கவில்லை. தற்போது அவரின் பணிகளைப் பகிர்ந்து கொள்ள அனேக அதிகாரிகள்

இருக்கின்ற படியால் எங்களுடன் நேரத்தைச் செலவிட எண்ணுகின்றார்கள். நாங்கள் அவர் அருகே இல்லாதபடியால் உண்டான பிணக்கே இது."

"அது என்னவோ உண்மை தான் நிருதி!"

காலைப் பொழுது.

"வணங்குகின்றோம். தந்தையே!"

"என்ன இது இத்துணை காலையில் நனது அறைக்கு நன் அன்பு மகள்கள் விஜயம் செய்துள்ளீர்கள். காரணம் என்னவோ?"

"எப்படியும் இன்னும் சற்று நேரத்தில் என்னைச் சந்திக்க எனது அறைக்கு வரப்போகின்றீர்கள். அதுதான் அதற்கு முன்னதாக யானே வந்து விட்டேன்.

"ஆமாம்!" அமைதியானான் குலோத்துங்கன். அவன் அருகே சென்று அமர்ந்த நிருதி, "தந்தையே எப்படியும் அவர் வந்ததும் யான் வண்டைக்குச் சென்று விடுவேன். பிறகு யான் இங்கு இல்லாததை எண்ணி தாங்கள் மீண்டும் வருந்தப் போகின்றீர்களா அல்லது எப்பொழுதும் போல் இருக்கப் போகின்றீர்களா?"

"தெரியவில்லை அம்மா இருப்பினும், சென்ற முறையை விடவும் இந்தமுறை ஒரு வாறாக சமாளித்துக் கொள்வேன்."

"எப்படி தந்தையே?"

"ஆமாம் எப்படி?

அதற்கும் ஒரு வழி இருக்கிறது தந்தையே. இந்தப் பிணக்குகளில் இருந்து தாங்கள் வெளிவரவும், தங்களின் பொன்னான நேரத்தைப் பொருள் உள்ளதாக மாற்றவும்"

"என்ன தாயே அது? உடனடியாகக் கூறு" என்றான் குலோத்துங்கன்.

"சென்ற மகா பரணியின் போது நனது குடும்பத்தினருடன் திருநறையூர் ஆலயம் சென்றிருந்தேன்."

"யாருடன் அம்மா?" என்றான் குலோத்துங்கன்.

"அது தான் கூறினேனே தந்தையே நன் குடும்பத்தினருடன் என்று. என்னவாயிற்று."

“ஒன்றுமில்லை மகளே கூறு!” என்றான் குறுநகையுடன் குலோத்துங்கன்.

“அங்கே திருநறையூர் நம்பியாண்டார் நம்பிகள் பற்றிய குறிப்புகள் இருந்தன. அந்த ஆலயச் சுவரில் அவரை யார் என்று தங்களுக்குத் தெரிகின்றதா தந்தையே?”

“ஏன் தெரியாமல்! நனது பாட்டனின் தந்தையான இறையடி சேர்ந்த இராசராச சோழ தேவரின் ஆணையின் பெயரில். சைவக் குறவர்களின் திருமறைகளைத் தொகுத்தவர் ஆயிற்றே. இது இந்த நானிலமே அறியுமே யான் அறிவதற்கென்ன. மகளே?”

“அதையே தான் யானும் கூற வந்தேன் தந்தையே. அந்த ஆடவல்லானுக்கு ஆற்றும் தொண்டும், அருந்தமிழுக்கு ஆற்றும் தொண்டும் ஒன்றே. காலம் கடந்தும் மக்களால் நினைவில் கொள்ளப்படும் நம்பியாண்டார் நம்பிகள் போல, தாங்களும் தமிழில் உள்ள இலக்கண, இலக்கிய நூல்களைத் தொகுத்தால் என்ன? ஏற்கனவே தாங்கள் தமிழில் புலமை படைத்தவர் தானே. தாங்கள் எழுதிய செய்யுள்களுக்கு ஏழிசைகள் வளர்த்ததால் தானே அருண்மொழி நங்கை தாயாருக்கு ஏழிசை வல்லபி என்ற பட்டம் கிடைத்தது. அப்படியிருக்க, தங்களுக்கு சிரமம் இருக்காதே. தந்தையே.”

“அருமையான யோசனை, யான் பெற்ற பொன்னே! நல்முத்தே எப்படி உரைப்பேன் உனக்கு நன்றியை?” என்ற குலோத்துங்கன். தனது கழுத்திலே இருந்த சங்கிலியைத் தனது மகளுக்கு அணுவித்தான்.

“இதை தான் நனது அன்னை கூறுவார்.”

“அய்யோ... தந்தையே, தாங்கள் என்ன கூறப்போகின்றீர்கள் என தெரியும். என்னை விட்டு விடுங்கள் யான் சென்று விட்டேன்.” என்று அங்கிருந்து ஓடினாள் நிருதி.

“பார்த்தாயா, நிருதி - இந்த மலரை? அவள் முன்பு போல் இல்லை. நமது சக்கரவர்த்திகள் போலவே, அவளிடமும் அனேக மாறுதல்கள் - உனது கண்ணானத்தில் இருந்து. நீ கவனித்தாயா? நீயும் இங்கு வந்து எத்தனை நாட்கள் ஆகின்றன. முன்பெல்லாம் அவளின் தாயார் அழைத்தால்

கூட அவர்களின் மாளிகைக்குச் செல்லமாட்டாள். ஆனால் தற்போது சேடிப் பெண்களை அனுப்பி நீ அழைத்தால் மட்டுமே வருகின்றாள் - அதுவும் சற்று நேரத்திலே சென்று விடுகின்றாள்."

"அதனால் என்ன அமுதா? ஏதேனும் முக்கிய பணிகள் இருக்கலாம்; அதன் பொருட்டு கூட வர இயலாமல் இருக்கலாம் இல்லையா?"

"அவள் மீது நீ கொண்டிருக்கும் இந்தக் கண்மூடித்தனமான நம்பிக்கை எதிலே கொண்டு முடியுமோ தெரியவில்லை.

என்ன தெரியவில்லை அமுதா.

வா மலர் என்ன இவ்வேளையில் இங்கு வந்திருக்கிறாய். உறக்கம் வரவில்லை நிருதி. யான் வேறு இங்கு வந்து வெகு நாட்கள் ஆகி விட்டதா. அது தான் உங்களை பார்த்து விட்டு செல்லலாம் என்று வந்தேன். நீங்கள் இருவரும் இன்னும் உறங்க வில்லையா. இல்லை நிருதியின் கழுத்திற்கு கீழ் இடைக்கு மேலாக பார்த்துக் கொண்டிருந்தாள் மலர்.

என்ன பார்க்கின்றாய் மலர். என்று நிருதி கேட்க. ஒன்றுமில்லை உனது சோடிப்பு சங்கிலி (தாலிச் சங்கிலி) எவ்வளவு எடை எத்தனை பிடி நிருதி? என்று அவள் கழுத்தில் இருந்த தாளிச் சங்கிலியை தனது கரத்தால் எடுத்து பார்த்தாள் மலர்.

தெரியவில்லையே மலர். ஏன் அவரிடம் கேட்க வில்லையா.

இல்லை. இதை தெரிந்து கொண்டு நீ என்ன செய்யப் போகின்றாய் மலர் என்றாள் அமுதா.

பொதுவாக கேட்டேன் ஏன் யான் அறியக்கூடாதா நிருதி என்றாள். உற்று நோக்கி. அமைதியானால் நிருதி.

எப்படியும் இதே எடை, இதே பிடி தான் எமக்கும் இருக்கப் போகின்றது அப்போது. தெரிந்து கொள்கிறேன்.

நீ என்ன கூறுகின்றாய் மலர்.

ஒன்றுமில்லை அமுதா. ஒன்றுமில்லை. எமக்கு உறக்கம் வருகின்றது யான் படுக்கப் போகின்றேன் என்று அந்த அறையில் இருக்கும் தனது படுக்கைக்கு சென்றாள் மலர்.

பைய கூறினாள் அமுதா. பார்த்தாயா நிருதி இதைத் தான் கூறினேன். அவளின் இந்த புதுமாதிரி போக்கு.

காலை வணக்கம் தாயே! தந்தையார் எங்கே போனார்கள். அவர்கள் அறையிலும் காணவில்லை. வரவேற்பறை, நடுப்பத்தியிலும் காண வில்லையே என்றாள் நிருதி கவலையுடன்.

உனது தந்தையார் அரண்மனையில் எங்குமே இல்லை அம்மா. இன்று காலையே, ராயரும், உனது தந்தையும் நம் அவைப்புலவர்களை ஆலோசனை மண்டபம் வரவழைத்து ஏதோ முக்கிய பணி குறித்து ஆலோசிக்க உள்ளார்கள் என்றார் உனது தந்தை மிகுந்த உற்சாகமாய். ஆகையால் இதில் நீ கவலை கொள்ளும்படியாக ஏதும் இல்லை மகளே" என்றாள் அருள்மொழி நங்கை.

"அப்படியானால் தந்தையார் மெள்ள மெள்ள இயல்புக்கு வரத் துவங்கிவிடுவார்கள். நன்றிகள் இறைவா!"

"நிருதி உனக்கு ஒரு மகிழ்ச்சியான செய்தி!"

"என்ன அண்ணா?"

"உனது கணவர் நீண்ட நாட்கள் கழித்து சோழபுரம் வரப்போகின்றார்."

"அப்படியா!"

மகிழ்ச்சியோ, நிறைவோ, நிம்மதியோ என்னவென்று சொல்ல தெரியவில்லை நிருதிக்கு.

"அவர் எப்பொழுது அண்ணா கோட்டைக்கு வருவார்?"

"நாளை எந்த வேளையும் கோட்டைக்கு வரலாம் தங்காய்" என்றான் வீரன்.

"நல்லது அண்ணா."

"அன்று நள்ளிரவே வந்தன சோழ பரிவாரங்கள் பாண்டி மண்டல திறை பொருளுடன்.

மறுநாள் காலை, அரண்மனையின் வரவேற்பு அறைக்கு ஓடிவந்தாள் நிருதி - தனது கணவனைக் காண. ஆனால், அங்கே அவளுக்கு ஏமாற்றம் காத்திருந்தது. தனது தந்தை, தமையன் சோழ மண்டல அமைச்சர்கள் சிலருடன் பாண்டியன் ஸ்ரீ வல்லபன் உரையாடிக் கொண்டிருந்தான்.

அவனைக் கண்டதும் அங்கிருந்த அனைவரும் தங்களின் வணக்கத்தைத் தெரிவிக்க தானும் வணங்கி அங்கிருந்து வந்தாள். அவளிடம் வந்தான் வீரசோழன்.

“அண்ணா, அவர் வரவில்லையா? அல்லது ஓய்விற்காக இங்கிருக்கும் மாளிகைக்குச் சென்றுவிட்டாரா.”

“அதெப்படி தங்காய்? உன்னைக் காணாது ஓய்வெடுக்கச் செல்வாரா, வண்டையர் கோன்?”

“பிறகு அவருடன் சென்ற பாண்டியன் அவர்கள் இருக்கின்றாரே. பின் அவர் எங்கே? இருவரும் ஒன்றாகவே வந்து இருக்கின்றனர்.”

“உனது கணவர் சேதி நாட்டிற்குச் சென்றுவிட்டு வருவதாகக் கூறினாராம்.”

“ஏன்? எதற்காக அண்ணா?”

“அது தெரிவில்லையே நிருதி. சேதிராயரைக் கண்டு விட்டு இன்னும் இரு தினங்களில் இங்கு வந்து விடுவாராம். அது மட்டும் தெரியும் அம்மா.”

“ஆகட்டும், தமையா!”

“கருணாகரன் சென்று ஒரு மாதத்திற்கு மேல் இருந்தும் கூட தினமும் அவளின் நலன் குறித்து இறையிடம் வேண்டுவதும், அவ்வப்போது அவனை எண்ணிக் கொள்வதுமாகப் பொழுது கழிந்தது நிருதிக்கு. ஆனால் இந்த இரண்டு நாட்கள் நகருவதே கடினமாக இருந்தது அவனை எண்ணி.

ஆற்றுப் படுகை காளி கோயில்.

“வணங்குகின்றேன் அத்தான்!”

“மலர் எப்படி இருக்கின்றாய்? நலம் தானே? என்ன இது இங்கே வந்து விட்டாய்?”

“தங்களுக்காகத் தான் தாங்கள் கோட்டைக்குச் சென்றீர்களே யானால், சக்கரவர்த்திகள், அரசு அதிகாரிகள், பிறகு நிருதி இப்படி அனைவரையும் சந்தித்து விட்டு இறுதியாக என்னைச் சந்திக்க வருவீர்கள். ஓரிரு வார்த்தைகள் பேசும் முன்னமே, இரவு வந்து விடும்; தங்களுக்கும் ஓய்வெடுக்கும் எண்ணமும் வந்துவிடும். அதனால் தான். தாங்கள் கோட்டைக்குச் சென்று

அனைவரையும் சந்திக்கும் முன்னதாகவே யான் உங்களைச் சந்திக்க வேண்டும் என்று எண்ணினேன். அதற்கு தான்."

"ஆமாம், நீ கூறுவதும் ஒரு வகையில் நல்லதுதான்."

"ஆமாம், எதற்காக சேதி நாட்டிற்குச் சென்றீர்கள்?"

"தந்தையார் ஒரு பணி குறித்து ராயரைச் சந்தித்து வரும்படி பணித்தார். அதனால் அங்கு சென்று வந்தேன் மலர்"

"ஓ... அப்படியா?" அது போகட்டும். கூடல் நகரில் இருந்து எமக்காக என்ன பரிசுப் பொருள் வாங்கிவந்தீர்கள் அத்தான்?"

"ஆம் மலர், இதோ!" என்று ஒரு பேழையை அவளிடத்திலே தர, அதைத் திறந்தாள் மலர்

"என்ன இது நித்தில மாலையா?"

"ஆம் மலர். கூடல் நகரம் முத்திற்கு தானே பெயர் பெற்றது?"

"இருந்து விட்டுப் போகட்டும். அதற்கு? அத்தான், எம்மைத் தவறாக எண்ணாதீர்கள் இது எனக்கு வேண்டாம்.

"ஏன் என்னவாயிற்று மலர்?"

"எமக்கு முத்துநகைகள் பிடிக்காது. அதனை அணிந்ததும் இல்லை."

"அதுதான் இதுவரை அணிந்ததில்லை என்கிறாயே. அப்படியானால் இதை அணிந்து கொள் மலர்."

"இந்த மணியில் விருப்பம் இல்லாததால் தானே அணிவதில்லை என்கின்றேன்."

"சரி அணிய வேண்டாம். அதை எடுத்துக் கூட பார்க்க மாட்டாயா மலர்?"

"பிடிக்காத ஒன்றை எடுத்துப் பார்ப்பதனால் மட்டும் என்னவாகிவிடும் அத்தான்? இனி தாங்கள் எனக்குப் பரிசு ஒன்று தர வேண்டும் என்று எண்ணினால், அது நமது கண்ணானத்தின் போது அணியும் சோடிப்பாகத்தான் இருக்க வேண்டும். அது கூடிய விரைவில் நடக்க ஏதேனும் செய்யுங்கள். அதைக் கூறவே முதலில் இங்கு வந்தேன்.

அது இருக்கட்டும், மலர். இதை என்ன செய்வது?

“இதை என்ன செய்வது? ஒன்று செய்யுங்கள்; இதனை நிருதியுடன் கொடுத்துவிடுங்கள். ஏனெனில் முத்து நகைகளை விரும்பி அவள் தான் அணிந்து கொள்வாள். தவிரவும், தற்போது அவள்தானே தங்களின் மனைவி. அதனால் இதைக் கொடுப்பது என்பது இயல்பாகவே இருக்கும். சரி அத்தான் யான் தங்களைப் பிறகு சந்திக்கின்றேன். இங்கு வந்து வெகு நேரம் ஆகிவிட்டது. வணக்கம்” என்று அங்கிருந்து சென்றாள் மலர்.

“ஒவ்வொரு முறையும் இது போல் எம்மை இவ்வாறு அலட்சியம் செய்கின்றாளே. வேண்டுமென்றே செய்கின்றாளா? அல்லது இவளின் இயல்பே இதுதானா? இத்தனை ஆண்டுகாலம். விலகியே இருந்ததனால் இது குறித்து எனக்குத் தெரியவில்லையா என்ன?”

கோட்டை வாயிலில் கருணாகரன் வருகையை குறித்து அறிவித்ததும் நிலைகொள்ளா ஆர்வம் நிருதிக்கு. என்ன செய்வது வாயிலுக்குச் சென்று வரவேற்கலாம் என்றால், தமையன் அங்கு நீ வரவேண்டாம் என்றல்லவா கூறிச்சென்றார். வழக்கம் போல குடிமகளாலும் அரசு அதிகாரிகளாலும் உற்சாக வரவேற்பு அறிவிக்கப்பட்டது கருணாவிற்கு.

“என்ன இது கோட்டை வாயிலில் இருந்து அரண்மனைக்கு வர இவ்வளவு நேரம் ஆகுமா என்ன? எங்கே அவர்?” என்ற எண்ணத்துடன் அரண்மனையின் வரவேற்பறைக்கு வர, அவள் எதிரே வீரசோழன்.

“தமையா, அவர் வந்ததாக அறிவிப்பு கேட்டதே.”

“அவர் அப்போதே வந்துவிட்டார் நிருதி. வண்டையார் கோனும், மற்ற அமைச்சர்களும் தந்தையாருடன் ஆலோசனையில் உள்ளனர். வருவதற்குச் சற்றுத் தாமதம் ஆகும்.”

“ஆகட்டும் அண்ணா.”

“சரி, அதுவரையில் உனது அறைக்குச் சென்று ஓய்வெடு தங்காய்” என்று கூறி வீரன் அங்கிருந்து சென்றான்.

இப்பொழுது யான் என்ன பணி செய்து விட்டேன். எதற்காக ஓய்வெடுக்க? எம் இறைவா! அவரைக் கண்களால் காண்பது கூட பிழை ஆகுமா?

“தனது அறைக்கு வந்த நிருதியைப் பார்த்து, “என்ன, நிருதி அதற்குள்ளாக வந்துவிட்டாய் உனது கணவரைக் காணவில்லையா?” என்றாள் அமுதா.

“இல்லை அவர் ஆலோசனைக் கூடத்தில் இருக்கின்றார் அமுதா.

ஏன் உன்னைக் கண்டுவிட்டு பிறகு அதிலே கலந்துகொள்ளக் கூடாதா? என்ன மனிதர் அவர்!”

“அமுதா, இதுபோல அவரைப் பேசாதே.”

“உடனே நீ ஆரம்பித்து விட்டாயா. உனக்கு அவரை யாரும் எவரும் எதுவும் கூறக்கூடாது. நான் வாயைத் திறக்கவே இல்லை போதுமா?”

“வெகு நேரத்திற்குப் பின்னர், “இளவரசியாரே, தங்களை சக்கரவர்த்திகள் அழைத்து வரும்படி கூறினார்கள் என்றாள் சேடிப் பெண்.

“இதோ வருகின்றேன்” என்ற நிருதி, என்ன இது? அவர் அழைப்பார் என்று பார்த்தால். தந்தை அழைத்திருக்கின்றாரே” என்று எண்ணிக்கொண்டாள்.

குலோத்துங்கன், “வா மகளே. வண்டையர்கோன் வந்திருக்கின்றார் - உனைக் காண. நீ பேசிக் கொண்டிரு அம்மா. இதோ வந்துவிடுகிறேன்” என்று கூறி அங்கிருந்து சென்றார்.

வரவேற்பு அறையில் இருந்த கருணாகரனைக் கண்டதும், “வாருங்கள் சுவாமி! எப்படி இருக்கின்றீர்கள்? நலம் தானே?” என்ற படியே, அவன் பாதங்களுக்கு முன் தொட்டு வணங்கியவள் “ஏன் இளைத்தாற்போல் உள்ளீர்கள்? ஒழுங்காக உணவு அருந்தவில்லையா? அல்லது போதிய ஓய்வில்லையா?”

“இரண்டுமே இல்லை தேவி. யான் எப்போதும் போலவே தான் இருக்கின்றேன். உனது கண்களுக்கு அப்படி தெரிகின்றேன் போலும். உண்மையில் நீ கேட்டவை எல்லாமே உனக்குத்

தான் பொருந்தும் நிருதி. வண்டையில் இருந்து வந்ததற்கு நீயே இளைத்தது போல் தெரிகின்றாய்."

"அப்படி எல்லாம் ஒன்றுமில்லை, சுவாமி. அது போகட்டும். வாருங்கள் உணவருந்த."

"இப்பொழுதுதான் சபை முடிந்ததும் அனைவருமாக உணவருந்தினோம்."

"சரி, பிறகு கூடல் நகரம் எப்படி இருந்தது? தமையனாரும், அண்ணியாரும் நலம் தானே. தங்களை அங்கே வரவேற்றதில் குறை ஒன்றும் இல்லையே."

"இல்லை நிருதி. மிகவும் அன்புடனும், மரியாதையுடனுமே நடத்தினார் இளவரசர். அவர்கள் இருவருமே உன்னை அழைத்து வராதது குறித்து வருத்தம் தெரிவித்தனர். அடுத்த முறை வருகையில் உன்னை அழைத்து வருவதாகக் கூறினேன்."

அங்கையர் கண்ணியார் ஆலயம் சென்றீர்களா சுவாமி? தரிசனம் எப்படி இருந்தது?

"அற்புதமான ஆலயம் அது நிருதி! மிகவும் அழகாக இருந்தது. பாண்டியர்களின் குலவிளக்கு என்பார்கள் - அங்கயர் கண்ணியை எவ்வளவு அழகு! எத்தனை வடிவு! சுந்தரேசர் பெயருக்கு இணங்க அவரும் அவ்வளவு அழகு! பார்க்கப் பார்க்க திகட்டாத ஆலயம் அது."

"பிறகு அதன் அருகே அழகர்மலை சென்றீர்களா சுவாமி?"

"அருகு என்று கூறமுடியாது, நிருதி. கூடலில் இருந்து சற்றுத் தொலைவே. பிறகு பாண்டியன் ஸ்ரீ வல்லபன் குறுக்குப்பாதை என்று ஒன்றிலே அழைத்துச் சென்றார். எங்கிருந்தாலும் நாராயணர் அழகுதான் என்றாலும் அங்கே சற்று கூடுதல் அழகாகத் தெரிகின்றார். சொக்கர், அழகர், பரி, அங்கையர்கண்ணி, கிளி, என தனி தனியே கூற இயலாது நிருதி. தென்கூடல் என்பது மொத்தத்தில் அனைவரும் கண்டுகளிக்க வேண்டி ஒரு கலைக் கூடம். பின்னாளில் ஒருமுறை. உன்னை அங்கே அவசியம் அழைத்துச் செல்கின்றேன்."

"ஆகட்டும் சுவாமி. தமையனார் இங்கு வரும் பொழுது எல்லாம் கன்னியார் குங்குமம் எடுத்து வந்து தருவார்கள். அதன் நிறம், மணம், மிருதுத்தன்மை எனக்கு மிகவும் பிடித்த ஒன்று. தங்களிடம் கொடுத்தனுப்பினார்களா சுவாமி?"

நகைத்தபடியே, "இப்படி நீ கேட்பாய் என்றே கொடுத்தனுப்பி னார் உனது தமையன். அதனுடன் இன்னும் பரிசுப் பொருட்களும் கொடுத்தனுப்பினார் உன்னிடம் தரச்சொல்லி என்ற கருணாகரன், பொன்னால் ஆன சிறு பேழையை நீட்டினான் நிருதியிடம்.

"அதைத் திறக்க தாழை மணத்துடன் அங்கையர்கண்ணி சாந்து நன்றிகள் அரசே!"

நிருதி அதனை விரல்களிலே தொட அங்கு வந்தான் வீர சோழன்.

"என்ன செய்கின்றாய் நிருதி?"

"வணங்குகின்றேன் மைத்துனர் அவர்களே."

"வணக்கம் இளவரசே.

தமையனார் கொடுத்தனுப்பிய சாந்து அண்ணா. அதுதான் வைத்துக் கொள்ளலாம் என்று... "தாராளமாக. ஆனால் நீயாக எதற்காக வைத்துக் கொள்கின்றாய், தங்காய்? இது போன்ற பெருந்தலச் சாந்தை கணவன் கரங்களினால் மனைவி வைத்துக் கொள்வது தானே பாரம்பரியம்? இதை வண்டையர்கோனிடம் கொடு, அம்மா. அவரே வைத்து விடட்டும்.

கருணாவும், நிருதியும் ஒருவரை ஒருவர் பார்த்துக் கொள்ள, என்னவாயிற்று? குங்குமம் தானே வைக்கும்படி கூறினேன். அதற்கு இருவரும் ஏன் இப்படி பார்க்கின்றீர்கள்?" என்றான் வீரன்

இது குறித்து வீரனிடம் விளக்குவதை விட வைத்து விடுவது மேல் என்று ஈசனை நினைத்து அவளின் புருவங்களுக்கு மத்தியில் சாந்தை வைத்த கருணாகரன், வைத்து விட்டேன். தங்களுக்கு மகிழ்ச்சிதானே இளவரசே? என்றான்.

“மிக்க மகிழ்ச்சி! ஆமாம் அது தான் நிருதிக்கு தமையனார் அளித்த பரிசுகளை அப்பொழுதே தந்து விட்டீர்களே? இது என்ன? தங்களின் அருகே பேழை ஒன்று.”

தயக்கத்துடனே, “இது யான் வாங்கி வந்தது இளவரசே.

யாருக்கு? வண்டையர் கோனே? நனது தங்கைக்கா?”

‘ஆம்’ என்று தலை அசைக்க, “அதுதான் தங்களின் அருகே இருக்கின்றாளே, பிறகு கொடுப்பதற்குத் தயக்கம் என்ன?” என்றான். அதையும் அவளிடம் கொடுத்தான் கருணாகரன். அதைத் திறந்ததுமே வீரனுக்கும் நிருதிக்கும் ஆச்சர்யம் தாங்கவில்லை.

“தங்களுக்கு எப்படி தெரியும் - நிருதிக்கு முத்து நகைகள் பிடிக்கும் என்று? தமையனார் கூறினாரா என்ன?” என்றான் வீரன்.

“இல்லை, இதை நானாகவே வாங்கி வந்தேன்.”

“இது எனக்குப் பிடிக்கும் என்று நானும் இது வரையில் கூறியது இல்லையே. பிறகு எப்படி?” என்றாள் நிருதி.

ஆச்சர்யம் சிறிதும் அகலாமல், “சுவாமி, இதை நான் அணிந்து கொள்ளட்டுமா?”

தாராளமாக அதற்குத் தானே வாங்கி வந்ததே.

ஆசையாய் அணிந்து கொண்டாள் நிருதி.

“உண்மையாகவே உனக்கு இந்த முத்து ஆரம் மிகவும் அழகாக இருக்கின்றது. இல்லையா மைத்துனரே?”

“ஆமாம் வெகு அழகாக இருக்கின்றது” என்றான் கருணாகரன்.

“நன்றிகள் இருவருக்கும்.”

“மைத்துனர் அவர்களே, இதை மற்றவர்களிடம் கூற வேண்டுமே தவிர, தங்களிடம் கூறக்கூடாது. இருந்தாலும் தற்போது கூறாமலும் இருக்கக் கூடாது.”

“என்ன இளவரசே?”

“நனது தங்கை கேட்காமலே அவள் விரும்புவதைப் பரிசளித்துள்ளீர்கள். உண்மையில் நனது தங்கை கொடுத்து வைத்தவள் தான்”

சற்று நேரம் அங்கே அமைதி நிலவியது.

"சரி, நீங்கள் இருவரும் பேசிக் கொண்டு இருங்கள். புறத்தே சிறு பணி ஒன்று. அதனை முடித்து விட்டு வருகின்றேன்" என்று அங்கிருந்து புறப்பட்டான் கருணாதான். இப்படி திடீர் என்று கருணாகரன் அங்கிருந்து சென்றது நிருதிக்கு வருத்தத்தை அளித்தது. அதை உணர்ந்த வீரசோழன், "நிருதி, உனது கணவனின் அன்பளிப்பை உனது தோழிகளிடம் காட்ட வேண்டாமா?" என்றான்.

நிருதி சற்றே மனம் மாறியவளாக, ஆம் தமையா! என்றாள்

"அப்படியானால் சென்று அமுதாவிடம் காட்டு."

"ஆகட்டும், அண்ணா" என்று புன்னகைத்து அங்கிருந்து சென்றாள்.

"அமுதா, எங்கு இருக்கின்றாய் நீ?"

"என்ன நிருதி? இங்கு தான் இருக்கின்றேன்" என்றவள். என்ன இது நெற்றியில் கழுத்தில் புதிதாய் "என்றாள்.

அவர் தான் வைத்து விட்டார். தவிர, இந்த ஆரம் அவர் எனக்குப் பரிசளித்தது. எப்படி இருக்கிறது?"

"அருமையாக இருக்கின்றது நிருதி. நான் கூட எப்பொழுது பார்த்தாலும் வண்டையர் கோன் விரைப்பாகவே இருப்பதனால், ரசனை என்ற ஒன்று அவருக்கு இருக்குமோ, என்னவோ என்று எண்ணிக் கொள்வேன். ஆனால், நீயோ வண்டையில் அவர் வாங்கி வைத்துள்ள பொருட்களை குறித்து அவரின் ரசிப்புத் தன்மையை ஆகா... ஓகோ... என்கிறாய். அது அத்துணையும் உண்மை தான் என எண்ணத் தோன்றுகிறது - இந்த ஒரு ஆரத்தை வைத்து."

"ஆமாம் அமுதா, இது எனக்கு மிகவும் பிடித்து இருக்கின்றது. இதை என் வாழ்நாள் வரையும் அணிந்து கொள்வேன். எதன் பொருட்டும் இதனை அவிழ்க்கமாட்டேன்."

"தாராளமாகப் போட்டுக் கொள் நிருதி."

அப்புறம் அமுதா, இதனை தந்தையிடமும், தாயார்களி டமும் காட்டிவிட்டு வந்து விடுகின்றேன். சரியா?"

"அப்படியானால், இன்று உறங்கும் வேளையில்தான் நமது அறைக்கு வருவாய் என்று கூறு."

“ஏன் இவ்வாறாக கூறுகின்றாய், அமுதா?”

ஆமாம் இதோ கூடலில் இருந்து வண்டையர் கோனும் வந்து விட்டார். இன்னும் மூன்று திங்களோ நான்கு திங்களோ. வண்டைக்கு நீ புறப்பட்டு விடுவாய். அதன் பிறகு நான் மட்டும் இந்த அறையில் தனிமையில் இருக்க வேண்டும். மலர் நீ இங்கில்லாத தருணங்களில் நமது அறைக்கு வருவதே இல்லை. நானுமே நீ எப்படியும் மறுவீடு சடங்கிற்காக வருவாய் என்றே இங்கிருந்தேன். இனி என்ன... அதுவும் முடிந்துவிட்டது. நீ சென்ற பின் சக்கரவர்த்திகளிடம் கூறி நனது தந்தையை வரச் சொல்லி நானும் எங்களது நாட்டிற்கே சென்று விடப் போகின்றேன்.

“நிருதி, ஏன் அமுதா இவ்வாறாகக் கூறுகின்றாய். எமக்கு ஒரு நாள் அவகாசம் கொடு தந்தையிடமும், அவரிடமும் பேசிப் பார்க்கின்றேன் - உன்னை என்னுடன் வண்டைக்கு அழைத்துச் செல்ல.”

“வேண்டாம் நிருதி. அது முறையாகாது - உனது வீட்டில் நான் வந்து இருப்பது என்பது. எப்பொழுதேனும் நாம் பிரிந்துதானே ஆகவேண்டும். அது இப்பொழுது என்று எண்ணிக் கொள்ளலாமே. சேதி நாட்டிற்குச் சென்றதும் ஓரிரு திங்கள்கள் உனது நினைவானது வருத்தத்தான் செய்யும். பின் அதுவே சரியாகிக் கொள்ளும்.

“இவ்வாறாகக் கூறி எம்மை மேலும் மேலும் சங்கடத்தில் ஆழ்த்தாதே அமுதா. என்னை நம்பு; எனக்கு சற்று அவகாசம் கொடு - தந்தை மற்றும் அவரிடம் பேசுவதற்கு”

சற்றே அங்கு அமைதி நிலவியது.

“சரி, அதெல்லாம் இருக்கட்டும். நீ சற்று முன் எவ்வளவு மகிழ்ச்சியுடன் இருந்தாய் நிருதி. நானே அதனைக் குலைத்து விட்டேனே. நீ முதலில் சென்று அரசரிடமும் அரசியார் களிடமும் இந்த ஆரத்தைக் காட்டி விட்டு வா; அது வரை நான் காத்திருக்கின்றேன். பிறகு பேசிக் கொள்ளலாம். சரியா?”

“இருக்கட்டும். இதோ என்ற நிருதி. அனைவரிடமும் அதனைக் காட்டி விட்டு விரைவாகவே தனது அறைக்கு வந்துவிட்டாள்.

அவள் வந்த சற்று நேரத்திற்கெல்லாம் மலரும் அங்கே வர. அவளிடமும் அந்த ஆரத்தைக் காட்டினாள் நிருதி.

அதனைக் கண்ட மலர் வெகு சாதாரணமாக, "இதை நான் முன்பே பார்த்துவிட்டேன், நிருதி. இது அத்தான் எனக்கு வாங்கி வந்த பரிசு. உனக்கே தெரியும் - முத்து நகையில் எமக்கு விருப்பம் இல்லை என்று. 'இதனை என்ன செய்வது?' என்று கேட்டார். 'நான் தான் இது எனக்கு வேண்டாம். வேண்டு மானால், நிருதியிடம் கொடுங்கள்' என்றேன். அதன் பொருட்டே இதை அவர் உனக்குத் தந்திருக்கின்றார்." என்றாள்.

தன்னையும் அறியாமல் கண்ணீர் பெருகியது நிருதிக்கு.

இதனைக் கேட்டதும் கோபத்துடனே, "அமுதா" என்ன உளறுகின்றாய் மலர்? வண்டையர் கோன் உனக்கு எதற்காகப் பரிசளிக்க வேண்டும், அதோடு கூட சற்று முன்தானே இதனை நிருதிக்கு அவர் அளித்தார். அப்படி இருக்க அவளுக்கு முன்னதாக நீ எப்போது அவரைப் பார்த்தாய்?

தனது நாவை கடித்துக் கொண்டு அங்கே அமுதா இருப்பதை மறந்து பேசி விட்டேனே. இப்பொழுது எப்படி சமாளிப்பது என்று எண்ணியவளாக, "இதில் என்ன இருக்கிறது அமுதா? நிருதியைக் கண்ணாலம் பண்ணும் முன்னமே அவர் எனக்கு அத்தை மகன். அவர் எங்கு சென்றாலும் அங்கேயிருந்து எமக்குப் பரிசுப் பொருள் வாங்கிவருவது வாடிக்கை. அந்த வகையில், வாங்கி வந்தார். இதில் பிழை இல்லையே நிருதி?

"இல்லை என்றபடி தலை அசைத்தாள் நிருதி."

தவிரவும், நான் எதேச்சையாக காளி கோயிலுக்குச் சென்றேன். அவரும் அங்கே எதேச்சையாக வந்தார்; இதை என்னிடம் தந்தார். அவ்வளவுதான்.

ஏனோ அதற்கு மேல் அங்கிருக்க விருப்பம் இல்லாதவளாக சரி நான் சென்று வருகின்றேன் நிருதி. நாளை பார்க்கலாம் என்று அங்கிருந்து சென்றாள் மலர்.

நிருதி என்ன இது? உனது கணவன் அவளுக்குப் பரிசு அளித்திருக்கிறார்? இதை வேறு அவள் நியாயப்படுத்தி

செல்கின்றாள். நீயோ அமைதியாக இருக்கின்றாய். உண்மையைக் கூறு நிருதி. இங்கே என்ன நடக்கிறது என்று"

"ஒன்றும் நடக்கவில்லை அமுதா. ஒன்றும் நடக்கவில்லை."

"நிருதி நான் கூறுவதைக் கேள். இனி அந்த ஆரம் உன் கழுத்தில் இருக்க தேவையில்லை. அதனைக் கழட்டி எறி!"

"அமுதா, நீ என்ன கூறுகின்றாய்?"

"ஆமாம் நிருதி, ஒருவர் வேண்டாம் என்று நிராகரித்த பொருளை மற்றவர்களுக்குப் பரிசாக அளிப்பது என்பது தவறு. அதிலும் மாற்றான் மகளுக்குப் பரிசு கொடுக்க எண்ணி அதனை அவள் மறுத்ததும், அதைத் தனது மனைவிக்குக் கொடுத்த உத்தமரை இங்கே தான் காண்கின்றேன் நிருதி. நீ கண் அசைத்தால் கருவூலத்தில் இருக்கும் மொத்த ஆபரணங் களையும் இசைந்து கொடுப்பார், உன் தந்தை. இப்பொழுது கூட உனது தமையன் ராசராச மும்முடி சோழர் இளவரசர் உனக்களித்த பரிசுப்பொருள்ளாக நனது மேற்பார்வையிலே சேடிப் பெண்கள் அடுக்கி வைத்தனர் - ஓர் அறை முழுக்க. நீ வண்டைக்குச் செல்லும் பொழுது அவற்றையும் உன்னுடன் அனுப்ப வேண்டுமென்பது அரசரின் உத்தரவு. உனை சோழரின் மகள் என்ற எண்ணத்தோடு அவிழ்க்க கூறவில்லை. வண்டையின் அரசி நீ. ஒருவர் நிராகரித்த பொருளை நீ அணிய உனது மாமன் சம்மதிப்பாரா? உனது கணவனின் பட்டாபிஷேகத்திற்கு முன்பே உனக்கு அரசி பட்டம் அளித்து அழகு பார்த்தவர் அவர். இந்த ஆரத்தை நீ அணிய ஒப்புமா அவருக்கு? கழட்டி விடு, நிருதி."

வியர்வையும், கண்ணீரும் அவளை ஆட்கொள்ள ஆரத்தை அவிழ்க்க எத்தனித்தாள் நிருதி.

நிருதியின் அறைக்கு கருணாகரன் வருவதாக காவலன் எச்சரித்தான். முதல் முறையாக அந்தப்புரத்திலே இருக்கும் தனது மனைவியின் அறைக்கு வந்தான் கருணாகரன்.

இதுவே தங்கையின் அறை மைத்துனரே! தாங்கள் பேசிக் கொண்டு இருங்கள்; இதோ வந்து விடுகின்றேன்" என்று அங்கிருந்து சென்றான் வீரசோழன். சற்றே தயக்கம் அவனுக்கு உள்ளே செல்ல. சேடிப் பெண்கள் விளக்குகளை

அந்த அறையில் ஏற்றிவிட்டு வெளியேறினர். அமுதாவும் தனது வணக்கத்தைத் தெரிவித்துவிட்டு அந்த அறையில் இருந்து வெளியேறினாள். விளக்கொளியில் அழகுற இருந்தது அந்த அறை.

"வாருங்கள் சுவாமி! வணக்கம்!"

"என்ன வாயிற்று நிருதி? ஏன் உன் கண்கள் கலக்கமாக உள்ளன அழுதாயா என்ன? ஏன் அப்படி உடல் முழுதும் வியர்க்கின்றது? என்னவாயிற்று நிருதி?"

"ஒன்றும் இல்லை அரசே. மதுராந்தகி தாயாரின் நினைவு வந்துவிட்டது அதுதான்."

"நல்லவேளை நான்கூட என்னமோ ஏதோ என்று பதறிவிட்டேன். பிறகு, நிருதி உன்னிடம் ஒரு விசயம் பேசுவற்காகவே இங்கு வந்தேன்."

"கூறுங்கள் சுவாமி!"

"முதலில் என்னை மன்னித்துவிடு"

"அய்யோ... என்ன அரசே? ஏன்? எதற்காக மன்னிப்பு!"

"இல்லை நிருதி இந்த ஆரம் உனக்காக வாங்கியது அல்ல; மலருக்காக வாங்கியது" என்று மலர் கூறியதையே மீண்டும் கூறினான் கருணா.

"ஒருவர் நிராகரித்த பொருளை மற்றொருவருக்குப் பரிசளிப்பது என்பது அநாகரிகம் என்பதை யான் நன்கு அறிவேன். இருந்தும், இந்த ஆரத்தைப் பார்த்துப் பார்த்து வாங்கியதனால் இதனை தூரப்போட மனம் இல்லை நிருதி. இருந்தும், இந்த ஒரு ஆரம் உனக்கு ஒரு பொருட்டு அல்ல என்பதனை யான் நன்கு அறிவேன். என்வரையில் இந்த ஆரம், இவ்வுலகில் இருக்கும் உயரிய உலோகங்கள், நவமணிகள் இன்னும் இவ்வுலகத்தார் ஓவியம் என்று எதை எல்லாம் கருதுவார்களோ அவற்றுக்கு எல்லாம் அப்பாற்பட்டவள் நீ எனக்கு. எப்பொழுதும் அதை மட்டும் மறவாதே. மலரை எண்ணியே இதை யான் வாங்கியிருக்கலாம். ஆனால், இது உனக்கு சேரவேண்டும் என்பதே அந்த ஆடவல்லானின் எண்ணம் போலும். தவிரவும், 'சுவாமி இதனை நான் அணிந்து கொள்ளட்டுமா?' என்றாயே. அந்த ஒரு வார்த்தை - அந்த

ஒரு தருணம் யான் அடைத்த மகிழ்ச்சிக்கு அளவே இல்லை நிருதி. எனக்கு ஒரு ஆசை நிருதி."

"கூறுங்கள் அரசே!"

"அதனை நீ எப்பொழுதும் அவிழ்க்காமல் அணிந்து கொள்ள வேண்டும்."

"அப்படியே அரசே!" என்றாள் நிருதி மகிழ்ச்சியுடன்.

"நிருதி மற்றும் ஒன்று."

"என்ன சுவாமி?" என்றவள் கரத்தில் ஒரு பேழையைக் கொடுத்தான்.

"என்ன இது சுவாமி?" என்றவள் அதைத் திறக்க, நித்திலத்தால் செய்யப்பட்ட காஞ்சி.

"அற்புதமாக இருக்கின்றது அரசே இது!"

"உனக்காக வாங்கியது நிருதி. இதனை வாங்கிவரவே அப்பொழுது சென்றேன்."

"எதற்கு இதெல்லாம் அரசே? அதுதான் ஆரம் தந்து விட்டீர்களே. பிறகு எதற்காக?"

"இல்லை நிருதி! மலர் நிராகரித்ததை நீ அணிவதில் எமக்கும் கூட விருப்பம் இல்லை தான். இருந்தும், அதனுடன் இதையும் சேர்த்து அணிந்து கொள்வாயேயானால் இவை இரண்டுமே உனக்கானவை என்று என் மனம் அமைதியுறும். அதற்காக தான்!"

"ஆகட்டும் சுவாமி! இதோ இப்பொழுதே காஞ்சியையும் அணிந்து கொள்கின்றேன்" என்றவள், ஏற்கனவே தனது இடையில் அணிந்திருந்த காஞ்சியை அவிழ்த்து விட்டு இதனை அணிய அது சற்றே தொய்வுற்றது.

"அரசே இது சற்றே பெரிதாக உள்ளதே... இப்பொழுது என்ன செய்வது?"

"அப்படியா? சரி, வேண்டுமானால் வேறு வாங்கிவரட்டுமா நிருதி?"

"இல்லை அரசே. இது தாங்கள் எமக்காக முதன் முதலில் அளித்த அன்புப் பரிசு இதனை மாற்ற வேண்டாம். பின்னாளிலே இதனை யான் அணிந்து கொள்கின்றேன்.'

"ஆகட்டும் நிருதி, சரி மற்றும் ஒன்று."

"கூறுங்கள் அரசே."

"நாளை காலையே நாம் வண்டை புறப்படுகின்றோம். இது குறித்து சக்கரவர்த்திகளிடம் கூட பேசிவிட்டேன் நிருதி."

"ஏன் சுவாமி அதற்குள்ளாக?"

"ஏன் என்றால், நனது பணி இருதினங்களுக்கு முன்னதாகவே முடிவடைந்து விட அது குறித்து அனைத்து விவரங்களையும் பாண்டியனிடம் ஒப்படைத்தே. யான் சேதி நாடு சென்றேன். தவிரவும், நனது முக்கிய பணிகள் இங்கு இருக்குமாயின், அப்பொழுது இங்கு இருப்பேன் என்றும், மற்றபடி நனது பணிகள் அனைத்தையும் வண்டையில் இருந்தே மேற்கொள்வேன் என்று தானே அரசரிடம் கூறி இருந்தேன். தற்போது முக்கிய பணியானது முடிந்து விட்டது. இனி மற்ற பணிகளை வண்டையில் இருந்தே பார்த்துக் கொள்ளலாம். ஏன் நிருதி உனக்கு இங்கு இத்தனை நாட்கள் இருந்தது போதவில்லையா? இங்கே இருக்க விருப்பமானால் கூறு. இன்னும் இரு தினங்கள் தங்கிவிட்டுப் போகலாம்!"

"இல்லை சுவாமி, தங்களின் கொள்கைகளை விடவும் எமக்கு முக்கியம் ஏதும் இல்லை. இருப்பினும், தாங்கள் இன்று காலை தானே வந்தீர்கள். அதற்குள்ளாக நாளை புறப்பட வேண்டு மானால் ஓய்வில்லா பயணம் உடலைப் பாதிக்காதா சுவாமி? அதனால் கூறினேன்."

"அதனால் ஒன்றுமில்லை நிருதி. அங்கு சென்று மொத்தமாக ஓய்வெடுத்தால் போகிறது. சரி நீ ஓய்வெடுத்துக் கொள் நிருதி. யான், நமது மாளிகைக்குச் செல்கின்றேன் நாளை சூரிய உதயத்திற்கு முன் புறப்பட வேண்டும் புரிந்ததா?"

"ஆகட்டும் சுவாமி."

"சுவாமி ஒருகணம்"

"கூறு தேவி!"

"தாங்கள் தவறாக எண்ணவில்லை என்றால், இங்கேயே இன்று இருக்கலாமே."

"உண்மைதான், எமக்கு உனது அறையிலேயே இருந்துவிடலாம் என்றே தோன்றுகிறது. என்ன செய்வது? நெடுநாட்களுக்குப் பிறகு பார்ப்பதனால் இரவு முழுவதும்

உறங்காமல் பேசிக் கொண்டே இருக்கத் தோன்றும். பிறகு காலை எப்படி புறப்படுவது? அதனால் தான் நம் மாளிகைக்குச் செல்கிறேன் என்றேன். தவிரவும், அமுதா உன்னுடன் இருப்பதனால் யானும் இங்கிருப்பது சாத்தியப்படாது. நான் வரட்டுமா?" என்ற கருணா, அறையின் வாசல் வரை சென்றிருப்பான்.

"அய்யோ அமுதாவை அழைத்துச் செல்வது குறித்து அவரிடம் கேட்காமல் விட்டு விட்டோமே. வண்டைக்கு புறப்படுவது நாளை காலை என்பதனால். இப்போது கேட்டால் தானே முடியும். "சுவாமி ஒரு கணம்!"

"அப்புறம் என்று நிருதி." என்று ஏதோ கூற வந்தான் கருணாகரன்.

'என்ன இது இருவரும் ஒரு தருணத்தில் அழைத்துக் கொண்டோம்' என்று இருவரும் நகைத்துக் கொண்டனர்.

"கூறு நிருதி, என்னவென்று?"

"இல்லை அரசே! தாங்கள் முதலில் கூறுங்கள் என்னவென்று?"

"அமுதா எங்கே?"

"ஏன் சுவாமி?"

"அவளை வரச்சொல் தேவி"

"இதோ... அமுதா" என்றழைக்க அறைக்கு வந்தாள் அமுதா.

"வணங்குகின்றேன் அரசே!" என்று.

"அமுதா, நாளை காலை யானும் நிருதியும் வண்டைக்குப் புறப்பட உள்ளோம்" என்று கருணா கூறியதுமே கண்கள் கசிந்தன அமுதாவிற்கு.

அமுதாவை நோக்கியபடி, "உனக்கு அத்தியாவசியமான பொருட்களை மட்டும் எடுத்து வைத்துக் கொள்." என்றான் கருணாகரன்

"ஏன் அரசே?"

"ஏன் என்றால்? நீயும் நாளை எங்களுடன் வண்டைக்கு வருகின்றாய்" என்று கருணா கூறியது தான் தாமதம், நிருதி ஆனந்தத்தால் அமுதாவை ஆரத்தழுவிக் கொண்டாள்.

"அரசே, யான் எப்படி தங்களுடன் வர இயலும்?" என்றாள் அமுதா அறைகுறை மனதுடன்.

"ஏன் முடியாது? உன்னை அழைத்துச் செல்ல உனது தந்தையிடமும், சக்கரவர்த்திகளிடமும் அனுமதி வாங்கி விட்டேன். அதற்கான ஓலையே இது. இதற்காக தான் சேதி நாடு சென்றிருந்தேன் அமுதா."

தனது மகிழ்ச்சியை வெளிப்படுத்தி, "நன்றிகள் அரசே!" என்று அந்த ஓலைகளை வாங்கிப் படித்தாள் நிருதி"

"சவாமி, இத்தனை பிரயாசம் எதற்காக?"

"உனக்காக தேவி. உன்னை இங்கேயே விட்டுச் செல்ல எம்மால் ஆகாது. இங்கு இருக்கும் அனைவரும் நம்முடன் வர இயலாது. ஆகையால் தான், அமுதா ஒருத்தியை நம்முடன் அழைத்துச் சென்றோமேயானால், இங்கு இருக்கும் மற்றவர்களின் பிரிவு அந்த அளவிற்கு உன்னைப் பாதிக்காது. மேலும் உன் பொருட்டு. தனது தாய் நாடு, தந்தை, தாய், உறவுகள், சுற்றம் என அனைத்தையும் பிரிந்து அமுதா உன்னுடன் இருக்கும் கால். உன் மீது அவள் கொண்ட அன்பு எத்தகையது என்று என்னால் உணர முடிகிறது. சேதி நாட்டிற்குச் சென்று வந்ததில் இருந்து அமுதா மீது யான் கொண்ட மதிப்பு பன்மடங்கு உயர்ந்துள்ளது, நிருதி. அவளும் ஒரு நாட்டின் இளவரசியே! இருந்தும், அந்த செருக்கானது துளியும் இல்லை அவளிடம். உண்மையில் அமுதாவைப் போன்றதொரு தோழி உனக்கு அமைந்ததற்கு அந்த ஆண்டவனுக்கு நன்றி கூற வேண்டும்."

"நிச்சயமாக சுவாமி. தங்களைப் போன்றதொரு கணவர் அமுதாவைப் போன்றதொரு தோழி கிடைத்ததற்கு யான் அனுதினமும் அந்த ஆடவல்லானுக்கு நன்றி கூறிக் கொண்டு தான் இருக்கின்றேன்."

"சரி, பேசிக் கொண்டு இருந்தால் நேரம் போவது தெரியாது. நீங்கள் ஓய்வெடுங்கள். இவற்றை வண்டையில் பேசிக் கொள்ளலாம். யான் வருகின்றேன்" என்று அங்கிருந்து நடக்கத் துவங்கினான் கருணா - மனமில்லாதவனாக.

“அரண்மனை வளாகம் வரையிலும் அவள் உடன் வந்தாளே யானால் எவ்வளவு நன்றாக இருக்கும்.”

“நிருதி, என்னால் நம்பவே முடியவில்லை. இது கனவா நனவா என்று?”

“ஆமாம் அமுதா. நனது மகிழ்ச்சிக்கு அளவே இல்லை. யான் ஒன்று கூறினால் தவறாக எண்ணக்கூடாது.”

“என்ன நிருதி?”

“யான் அவரை வழி அனுப்பி வரட்டுமா?”

“அடி பைத்தியக்காரி! இதற்கு எதற்கு இப்படி தயங்குகின்றாய்? அவர் உன் கணவர். தாராளமாக போ இருவருக்கும் தேவையானவற்றை யான் இப்பொழுதே எடுத்து வைக்கவேண்டும். அப்போதுதான் நாளை புறப்பட சரியாக இருக்கும்.”

“ஆகட்டும் அமுதா. இதோ வந்து விடுகின்றேன்.”

“சுவாமி! சுவாமி, சற்று நில்லுங்கள்.”

“நிருதி, என்னவாயிற்று?”

“ஒன்றுமில்லை அரசே. யான் அரண்மனை முகப்பு வரை தங்ளுடன் வரலாம் என்று...”

“உனக்கு எதற்கு வீண் சிரமம் தேவி”

“பரவாயில்லை, சுவாமி நான் வருகின்றேன்.”

“சரி வா!”

“ஆலயங்களில் அடிவலம் வருவதைப் போல் மெதுவாக அடிமேல் அடிவைத்து இருவரும் நடந்தனர்.”

வீரன் தன் தாயை அழைத்துக் அவர்கள் செல்வதை காட்டினான். “பார்த்தீர்களா தாயே - எனதருமை தங்கையை? சோழிசுரர் ஆலயத்தை வலம் வருவதாக இருவருக்கும் எண்ணம் போல். நடக்கட்டும், நடக்கட்டும்.”

அதற்குள்ளாக முகப்பு வந்து விட்டதா, என்ன என்று இருவரும் எண்ணுவதற்குள் முகப்பு வாசலில் நிருதியின் குடும்பத்தினர்.

“தந்தையே தாங்கள் எப்போது இங்கு வந்தீர்கள்?”

உங்கள் இருவரையும் கடந்துதான் நாங்கள் அனைவரும் இங்கு வந்தோம் நிருதி. இல்லையா தாயே”

"ஆம் அம்மா!"

"எப்படியும் வண்டையர் கோன் இங்கு தங்கமாட்டார்கள் என்று தெரியும். அதுதான் அவரை அவரின் மாளிகைக்கு அனுப்ப நாங்கள் நின்று கொண்டு இருக்கின்றோம். சரி நிருதி, அதுதான் நீ இருக்கின்றாயே. நீயே உனது கணவரை அனுப்பிவை" என்றான் வீரசோழன்.

கருணாவிற்கு விடையளித்து விட்டு அங்கிருந்த அனைவரும் சென்றனர்.

இருவரும் அங்கேயே நின்று இருந்தனர் எதுவும் பேசாமல். 'நீயும் என்னுடன் வா என்று கேட்கமாட்டீர்களா?'

'நானும் உங்களுடன் வருகின்றேன் என்று கூறமாட்டாயாக நிருதி?' இருவரும் இவ்வளவு எண்ணிக் கொள்ள சோடிப்பும் முத்து ஆரமும் அவன் கண்களில் பட அதையே கண் கொட்டாமல் பார்த்துக் கொண்டு இருந்தான் கருணா.

தனது மேலாடையை சரி செய்து கொண்ட நிருதி, "சுவாமி, களைப்பாக இருப்பீர்கள். சென்று ஓய்வெடுத்துக் கொள்ளுங்கள்." என்றாள்.

"ஆமாம் நிருதி. யான் சென்று வருகின்றேன். காலையில் பார்ப்போம்" என்று கூறி பிரிய மனமில்லாமல் சென்றான் கருணா.

"எப்படியானாலும் அவள் நனது மனைவி இன்றைய ஒரு இரவே எங்களைப் பிரிக்க கூடும். நாளை முதல் அவள் எனதருகே இருப்பாள்."

தனது அறைக்குத் திரும்பிய நிருதி, அமுதாவிற்கு உதவி செய்ய ஒருவாறாக பயணத்திற்கு வேண்டியவற்றை இரவு எடுத்து வைத்து, இருவரும் உறங்கச் சென்றனர்.

தனது மாளிகைக்கு வந்த கருணாகரன் தனது அறைக்குச் சென்றான். படுக்கையில் அமர்ந்த படியே, 'இது முற்றிலும் புதிய அனுபவம். இன்று காலை நிருதியிடம் பரசுப் பொருளைத் தந்த பொழுது. அவள் முகத்திலே தென்பட்ட ஆர்வம் கலந்த மகிழ்ச்சி. இதனை எப்படி இத்தனை நாட்களாகத் தவற விட்டேன்? மலருக்குப் பரிசளிக்க வேண்டும் என்று எண்ணிய

எனக்கு, உனக்கு கொடுக்க வேண்டும் என்ற எண்ணம் ஏன் வரவில்லை?

மெள்ள சிரித்துக் கொண்டான் கருணா.

உனக்குக் கொடுக்க வேண்டும் என்ற எண்ணம் எப்படி தோன்றாமல் இருக்கும் நிருதி? இதுவரையிலும் மலருக்கு எத்தனையோ முறைகள் பரிசளித்துள்ளேன். ஒரு முறை கூட அவள் ஆர்வமாய்க் கண்டதும் இல்லை; முழு அகமகிழ்வுடன் ஏற்றதும் இல்லை. உண்மையில் நான் அளிக்கும் பரிசுகளில் குறையா அல்லது அவள் பார்வையில் பிழையா என்று தெரியவில்லை. அவள் ஒவ்வொரு முறையும் பரிசை அல்ல; எம்மை அலட்சியம் செய்வது போல் ஏனோ தோன்றும். இருந்தும், யான் அதனை ஒரு பொருட்டாகக் கருதியது இல்லை. அதே அவளைப் போலவே நீயும் செய்வாயானால், அதனை எம்மால் பொறுக்கலாகாது என்றே இதனைத் தவிர்த்தேன். இருப்பினும், யான் செய்த பெரும் பிழை அவளோடு உன்னை ஒப்பிட்டது. அது தவறு தான்.

தலையணையில் சாயப்போனவனுக்கு யாரோ தனது அறைக்குள் வந்தது போன்ற உணர்வு. எழுந்தவன், "அறையின் கதவுகளுக்கு பின்னால் யார்?" என்றதும் அந்த உருவம் வெளிவர, "மலர் நீயா? இவ்வேளையில் இங்கு எப்படி?" என்று கேட்டான்.

"ஏன் நான் இங்கு வரக்கூடாதா? அதற்கு எனக்கு உரிமை இல்லையா?"

"ஏன் இவ்வாறாகப் பேசுகின்றாய் மலர்? யாரேனும் காண நேர்ந்தால் என்ன ஆவது? அதற்காகக் கூறினேன்."

"யார் கண்டால் என்ன? அது குறித்து இனி எனக்குக் கவலை இல்லை அத்தான். ஏனெனில் தங்களை தானே நான் மணந்து கொள்ளப் போகின்றேன். பிறகு என்ன?"

"சரி, இப்போது எதற்காக இங்கு வந்தாய் மலர்?"

"நாளை காலையே தாங்கள் வண்டை புறப்படப் போகின்றீர்களாமே?"

"ஆமாம் கூடவே அமுதாவையும் அழைத்துச் செல்கின்றீர்களாமே."

"ஆமாம்"

"இதை ஏன் என்னிடம் மறைத்தீர்கள் அத்தான்?"

"என்ன நான் மறைத்தேனா? இல்லை மலர். இதனை உன்னிடம் யான் காலை பேசும் பொழுது கூறவந்தேன். சேதி நாட்டிற்குச் சென்றதன் தொடர்ச்சியாக. அப்பொழுது நீ தான் அது போகட்டும், எனக்கான பரிசு எங்கே என கேட்டாய். நானும் அதை விட்டு மற்றதைப் பேசிக் கொண்டிருந்தேன், அவ்வளவு தான். சரி, எப்படியும் அம்மான் அவர்கள் இந்நேரம் உனக்கு யான் வண்டை செல்வதைக் கூறி இருப்பார் என்று தெரியும். அதனால் நாளை கோட்டை வாயிலுக்கு நீ வருகையில் கூறலாம் என்று இருந்தேன்."

"ஒரு வேளை நான் அங்கே வரவில்லையானால், அப்படியே சென்று இருப்பீர்கள்; அப்படிதானே!"

"அப்படி எல்லாம் ஏதும் இல்லை மலர்."

"என்னைக் கண்ணாலம் செய்து இங்கிருந்து அழைத்துச் செல்லுங்கள் என்றால், சம்பந்தமே இல்லாமல் அமுதாவை அழைத்துச் செல்கின்றீர்கள். இதற்காக சேதி நாடு வரையிலும் சென்று அவளின் தந்தையிடம் அனுமதி வாங்கி. ஆனால் இங்கிருக்கும் எனை அழைத்துச் செல்ல உங்களுக்கு மனம் இல்லை."

"புரியாமல் பேசாதே, மலர். நிருதியின் தோழியாக அவளை அழைத்துச் செல்வதற்கும். என் மனைவியாக உனை அழைத்து செல்வதற்கும் வித்தியாசம் இல்லையா?"

"சரி, நிருதியை மகிழ்விக்க எண்ணி அமுதாவை அழைத்துச் செல்கின்றீர்கள் என்னை எப்போது அழைத்து செல்வீர்கள்? அதைச் சொல்லுங்கள்."

"சற்றே பொறுமையாக இரு மலர். எங்கள் இருவருக்கும் மணமாகி இன்னும் முழுதாய் மூன்று திங்கள்கள் கூட ஆகவில்லை. இதற்குள்ளாக உன்னை மறுமணம் செய்து கொள்வது சாத்தியமா? பார்ப்பவர்கள்தான் என்ன நினைப்பார்கள்? இல்லை... நீ தான் கூறு உனது தந்தையிடம் என்னவென்று கூறி உன்னைப் பெண் கேட்கட்டும் என்று"

அமைதியானாள் மலர் "அப்படியானால், கூடிய விரைவில் நாம் இருவருக்கும மணம் ஆகும் என்று வாக்களித்தது..."

"நிச்சயம் நடக்கும், நம்பிக்கையுடன் இரு."

"நம்பிக்கை இல்லை அத்தான்; நம்பிக்கை இல்லை. என்று நிருதியைத் தொடுவதில்லை என்று வாக்களித்தீர்களோ, அன்றிலிருந்து தாங்கள் என்னிடம் இருந்துதான் விலகிச் செல்கிறீர்கள். இதனை ஏற்க தான் வேண்டும். இந்த இடைவெளி என்பது ஆற்றுப் படுகையில் உருவானது அல்ல என்றே யான் கருதுகின்றேன். மேலும் நாளை யான் கோட்டை வாயிலுக்கு வரப்போவது இல்லை. இதை தங்களிடம் கூறவே வந்தேன். இப்போது போய் வாருங்கள். அடுத்த முறை வரும் பொழுது எம்மை அழைத்துச் செல்லும் ஏற்பாடுகளுடன் வாருங்கள். நான் வருகின்றேன்."

பரம்பொருளே தங்களின் சோதனைக்கும் ஓர் அளவில்லையா? மலருக்கு அளித்த வாக்கை எப்படி காப்பாற்றுவது? நிருதியுடனான இந்த இல்லறத்திற்குப் பொருள் தான் என்ன? ஆம், மலர் கூறியதை ஏற்க தான் வேண்டும். மலருக்கும் எனக்குமான இந்த இடைவெளி ஆற்றுப் படுகையில் உருவானது அல்ல. நாம் ஒருவர் மேல் ஒருவர் வந்திருந்தது எந்தவித எதிர்பார்ப்பும் இல்லாத தூய்மையான அன்பானால். நம்மை எது ஒன்றும் பிரித்திராது. இதனை நீ நம்ப வேண்டும். ஆனால் எனக்கு என்ன தான் ஆனது. சோடிப்பு, ஆரம், முகப்பு, வளாகம், நிருதியின் அறை, காலையில் திலகமிட்டது - ஏன் இப்படி நிகழ்கின்றது? அவளைப் பற்றியே சிந்திப்பது, அவளின் அருகாமையைத் தேடுவது. நிருதி நீ என்ன செய்து கொண்டிருக்கின்றாய்? தற்சமயம் நீ உடன் இருந்தால் நன்றாக இருக்கும் என்று தோன்றுகிறது.

"சுவாமி!"

"நிருதி, என்ன எதுவும் கனா கண்டாயா?"

"இல்லை அவர் அழைத்தது போன்று இருந்தது."

"என்ன உளருகின்றாய்? அவர் வண்டையர் மாளிகையில் அல்லவா இருக்கின்றார்."

“இல்லை அமுதா. ஏதோ அவர் வருத்தத்தில் இருப்பது போன்றதொரு உணர்வு. நான் அவருடனே சென்று இருக்க வேண்டும் என்று விரும்புது. நனது தவறு தான். நான் அவரைப் பார்த்து வருகின்றேன்.”

“நிருதி உனக்கு என்ன தான் ஆனது? ஏன் இப்படி நடந்து கொள்கின்றாய்? இந்த வேளையில் எப்படிச் செல்வது? யாராவது பார்த்து விட்டால்?”

“பார்த்தால் என்ன? அமுதா. நான் எனது கணவனைக் காண என் மாளிகைக்குச் செல்கின்றேன். இதில் என்ன தவறு.?”

“அதற்கில்லை நிருதி ஒருவேளை வண்டையர் கோன் உறக்கத்தில் இருந்தால்?”

“சத்தமே இல்லாமல் பார்த்து விட்டு வந்து விடுகின்றேன் அமுதா.”

“அப்படியானால் சரி நானும் உன்னுடன் வருகின்றேன் நீ தனியே செல்ல வேண்டாம்.”

“இல்லை அமுதா. நான் மட்டும் சென்று வருகின்றேன். எமது பரியை மட்டும் அவிழ்த்து வா.”

“வரவர உனது போக்கு சரி இல்லை நிருதி. எங்கிருந்து வந்தது இந்தப் பிடிவாத குணம் என்று தெரியவில்லை. பத்திரமாகத் திரும்பி வந்துவிட வேண்டும். உனக்காக நான் உறங்காமல் காத்திருப்பேன். சரியா நிருதி?”

“ஆகட்டும் அமுதா”

வண்டையர் மாளிகை. “சுவாமி தாங்கள் இன்னும் உறங்க வில்லையா?”

“நிருதி, நான் கனவு காண்கிறேனா என்ன?”

“இல்லை சுவாமி. நான் தான் இங்கு வந்திருக்கின்றேன்”

“எதற்காக நிருதி இவ்வேளையில் தனியே வந்தாய்?”

“இல்லை சுவாமி. தாங்கள் ஏதோ வருத்தத்தில் இருப்பது போன்றதோர் உணர்வு. அதனாலே இங்கு வந்தேன். இங்கு வந்து பார்த்தால் தாங்களோ உறங்கவில்லை இதன் பொருள் என்ன சுவாமி?”

“நிருதி, அரண்மனைக்குத் திரும்பிச் செல்?”

"ஏன்? இப்பொழுது தானே வந்தேன். சிறிது நேரம் தங்களுடன்..."

"நிருதி நீ முதலில் இங்கிருந்து செல்."

"சுவாமி ஏன் இவ்வாறாக கூறுகின்றீர்கள்? நான் தங்களின் மனைவி இல்லையா?"

அதனாலே தான் கூறுகின்றேன். முதலில் அறையில் இருந்து வெளியேறு இது என் உத்தரவு."

அறையின் வாசலில் சென்று நின்ற நிருதி, "சுவாமி! அப்படியானால் தாங்கள் எம்மைப் பார்க்கக்கூட போவது இல்லையா?"

"இல்லை தேவி வெகு நாட்களாகவே யான் உறங்கும் முன்னும் விழித்த பின்னும் உச்சரிக்கும் பெயரும் உள்ளாடும் முகமும் உனது மட்டுமே. இனி, எந்நாளும் இனியும் நீ இங்கேயே நின்றிருந்தாயேயானால் சத்தியத்தை மீறிய பழிக்கு நான் ஆளாவேன். அதை ஊக்குவித்த பாவத்திற்கு நீ ஆளாவாய். இப்பொழுதும் நனது எண்ணத்தில் தவறு இல்லை, நிருதி. ஏனோ உன்னை அணைத்துக் கொள்ளவேண்டும் என்று மட்டும் தோன்றுகிறது."

"வேண்டாம், சுவாமி நான் சென்று விடுகின்றேன். எம்மை மன்னித்து விடுங்கள்."

அப்பொழுதும் அவன் திரும்புவதாகத் தெரியவில்லை. முகத்தைப் பார்க்க முடியாமல் திரும்பி இருக்கும் அவரை வாசல் வரையிலும் வருவார் என்று எதிர்பார்ப்பது தவறுதான் என்று எண்ணிக் கொண்டாள் நிருதி. இருந்தாலும் அவ்வப்போது திரும்பிப் பார்த்துக் கொண்டாள்.

அவன் அறையில் இருந்து வருவதாகச் தெரியவில்லை. அவளின் சதங்கை சிலம்பின் ஒலி ஆனது மெல்ல குறைந்து தோய்ந்து மறைந்தது.

நிருதி என்னை விட்டு சென்று விடாதே. மேல் தளத்தில் இருந்த தனது அறையில் இருந்து ஓடிவந்த கருணா அனைத்துப் படிகளையும் கடந்து கடை படிக்கட்டில் அமர்ந்தான். அவன் எதிரே பூசை அறையின் வாசலில் அமர்ந்திருந்தாள் நிருதி - கண்கள் கசிந்தபடி. "நிருதி நீ இன்னும் செல்லவில்லையா?"

"தங்களை விட்டு நான் எங்கே செல்வது சுவாமி?" என்றாள் - தன் கண்களைத் துடைத்துக் கொண்டு, சிறு புன்னகையைத் தவழவிட்டு 'ஆம்' என்று தலை அசைத்த கருணா அவள் அருகே சென்று அமர்ந்தான். ஒரு வார்த்தையும் பேசவில்லை. ஆனாலும் ஒருவரை ஒருவர் பார்த்தபடியே வெகு நேரம் சென்றது.

"சரி நிருதி, நீ புறப்படு! பொழுது புலரப் போகின்றது. யானே உன்னை அரண்மனையில் விட்டு வருகின்றேன். நீ சென்று நீராடிப் புறப்படுவதற்கே நேரம் சரியாக இருக்கும். அனைவரும் வேறு எழுந்துவிடப் போகிறார்கள் அதற்குள்ளாக உன்னை அங்கே விட்டுவருகின்றேன் வா!" என்று அழைத்துச் சென்றான் கருணா.

தனது அறைக்கு வந்த நிருதி அமர்ந்த கோலத்தில்" அமுதா உறங்கிக் கொண்டிருப்பதைக் கண்டு மெள்ள சிரித்தாள்.

தடாகத்திற்குச் சென்று நீராடி பூசை அறைக்கு சென்று வணங்கி விட்டு தனது அறைக்கு வந்த நிருதியை, "நிருதி நீ எப்போது வந்தாய்? அதற்குள்ளாகப் புறப்பட்டு விட்டாயா?" என்று கேட்டாள் அமுதா.

ஆம் அமுதா நான் அப்போதே வந்து விட்டேன். களைப்பினால் நீ உறங்கி கொண்டு இருந்தாய். அதுதான் உன்னைத் தொந்தரவு செய்ய வேண்டாம் என்று கருதி, நானாக சென்று நீராடி வந்தேன்.

பிள்ளைகளா என்ன செய்தி கொண்டு இருக்கின்றீர்கள்?

"வண்டையர் கோன் புறப்பட்டு வந்து விட்டார். உங்களை தந்தையார் அழைத்து வர கூறினார்." என்றாள் அருமொழி நங்கை.

இதோ வந்து விட்டோம், தாயே! சேடிப் பெண்களை அழைத்த நங்கை, அங்கிருந்த பொருட்களைப் பயணப்படும் இடத்தில் வைக்கும்படி கூறினாள்.

அவர்கள் அறையில் இருந்து வெளிவர மலர் அங்கே வந்தாள். நிருதியையும், அமுதாவையும் கட்டித் தழுவிக் கொண்டாள்.

“ஒருவழியாக நீங்கள் இருவரும் ஓர் இடத்தில் இருக்கப் போகின்றீர்கள். நான் மட்டும் இனி இங்கே தனிமையில் இருக்கப் போகின்றேன்.”

“கவலை கொள்ளாதே மலர் விரைவிலேயே மூவரும் ஓர் இடத்தில் இருப்போம்.”

“அந்த நம்பிக்கையில் தான். நானும் இங்கே இருக்கின்றேன் நிருதி.”

என்ன, ஓர் இடத்தில் என்று எதைக் கூறுகின்றாய் நிருதி?”

“ஒன்றும் இல்லை அமுதா. சரி வா மலர், செல்லலாம்.”

“இல்லை நிருதி. எனக்கு மாளிகையில் சில முக்கிய பணிகள் உள்ளன. ஆகையால் கோட்டை வாயில் வரையிலும் எம்மால் வர இயலாது. அதனாலேயே இங்கு வந்தேன். நீங்கள் நல்லபடியாகச் சென்று வாருங்கள்” என்ற மலர் அங்கிருந்து சென்றாள்.

-44-

வண்டையில் அமுதா

இந்த முறை நிருதி அமுதாவையும் சேர்த்து அழைத்துச் செல்வதனால் சோழ குடும்பத்தார் பெரும் கவலையுடனேயே அவர்களை வழி அனுப்பி வைத்தனர்.

வழக்கம் போல் வண்டையில் உற்சாக வரவேற்பு கருணாவிற்கும் நிருதிக்கும் அரண்மனை வாசலில் ஆரத்தி எடுத்து உள்ளே அழைத்தாள் பெரியநாயகி.

"வா மணவாளினி! எப்படி இருக்கின்றாய் மகளே? பயணம் சுகம் தானே. சோழபுரத்தில் அனைவரும் நலம் தானே."

"அனைவரும் நலமே மாமன் அவர்களே."

"மணவாளினி நனது தமையன், அண்ணியார், மலர் அனைவரும் எப்படி இருக்கின்றார்கள்?"

"அனைவரும் நலம் அத்தை அவர்களே! தங்களை மிகவும் கேட்டதாக கூறினர். வாணர் கோன், அப்புறம் அமுதா எப்படி இருக்கின்றாய் அம்மா?"

"நன்றாக இருக்கின்றேன் என்று தலை அசைத்தாள்."

"மணவாளினியின் பொருட்டு மட்டுமே நீ இங்கு வந்ததாக கருதவேண்டாம். நனது தந்தையின் அத்தையாரை உங்களின் இல்லத்தில்தான் மணம் முடித்ததாக கூறுவார் என் தந்தை. ஆகையால் நாம் உறவினரே. உனக்கு இங்கே இருப்பதில் எந்தத் தயக்கமும் வேண்டாம். சோழபுரத்தில் எப்படி இருந்தாயோ, அப்படியே நீ இங்கும் இருக்கலாம். புரிந்ததா?" என்று உத்தமவல்லி கூற. அனைவரும் அதனை வரவேற்கும்படி தலையசைத்தனர்.

பெரிய நாயகி, "மணவாளினி, உனது அறைக்குப் பக்கத்து அறை தான் அமுதா இருக்க ஏற்பாடு செய்யப்பட்டுள்ளது. நீ அவளை அழைத்துச் செல் அம்மா. பயணக்களைப்பில் இருப்பீர்கள். ஓய்வெடுத்துக் கொள்ளுங்கள். பிறகு பேசிக் கொள்ளலாம்."

"ஆகட்டும், அத்தை அவர்களே!" என்று அங்கிருந்து அழைத்துச் சென்றாள் நிருதி.

"என்ன நிருதி உன்னை இந்தப் பெயரிலேயே அழைகின்றார்களா என்ன?"

"ஆமாம். இங்கு அனைவருமே மணவாளினி என்றே அழைப்பர். எப்பொழுதாவது 'நிருதி' என்று அழைப்பார்கள். இதில் வேடிக்கை என்னவென்றால் பெயரை மாற்ற வேண்டும் என்று கூறிய நனது கணவர் இது வரையிலும் இப்பெயரைக் கூறி அழைத்ததே இல்லை."

"நல்ல வேடிக்கை தான் போ! ஆமாம்... நம்முடன் தானே வந்தார் வண்டையர் கோன். எங்கே? தற்போது காணவில்லை."

"அவர் ஏதோ பணி நிமித்தமாக திருநறையூர் சென்றிருக்கின்றாராம் அமுதா இரவு வந்து விடுவார்கள்" என்ற நிருதி அமுதாவுக்கென்று ஒதுக்கப்பட்ட அறையில் அவளை விட்டு, "நீ ஓய்வெடுத்துக் கொள் அமுதா. நான் இதோ வந்து விடுகின்றேன்." என்று கூறிச் சொன்றாள்.

"என்னைத் தனியே விட்டு நீ எங்கே செல்கிறாய் நிருதி!"

"உனது பொருட்களை எல்லாம் இங்கு கொண்டு வந்து வைக்கும்படி பணியாட்களிடம் கூறிவிட்டு, அப்படியே அத்தையாரிடம் எமக்கேதும் பணிகள் உள்ளனவா என்று கேட்டு வருகின்றேன் அமுதா."

"சரி நிருதி"

அன்று அமுதா வண்டைக்கு வந்த முதல் நாள் என்பதால் நிருதியின் குடும்பத்தினர் அனைவரும் அவளிடம் இரவு வெகு நேரம் வரை பேசிக் கொண்டு இருந்தனர்.

"சரி அம்மா, நீங்கள் இருவரும் சென்று உறங்குங்கள் கருணா வருவதற்கு வெகு நேரம் ஆகும் போல" என்றார் அன்னவராயன்.

“ஆகட்டும் மாமன் அவர்களே. வணக்கம்” என்ற நிருதியும், அமுதாவும் அங்கிருந்து சென்றனர்.

“சரி நிருதி நீ உனது அறைக்குச் செல். நானும்...”

“இல்லை அமுதா நீ எனது அறையிலேயே இருக்கலாம் வா”

“என்ன, வண்டையர் கோன் வந்தால் என்ன செய்வது”

“அவர் வந்தால் அவருடைய அறையில் படுத்துக் கொள்வார்”

“என்னது? அவருடைய அறையா? என்ன நிருதி கூறுகின்றாய்? நீங்கள் இருவரும் கணவன் மனைவிதானே? பிறகென்ன? அவர் அறை உனது அறை என்று.”

“இதில் அதிசயிக்க என்ன உள்ளது அமுதா? நமது அரண்மனையிலும் கூட தந்தைக்கும் தாயாருக்கும் தனித்தனி அறைகள் இல்லையா அதுபோலதான் இதுவும்.”

“என்ன நிருதி? ஏன் இப்படி பேசுகின்றாய்? ஒன்றுக்கு மேற்பட்ட மனைவியர் ஒரு அரசருக்கு இருந்தார்களேயானால் ஒரே அறையை அனைத்து மனைவியருடன் பகிர்ந்து கொள்ள முடியாத காரணத்தாலும் மனைவியருக்குள் மனத்தாங்கல் வரலாகாது என்பதனாலும், அவரவருக்கென்று தனித்தனி அறைகள் கொடுத்து அரசர் யாருடன் இருக்க விரும்புகின்றாரோ, அவர்களின் அறைக்குச் சென்று வருவதும் மற்ற வேளைகளில் தனக்கென இருக்கும் அறையில் இருப்பதுமே அரச குடும்பத்தாரின் வழக்கம். மேலும் தற்சார்பு தேவைகளுக்குத் தனித்தனி அறைகள் இருப்பது இயல்பு தான் என்றாலும், இரவில் ஒரு அறையில் இருப்பதுதானே முறை, நிருதி! தவிரவும் வண்டையர் கோன் கூடல் நகரம் சென்றே ஒரு திங்களுக்கு மேல் ஆகிவிட்டது. சோழ கோட்டைக்கு வந்தும் நீ சோழ அரண்மனையில்; அவர் அவரின் மாளிகையில். வெகு நாட்களுக்குப் பிறகு இன்று தான் இருவரும் ஒரே இடத்தில் இருக்கப் போகிறீர்கள். உங்களுக்குள் பேசிக் கொள்ள ஒன்றுமே இராதா?”

“அனைத்தையும் கூறி முடித்து விட்டாயா அமுதா. நீயே கூறிவிட்டாய். இந்த ஒரு மாத காலத்தில் அவருக்கு

இடைவிடா பணி. ஓய்வென்பதே இல்லை. பாவம் அவருக்கு. இன்றேனும் ஓய்வெடுக்கட்டுமே. இன்று இல்லையானால் என்ன நாளை பேசிக் கொள்ளலாம் அவ்வளவு தானே."

"நீ கூறுவதும் சரிதான்"

"சரி நீ படுத்துக் கொள் அமுதா. நாளை அரண்மனையைச் சுற்றிப் பார்க்கலாம்."

"ஆகட்டும் நிருதி!"

"இருவரும் மெள்ள கண் அயர்ந்தனர்."

நெடு நேரம் கடந்திருக்கும். கருணா நிருதியின் அறைக்கு வர தோழிகள் இருவரும் நல்ல உறக்கத்தில் இருந்தனர். சிறு புன்னகையை இதழோரம் தவழ விட்டு தனது அறைக்கு வந்தான் கருணாகரன்.

இத்தேசத்தில் எங்கு சென்றாலும் அவற்றினால் கிடைக்காத ஒரு நிம்மதி. என்னுடைய நகரம், எனது குடும்பம், என் மனைவி என்கின்ற போது கிடைக்கின்ற மனநிம்மதி வேறு எங்கும் கிடைப்பதில்லை. ஏதோ ஓர் உள்ளார்ந்த நிறைவு.

இன்று இதமான தூக்கம் கருணாகரனின் கண்களைத் தழுவியது.

"காலை வணக்கம் தேவரே!"

"வணக்கம் நிருதி"

"பருத்திப் பாலில் பனங்கற்கண்டு கலந்து எடுத்து வந்து கொடுத்தாள்."

"தாங்கள் எப்பொழுது வந்தீர்கள் சுவாமி?"

"அதை ஏன் கேட்கின்றாய் நிருதி? ஏறக்குறைய நடு நிசி ஆகிவிட்டது. உனது அறைக்கு வந்தேன். நீ அயர்ந்து உறங்கிக் கொண்டு இருந்தாய். ஆமாம்... அமுதா எங்கே?

"சிறிய அத்தையாருடன் சென்றிருக்கின்றாள் அரண்மனையை சுற்றி பார்க்க."

"நீ உடன் செல்லவில்லையா நிருதி."

"இல்லை சுவாமி, எனக்கு சமையல் அறையில் பணிகள் உள்ளன. அது தான் அத்தையாருடன் அனுப்பி வைத்தேன். நேற்றைய தினம் நாம் ஊரிலிருந்து வந்த படியால் அத்தையார் என்னை ஒரு வேலையும் செய்ய அனுமதிக்கவில்லை;

ஓய்வெடுக்கும் படி கட்டளையிட்டார்கள். அதுதான் இன்றிலிருந்து துவங்கலாம் என்று."

"அது சரி, இன்று என்ன இவ்வளவு உற்சாகமாகத் தென்படுகின்றாய் நிருதி?"

"இருக்காதா சுவாமி? என்ன தான் சோழபுரம் சென்றாலும் இனி அது தாய் வீடு என்றானது. ஆனால், இது அப்படி அல்லவே. நனது இல்லம் நம் குடும்பம். நன் கணவர் என்கையில் உற்சாகமோ, புத்துணர்வோ பெண்களுக்கு வருவது என்பது இயல்புதானே." என்கையில் சேடி பெண் ஒருத்தி, "மன்னிக்கவும் அரசியாரே! பெரிய நாச்சியார் அவர்கள் தங்களை அழைத்தார்கள்" என்றாள்.

"இதோ வந்து விட்டேன்."

"வாய் விட்டுச் சிரித்தான் கருணா."

"என்னவாயிற்று சுவாமி?

ஒன்றுமில்லை நிருதி."

"அப்படி என்றால் சரி, நான் பிறகு வருகின்றேன் சுவாமி."

"அவன் தலையசைக்க அங்கிருந்து சென்றாள் நிருதி.

"அது எப்படி நிருதி! நனது எண்ணத்தை வார்த்தைகளாக உச்சரிக்கின்றாய். இது எப்படி?"

"வணங்குகின்றேன் அன்னையே!"

அமுதா, இது எனது மகன். மாமனின் பெயரைத் தான் இவனுக்கும் வைத்துள்ளோம். அதனால் இவனை தம்பி என்றே அழைப்பேன்."

"வணங்குகின்றேன் இளவரசே!"

"வணக்கம்! தங்களை நான் தமையனார் திருமணத்திலே கண்டு இருக்கின்றேன்."

"ஆம் தம்பி, உனது அண்ணியாரின் தோழி. சேதி நாட்டு இளவரசி. உனது அண்ணியின் பொருட்டு உனது தமையன் அழைத்து வந்துள்ளான். இனி இவள் இங்கே நம்முடன் தான் இருக்கப் போகின்றாள். ஒரு வகையில் இவர்கள் நம் உறவினரும் கூட."

"அப்படியா? மிக்க மகிழ்ச்சி! நீங்கள் இருவரும் பேசிக்கொண்டு இருங்கள் தாயே. இதோ வந்து விடுகின்றேன்"

என்று அங்கிருந்து சென்ற திருவரங்கன், வளாக வளைவு திரும்பும் இடத்தில் சற்று நின்று அமுதாவைக் காண. அவன் காண்பதை அமுதாவும் பார்த்து விட அங்கிருந்து சென்றான் திருவரங்கன்.

மளிகைப் பொருட்கள் அறையில் எதையோ நிருதி எடுத்துக் கொண்டு இருக்க, அங்கு வந்த அமுதா, "நிருதி உனது மைத்துனர் எப்படி? என்று கேட்டாள்.

"எப்படி என்றால் என்ன அமுதா?"

அவர் குணம், தற்போது அவர் என்ன செய்து கொண்டிருக்கின்றார்? அதைக் கேட்டேன். குணத்திற்கு என்ன குறைச்சல்? பொன் போன்றதே அவருடைய தமையனைப் போல. அவர் மட்டுமல்ல இங்கு இருக்குமற்றவர்கள் பணிகளையும் நீ தெரிந்து கொள், அமுதா. சோனாட்டு உயர்தரத்து அதிகாரி என்பதனால் முழுக்க முழுக்க அவருடைய கவனம் அப்பணியிலே தான். பெரிய மாமனும், சிறிய மாமனும் வண்டை நகர் ஆட்சிப் பணிகளைப் பகிர்ந்தே காண்கின்றனர். அறம் சார்ந்த பணிகள் அனைத்தையும் நனது பெரிய மாமன் பார்த்துக் கொள்கின்றார்; அரண் சார்ந்த பணிகள் அனைத்தையும் நனது சிறிய மாமன் கவனித்துக் கொள்கின்றார். இவை தவிர வணிகக் குழு அமைத்து நாற்பது விதமான பொருட்கள் நல் தானியங்கள் துவங்கி, நவ மணிகள் வரை அதிலே அடக்கம். அதை உள்நாட்டில் விநியோகம் செய்வது மட்டுமன்றி, தூரதேசங்களுக்கும் ஏற்றுமதி செய்கின்றனர். இது முழுக்க முழுக்க எமது மைத்துனர் மேற்பார்வையில் தான் உள்ளது அமுதா. அதனால் தான் பெரும்பாலான நாட்கள் அவரும் இங்கிருப்பதில்லை. அவருடைய அண்ணனைப் போல. பெரும்பாலான நேரம் வணிகம் சார்ந்து சில வேலைகளில் ஓய்விற்காகவும் சுற்றுப் பயணம் செய்வார்" என்று எமது சிறிய அத்தையார் தெரிவித்தார். தகவல்கள் போதுமா?

"போதும் தாயே."

மெள்ள மெள்ள வண்டையர்களுடன் இணக்கமானார்கள் நிருதியும், அமுதாவும்.

மணமாகி ஆறு மாதங்கள் கடந்தன. கருணாவிற்கும் நிருதிக்கும். அது வரையிலும் நிருதி கருவுறாமல் இருந்ததை அவ்வப்போது நேரடியாகவும், மறைமுகமாகவும், சொல்லிக் காட்டத் துவங்கினாள் உத்தமவல்லி. பாவம் இது கருணாவிற்குத் தெரியாது. ஆறு மாதகாலம் எனபது ஓராண்டை எட்டிப்பிடிக்க முயன்றது. இதன் இடையில் இரண்டொரு முறைகள் பணி காரணமாக ஒரு முறை கடல் கடந்தும், ஒரு முறை உள் நாட்டிற்குள்ளும் பயணம் மேற்கொண்டான் கருணாகரன். ஆனால் ஏனோ நிருதியை அழைத்துத் வந்ததற்கும் பிறகு சோழபுரம் செல்லவே இல்லை கருணா. பணி குறித்த அனைத்து தகவல்களும் ஓலைகளின் மூலமும், ஒற்றர்களின் மூலமாகவும் பரிமாறிக் கொள்ளப்பட்டன.

ஒரு நாள் சோழபுரத்தில் இருந்து ஓலை நிருதிக்கு மலர் அனுப்பியது. அதனை எடுத்துக் கொண்டு கருணாவின் அறைக்கு வந்தாள் நிருதி. அவன் அறைக் கதவுகளை மூடி தாழிட்டாள்.

“என்ன வாயிற்று நிருதி? ஏன் கதவைத் தாழிடுகின்றாய்?”

“சுவாமி, முதலில் இதைப் பாருங்கள்”

“என்ன உள்ளது அதில் நீ ஏன் இவ்வளவு பதற்றமாக உள்ளாய்”

“மலர் எழுதியது, சுவாமி. பிரித்துப் படியுங்கள்!”

“மலரா! என்ன எழுதி இருக்கின்றாள்?”

“அன்புள்ள நிருதிக்கு மலர் எழுதியது. உங்கள் இருவருக்கும் மணமாகி ஓர் ஆண்டு நிறைவடையப் போகின்றது. ஆனால், எமக்களித்த வாக்கு என்ன ஆனது? கூடிய விரைவில் என்றீர்கள். இருவரும் என்னை அவர் திருமணம் செய்து கொள்வதானால் இதுவரையிலும் அதற்கான எந்த முயற்சியும் நீங்கள் இருவரும் எடுக்கவில்லை என்பது நன்றாகத் தெரிகின்றது. இனி எமக்குப் பொறுமை இல்லை. ஆவணி முப்பதே உங்களுக்கு அவகாசம். இல்லையானால் அன்று இரவே யான் தற்கொலை செய்து கொள்வது உறுதி.”

“என்ன சுவாமி இது? இப்போது என்ன செய்வது?”

“நீ பயம் கொள்ளும் அளவிற்கும் ஒன்றும் நடக்காது நிருதி. அவள் அவ்வாறு ஒன்றும் செய்து கொள்ளமாட்டாள்.”

“சுவாமி தாங்கள் ஏன் இவ்வாறு பேசுகின்றீர்கள்? அப்படியானால் மலருக்கு அளித்த வாக்கு...”

“உண்மை தான். நன்றாக நினைவில் உள்ளது. அவளை மணந்து கொள்ளும் எண்ணமும் உள்ளது. நீ இருக்க, அவளை மணப்பதற்கான காரணம் என்ற ஒன்று வேண்டும் நிருதி. அதனை எங்கே சென்று தேடுவேன்? எமக்கு நினைவு இல்லாமல் இல்லை, அம்மா. யானும் எதை எதையோ யோசிக்கத் தான் செய்கின்றேன். ஆனாலும் ஒன்றும் புலப்படவில்லை எனக்கு - இந்தக் கண்ணானத்தை நடத்தும் காரணி எதுவென்று. இதோ இப்போது கூட மாதவனின் கண்ணானத்திற்கு என்று கூறிச் சென்றாலும் இதற்கு அவனிடம் ஏதேனும் தீர்வு கிடைக்கக் கூடுமா என்றே பிரதானமாகச் செல்கின்றேன். ஆகையினால் யான் காஞ்சி சென்று வந்ததும் இதற்கான பதில் தருவதாகக் கூறி ஓலை அனுப்பிவிடு, நிருதி!” என்றவன் அங்கிருந்து சென்றான்.

“மணவாளினி, மலர் என்ன எழுதியிருக்கிறாள் மகளே?”

“அனைவரையும் நலன் விசாரித்தும். எப்போதும் வருவீர்கள் என்று கேட்டு எழுதி இருக்கிறாள், மாமன் அவர்களே”

“அது சரி, அப்புறம் மகளே”

“கூறுங்கள் மாமா. பல்லவ தோன்றல் மாதவன் அவர்களின் திருமணத்திற்கு அனைவரும் சென்று வரலாம் என்று இருக்கின்றேன். ஏன் என்றால்? உங்களின் திருமணத்திற்குப் பன்னிரு தினங்களுக்கு முன்பாகவே வண்டைக்கு வந்து பேருதவி ஆற்றினார் எமக்கு. அதனாலேயே கருணாவை நாளையே புறப்படும் படி கூறினேன். நாம் அடுத்த வாரத்தில் கண்ணானத்தன்று காலையில் செல்லலாம். இரவில் திருமணம் ஆதலால், நீ எங்களுடனே வந்தாலும் சரி; அல்லது நாளையே கருணாவுடன் புறப்பட்டாலும் சரி. என்ன அம்மா?”

அரசே! மணவாளினி திருமணத்திற்கு வர வேண்டாம். அவள் இங்கேயே இருக்கட்டும்.

"ஏன் தேவி அப்படி கூறுகின்றாய்?" அங்கு வந்தால் அத்திருமணத்திற்கு நமது சக்கரவர்த்திகளும் வரவுள்ளார். அவர்களை நிருதியும் பார்த்தது போல் இருக்கும் அல்லவா?"

"இல்லை தேவரே! வேண்டாம்."

"ஏன் வேண்டாம்?

அங்கு இவள் வந்தால் இன்னும் தாயாகாதது குறித்து இவளையும் என்னையும் கேட்டு நச்சரிப்பார்கள். இது தேவையா எமக்கு? இப்போதே இது குறித்து வண்டையில் இருப்பவர்கள் கேட்கத் தொடங்கி விட்டனர். இதில் அங்கிருப்போரும் சேர்ந்து கொள்ளவா? வேண்டாம், வேண்டாம்."

"பரவாயில்லை மாமன் அவர்களே. தாங்கள் அனைவரும் சென்று வாருங்கள் நான் இங்கேயே இருக்கின்றேன்."

"நீ மட்டும் எப்படி அம்மா தனியாக இருப்பாய்?"

"அதுதான் அமுதா இருக்கின்றாளே மாமா. தவிரவும், வண்டையரின் கோட்டைக்குள் நுழைய யாருக்குத் துணிவு இருக்கும். நீங்கள் பேசிக் கொண்டு இருங்கள் மாமா, அத்தை அவர்களே. இதோ வந்து விடுகின்றேன்" என்று அங்கிருந்து சென்றாள் நிருதி.

"ஏன் தேவி இப்படி அவள் மனம் நோகும்படி பேசுகின்றாய்? எம்மைக் கூடத்தான் பலர் இது குறித்துக் கேட்டு நோகடிக்கின்றனர். அவற்றை நான் என்ன தங்களிடம் கூறிக் கொண்டா இருக்கின்றேன்?"

சுவாமி, இதற்குதான். அப்போதே கூறினேன் - இவள் நமக்கு வேண்டாம் என்று. யார் கேட்டது? இப்படி எல்லாம் நடக்கும் என்று எனக்கு அப்போதே தெரியும். இந்நேரம் நனது தமையன்.

"நிறுத்து தேவி. எப்போது எதைக் கூறுகின்றாய்? நிருதியின் காதில் விழுந்துவிடப் போகின்றது." என்றதும் நடந்து சென்றவளின் கண்களில் இருந்து நீர் தரையில் விழுந்தது.

இன்னும் இரு தினங்களே உள்ளன. கண்ணானம் ஆகி ஓர் ஆண்டு நிறைவு பெற. காஞ்சிக்குப் புறப்பட்டு கொண்டிருந்தான்

கருணாகரன். எப்படியும் கண்ணான நாள் அன்று அவர் தனியே, யான் தனியே தான் இருப்பேன். எனவே இப்போதே ஆசிர்வாதம் வாங்கிக் கொள்ளலாம் என்ற எண்ணத்தில் அவன் அறைக்கு வந்தாள் நிருதி. ஆசிர்வதியுங்கள் சுவாமி!" என்றவள் அவன் அருகே தரையை தொட்டு வணங்க, "என்ன விசேடம் நிருதி?

அது நாளை.

சரி எதுவானாலும் மங்கலத்துடன் வாழ்வாயாக. நான் புறப்படட்டுமா? திருநறையூர் ஆலயத்தில் என்னுடன் இணைந்து கொள்வதாக தகவல் அனுப்பி இருக்கிறார் பாண்டியன் ஸ்ரீ வல்லபன் ஏற்கனவே காலம் வேறு கடந்து விட்டது. யான் வரட்டுமா? நான் காஞ்சியில் இருந்து வருவதற்கு ஏறக்குறைய இருபது நாட்களுக்கு மேல் ஆகும். அதுவரையிலும் பத்திரமாக இரு நிருதி."

"ஆகட்டும் சுவாமி" என்றவள், "தேவரே" என்று அழைத்தாள்.

"என்ன நிருதி?"

"மலருடனான தங்களின் திருமணம் குறித்து யான் முயற்சி செய்யட்டுமா?"

"நீயா?" என்ன செய்யப்போகின்றாய் நிருதி?

"ஏதாவது செய்வேன் செய்யட்டுமா சுவாமி?"

"சரி, முயற்சி செய்து பார். வரட்டுமா?"

காஞ்சி நகரில் வலம் வந்த கருணா, "என்ன இன்று விசேடம் மூர்த்தி? ஆலயம் எங்கும் மக்கள் இன்று அதிகமாகக் காணப்படு கின்றனர்?" என்று கேட்டான்.

"இன்று ஐங்கரனின் பிறந்தநாள். ஆவணி சதுர்த்தி ஆகையால் தான் இன்று மக்கள் ஆலயத்தில் சற்று அதிகமாகக் காணப்படு கின்றனர்."

"ஆவணி சதுர்த்தியா இன்று? எனது திருமண நாள் மூர்த்தி."

"ஆமாம், இது அனைவரும் அறிந்த ஒன்று தானே. அய்யோ உனது கண்ணானத்திற்கு வந்தவர்கள் மட்டும் அறிந்தது. அதைவிடு எப்படி நான் இதனை மறந்தேன்? இரு மூர்த்தி

நான் உனைப் பிறகு சந்திக்கிறேன்" என்று கூறி அங்கிருந்து சென்றான் கருணா.

"என்ன இவன்? அனைவரும் தங்களுக்குக் கண்ணான நாள் என்றால் ஆலயம் செல்வார்கள்? இவன் கடைத் தெருவிற்குள் செல்கின்றான்."

வண்டை. விடியற் காலையே நீராடி புத்தாடை உடுத்தி புது ஆபரணம் தரித்தாள் நிருதி. தனது வாழ்த்துக்களைத் தெரிவித்தாள் அமுதா. பூசை அறைக்குச் சென்று. பின் தனது மாமன், அத்தை ஆகியோரிடம் ஆசி பெற்றுக் கொண்டாள் நிருதி. அவளுடைய திருமண நாளை முன்னிட்டு இரு தினங்களுக்கு முன்பே, தனது அன்பு மகளுக்குப் பரிசுகள் பல கொடுத்து அனுப்பி இருந்தான் குலோத்துங்கன்.

"மாமன் அவர்களே, தந்தையார் அனுப்பி இருக்கும் பரிசுப் பொருட்களைப் பார்த்தீர்களா?"

"ஆம் மகளே"

"தந்தை அனுப்பியது இருக்கட்டும். தாங்கள் எமக்கு என்ன பரிசு தரப் போகின்றீர்கள்?"

"எது வேண்டுமோ, கேள் மகளே! உனக்கு இல்லாததா?"

"எதுவாயினும் கேட்கலாமா தங்களிடம், மாமன் அவர்களே?

தாராளமாக அம்மா இன்று நீ ஆசைப்படும் எதுவாயினும் அது உடனே நிறைவேற்றித் தரப்படும். தயங்காமல் கேள்!"

"அவருக்கு மறுமணம் செய்து வைக்க ஆசைப்படுகின்றேன். அதை உடனடியாக நிறைவேற்றித் தாருங்கள்!"

இதைக் கேட்ட இருவரும் ஒரு கணம் அதிர்ந்து போயினர்.

"நிருதி, நீ சுயநினைவுடன் தான் கேட்கின்றாயா? எந்தப் பெண்ணாவது தனது திருமணநாள் பரிசாக தனது கணவனுக்கு இன்னும் ஒரு திருமணம் செய்ய நினைப்பாளா? அதுவும் நீ எங்கிருந்து கொண்டு? எதனை வரமாகக் கேட்க நினைக்கின்றாய் மகளே? நமது பாரம்பரியம் எதுவென தெரிந்திருந்தும் உன்னால் எப்படி அம்மா இப்படி ஒன்றைக் கேட்க முடிந்தது? மாட்டேன். இதற்கு நான் ஒரு போதும் சம்மதிக்க மாட்டேன். ராமனைப் போல வாழ வேண்டும்

என்பதே நனது மூதாதையரின் வேத வாக்கு. அதை மீறலாகாது. மீறினால் பழி பாவத்திற்கு ஆளாக நேரலாம்."

"நனது மகனுக்குப் பிள்ளை இல்லாமல் போனால்தான் பாவம். இன்னொரு மனைவி அமைவதில் என்ன பாவம் வந்து விடப்போகின்றது?"

"நிறுத்து வல்லி! நீயுமா? இவ்வாறு பேசுகின்றாய்? அது ஏதோ சிறு பிள்ளை இதன் விளைவறியாது பேசுகிறது என்றால், நீயும் கூட பேசுகின்றாயே."

"அப்படி இல்லை பிரபு. நமது குலப்பாரம்பரியம் என்னவென்று தெரிந்தும் அதற்கு எதிரான ஒரு முடிவை எடுத்திருக்கிறாளேயானால், அப்போது அவளிடம் ஏதோ குறை என்றுதானே அர்த்தம். தவிரவும், எத்தனையோ நூறு ஆண்டு களுக்கு முன் செய்த சங்கல்பத்தை இன்னும் கட்டிக் கொண்டு அழுவானேன்?"

"அத்திருமணம் உனது கணவனுக்கு என்றால் நீ இவ்விதம் ஏற்பாயா?"

"எனக்கென்ன தலை எழுத்து சுவாமி. தானத்திற்குப்பெயர் போனவரை கணவனாகவும் வீரத்திற்குப் பெயர் போனவனைத் தனயனாகவும் பெற்றவள் நான். எமக்கு இப்படி ஒரு சூழ்நிலை எந்நாளும் வராது."

"இல்லை தேவி வரும். இந்த உலகிலே பெரும் பாவம் எது தெரியுமா. இப்படி சங்கல்பத்தை மீறுவது கூட அல்ல. அன்புடைய கணவன் - மனைவியைப் பிரிப்பதனால் உண்டாகும் பாவம் என்பது. இது ஆயிரம் ஆண்டுகள் காத்திருந்து கூட பழிக்கக்கூடும். இந்தப் பாவகாரியத்திற்கு நீ துணை போனாயே யானால், இதன் விளைவானது உன்னையும் என்னையும் கூட பிரிக்கக் கூடும் தேவி."

"அது ஆயிரம் ஆண்டுகளுக்குப் பிறகுதானே சுவாமி. அதனை அப்போது நாம் பிறந்தால் பார்த்துக் கொள்ளலாம்."

"மாமன் அவர்களே இதில் தாங்கள் அச்சம் கொள்ளவோ அல்லது இழப்பதற்கோ ஏதுமில்லை. என்னை வற்புறுத்தி அதன் மூலமாக அவருக்குக் கண்ணானம் நடந்தால் தான்

நீங்கள் கூறிய அனைத்தும் நடக்கும். ஆனால் இது அப்படி அல்ல. நனது முழு சம்மதத்துடனும் மகிழ்ச்சியுடனுமே இந்தக் கண்ணானம் நடக்கப் போகின்றது. பிறகு என்ன?"

"மகளே, மீண்டும் மீண்டும் நான் கூறவருவதை நீ புரிந்து கொள்ள மறுக்கின்றாய்."

"இல்லை மாமன் அவர்களே. யான் நன்குணர்வேன் தாங்கள் கூறவருவது என்னவென்று. அது இது தானே. வண்டயர்களைப் பொருத்த வரையிலும் ஒருத்தியையே மணந்து அவளுடனான இல்லறமே இறையடி சேரும் மார்க்கமாகும்; அது தானே?"

"ஆமாம் மகளே, அதுவே தான். இப்பொழுது ஒன்றும் கெட்டுவிடவில்லை. ஓர் ஆண்டு என்பது ஒரு பொருட்டே அல்ல. கூடிய விரைவிலேயே எனது பெயரனைப் பெற்றெடுப் பாய் என்று நான் நம்புகின்றேன். நான் வணங்கும் அந்த ஈசன் நம்மைக் கைவிடமாட்டார் அம்மா.

"இல்லை மாமா அவர்களே. என் வயிற்றுப் பிள்ளையே வண்டையரின் அடுத்த வாரிசு ஆகும் ஆனால், அது தற்போது நடவாது. அதே வேளையில் தங்களின் மூதாதையர் சங்கல்பத்தை மீறப் போவதும் இல்லை. தங்களின் மகன் தற்போதும் ராமனே. ஒருத்தியையே நினைத்து அவளுடனான இல்லற வாழ்க்கைக் காகக் காத்திருக்கிறார். அவரின் சீதை இங்கு இல்லை; சோழபுரத்தில் இருக்கின்றாள். அவளை மீட்டு அவருக்கு மணம் முடிக்கவே தங்களின் உதவியை நாடினேன்."

"நீ என்ன தான் கூறுகின்றாய் அம்மா? எனக்கு ஒன்றுமே விளங்க வில்லையே?"

"கூடிய விரைவிலேயே அவருக்கும் மலருக்கும் திருமணம் நடக்க வேண்டும். இது நனது குடும்ப நலன் கருதி வண்டையின் அரசியாக யான் எடுத்த முடிவு. இதனைத் தாங்கள் ஏற்கத் தான் வேண்டும்."

"வாள் சுழற்றக் கற்றுக் கொடுத்தவன் வயிற்றிலே குத்துவது போல் இருக்கிறது - உனது இந்தப் பேச்சு மகளே. ஆகட்டும் அம்மா. உனது முடிவை நான் ஏற்றுக்

கொள்கின்றேன். ஆனால் இது குறித்து எங்கும் யாரிடமும் நான் சென்று பேச மாட்டேன்.

"கவலை வேண்டாம் மாமா அதை நான் பார்த்துக் கொள்கின்றேன். நானே நேரில் சென்று ராயர் அவர்களிடம் பெண் கேட்கின்றேன்."

"நானும் வேண்டுமானால் உன்னுடன் வரட்டுமா நிருதி?"

"தாராளமாக அத்தை அவர்களே, அருமை! மிகச் சிறப்பு!" என்று கூறி சிரித்தான் அன்னவராயன்.

"ஏன் இவ்வாறு நகைக்கின்றீர்கள் அரசே?"

"இப்போது தான் எனக்கு எல்லாம் புரிகின்றது தேவி."

"என்ன புரிந்தது தங்களுக்கு?"

"எத்தனை நாட்களாக உனது அண்ணன் மகளை உனது மகன் மணந்து கொள்ளாதது குறித்து, நிருதியிடம் குத்திக் காட்டினாய் என்று கூறு, வல்லி."

"ஏன் தங்களின் தங்கை மகள் என்றும் கூறலாம் இல்லையா சுவாமி."

"அப்படியானால், ஒப்புகொள்கின்றாயா நிருதியின் இந்த செயல்பாடுகளுக்கு நீயும் ஒரு காரணம் என்று?"

அமைதியானாள் உத்தமவல்லி.

ஆனால் ஒன்று நீங்கள் இருவரும் இதை மனதிலே பதியவைத்து கொள்ளுங்கள். நீங்கள் செய்யப் போகும் காரியத்துக்கு, இன்று இல்லா விடிலும் இனிவரும் பிறவி யிலாவது இதன் பலனை நீயும், நானும், கருணாவும் நிருதியும் அனுபவித்தே ஆகவேண்டும். இதுவே விதி. இனி நீ யாரை வேண்டுமானாலும் அழைத்துக் கொண்டு சோழபுரம் செல், அதற்கு நான் தடையாக இருக்கப்போவது இல்லை. யான் இன்றே காஞ்சி புறப்படுகின்றேன்" என்று கூறி அன்னவராயன் அங்கிருந்து சென்றான்.

நிருதியும் அங்கிருந்து நகர, "மகளே எமக்கு இப்போது தான் நிம்மதியே. எங்கே எனது அண்ணன் மகளை எனது மகன் மணக்க முடியாமல் போகுமோ என்று எண்ணி இருந்தேன். என் வயிற்றில் பாலை வார்த்தாய். அவர் காஞ்சிக்கு புறப்பட்டதுமே, நாம் சோழபுரம் செல்லலாம்?

சரியா நாம் தாமதப்படுத்தினோ மானால், பிறகு எனது தமையனும், உனது தந்தையும் காஞ்சிக்குப் புறப்பட்டு விடுவார்கள் அதற்கு தான்."

"ஆகட்டும் அத்தை அவர்களே" என்று கூறி அங்கிருந்து சென்றாள் நிருதி.

"இங்கு நடந்தவை அனைத்தையும் பார்த்தும், கேட்டுக் கொண்டும்தான் இருந்தேன். உனக்கு என்ன சித்தம் கலங்கி விட்டதா நிருதி? இப்படி ஒரு முடிவை எடுத்து உன் தலையில் நீயே மண் வாரி இறைத்துக் கொண்டாய். எதன் காரணமாக, அல்லது எதனை நிரூபிக்க - இப்படி முடிவை எடுத்திருப்பாய் நீ?"

எதற்கும் வாய்திறவாத நிருதியை, இப்படி எல்லாம் அரங்கைப் போல் அமர்ந்திருப்பாயானால் அப்படியே உன்னை விட்டுவிடலாகாது நிருதி. உண்மையைக் கூறு - உனது இந்த முடிவிற்கு என்னதான் காரணம் என்று ஆவேசப்பட்டாள் அமுதா.

-45-

நிருதியின் பயணம்

அதற்கு மேலும் அடக்க இயலாதவளாக அமுதாவைக் கட்டி அணைத்து அழத் தொடங்கினாள் நிருதி.

"என்னவாயிற்று நிருதி? ஏன் இப்படி அழுகின்றாய்? அய்யோ இறைவா! இங்கு என்ன நடக்கிறது என்று எனக்கு ஒன்றுமே விளங்கவில்லையே. நிருதி எதற்காக அழுகின்றாய்? தயவு செய்து கூறு!"

"அன்று ஆற்றுப் படுகையில் நிகழ்ந்தவற்றை விவரித்தாள் நிருதி."

"நீ என்ன கூறுகிறாய் நிருதி? இதனை ஏன் என்னிடம் இத்தனை நாட்களாக மறைத்தாய்? அதோடு கூட... என்ன இது? அப்படி ஒரு மூடத்தனமான சத்தியம்? இப்படி ஒரு சத்தியத்தை உங்களிடம் பெற அந்த மலருக்கு எப்படி மனம் வந்தது? நிருதி என்ன ஒரு நெஞ்சுரம் அவளுக்கு? இப்படி ஒரு காரியத்தை செய்து விட்டு, ஒன்றும் அறியாதவள் போல் உலவித் திரிகின்றாள் அங்கே. நான் அப்போதே சந்தேகித்தேன். உன்னிடமும் மலரிடமும் அனேக மாற்றங்கள் உனது கண்ணானத்திற்குப் பிறகு. அது சரியாகிப் போனது. ஆனால் ஒன்று நிருதி, மலரின் குணம் எதுவென உன்னைவிடவும் யான் நன்கறிவேன். அவளின் காதல் என்பது உனது கணவன் மீது அல்ல; அவரின் பெயர், புகழ், அவரின் இந்த அரசகுடி இவற்றின் மீதே. ஆகையினால் அவரை மணந்து கொண்டு அவள் சாதிக்கப் போவது என்பது ஒன்றுமில்லை நிருதி. நீ தைரியமாக இரு, நிருதி. யார் உன்னுடன் இருந்தாலும் இல்லாமல் போனாலும் நான்

இருப்பேன் எப்பொழுதும் - உனக்குத் துணையாக. அவரைச் சேர்ந்த அனைத்துமே அவள் வசம் ஆகட்டும்; அவர் மட்டும் உன் வசம் ஆகட்டும் என்று அந்த இறைவனை வேண்டுகின்றேன். நானும் வாழ்த்துகிறேன், நிருதி!" என்ற அமுதா தனது மேலாடைத் தலைப்பைக் கொண்டு நிருதியின் முகத்தைத் துடைத்தாள்.

சேடிப் பெண் ஒருத்தி, "அரசியாரே, தங்களை பெரிய அரசியார் அழைத்து வர கூறினார்கள்." என்றாள்.

நிருதியும் அமுதாவும் சென்றனர்.

"நிருதி உனது மாமன் காஞ்சிக்குப் புறப்பட்டு விட்டார். பெரிய நாயகி அமுதாவிற்குத் துணை இருப்பாள். நம்மை உனது சிறிய மாமன் அழைத்துச் செல்ல உள்ளார் போகலாமா?" என்றாள் உத்தமவல்லி.

"ஆகட்டும் அத்தை அவர்களே?" என்ற நிருதி பூசை அறைக்குச் சென்று வணங்கிவிட்டு, "அமுதா பத்திரமாக இருந்து கொள்; இரண்டு தினங்களில் வந்துவிடுவேன்" என்றாள்.

"ஆகட்டும் நிருதி! சென்று வா! வணங்குகின்றேன்."

"அத்தை அவர்களே, அமுதாவைப் பார்த்துக் கொள்ளுங்கள்."

"ஆகட்டும் மகளே. இங்கே நடப்பவற்றைத் தடுக்கவும் முடியவில்லை; இது குறித்துப் பேசவும் இயலவில்லை என்னை மன்னித்துவிடு மகளே."

"அதனால் ஒன்றுமில்லை அத்தை அவர்களே! இது குறித்து தாங்கள் வருத்தப்பட வேண்டாம். நான் சென்று வருகின்றேன்."

உத்தமவல்லியையும், நிருதியையும் அழைத்துக் கொண்டு சோழபுரம் புறப்பட்டான் ஆவுடையான்.

காஞ்சி வண்டையர் மாளிகை. தான் வாங்கிய பரிசுப் பொருட்களைப் பெட்டகங்களில் அடுக்கி வைக்கும் படி பணி ஆட்களுக்கு உத்தரவிட்டுக் கொண்டிருந்தான் கருணா. அங்கே வந்தான் மாதவன்.

"வாருங்கள் புது மாப்பிள்ளை அவர்களே!" என்ற கருணா அவனை அழைத்து இருக்கையில் அமர செய்தான்.

“என்ன கருணாகரா? முன்பெல்லாம் காஞ்சி வந்தால் இறை தலங்களில் சுற்றித் திரிவாய். ஆனால் இன்றோ கடைத் தெருவில் சுற்றித் திரிந்தாயாமே, மூர்த்தி கூறினான்.”

“ஆம் மாதவா. இன்று நனது முதலாம் ஆண்டு திருமண நாள். அதனால் நிருதிக்குப் பரிசுப் பொருள்களை வாங்கினேன்.”

“அப்படியா கருணா? மிக்க மகிழ்ச்சி. வாழ்த்துக்கள்!”

“நன்றி மாதவா”

“இன்று திருமணநாள் என்றால் வண்டையில் அரசியாருடன் இருந்து விட்டு வந்திருக்கலாம் இல்லையா? நனது கண்ணானத்திற்கு தான் இன்னும் நாட்கள் இருக்கின்றனவே. பிறகென்ன கருணா?”

“உண்மை தான் மாதவா! உண்மையில் இன்று திருமண நாள் என்பதையே யான் மறந்து போனேன். யான் வண்டையில் இருந்து புறப்படும் போது நிருதி என்னிடம் எதையோ கூறவந்தாள் நான் தான் அதனைக் கவனிக்கத் தவறிவிட்டேன். இங்கு வந்தபின்பு தான் தெரிகின்றது - அவள் இதனைத் தான் கூற வந்திருக்கிறாள் என்று. சரி போகட்டும் இந்த ஆண்டு இல்லை ஆனால் என்ன, அடுத்த ஆண்டு பார்த்துக்கொள்ளலாம். குறைந்த பட்சம் இந்தப் பரிசுப் பொருட்களையாவது வாங்கித் தரலாம் என்று தான் இவற்றை வாங்கினேன், மாதவா”

“ஆமாம், அதுவும் நல்லது தான் கருணா. இதனை நீ தருகையில் அவர்களுக்கு இன்ப அதிர்ச்சியாய் இருக்க வேண்டும்.”

“நிச்சயமாக! அதிலே சந்தேகமே வேண்டாம். ஏனெனில் ஒவ்வொன்றையும் பார்த்துப் பார்த்து வாங்கியிருக்கின்றேன். இவற்றைக் காணும் போது நிச்சயமாக மகிழ்ச்சி கொள்வாள் எனது மனைவி.”

“எதைப் பற்றி இருவரும் பேசிக்கொண்டு உள்ளீர்கள்?” என்று அங்கு வந்தான் மூர்த்தி.

பெரிதாக ஒன்றுமில்லை மூர்த்தி. எப்பொழுதும் போலத் தான். அதெல்லாம் சரி நீ போன காரியம் என்னாயிற்று?

உறவினர்களும், நட்புக்களும், தங்கும் வசதிகள் உடைய கொட்டகாரத்தை அமைத்தாகிவிட்டது கருணா. இனி என்ன காய்கறிகள் வேங்கியில் இருந்தும், தானியங்கள், நெய், வாழை இலை இன்னும் ஒரு சில பிரத்தியேகப் பொருட்கள் அனைத்தும் சோழ மண்டலத்தில் இருந்து நாளை வந்துவிடும். மங்களக் கால் ஊன்ற இன்னும் மூன்று தினங்கள் உள்ளன. அடுத்த இரண்டாம் நாளே கண்ணானம். பந்தல் போடவேண்டும், தோரணம், அலங்காரம், இன்னும் எவ்வளவு பணிகள் உள்ளன. ஐந்து தினங்களே திருமணத்திற்கு உள்ளன. சரி இவற்றை நீயே கவனித்துக் கொள் மூர்த்தி. உனது பதவிக்கான பணியையும், மாதவனின் பதவிக்கான பணியையும் நானே பார்த்துக் கொள்கின்றேன்.

ஆமாம் கருணா, அது தான் மிக முக்கியம்! சக்கரவர்த்திகள் வேறு இத்திருமணத்திலே கலந்து கொள்ள உள்ளார். இளவரசருக்கு நடந்ததைப் போன்ற அசம்பாவிதங்கள் நடவா வண்ணம் பார்த்துக் கொள்ளவேண்டும்.

“அது குறித்துக் கவலை கொள்ளாதே மாதவா; அதனை நான் பார்த்துக் கொள்கின்றேன். உனது கண்ணானத்திற்குப் பின்பும் பத்து தினங்கள் கழித்தே வண்டை புறப்படப்போகின்றேன். ஆகையினால் திருமணத்திற்குப் பின் நிதானமாகவே உனது பணிகளைத் துவங்கலாம். சரியா?”

“நன்றி கருணா”

“ஆமாம் நீ மணந்து கொள்ளப் போகும் பெண்ணின் பெயர் என்ன? அதை நான் கேட்கவில்லையே.”

“உமையாள் உறவினரின் பெண் தான்.”

“அப்படியா? அழகான பெயர். ஆமாம் ஆமாம், நீயாவது விட்டுவை அப்பெயரிலேயே; மாற்றி விடாதே மாதவா.”

“என்ன மூர்த்தி, சாடை பேசுவது போல் உள்ளது.”

“இல்லையே கருணா நான் நேரடியாகத்தான் கூறினேன்.”

“ஆரம்பித்துவிட்டீர்களா நீங்கள் இருவரும்?”

“விளையாட்டாக பேசுவது தானே... இதிலே என்ன இருக்கிறது?” என்றான் மூர்த்தி பலதரப்பட்ட பேச்சுக்களும் பேசிக் கொண்டு இருந்தாலும், ‘இன்று நிருதியுடனேயே

இருந்திருக்கலாமோ?' என்று திருமணத்தன்று தான் தவறவிட்ட அந்த இனிய தருணங்களை எண்ணிக் கொண்டான். தாலி முதல் சிலம்பு வரை ஒவ்வொன்றாக எண்ணிக் கொண்டான். தங்களின் உரையாடலில் இருந்து எப்பொழுதோ விலகிச் சென்ற கருணாகரனை அதற்கு மேலும் தொந்தரவு செய்ய விரும்பாத மாதவன் "கருணா, நீ ஓய்வெடுத்துக் கொள். உன்னை நாளை சந்திக்கின்றோம்" என்ற உடனேயே, "ஆகட்டும் மாதவா, மூர்த்தி! சென்று வாருங்கள் நாளை பார்க்கலாம்" என்றான்.

"மாதவா, நன்றாக தானே இருந்தான் கருணாகரன்? திடீரென்று என்னவானது?"

அன்று ஆற்றுப்படுகையில் நடந்தவற்றை கருணா தன்னிடம் கூறியது நினைவுக்கு வந்தது.

"மாதவா உன்னை தான் கேட்டேன்?"

"இப்போது உனக்கு என்ன ஆனது? அவன் நிசத்திலே ஒரு வாழ்க்கையையும், நினைவிலே ஒரு வாழ்க்கையையும் வாழ எண்ணுகிறான்."

"அப்படியாவது வாழட்டும் என்றே அவனை விட்டு வரலாம் என்றேன். நீ என்ன கூறுகின்றாய் மாதவா?"

"எனக்கு ஒன்றும் விளங்கவில்லையே. சில தருணங்களில் எதையும் அறிந்து கொள்ளாமல் இருப்பதே நலன் பயக்கும் மூர்த்தி."

"என்னவோ போ. எனக்கு எதுவும் புரியவேண்டாம்."

தனது அறைக்குச் சென்ற கருணா ஆலயம் தொடங்கி, இறுதியாக தனது அறையில் நிருதியைப் பார்த்தது முதல் ஒவ்வொன்றாக நினைவுகூர்ந்தான். இதனை அவ்வப்போது நினைவு கூர்வதுதான் என்றாலும், அன்று ஏனோ சொல்ல இயலா ஓர் உணர்வு அவனை வாட்டி வதைத்தது.

சோழபுரம். நிருதியின் அந்த எதிர்பாரா வருகை அனைவருக்கும் அதிர்ச்சியையும், ஆச்சர்யத்தையும் ஒரு சேர அளித்தது. ஆவுடையாரும், உத்தம வல்லியும் தங்களின் வண்டையர் மாளிகைக்குச் செல்ல நிருதி மட்டும் சோழர் அரண்மனைக்குச் சென்றாள். முந்தைய நாளான நிருதியின்

திருமண நாள் குறித்து அனைவரும் அவளுக்கு வாழ்த்துக்கள் தெரிவித்தனர்.

"பரிசுப்பொருட்களைப் பார்த்தாயா மகளே? உனக்குப் பிடித்திருந்ததா?"

"தாங்கள் அனுப்பியதாயிற்றே தந்தையே? எப்படி எனக்குப் பிடிக்காமல் இருக்கும்?"

"நல்லது மகளே. ஆமாம்... ஏன் அமுதா உன்னுடன் வரவில்லை?" என்றாள் தியாகவல்லி.

"இல்லை தாயே, நாளையே யான் வண்டைக்கு புறப்பட்டுவிடுவேன். இரு தினங்களுக்காக அவளை எதற்கு சிரமப்படுத்த வேண்டும் என்றே அழைத்து வரவில்லை."

"நாளையேவா? ஏன்? என்ன காரணம் தங்காய்."

"தந்தையாரைச் சந்தித்து விட்டுச் செல்லலாம் என்று.

அது தான் காஞ்சிக்கு இன்னும் ஒரு தினத்தில் புறப்பட்டு விடுவார்கள் உன் தந்தை பல்லவ தோன்றலின் கண்ணானத்திற்காக. அதை முடித்து வரும் போது உன்னைப் பார்த்து வருவதாய்தானே உத்தேசம். பிறகு நீ ஏன் அம்மா இவ்வளவு தூரம் உடலை வருத்தி வந்தாய்? சரி வந்தது தான் வந்தாய். ஒரு பத்து தினங்கள் இருந்து விட்டு செல் மகளே!" என்றாள் அருள்மொழி நங்கை.

"இல்லை தாயே, அங்கே அரண்மனையில் சிறிய அத்தை யாரும் அமுதாவும் மட்டுமே உள்ளனர். அதனால் நான் உடனே செல்ல வேண்டும்."

"நிருதி என்ன காரியமாக இங்கு வந்தாய்?"

"நான்..." என்று தயங்கிய நிருதியை, "என்னவென்று கூறு மகளே?" என்றான் குலோத்துங்கன்.

"நான் எனது கணவருக்கு இரண்டாம் கண்ணனாம் செய்யும் பொருட்டு வானதி ராயரைக் காண வந்தேன் தந்தையே."

"நிருதி என்ன உளறுகிறாய்?" என்றான் வீரசோழன் வேகமாக.

"இல்லை, தமையா. நான் நிதானமாகத் தான் கூறுகின்றேன். மலரை அவருக்கு இரண்டாம் தாரமாகக் கொடுக்கும்படி ராயரைக் கேட்க வந்தேன்."

“உனக்குப் புத்தி கெட்டு விட்டதா நிருதி? எங்கு வந்து, என்ன பேசிக் கொண்டு இருக்கிறாய்?” என்றாள் கோபத்துடன் தியாகவல்லி.

“ஏன் அம்மா இவ்வாறு நடந்து கொள்கிறாய்? எதற்கு இப்போது உனது கணவனுக்கு இரண்டாவது திருமணம் செய்ய எண்ணுகிறாய்?” என்றாள் அருள்மொழி நங்கை.

“இல்லை தாயே எங்களுக்குத் திருமணம் ஆகி ஓர் ஆண்டு முடிந்தது உங்கள் அனைவருக்கும் நன்றாகவே தெரியும். ஆனாலும் எங்களுக்குப் பிள்ளைச் செல்வம் என்பது இன்னும் அமையவில்லை அதனால்”

“அதனால் என்ன? ஓர் ஆண்டு தானே ஆனது. இதெல்லாம் ஒரு காரணமா உனக்கு?”

“இல்லை தாயே, இனியும் பிறக்க வாய்ப்பில்லை.”

“அப்படி உனது கனவிலே வந்து அந்தப் பரமன் சொன்னாரா? தங்காய் நீ இங்கு இது குறித்துப் பேச வந்தது உன் கணவனுக்குத் தெரியுமா தெரியாதா?”

“தெரியாது தமையா. அவர் காஞ்சியில் இருக்கிறார்.”

தலையில் அடித்துத் கொண்ட தியாகவல்லி, “சுவாமி, பேசாமலே இருக்கின்றீர்களே? இவளுக்கு இப்போது என்ன கேடு வந்தது? என கேட்க மாட்டீர்களா?”

“தேவி, பார்த்துப் பேசு, நீ இகழ்வது எனது மகளை”

“இவளின் இந்த முட்டாள்தனமான முடிவுகளை என்னால் ஏற்க முடியவில்லை சுவாமி.”

“எது முட்டாள்தனமான முடிவு தாயே? எனது குலம் தழைக்க என் கணவருக்கு மணம் செய்ய விரும்புகின்றேன். இதிலே மூடத்தனம் எங்கு உள்ளது? எனது குடும்ப நலனைக் கருத்தில் கொண்டும், வருங்கால வண்டை நகரின் நலனைக் கருத்தில் கொண்டும் எடுத்த முடிவு இது. தவிரவும், இங்கு நான் இது குறித்து ஆலோசனை பெறவரவில்லை. எனது முடிவை அறிவிக்கவே இங்கு வந்தேன். மேலும் ராயரிடம் நானாகச் சென்று பெண் கேட்பதை விட தந்தையார் உடன் வந்தார்களே யானால் நன்றாக இருக்கும் என்றே இங்கு வந்தேன்.”

"நல்ல வேடிக்கை தான் தங்காய்! உனது இந்தக் காரியத்திற்குத் தந்தையாரை வேறு துணைக் கழைக்கிறாயா? ஒரு வேளை இந்தத் திருமணத்தை உனது கணவன் ஏற்க மறுத்தால்?"

"அவரை சம்மதிக்க வைப்பது என் பாடு."

"இது பற்றி இன்னும் எவ்வளவு நேரம் இங்கு நின்று நீ விவாதித்தாலும் அதை நாங்கள் ஏற்கப் போவதும் இல்லை; ராயரிடத்தில் நீ பெண் கேட்டு செல்ல உன்னை அனுமதிக்கப் போவதும் இல்லை. இது உறுதி! என்றாள் தியாகவல்லி.

அனுமதியா? யார் யாரை அனுமதிப்பது? யான் இங்கு தங்களின் மகளாக வரவில்லை. வண்டையின் அரசியாக வந்திருக்கின்றேன். இங்கே யாருடைய அனுமதியும் எமக்குத் தேவையில்லை. நீங்கள் யார் எனது கணவனுக்கு நடக்கப் போகும் திருமணத்தைத் தடுத்து நிறுத்த? இரண்டாவது திருமணம் என்பது என்ன, அவ்வளவு பெரிய கொலைக் குற்றமா? அல்லது இந் நானிலத்தில் இதுவரை யாரும் செய்திடாததா? தங்களின் கணவர் எழுவரை மணந்து கொண்டதை எதார்த்தமாக எடுத்துக் கொள்வீர்கள்; எனது கணவன் இரண்டாவது மணம் செய்ய வேண்டுமானால், அதற்கு உங்களின் அனுமதியை யான் பெற வேண்டும். நல்ல வேடிக்கை தான்."

"என்ன துணிச்சலடி உனக்கு?" என்று கரத்தை ஓங்கினாள் தியாகவல்லி.

அதைத் தடுத்த வீரன், "தாயே அவள் சிறுபிள்ளை. தாங்கள் இவ்வாறாக நடப்பது முறை ஆகாது."

"யார் இவளா? இவள் நம் குலப்பெருமையை குலைக்கத் துணிந்தவள் தம்பி. பெற்ற தகப்பனை இகழும் துணிவு எப்போது இவளுக்கு வந்ததோ, இனி இவள் இங்கு இருக்கக் கூடாது. பிள்ளைகளால் பெற்றவர்களுக்குப் பெருமை சேரும் என்பார் கள். அது இவள் வழி எங்களுக்குக் கிடைக்கப் போவதில்லை என்று நன்குணர்ந்தேன். நீ இவ்வாறு இகழ்ந்தது உனது தந்தையை அல்ல; சோழ சக்கரவர்த்திகளை என்று

உன் அறிவிற்கு எட்டவில்லையா? உண்மையில் நீ அபயனின் மகளா? என்று எனக்கே சந்தேகம் பிறக்கிறது."

"தேவி, நீ என்ன கூறுகிறாய்?"

"ஆமாம் சுவாமி அவள் நம் மகளாக இங்கு வரவில்லையாம். வண்டையின் அரசியாக வந்திருக்கிறாள். புதை குழியில் இடறிவிழுவதில் தவறில்லை; ஆனால், தெரிந்தே விழுவதைத் தான் தவறு என்கின்றோம். அது அவளுக்குத் தெரியவில்லை. போகட்டும். இதோ பார்... இனி நீ உன் கணவனுக்கு எத்தனை முறைகள் வேண்டுமானாலும் கண்ணானம் செய்துவை. அது குறித்து இனி எங்களுக்குக் கவலை இல்லை. இதை நான் உனது தாயாகக் கூறவில்லை. சோணாட்டின் பட்டத்து அரசியாகக் கூறுகிறேன். என்ற தியாகவல்லி அங்கிருந்து சென்றாள்.

அங்கிருந்து மற்றவர்களும் செல்ல இருக்கையிலே குலோத்துங்கன், நின்றபடி நிருதி. அங்கே வந்தான் அரசன். நிருதியின் முகத் தாடையை பிடித்த குலோத்துங்கன்.

"மகளே எவ்வளவு பிடிக்கும் வண்டையர் கோனை உனக்கு?

தந்தையே.

பெற்றவர்களை துச்சம் என நினைக்கும் அளவிற்கு, இல்லையா?"

"அப்படி எல்லாம் ஒன்றுமில்லை தந்தையே. நான் அந்த ஈசனை வணங்கிய நாட்களை விடவும் நன் தந்தை அபயன் குலோத்துங்கனை வணங்கியதே அதிகம். இனியும் அப்படி தான்."

"அதனாலே தான் நான் செய்த பாவத்திற்கு நீ பரிகாரம் தேட எண்ணுகிறாயா மகளே?"

"தந்தையே, அனைத்தையும் யான் அறிவேன்."

"நிச்சயம், யான் உன்னுடன் வருகிறேன் அம்மா. ராயரின் மகளை உனது கணவருக்குப் பெண் கேட்க. மேலும் இத்திருமணம் குறித்து உன் தாயைப் போல யான் வருந்தப் போவதும் இல்லை"

"எதனால் தந்தையே?" என்றாள் கவலையுடன் நிருதி.

"ஒருவன் எத்தனை பெண்களை மணந்து கொள்கின்றான் என்பது முக்கியமல்ல; இறுதி வரையிலும் யாரைத் தனது துணையாக நினைக்கின்றான் என்பதே முக்கியம் அம்மா. அந்த வகையில் வண்டையின் அரியணையில் உன் கணவனுடன் யார் வேண்டுமானாலும் அமர்ந்து கொள்ளலாம். ஆனால் அவர் உள்ளமெனும் சிங்காதனத்தில் நீயே கொலுவிருப்பாய், மகளே" நீண்ட பெருமூச்சுடன் சிறு புன்னகையைத் தவழவிட்டு. அவளுடைய தலையைக் கோதி அணைத்துக் கொண்டான் குலோத்துங்கன்.

அன்று மாலையே குலோத்துங்கன், உத்தம வல்லி, ஆவுடையான், உடன் சேர்ந்து வாணர் மாளிகைக்குச் சென்ற நிருதி. வானதிராயரிடமும் வடிவுடையாளிடமும் பேசி. ஒருவாறாக சம்மதம் வாங்கினாள் - கண்ணானத்திற்கு. ஐப்பசி திங்கள் முதல் நாள் கண்ணானம் என்று முடிவு செய்யப்பட்டது. மேற்படி திருமணம் எளிமையான முறையில் தஞ்சை பெரிய கோயிலில் நடத்தப்படும் என முடிவானது.

"இப்பொழுது உனக்கு மகிழ்ச்சி தானே மலர்"

"மிக்க மகிழ்ச்சி நிருதி!"

"சரி, கண்ணான வேலைகள் அதிகம் உள்ளன; நான் புறப்படுகிறேன்" என்றாள் நிருதி. சோழர்களும், வாணர்களும், வண்டையர்களை வழி அனுப்பி வைத்தனர். அடுத்ததாகவே குலோத்துங்கனும், வானதிராயரும் காஞ்சிக்குப் புறப்பட்டனர். கண்ணானம் குறித்து கருணாவிடம் தானே பேசி கொள்வதாக நிருதி கூறியதால், கருணாவிடம் இதுகுறித்துக் காட்டிக் கொள்ளவில்லை இருவருமே. அங்கே இருந்த அன்னவ ராயனிடம் மட்டும் இருவரும் இது பற்றி கூறினர். என்ன தான் மகளுக்கு சமாதானம் கூறினாலும், தன்னையும் மற்றவர் களையும் ஒப்பிடும் பட்சத்தில் கருணாகரன் சிறந்தவனாகத் தெரிந்தாலும், ஏதோ ஓர் இனம் புரியா கவலை குலோத்துங் கனை வாட்டி வதைத்தது. சாமான்யனைப் போல தன்னை ஒப்பனை செய்து கொண்ட குலோத்துங்கன் காஞ்சி வீதிகளிலே நடக்கலானான்.

இரவு அரண்மனைக்கு திரும்பிக் கொண்டிருந்த குலோத்துங்கன். மாதவனின் மாளிகையைக் கடந்த போது அங்கே நண்பர்கள் அளவளாவிக்கொண்டிருந்தது குலோத்துங்கன் செவிகளில் விழுந்தது. மாளிகையின் புறத்தே ஆறேழு புரவிகள் நின்றன. அவற்றில் ஒன்று கருணாகரனின் சுந்தரமும். சோழநாட்டில் பெரும்பாலும் அனைவருக்கும் தெரியும் - கருணாகரனின் சுந்தரத்தை. அங்கே கேட்ட குரல்களை வைத்து, அன்னோர், கருணாகரன், பாண்டியன் ஸ்ரீ வல்லபன், மாதவன், ஞானமூர்த்தி, வாணகோ வரையன், கேரள கேசரி அதிராசராசன் முதலானோர் அரசு சார்ந்த பயனுள்ள பேச்சுக்களே சற்று முன்பு வரை கேட்டன. அதன் தொடர்ச்சியாக இளந்தாரிகள் என்பதனால் அங்கிருந்த கண்ணானம் ஆனவர்கள் மனைவியிடம் எப்படி நடந்து கொள்ளவேண்டும் என்பது பற்றியும், கண்ணானம் ஆகாதவர்கள் தங்களின் வருங்கால மனைவி எப்படி இருக்க வேண்டும் என்பது பற்றியும் உரையாடல் துவங்கியது. இந்தக் கலந்துரையாடலில் கருணா பெரிதாக ஈடுபாடு காட்டவில்லை; அமைதியாகவே இருந்தான்.

சரி இதற்கு மேல் அங்கிருந்து அதனைக் கேட்க விரும்பாத குலோத்துங்கன் அவ்விடத்தை விட்டு நகர, "கருணாகரா, எப்பொழுது பார்த்தாலும் பணிரீதியாக அண்டை நகரங்கள் செல்வது, தூரதேசம் செல்வது என்றிருக்கின்றாயே, இதனை அறிந்த எவராயினும் உனது மனைவியை சிறை எடுத்தால் நீ என்ன செய்வாய்?" என்றான் பாண்டியன்.

"நகர்ந்த குலோத்துங்கன் அங்கேயே நின்றான் - தனது மாப்பிள்ளையின் பதில் என்னவாக இருக்கும்? என்று அறியும் ஆர்வத்தில்.

சற்றும் தாமதிக்காமல், "சிறை எடுக்க அவள் ஒன்றும் ராமனின் மனைவி சீதை அல்ல பாண்டியா. இந்தக் கருணாகரனின் மனைவி அழகிய மணவாளினி. எவனுக்கேனும் அவளை சிறை எடுக்கும் எண்ணம் உதித்தால் கூட, அவன் சிரம் அறுக்கப்படும்."

அது என்னவோ உண்மை தான். கருணாகரன் தண்டனை யானது எப்படி இருக்கும் என்று தொண்டை கொடிகளுக்கு இடையே கிடக்கும் மண்டை ஓடுகளைக் கேட்டால் தெரியும்" என்று மாதவன் கூறியதுமே, அங்கிருந்த அனைவரும் நகைத்து விட்டனர்.

தன்னையும் அறியாமல் குலோத்துங்கனும் சிரித்து விட்டான்.

மைத்துனனை நெருங்கியவர்க்கே அந்த கதி என்றால், அவன் மனைவியைப் பற்றி பேசவே கூடாது, புரிந்ததா?" என்றான் மாதவன்.

"இதற்கு ஏன் முறைக்கின்றாய் கருணா? பொது இடங்களில் தானே உறவு முறை குறித்து பேசக்கூடாது என்றாய். இங்கு நாம் தானே இருக்கின்றோம்"

"அது தானே! நீயே மறுத்தாலும் இளவரசர்கள் நால்வரும் உனது மைத்துனர்கள் என்பதும், சக்கரவர்த்திகள் உனது மாமன் என்பதும் உண்மை தானே?" என்றான் மூர்த்தி.

"அதோடு கூட சக்கரவர்த்திகள் முன்பு உனக்களித்த முக்கியத்துவத்திற்கும், தற்போது அளிக்கும் முன்னுரிமைக்கும் உனக்கே வித்தியாசம் தெரியவில்லையா, கருணா? நீ மறுத்தாலும் உன்னை உறவென அவர் மறைத்தாலும் மனதளவில் நீ அமைச்சன் என்பதை அவர் மறந்து, வெகு நாட்கள் ஆகின்றன.

"எதனால் அப்படி கூறுகிறாய் பாண்டியா?"

"ஆமாம் உனது திருமணத்திற்குப் பிறகு நடந்த அனைத்து அரச நிகழ்வுகளிலும் உனக்கே முன்னுரிமை. உனை தானே அவர் அருகே அமர்த்திக் கொள்கிறார். இதன் பொருள் என்ன? உண்மையில், இவை அனைத்திற்கும் தகுதி ஆனவன் நீ. ஆனாலும் உனது பதவி குறித்து அல்ல சக்கரவர்த்திகளின் இந்தக் கரிசனம் அவர் மகளின் கணவன் என்ற முறையில் என்பதை ஒப்புக்கொள்கிறேன்?"

"எனக்கும் அவர் மீதான மரியாதையும், நன்மதிப்பும் பன்மடங்கு பெருகி உள்ளது. அதற்குக் காரணம் அவர் சோழ

சக்கரவர்த்தி என்பதனால் அல்ல. என் மனையாளின் தகப்பன் என்பதனால்."

"இதற்கு சிறப்பான காரணம் ஏதேனும் உண்டோ கருணா?" என்றான் கேரள ராசன்.

"இதில் விளக்கிக் கூற என்ன உள்ளது ராசன். இதுவரையிலும் சக்கரவர்த்திகள் எனக்கு அளித்த பரிசுகளில் மகத்தானது அவர் மகள் மட்டுமே. அதனால் உதித்ததே, இந்த அளவு கடந்த மதிப்பும் மரியாதையும் - அவர் மீது. வேறு என்ன?"

இதைக் கேட்ட குலோத்துங்கனின் கண்கள் குளமானது.

"சரி வாருங்கள், அவரவர் இருப்பிடங்களுக்குச் செல்லலாம். நாளை இரவு இந்நேரம் மாதவனுக்குக் கண்ணானம் முடிந்திருக்கும்" என்றான் மூர்த்தி.

"சரி நீ நன்கு ஓய்வெடு மாதவா. நாம் புறப்படலாமா கருணா.

இல்லை நீங்கள் அனைவரும் செல்லுங்கள். நான் ஒரு முறை நகர்வலம் சென்று பணிகள் எந்த அளவில் உள்ளன. என்று பார்வையிட்டு வருகின்றேன்" என்றான்.

அனைவரும் மாதவனிடம் விடை பெற்று அவரவர் புரவிகளில் ஏற, தனது புரவியில் அமர்ந்த கருணாகரனைப் பார்த்த குலோத்துங்கன் ஒப்புக் கொள்ளத்தான் வேண்டும் - நன் மருமகன் அழகன், ஒழுக்கசீலன், உத்தமன் என்பதை என்று எண்ணி, ஓரமாய் நின்று அவன் செல்வதையே கண்டு கொண்டு இருந்தான்.

நள்ளிரவில் உறங்கிக் கொண்டிருந்த கருணா. திடீரெனப் பதறிக் கண் விழித்தான். 'நல்லவேளை இது கனவு. நிசமோ என்று பயந்துவிட்டேன்.' என்று தனக்கு தானே கூறிக் கொண்டான். நீர் வார்த்தது போல் உடலெங்கும் வியர்த்து வழிந்தது. துணியைக் கொண்டு உடலைத் துடைத்து நீரைக்குடித்த கருணா, அந்த அறையின் நிலா முற்றத்திற்கு வந்தான்.

"என்ன கனவு இது? ஏன் வந்தது? பூமாலைகளுக்கு இடையே நாகம்; அதைத் தொடர்ந்து இன்னும் ஏதேதோ.

இதன் பொருள் என்ன? வண்டைக்குச் சென்றதும் இது குறித்து முதலில் நிருதியிடம் பேச வேண்டும். அங்கிருந்து இங்கு வருகையில் நன்றாகத் தான் இருந்தது. ஆனால் ஏனோ உனைக் காணாமல் ஒவ்வொரு நிமிடமும் ஒவ்வொரு யுகம் போல் தெரிகிறது. இந்த இருபது நாட்களில் பத்து நாட்களே கழிந்துள்ளன. இன்னும் பத்து நாட்களை எப்படி கடத்த போகின்றேனோ ஒன்றும் புரியவில்லை.

-46-

மாதவனின் திருமணம்

எங்கு பார்த்தாலும் உற்சாகம், ஆரவாரம், மகிழ்ச்சி என்று காஞ்சி நகரமே களை கட்டியது. பல்லவ தோன்றலின் கண்ணானக் கொண்டாட்டத்தினால். பொதுவாக தாய்த் தமிழக பெண்டுகள் அனைவருமே அழகிற்குப் பெயர் போனவர்கள். அதற்கு உமையாளும் விதிவிலக்கு அல்லள்; அவளும் அழகில் சிறந்தவளே. ஏனோ ஒருவித நெருடல் குலோத்துங்கனுக்கும், கருணாகரனுக்கும் ஒருவரையொருவர் பார்த்து கொள்ள. ஏன் என்று இருவருக்கும் தெரியவில்லை. சக்கரவர்த்திகள் தொடங்கி, சோணாட்டு முக்கியஸ்தர்கள் பலரும் அந்தக் கண்ணானத்தில் கலந்துகொண்டதால், காவல் பலப்படுத்தப் பட்டு இருந்தது. காவல் பணியை மேற்பார்வையிட்டான் கருணாகரன். பொது இடங்களில் அதிகம் பேசா குணம் என்பது அவன் பிறவியிலேயே இருந்தது. அவன் வாழ் நாளிலே அதிகம் பேசியது, பேசுவதைக் கேட்க விரும்பியது ஒருத்தியிடம் மட்டும் தான்.

அக்கண்ணானத்திற்கு வந்த அனைவருக்கும் ஆண், பெண் என்று இல்லாமல் பருவ பேதம் இன்றி, அன்று மாதவன் தான் மாப்பிள்ளை என்பதையும் மறந்து அவர்களின் பார்வைக்கு விருந்தானான் கருணாகரன். அன்றைய கால கட்டத்தில் குலோத்துங்கனைக் காண்பதை விட. கருணாகரனைக் காண்பதிலே ஆர்வமாய் இருந்தனர் - சோழ குடிகள். காரணம் அவன் இளந்தாரி என்பதனால் மட்டும் அல்ல; அந்த இளம் வயதினிலே செயற்கரிய காரியங்களை மிகச் சிறப்பாக செய்து முடித்தனால். தனது மகன் குறுகிய காலத்தில் ஈட்டிய

இந்தப் பெயரையும், புகழையும் எண்ணி அகம் மகிழ்ந்தான் திருவரங்க அன்னவராயன். அங்கு வந்ததில் இருந்து கருணாகரனையே பார்த்தவர்களுள் குலோத்துங்கனும் ஒருவன். இன்று தனது மாப்பிள்ளையின் மீது எத்தனை கண்கள் பட்டனவோ என்று கவலையே வந்துவிட்டது அவனுக்கு. உண்மையில் ஒரு தனி மனிதனை எண்ணி பெருமையும் உரிமையும் கொண்டவர்கள் யார்? அவனைப் பெற்றவர், அவனுக்குப் பெண் கொடுத்தவர், அவனைக் கணவனாக கொண்டவள் மற்றும் அவனுக்குப் பிறக்கும் பிள்ளைகள் - இவர்கள் தானே.

காவலன் ஒருவனை அழைத்து கருணாகரனை அழைத்து வரும்படி கட்டளை இட்டான் குலோத்துங்கன்.

அங்கே வந்த கருணா, "அழைத்தீர்களா சக்கரவர்த்தி அவர்களே?" என்றான்.

"ஆம் அரசே! சற்று நேரம் இப்படி அமருங்கள். எவ்வளவு நேரமாகத்தான் நின்று கொண்டு இருப்பீர்கள்?" என்றான்.

"உத்தரவு அரசே!" என்று குலோத்துங்கன் அருகே அமர்ந்தான் கருணாகரன்.

எதேச்சையாக மாதவனைக் காண, அவன் அருகே நண்பர்கள் கருணாவைக் கண்டு நகைக்க முதல் நாள் இரவு பேசியது நினைவுக்கு வர உடனடியாக இருக்கையில், இருந்து எழ முயன்றவனை மனையில் இருந்த மாதவனும் மற்ற நண்பர் களும் செய்கையினால் அமரும்படி கூறினர்.

"என்னவாயிற்று வண்டையர் கோனே?"

"ஒன்றுமில்லை அரசே!" என்றான்.

ஒரு வழியாக மாதவனின் திருமணமும் சிறப்புடனே முடிந்தது.

அங்கே வந்த அனைவரும் அவரவர் இருப்பிடங்களுக்குச் செல்ல, கருணா மட்டும் நாடு காவல் பணி குறித்து அங்கேயே இருந்தான் குலோத்துங்கன். சோழபுரம் திரும்பும் வழியில் தனது மகள் வீடான வண்டைக்கு வந்தான். சக்கரவர்த்தி என்ற வகையிலும், பெண் கொடுத்தவன் என்று வகையிலும் அவனுக்கு சிறப்பான வரவேற்பு அளிக்கப்பட்டது. வண்டையர்

களால் அங்கே தனது மகளுக்கு இருக்கும் மதிப்பும் மரியாதையையும் கண்டு பூரித்து போனான் குலோத்துங்கன்.

அங்கே மலரின் திருமணம் குறித்தும் பேசப்பட்டது. வானதி ராயர் உடன் இருந்ததால். ராயர் நிருதியை அழைத்தார்.

“மகளே, உனது இல்லறத்தில் நனது மகளுக்கும் பங்களித்ததில் மிக்க நன்றி அம்மா. நீ செய்த இந்தப் பெரும் தியாகத்தை எந்நாளும் நன் குலம் மறவாது தாயே.

“இதற்கெதற்குப் பெரும் வார்த்தைகளைக் கூறுகிறீர்கள் - தாங்களும் நன் தந்தையாய் இருக்க?”

“பார்த்தீர்களா மைத்துனரே? இதுவே எனது மருமகளின் பெருந்தன்மைக்கு ஒப்பற்ற சான்றாகும்” என்றான் அன்னவராயன் குலோத்துங்கன் இடை இருக்க...
“மன்னியுங்கள் சக்கரவர்த்திகளே தாங்கள் இருக்க, யான் இதுபோல் பேசலாகாது.

“அதனால் ஒன்றும் பாதகம் இல்லை அரசே. தாங்கள் உண்மையை தான் கூறினீர்கள். ஏனெனில் என் மகள் அவள் பிறந்தகத்தை மறந்து நெடு நாட்கள் ஆகின்றன. அப்படியானால் தங்களுக்கே அவளின் மீது உரிமை அதிகம்.

“தந்தையே, தாங்கள் ஏன் இவ்வாறாக கூறுகிறீர்கள்?”

“விளையாட்டாகச் சொன்னேன் தாயே. ராயரே புறப்படலாமா? தஞ்சையில் சந்திப்போம் வண்டையர் கோனே.

ஆகட்டும் அரசே. மைத்துனரே தங்களுக்கும் எனது மனமார்ந்த நன்றிகள். கருணா என் மகளை மணந்து கொள்ள சம்மதம் அளித்ததற்கு என்றென்றைக்கும் தங்களுக்கு நனது குடும்பம் நன்றிகடன் பட்டுள்ளது அரசே!” என்றார் வானதிராயர் கண்கலங்க. சிறு புன்னகையுடன் நிருதியை ஏறிட்டான் அன்னவராயன். அங்கிருந்த அனைவரிடமும் விடை பெற்ற குலோத்துங்கன் தன் மகளை அழைத்து, “நிருதி இனியும் எனக்குப் பிறவிகள் உண்டானால், அவை அனைத்திலும் நீயே எனக்கு மகளாகப் பிறக்க வேண்டும் என்று அந்தப் பரமனை தொழுவேன்”

என்றான். தலை அசைத்தாள் நிருதி.

நந்தவனத்தில் பூக்கள் பறித்துக் கொண்டு இருந்தாள் நிருதி. தனக்குப் பின்னே யாரோ இருப்பது போல் உணர்ந்தவள் திரும்ப திடுக்கிட்டவளாக, “சுவாமி தாங்களா? தாங்கள் எப்போது வந்தீர்கள். என்ன இது? கொம்பொலிக்கவில்லை; குடிகள் ஆரவாரம் எதுவும் கேட்கவில்லையே எனக்கு?”

“அது இல்லை நிருதி! எப்போதும் கோட்டையின் முகப்பு வாயில் வழியாக வந்தால், இந்த ஆரவாரங்களால் நான் அரண்மனைக்குள் வர தாமதம் ஆகின்றது. அது தான் இன்று வடக்கு வாசல் வழியாக வந்தேன். இங்கு வந்து பார்த்தால் அரண்மனையில் யாரும் இலர். சேடிப் பெண் தான் நீ இங்கிருப்பதைக் கூறினாள். அமுதாவையும் காணவில்லையே... எங்கே அவள்?” என்றான் கருணாகரன்.

“அவள் சிறிய அத்தையுடன் கோயிலுக்குச் சென்றுள்ளால் அரசே.

அப்படியானால் தற்போது அரண்மனையில் யாரும் இல்லை அப்படி தானே?”

“ஆமாம் சுவாமி”

“அப்போது நீ உடனடியாக உனது அறைக்கு வா; யான் அங்கே காத்திருக்கிறேன்.”

“எதற்கு சுவாமி?

நீ வாயேன் நிருதி.”

அவன் அழைத்தது குறித்து அச்சமோ தயக்கமோ அப்பொழுது அவளுக்கு இல்லை. ஆனால் அறைக்குச் சென்றதும் அவள் அதிர்ச்சி ஆனாள்.

“சுவாமி என்ன இது? இவ்வளவு பெட்டங்கள், இத்துணை பேழைகள் எதற்காக? நம் வீட்டு மொத்த உறுப்பினர் பரிசுப் பொருட்களையும் இங்கே கொண்டு வந்து வைத்து விட்டீர்களா, என்ன?”

“இல்லை நிருதி. இவை அனைத்தும் உனக்கு மட்டும் தான். எனது கண்ணான பரிசுகள் இவை. மற்ற அனைவருக்கும் அவரவர் அறையிலே வைத்து விட்டேன்.”

“சுவாமி, தங்களிடம் எம்மை மிகவும் கவர்ந்த குணம் இதுதான்; அனைவருக்கும் பரிசுகள் கொடுப்பது. இதனை இன்றில் இருந்து யானும் பின் பற்றப்போகின்றேன்”

“அதெல்லாம் இருக்கட்டும் முதலில் உனது ஆடை, ஆபரணங்களைக் கலைந்து விடு நிருதி!”

“என்ன சுவாமி? தாங்கள் என்ன கூறுகிறீர்கள்?”

“அய்யோ... என்னை மன்னித்துவிடு நிருதி. ஏதோ ஆர்வத்தால் ஆன கோளாறு இது. ஒரு கணம் இரு!” என்றவன். ஒரு தட்டை அவளிடம் நீட்டினான், அந்தத் தட்டிலே செந்நிறத்தால் ஆன பட்டாடைகளும் செம்பவளத்தால் ஆன ஆபரணமும் இருந்தன.

“என்ன சுவாமி இது? அனைத்தும் சிவப்பாக காட்சி அளிக்கிறதே.”

“இது உனக்குப் பிடித்திருக்கிறதா? எப்படி இருக்கிறது!”

“பார்த்தாலே தெரிகிறதே காஞ்சியில் கை தேர்ந்த நெசவாளர்களால் உருவாக்கப்பட்ட பட்டு என்று. மிகவும் மிருதுவாக இருக்கிறது. அப்புறம் இந்த ஆபரணம் அற்புதமான வேலைப்பாடு அழகாக நயம்பட உருவாக்கி உள்ளார் இதை சுவாமி உண்மையில் தங்களின் ரசனையைப் பாராட்ட வார்த்தைகளே இல்லை.”

“அப்படியா? நன்றிகள் நிருதி. சரி, இதில் இருப்பவற்றை அணிந்து கொண்டு வா இப்பொழுதே யான் காண வேண்டும்.”

“ஆகட்டும் சுவாமி”

“என்ன நிருதி? ஆகட்டும் என்று என்னையே ஏன் பார்த்துக் கொண்டு இருக்கிறாய்? இவற்றை அணிந்து கொள்ள வில்லையா?

அதற்கு முதலில் தாங்கள் இங்கிருந்து செல்ல வேண்டும் தேவரே.”

“ஆமாம், அதை மறந்து விட்டேன். யான் எனது அறையில் காத்திருக்கிறேன். நீ விரைவாக வா!” என்று கூறி அங்கிருந்து சென்றான்.

“எப்படி இருக்கிறது சுவாமி?”

“அருமை! அற்புதம், உனது அழகை விவரிக்க வார்த்தைகள் இல்லை நிருதி. ஆனால்...”

“என்ன சுவாமி?

அனைத்துமே சிவந்த நிறமாக கண்களுக்குக் குளிர்ச்சி ஊட்டுகையில், இந்த முத்து ஆரம் சற்றே சற்றே ஊறு செய்கிறது நிருதி.”

“யான் தான் அன்றே கூறினேனே சுவாமி. இது தாங்கள் முதன் முதலாக எனக்கு அளித்த பரிசு. இதனை என் வாழ்நாள் காலம் வரை அணிந்து கொள்வேன்” என்றாள் புன்னகைத்தபடி.

“ஆகட்டும் நிருதி உனது விருப்பப்படியே.”

“சரி சுவாமி தாங்கள் எனக்கு கண்ணான பரிசு கொடுத்தது போல் யானும் தங்களுக்கு ஒரு பரிசு வைத்துள்ளேன்.”

“என்ன அது நிருதி?”

“அதற்கு முதலில் கண்களை மூடி, கரத்தை நீட்டுங்கள்.”

“என்ன விளையாட்டு இது நிருதி.”

“விளையாடவில்லை சுவாமி; சொல்வதைக் கேளுங்களேன்.”

“சரி” எனக் கூறித் தன் கரத்தை நீட்டினான் கருணா.

“என்ன இது? பட்டுச் சுருள் நிருதி.”

“பிரித்து படியுங்கள்.”

“ஐப்பசி முதல் நாள் தஞ்சை பெரிய கோயிலில் கருணாவிற்கும் மலருக்கும் கண்ணானம் என்று குறிப்பிடப் பட்டு இருந்தது. அதிர்ச்சி அடைந்தானே தவிர, அதிலே அவனுக்கு ஒரு துளியும் மகிழ்ச்சி இருந்ததாய் தெரியவில்லை.”

“இது எப்படி சாத்தியம் ஆயிற்று நிருதி?”

“என்ன சுவாமி? இதைப் படித்ததும் தங்களின் மகிழ்ச்சியைத் தெரிவிப்பீர்கள் என்று எண்ணினேன். ஆனால், தாங்கள் இது எப்படி சாத்தியம் என்கிறீர்களே?”

“சரி, மகிழ்ச்சியே! இது எப்படி நடந்தது? முதலில் அதைக் கூறு.

அவன் சென்ற பிறகு உத்தம வல்லியின் உந்துதலை மட்டும் தவிர்த்துவிட்டு, மற்ற அனைத்தையும் விவரித்தாள்.”

"இதை எல்லாம் நீ எதற்காக செய்தாய் நிருதி?"

"தங்களுக்காக தான் சுவாமி. தாங்கள் மலருக்கு செய்து கொடுத்த சத்தியத்திற்காக. கணவனின் அனைத்துச் செயல்பாடு களிலும் மனைவிக்கும் பங்குண்டு என்பதை மறந்தீர்களா என்ன?"

அமைதி ஆனான் கருணா.

நிருதி நாம் அன்று ஆற்றுப்படுக்கைக்குச் சென்று இருக்கக் கூடாது என்று இப்போது அல்ல, எப்போதோ எமக்குத் தோன்றிவிட்டது. அது உனக்குத் தோன்றவில்லையா தேவி!

"சுவாமி, தாங்கள் என்ன கூறுகிறீர்கள்."

"ஆமாம், யான் கூறுவது உனக்கு என்னவென்று புரியாது. புரிந்தாலும் நீ அதை ஒப்புக்கொள்ள மாட்டாய் நிருதி, அறையை விட்டு வெளியேறு!"

"சுவாமி!"

"தயவு கூர்ந்து அறையை விட்டு வெளியே போ நிருதி!"

தஞ்சை. தஞ்சையில் இருக்கும் வண்டையர்களின் பழைய அரண்மனை. புரட்டாசி முப்பதாம் நாள் இரவு. நிருதியும், அமுதாவும் உரையாடிக் கொண்டு இருக்க, அங்கு வந்தான் கருணாகரன். தனது வணக்கத்தைத் தெரிவித்து வெளியேரினாள் அமுதா.

"வாருங்கள் சுவாமி வணக்கம். என்ன இது? தாங்கள் உறங்கவில்லையா? நாளை தங்களுக்குத் தான் கண்ணானம். நினைவுள்ளதா?"

"யான் உறங்குவது இருக்கட்டும். நீ உறங்காமல் என்ன செய்து கொண்டிருக்கிறாய் நிருதி?"

"இதோ... இந்த மழையை வேடிக்கை பார்த்துக் கொண்டு இருக்கின்றேன், அரசே. நாளை தான் ஐப்பசியே பிறக்க உள்ளது. ஆனால் அதற்குள்ளாக அடைமழை துவங்கி விட்டது. ஒரே குளிராக இருக்கின்றது இல்லையா சுவாமி?"

"இல்லை தேவி. கனலாகக் கொதிக்கின்றது. எமக்குத் தற்போதைய சூழல்."

"இன்று ஏன் சுவாமி இவ்வாறாகப் இயம்புகின்றீர்கள்? தாங்கள் சிறுபிள்ளை முதல் ஆசைப்பட்ட ஒன்று நாளை

தங்களுக்குக் கிடைக்க உள்ளதை எண்ணி மகிழ்ச்சி கொள்ள வேண்டிய தருணம் இது."

"அப்போது ஆசைப்பட்டது. இப்போது தவறோ என்று தோன்றுகிறது தேவி."

"சுவாமி, தாங்கள் இதுபோன்று இயம்புவுதை இன்று இரவுடன் நிறுத்திக் கொள்ளுங்கள். இது மலருக்குத் தெரிந்தால் என்ன நினைப்பாள்? பாவம்... அவளுடன் தாங்கள் இருந்த இனிமை யான பொழுதுகளை நினைவு கூருங்கள். அப்போது இது போன்று தங்களுக்கு எண்ணம் வராது. தவிரவும், நாளை திருமணத்திற்குப் பின் நாம் மூவரும் ஒருவருக்கொருவர் புரிதல் உணர்வுடனும், விட்டுக் கொடுத்தும் வாழ்வோமே ஆனால் உங்களுக்கும் மலருக்குமான தாம்பத்தியம் இனிக்கும்; நம் இருவருக் கிடையேயான நட்பும் சிறக்கும். சரியா?"

தலை அசைத்தான் கருணாகரன்.

"சரி, தாங்கள் தங்களின் அறைக்குச் சென்று ஓய்வெடுத்துக் கொள்ளுங்கள்."

"ஆகட்டும் நிருதி. எனக்கு ஓர் உதவி செய்வாயா தேவி?"

"கூறுங்கள் அரசே - என்ன செய்ய வேண்டும் என்று?"

"நாளை நம் கண்ணானத் தன்று நீ உடுத்தி இருந்த ஆடை ஆபரணங்களையே அணிந்து கொள்ள வேண்டும் என்பது எனது ஆசை."

"எனது ஆசையும் அதுவே தான் அதோ..." என்றாள் நிருதி. அதே ஆடை ஆபரணங்கள் ஒரு தட்டிலே வைக்கப்பட்டு இருந்தன.

"இரண்டாவது ஆசை நாளை முழுவதும் எனது அருகேயே இருக்க வேண்டும்."

"இதைத் தாங்கள் கூறவும் வேண்டுமா?"

"சரி."

-47-

மண்டையாழ்வார்

ஐப்பசி ஒன்றாம் நாள் காலை. தஞ்சை பெரு ஆவுடையார் கோயில். ஐப்பசி மாதப் பிறப்பு என்பதனால் காலை முதலே நல்ல மழை பெய்தது. மிக எளிமையாக தனது கண்ணான ஏற்பாடுகள் இருந்ததில் மலருக்கு வருத்தமே. இதில் மழை வேறு. அன்று காலை ஆலயத்திலே தான், அன்னவராயன் மலருக்கு அம்மான் சீர்வரிசைகள் அளித்து, காப்பு கட்டி மனை ஏற்றினார். கருணா மாப்பிள்ளை என்பதனால் அவனையும், நிருதியையும் தவிர, மற்ற அனைத்து வண்டையர் குடும்ப உறுப்பினர்களும் அந்தச் சடங்கில் கலந்து கொண்டனர். அதன் பின் கருணாவுடன் வருவதற்காக அங்கிருந்து சென்றனர். ஒரு வழியாக இன்னும் சற்று நேரத்தில் கருணாவை மணக்கும் மலரின் நெடு நாள் கனவானது பலிக்கப் போகின்றது. மாப்பிள்ளை அழைப்பு, மைத்துனர் மரியாதை போன்ற எந்த சடங்கும் இன்றி, மலர் அமர்த்தி வைக்கப்பட்ட மண்டபத்திற்கு வந்தான் கருணாகரன் தனது சுற்றத்தாருடன். அந்தக் கண்ணானத்தில் கலந்து கொண்டவர்களுள் தூரதேசத்து வணிகர் ஒருவர் அங்கிருந்தவர்களை அழைத்து "அரச மரபினர்களின் திருமணம் எந்தவித ஆடம்பரமும் இன்றி இத்துணை எளிமையாக நடப்பதை இங்கு தான் பார்க்கின்றேன்" என்றார்.

"தாங்கள் ஊருக்குப் புதியவரா, என்ன?"

ஆமாம் ஐயா ஏன் கேட்கின்றீர்கள்?

"அதனாலே தான் எங்களின் நாட்டு பழக்கவழக்கம் என்ன வெனறு தங்களுக்குத் தெரியவில்லை. இங்கே அரசனுக்கும்

ஆண்டிக்கும் ஒரே நியதி தான். ஒரு ஆண்மகன் தனக்கு நடக்கும் முதல் திருமணத்தையே கோலாகலமாகவும் சகல சடங்கு களுடனும் நடத்திக்கொள்ள இயலும்; மறுமணம் புரிய நினைத்தால், அவனுக்கான மாப்பிள்ளை சடங்குகள் தவிர்க்கப் படும். மனை ஏறும் உரிமையையும் அவன் இழக்கின்றான். நின்றபடியே கண்ணானம் செய்ய வேண்டும். அன்று முழுவதும் அவன் முதல் மனைவிக்கே முன் உரிமை கொடுக்கப்படும்."

"அப்படியானால், இவருக்கு இது இரண்டாவது திருமணமா?"

"ஆமாம்."

ஓர் அளவிற்கு சோணாட்டு முக்கிய அமைச்சர்கள் அனைவரும் கலந்து கொண்டாலும், அக்கண்ணானத்திற்கு வராதவர்களும் இருக்க தான் செய்தனர். அன்னோர் தியாகவல்லி, மூர்த்தி, சமீபமாக கண்ணானம் ஆனதால் மாதவனும் அதிலே பங்கு பெறவில்லை. மற்றபடி. வண்டையர்களின் சுற்றமும், நட்பும், வாணர்களின் சுற்றமும் நட்பும் கலந்து கொண்டனர் - அந்த மழையையும் பொருட்படுத்தாமல்.

ஒரு தட்டிலே மலருக்குப் பட்டாடையும் நிருதியை விட ஒரு பிடியும், ஒரு குன்றி எடையும் குறைக்கப்பட்ட சோடிப்பு சங்கிலியும் அதிலே இருந்தது. மணிக்குவளை மலர்களால் கட்டிய மாலை இரண்டும் அதிலே. மலரை மனையில் இருந்து அழைத்து வந்த அன்னவ ராயர், தன் மகனருகே நிறுத்த, ஆலயத்தில் ஆவுடையாருக்கும், பெரிய நாயகி அம்மனுக்கும் சார்த்திய ஆம்பல் மாலைகளை பட்டர்கள் எடுத்து வர, அதை வாங்கிக் கொண்ட நாராயண பட்டர், "மகளே நிருதி! கண்ணான காரியங்களை துவங்கலாம் அம்மா" என்றார்.

"ஆகட்டும்" என்று தலை அசைத்தாள். ஒரு பட்டுச் சுருளை நிருதியிடம் கொடுத்த பட்டர், அதில் இருப்பதைப் படி, அம்மா" என்றார்.

"வண்டையர் கோனின் பட்டத்து அரசியும், அவர் முதல் மனைவியும் ஆன அழகிய மணவாளினி எனும் யான்,

எனது கணவரின் இரண்டாம் கண்ணானத்தை மனமுவந்து ஏற்றுக் கொள்கின்றேன். இதன் பொருட்டு, எனது கணவரின் இரண்டாம் மனைவியாகிய மலர்விழி தேவியார் அவர்களுடன் அளவளாவியும் அனுசரித்தும் நனது இல்லறத்தைப் பகிர்ந்து கொள்வேன் என வாக்களிக்கின்றேன்."

"கருணாகரா தங்களின் முறை."

வண்டையர் கோன் கருணாகரத் தொண்டைமான் ஆகிய யான் எனது இரண்டாம் திருமணத்திற்கு இசைந்து அனுமதித்த நன் மூத்த மனையாள் அழகிய மனவாளினி தேவியார் அவர்களுக்கு எனது நன்றியை இவ்வேளையில் தெரிவித்துக் கொள்கின்றேன்.

"மலர்விழி உனது முறை மகளே."

"வாணர் குல அரசர் வானதி ராயர் அவர்களின் மகளாகிய மலர்விழி எனும் நான் யாருடைய உந்துதலும் இன்றி, நனது சுய விருப்பத்துடனே வண்டையர் கோனுக்கு இரண்டாம் தாரமாவதில் எனக்கு பரிபூரண சம்மதமே. எங்களின் இத்திருமணத்திற்கு இசைந்து அருளிய அவரின் மூத்த மனையாள் ஆன அழகிய மனவாளினி தேவியார் அவர்களுக்கு நனது நன்றியைத் தெரிவித்துக் கொள்கின்றேன். மேலும் அவர்களை நனது உடன் பிறந்தாளாகப் பாவித்து அவர்களை அண்டியும் அனுசரித்தும் நனது இல்லறத்தைப் பகிர்ந்து கொள்வேன் என வாக்களிக்கிறேன்." என்றாள் மலர்.

கண்ணான சடங்குகள் துவங்குவதாக அறிவிக்கப்பட்டது. இறைவனுக்கு அணிந்ததாகக் கூறப்பட்ட ஆம்பல் மாலையை நிருதியின் கரங்களில் கொடுத்தார் பட்டர். அதை வாங்கிக் கொண்ட நிருதி, கருணாவைப் பார்த்தபடியே, தாங்கள் எப்போதும் என் உள்ளத்திலே என்னுடன் மகிழ்ந்துதான் வாழ்ந்து கொண்டு இருக்கிறீர்கள். ஆனால் அதை அறியாமல் என்னை, விட்டுப் பிரிந்து வாழ்ந்து கொண்டு இருக்கின்றீர்கள் சுவாமி" என்று தனக்குள்ளே உரைத்துக்கொண்டாள்.

"மகளே, என்ன ஆயிற்று."

"ஒன்றுமில்லை பட்டரே."

“பிறகு ஏன் தாமதம்?”

“இதோ...” என்ற நிருதி அந்த ஆம்பல் மாலையை கருணாவின் கழுத்திலே அணிவித்தாள். மற்றும் ஒரு மாலையை அவன் கரத்திலே கொடுத்து மலருக்கு அணிவிக்கும்படி பணித்தாள். அதோடு தாலிச் சங்கிலியை அவனிடம் கொடுக்க, அதையும் அவள் கழுத்தில் அணிவித்தான் கருணாகரன்.

“மகளே நிருதி இனி உன் கடமை முடிந்தது அம்மா” என்றார் பட்டர்.

“ஆகட்டும்!” என்று அங்கிருந்து விலகிச் சென்றாள். அவர்கள் இருவரும் மாலை மாற்றிக் கொள்ள, அதனைத் தொடர்ந்து சிலம்பு, மிஞ்சி அணியும் சடங்குகள் தொடர்ந்தன. தஞ்சை பெரிய கோயிலில் உள்ள சண்டேசுரர் சன்னதியில் சென்று அமர்ந்தாள் நிருதி. மழையும் விடுவதாக இல்லை. ஒருவிதத்தில் அந்த அடை மழை நல்லதற்கு தான். ஏனெனில் அவள் அழுவதை யாரும் பார்க்கப் போவதும் இல்லை; அவளுடைய அழுகுரல் யாருக்கும் கேட்கப் போவதும் இல்லை.

வழக்கம் போல கண்ணானச் சடங்குகள் முடிந்ததும், தனது மனைவிக்கும் அவளுடைய பெற்றவர்களுக்கும் அளிக்கக் கூடிய வாக்குறுதிகளைப் பட்டியலிட்டான் கருணாகரன். நிருதிக்கும் அவளைப் பெற்றவர்களுக்கும் அளித்தது போல, மலருக்கும், அவளைப் பெற்றவர்களுக்கும். ஒரு வழியாக கண்ணானக் காரியங்கள் அனைத்தும் சிறப்புற நிறைவடைந்தன” என்றார் பட்டர்.

“இல்லையே அதற்குள்ளாக எப்படி நிறைவு பெறும் பட்டரே?” என்றான் வீரசோழன்.

அங்கிருந்த சலசலப்பு நின்றது. மழையின் சலசலப்பு மட்டுமே கேட்டது.

தாங்கள் என்ன கூறுகின்றீர்கள், இளவரசே? அனைத்துமே முறைப்படி தானே நடந்தது?

இல்லையே, இன்னமும் ஒன்று மீதம் இருக்கின்றதே பட்டரே. அதை வண்டையர் கோன் அவர்கள் மறந்து விட்டீர்களா? அல்லது தவிர்த்து விட்டீர்களா?”

“தாங்கள் கூறுவது எமக்கு விளங்கவில்லை இளவரசே. தயவுகூர்ந்து சற்றே தெளிவுபடுத்துங்கள்” என்றான் கருணாகரன்.

“அன்று தங்களின் நிபந்தனையின் பெயரில் எனது தங்கையின் இயற்பெயரைத் தவிர்த்து துணைப் பெயர் வைக்கப்பட்டது - உங்களின் திருமணத்தின் போது ஆனால் இன்று தங்களின் இரண்டாம் மனையாளுக்கு ஏன் அப்படி ஒரு நிபந்தனையைத் தாங்கள் விதிக்கவில்லை? அவர்கள் தங்களின் அம்மான் மகள் என்பதாலா? நிபந்தனை என்பது சோழரின் மகளுக்கு மட்டும் தானா? வாணரின் மகளுக்கு இல்லையா? கூறுங்கள் வண்டையர் கோனே”

“வீரா, என்ன கூறுகின்றாய்? சற்று அமைதியாய் இரு” என்றான் குலோத்துங்கன்.

“இதில் ஒன்றும் இல்லை தந்தையே. நனது சந்தேகத்தைக் கேட்டேன்; அவ்வளவே. அப்பொழுது நாமாக வலிய சென்று பெண் கொடுத்ததனால், உங்களுக்கும், உங்கள் மகளுக்கும் நிபந்தனை விதித்தார். இப்பொழுது அவராக வலிய சென்று பெண் எடுத்ததனால், ராயருக்கும் அவர் மகளுக்கும் சலுகைகள் விதித்திருக்கிறார், போலும் அப்படிதானே, வண்டையர் கோனே?”

“இளவரசர் அவர்களே, தங்களின் வார்த்தை பிரயோகத்தில் சற்றே நிதானத்தைக் கடைபிடித்தால் நலன் பயக்கும்.”

“அதனை முன்பு எங்களிடத்திலே தங்கள் கடைபிடிக்க வில்லை என்பது தங்களுக்கு நினைவிருக்கும் என்று நினைக்கின்றேன்?”

“வீரா என்ன இது? விரோதியிடம் பேசுவதுபோல் எதிர் மறையாகவே பேசிக் கொண்டு இருக்கிறாய்? அவர் நம்! நம்!”

“அவர் நமக்கு என்ன தந்தையே? கூறுங்கள். அவர் நம் நாட்டு மேந்தரத்து அதிகாரி அந்த மரியாதையுடன் பேசப் பழகு!”

“ஆகட்டும் தந்தையே. தங்களின் உத்தரவுப்படியே” என்று அமைதி ஆனான் வீரசோழன்.

அங்கே அமைதி தொடர்ந்தது. அதைக் குலோத்துங்கனே உடைத்தான்.

"சரி, அடுத்து ஆகவேண்டிய காரியங்களைப் பாருங்கள்."

"அடுத்தது என்ன சக்கரவர்த்திகள்?"

"ஆவுடையாரையும் அம்பிகையையும் தம்பதிகள் தரிசித்து விட்டு, வண்டையர் அரண்மனைக்குச் செல்ல வேண்டியது தான். அங்கே அனைவருக்கும் விருந்திற்கு ஏற்பாடு செய்யப் பட்டுள்ளது.

ஒரு கணம் பட்டரே. கூறுங்கள் வண்டையர் கோனே! மலர்விழியின் பெயரை மாற்றி துணைப் பெயர் ஒன்றை சூட்டுங்கள்."

"என்ன இது? வண்டையர் கோனே. இளவரசர் அவர்கள் விளையாட்டாக கூட கூறி இருக்கலாம். இதனைப் பெரிது படுத்துவானேன்?"

"இல்லை பட்டரே. இளவரசர் கூறியது விளையாட்டா? விசமமா? என்பதற்கில்லை" அவர் கூறியது நியாயமே. தாங்கள் மலர்விழியையும் சிறு பிள்ளையில் இருந்து நன்கு அறிந்தவரே ஆகையால், நிருதிக்கு அவளின் குணச் சிறப்பை உரைக்கும்படி பெயர் சூட்டியது போல, மலர்விழிக்கும் அவளின் குணத்தைக் குறிக்கும் பெயரைச் சூட்டுங்கள்."

"ஆகட்டும் வண்டையர் கோனே. சற்று அவகாசம் கொடுங்கள்" என்றவர், சற்று நேரம் பொறுத்து, "வண்டையர் கோன் கருணாகரனின் மண்டையாழ்வார். சரிதானா?" என்றார் பட்டர். இதனை கருணாகரன் உட்பட சபையினர் அனைவரும் ஆமோதித்தனர்.

அனைவரும் புறப்படலாமா?"

"சரி ஆவுடையாரை வணங்கி விட்டு "மழை நின்ற பாடில்லை" என்றார் காலிங்கராயர்.

அப்பொழுதான் நிருதி அங்கு இல்லாததைக் கவனித்தான் கருணா. "அமுதா" என்றழைக்க, "கூறுங்கள் அரசே!" என்று அவன் அருகே வந்தாள்.

"எங்கே நிருதி?"

"இங்கே தானே இருந்தாள் எங்கு சென்றாள்?"

"என்ன அமுதா, இப்படி பொறுப்பற்ற முறையில் பதில் அளிக்கின்றாய்? நீ தானே அவள் உடன் எப்போதும் இருப்பாய்?"

"மன்னியுங்கள் அரசே!" என்பதற்குள்ளாக, "நானே சென்று பார்த்துக் கொள்கின்றேன் என்றவன். அங்கிருந்து நகர்ந்தான்.

"கருணா, நீ இரு; நான் பார்த்து வருகின்றேன்." என்றான் வானகோவரையன். இல்லை வாணகோவா அவள் என் மனைவி அவளை நானே சென்று பார்த்துக் கொள்கிறேன்.

"யானும் தங்களுடன்..." என்ற வீரனைக் கரம்பிடித்து அமர்த்தினார் குலோத்துங்கன்.

"ராயனுக்குக் கூறிய பதில் தான் உனக்கும். சற்று அமைதியாய் இரு மகனே. என் அன்பு மகளின் துணைவனைத் தேர்வு செய்வதில் யான் கணித்தது தவறாகவில்லை. அந்தப் பரம் பொருளுக்கு நன்றி."

அங்கிருந்த அனைவருக்குமே அகமகிழ்வு. மழையையும் பொருள்படுத்தாமல் தன் மனைவியைத் தேடச் சென்ற கருணாகரனைக் கண்டு. ஆலயத்தின் துவக்கத்தில் இருந்து. கல்மண்டபங்களிலும் இறை சன்னதியிலும் எங்குமே அவள் இல்லாதது அறிந்து கலக்கம் கொண்டான் கருணாகரன்.

"ஏதேனும் தவறான முடிவை எடுத்திருப்பாளா?" இல்லை, இருக்காது. ஆனால் எங்கு சென்று இருப்பாள்? ஆலயத்தின் திருச்சுற்று வேறு முடிவடையப் போகிறதே. இந்த மழையில் எங்கு போனாள்? என்றவனுக்கு கண்கலங்கச் சன்டேசுரர் சன்னதி கல்தூணில் சாய்ந்தபடி.

"நிருதி!" என்றழைத்தான்.

"சுவாமி!" என்று மண்டபத்தில் இருந்து இறங்க முயன்றவளை. "அங்கேயே இரு, நிருதி! மழையில் நனையாதே என்றவன் மண்டபத்தின் அருகே வந்து நின்றான்.

"இங்கே ஏன் வந்தாய் நிருதி? சற்று நேரத்தில் உனைக் காணாமல் எனக்கு என் உயிரே பறிபோனது போல் இருந்தது. இனி ஒரு முறை இவ்வாறாக செய்யாதே."

"என் தவறை மன்னித்தலுங்கள் சுவாமி!" என்றவள் மீண்டும் மண்டபத்தில் இருந்து இறங்க முயன்றாள்.

“இரு நிருதி! மழையில் நனைந்துவிடப் போகின்றாய்” என்றவன் மீது மழை விழவில்லை. அண்ணாந்து பார்த்தவன், வானை இடை மறித்து நின்றது வெண் கொற்ற குடை.

“மலை மீது ஏறுவதற்கும், ஆழ்கடலில் முத்துக் குளிப்பதற்கு மட்டும் மைத்துனன் தயவு தேவை என்றில்லை; இது போன்று மழையில் நனையாது இருக்கவும் மைத்துனன் தயவு தேவைப்படும் வண்டையர் கோனே” என்றான் வீரசோழன், குடையைப் பிடித்தபடி.

“தங்களின் கூற்றை ஒப்புக் கொள்கிறேன், இளவரசே.”

அங்கே அமுதாவும் குடை எடுத்து வர அனைவரும் கருவறையை நோக்கிச் சென்றனர் - ஆவுடையானை தரிசிக்க.

பெரும் மழை சற்றே ஓய்ந்தது.

கருவறையில் இருக்கும் ஆவுடையாரை தரிசித்து அங்கு வந்த அனைவரும் புறப்படும் நேரத்தில், “சக்கரவர்த்திகளே எமக்கு ஒரு உபகாரம் தாங்கள் செய்யவேண்டும்.” என்றான் வண்டையர் கோனான திருவரங்க அன்னவ ராயன்.

“கூறுங்கள் அரசே! என்ன செய்ய வேண்டும்?” என்று

“உண்மையிலேயே இது ஒரு பொன்னான ஐப்பசி முதலாம் நாள். வருணதேவன் தன் வாழ்த்துக்களை மழையால் பொழிந்து கொண்டு இருக்கிறார். இந்நன் நாளிலே அடியேனுக்கொரு ஆசை. சக்கரவர்த்திகள் முதல் சிற்றரசர்கள் வரை ஒரு சேர இருக்கும் இந்த அரிய சந்தர்ப்பத்தில் நன் மகனை வண்டையின் அரசனாக அதிகாரபூர்வமாக அறிவிக்கின்றேன். அரசர்களும், ஆன்றோர்களும், சான்றோர்களும், தமிழ் வளர்க்கும் புலவர் களும் நிறைந்துள்ள இவ்வாவுடையார் சன்னதியில் தங்களின் திருக்கரத்தினால் பட்டாபிஷேகம் செய்து தரும்படி கேட்டுக் கொள்கின்றேன்” என்றான் அன்னவராயன்.

“அன்னவராயரே, உண்மையில் தங்களின் இந்த முடிவானது பாராட்டுதலுக்கு உரியது” என்றார் சயங்கொண்டார்.

“சக்கரவர்த்திகளே, இதில் தங்களின் கருத்து யாது?”

“இதில் எமது கருத்திற்கு என்ன இருக்கிறது? புலவர் பெருமகனார் கூறிய பின் வண்டையர் கோனின் இந்த முடிவை யானும் வரவேற்கின்றேன்.”

“பிரபு, உண்மையில் இது எனது முடிவு அல்ல என் இளவல் ஆவுடையானின் விருப்பமே” என்றார் அன்னவராயன்.

“பெயருக்கும் குணத்திற்கும் பொருத்தமுடையவன் நீ என்று இன்று நிரூபித்து உள்ளாய் ஆவுடையா” என்றார் வானதி ராயர். அதனை அங்கிருந்த அனைவரும் அமோதித்து ஆவுடை யானுக்குத் தங்களின் வாழ்த்துக்களைத் தெரிவித்துக் கொண்டனர்.

“பிறகென்ன நாராயணரே? ஆலயப் பட்டர்களை அழைத்து பட்டாபிஷேகத்திற்கு ஏற்பாடு செய்யுங்கள்” என்றான் குலோத்துங்கன். அதற்கான ஏற்பாடுகளை காலிங்க ராயர் செய்தார். ஏரியில் இருந்து நீர் எடுத்து வரும்படி புரவி வீரர்களுக்கு உத்தரவிடப்பட்டது. அவர்களுடன் சென்றான் வாணகோ வரையன்.

கருணாகனுக்கு நிகழும் இந்த எதிர்பாரா பட்டாபிஷேகம் என்பது, அவன் உட்பட அங்கிருந்த அனைவருக்கும் ஆச்சர் யத்தையும் அதே வேளையில் மகிழ்ச்சியையும் ஒரு சேர அளித்து அங்கிருந்தவர்களிலேயே அளவுகடந்த உள்ளக் களிப்பு என்பது மலருக்கு தான். தன்னை மணந்து கொண்டதால் தான். கருணாவிற்கு இப்படி ஒரு விசேஷம் நிகழ்கிறது என்று எண்ணி மகிழ்ந்தாள்.

ஏரியில் இருந்து எடுத்துவரப்பட்ட நீரை நூற்றி எட்டுக் குடங்களில் நிறைத்து அதனை களிறுகள் மேல் ஏற்றி ஒரு முறை பெருஆவுடையார் ஆலய உள் பிராகாரத்தை வலம் வந்து ஆலயத்தின் மூர்த்தங்கள் அனைத்திற்கும் அந்நீரைக் கொண்டு அபிஷேகம் செய்தார்கள் பட்டர்கள். அந்த மூர்த்தங்களின் அபிஷேக நீரை பதினொரு குடங்களிலே நிறைத்து அந்தக் குடங்கள் குலோத்துங்கன் உட்பட அங்கு வந்திருந்த முக்கியஸ்தர்கள் பதினொருவருக்கு கொடுக்கப்பட்டு கருணா கரனுக்கு அபிஷேகம் செய்யப்பட்டது. புத்தாடைகள் உடுத்திய கருணாகரன் அங்கிருந்து கல்

மண்டபம் ஒன்றில் அமர்த்தி வைக்கப்பட்டான். பட்டர்கள் மாலை அணிவித்து அவர்களின் வாழ்த்துரையின் பேரில் வண்டையர்களின் பாரம்பரிய முடியை கருணாகரனின் சிரசில் வைத்தான் குலோத்துங்கன்.

கருணாகரனின் மனைவியை அழைத்து வரும்படி பட்டர்கள் அறிவுறுத்த, “இதோ அழைத்து வருகின்றேன்” என்று வானதிராயர்.

நிருதியும், மலரும் அருகருகே அமர்ந்திருக்க, “மகளே பட்டர் பெருமக்கள் உன்னை அழைத்து வர கூறினார்கள் வா மகளே” என்று, தன் மகள் இருக்க நிருதியை அழைத்து சென்றார் வானதி ராயர்.

தனது தந்தையின் இந்தச் செயல்பாட்டை எண்ணி மிகவும் வருத்தம் கொண்டாள் மலர். ‘நானும் அவருக்கு மனைவி தானே. இருந்தும், தந்தையார் அவளை மட்டும் அழைத்துச் செல்கிறாரே’ என்று எண்ணிக் கொண்டாள் மலர்.

பட்டர்களின் அறிவுறுத்தல் பெயரில் கருணாகரன் அருகே அமர்ந்தாள் நிருதி. கருணாகரனுக்கு மாலை அளிக்கப்பட்டது - நிருதிக்கு அணிவிக்கும் படியாக.

“கடந்த ஓர் ஆண்டிற்கு முன்பே நனது மருமகளை வண்டையின் அரசியாக யான் அறிவித்து இருந்ததை இங்கே சபையோருக்கு நினைவு கூர்கின்றேன். நன் வேண்டுகோளை ஏற்று இந்நிகழ்ச்சியை சிறப்புற நடத்திக் கொடுத்த சக்கரவர்த்தி களுக்கும் மற்றும் சபையோர் அனைவருக்கும் நனது குடும்பத்தார் சார்பாக நன்றிகளைத் தெரிவித்துக் கொள்கிறேன் என்றார் அன்னவராயர்.

அங்கிருந்த அனைவரும் கருணாகரனுக்குப் அவன் தம் குடும்பத்தாருக்கும் தங்களின் வாழ்த்துக்களைத் தெரிவித்துக் கொண்டனர். அங்கிருந்த பெரியோர்களிடம் ஆசி பெற்று கொண்டனர் - கருணாவும் நிருதியும்.

“வாழ்த்துக்கள் வண்டையின் அரசியாரே!” என்றான் குலோத்துங்கன்.

புன்முறுவலுடன், “நன்றி!” என்று தலை அசைத்தாள் நிருதி.

அங்கு வந்த அனைவரும் வண்டையர் மாளிகைக்குப் புறப்பட்டனர் விருந்திற்காக. வேழமும், பல்லக்குகளும் கொண்டு வந்து நிறுத்தப்பட்டு இருந்தன.

ஆலய முகப்பில் பல்லக்கிலே அமர சென்ற நிருதியை அவளின் மாமன், “மகளே, இதிலே சென்று அமரு அம்மா!”

என்றான் - இருக்கைகள் வைத்து அலங்கரிக்கப்பட்ட வேழத்தைக் காட்டி.

"இல்லை மாமன் அவர்களே. யான் பல்லக்கிலே பயணிக்கிறேன்."

"இல்லை அம்மா. இன்று தானே கருணாவிற்குப் பட்டா பிஷேகம் செய்யப்பட்டுள்ளது. இன்றைய வீதி உலாவானது அவனையும் அவன் தன் மனைவியையும் வேழத்திலே அமர்த்தி வலம்வருவதே இது நம் இல்ல பாரம்பரிய முறைகளுள் ஒன்று அம்மா."

தலை அசைத்தவள் வேழத்தின் அருகே செல்ல, "கருணாகரா, என்ன பார்த்துக் கொண்டு இருக்கின்றாய்? நிருதிக்கு உதவி செய்" என்றார் அன்னவராயர்.

"உதவியா நானா அது எப்படி முடியும்?" என்று தனக்குத் தானே கூறிக் கொண்டான்.

பரம்பொருளே, என்ன செய்வது? இப்படி ஒரு இக்கட்டான சூழலில் மாட்டிக் கொண்டோமே" என்று எண்ணினாள் நிருதி.

"இங்கே இத்துணை நபர்கள் இருப்பதனால் தயக்கம் காட்டுகிறார் போலும் வண்டையர் கோன். யானே எனது தங்கைக்கு உதவி செய்கின்றேன்" என்று வீரசோழன் நிருதி களிறின் மீதமர உதவினான். பெரும் மூச்சை விட்ட கருணா தனக்கான களிறின் மீது ஏறி அமர, மலர் பல்லக்கிலே அமர அங்கிருந்த அனைவரும் வண்டையர் மாளிகையை நோக்கிப் பயணித்தனர்.

கண்ணானத்தின் முதல் நாளில் இருந்து தன் கணவன் பட்டாபிஷேகம் முதல் சற்று முன் நடந்த சம்பிரதாயம் வரை அனைத்தும் தாளாத வருத்தத்தையும், தீராத கோபத்தையும் உண்டாக்கின மலருக்கு. இருந்தும் கூட, தனக்கு அளித்த வாக்கின் படியே இன்றளவும், கருணாவும், நிருதியும் வாழ்ந்து வருகின்றனர் என்பதை இன்று ஆலய வாசலில் வைத்தே அறிந்து கொண்டது எல்லையில்லா ஆனந்தத்தை அளித்தது மலருக்கு.

வண்டையரின் தஞ்சை மாளிகை. பெண்ணுக்கும் பிள்ளைக்கும் ஆரத்தி எடுக்கப்பட்டு மேற்படி சில சடங்கு

சம்பிரதாயங்கள், விருந்து என அனைத்தும் நிறைவு பெற, அங்கு வந்திருந்த விருந்தினர் அனைவரும் அவர் தம் இடங்களுக்குச் சென்றனர். குலோத்துங்கன், வீரசோழன், காலிங்க ராயர், மற்றும் வண்டையர் குடும்பம், வாணர் குடும்பமும் அங்கே இருந்தனர்.

“வண்டையர் கோனே. தாங்கள் அனைவரும் சோழபுரத்திற்கு வருகை தாருங்கள்!” என்றழைத்தான் குலோத்துங்கன்.

“மறுத்துக் கூறுவதற்கு மன்னியுங்கள், பெருமா! வண்டையிலே அனேகப் பணிகள் இங்கு வந்ததன் பொருட்டு தேக்கம் அடைந்துள்ளன. தவிரவும், நன் உடன் பிறந்தான், நன் மகன்கள் என நால்வருமே இங்கிருப்பதனால், அங்கே இருக்கும் அமைச்சர்கள் தன்னிச்சையாக யாதொரு காரியமும் செய்ய இயலாது. ஆகையினால் நாங்கள் புறப்படுவதே உசிதம் என்று எண்ணுகின்றேன் பிரபு.”

“அதுவும் சரிதான் வண்டைக்கு எப்பொழுது புறப்படுவதாக உள்ளீர்கள்?”

அது நன் இளவலைத் தான் கேட்கவேண்டும். என்ன ஆவுடையா?”

“இன்று மாலையே புறப்பட ஏற்பாடுகள் செய்துவிட்டேன் தமையா.”

“கருணா, நன் மருமகள்களை அழைத்துக் கொண்டு சோழபுரம் சென்று வா மகனே.”

“இல்லை, சிறிய தந்தையே யானும் வண்டைக்கு வரப் போகின்றேன். நன் பணிகளும் சில அங்கே தேக்க நிலையிலே உள்ளன.

அவர்களின் முடிவைத் தெரிவித்ததால்,

வானதி ராயர் வாய்திறக்கவில்லை.

“தமையா, பிள்ளைகளை மறுவீட்டிற்கு அனுப்பும் சம்பிரதாயம் உள்ளதே” என்றாள் வடிவுடையாள்.

“அதற்கென்ன தங்காய் அனைத்தும் இன்னும் ஒரு பத்து தினங்களில் அனுப்பி வைக்கின்றேன், அம்மா” என்றான் அன்னவராயன்.

குலோத்துங்கன் பரிவாரங்களும், வானதி ராயர், அவர் தன் மனைவியும் சோழபுரம் செல்ல, வண்டை நகர் நோக்கி பயணித்தனர் அன்னவ ராயன் குடும்பத்தார்.

கருணாகரனின் இந்த இரண்டாவது திருமணம் என்பது வண்டை நகர் மக்களுக்கு அதிருப்தியே, என்றாலும் அவனை வழக்கமான உற்சாகத்துடன் வரவேற்றனர்.

இளவேனில் திருமணத்திற்குப் பின் இன்று தான் வருகின்றாள் மலர்; அதுவும், வண்டையரின் மனைவியாக அவளுடைய நெடு நாள் கனவு வண்டையனும் அவனுடைய அரண்மனையும் தனக்குச் சொந்தமாக வேண்டும் என்பது. அது நிறைவேறியதில் மட்டற்ற மகிழ்ச்சியே மலருக்கு. இருந்தும், அவளுக்கு ஓர் உறுத்தலாய் இருந்தது கருணாகரனின் இரண்டாம் மனைவி எனும் பெயர்.

வழக்கம் போல வண்டையர்களின் முறைப்படி மறுநாள் காலை சித்திர மண்டபத்தில் நகரத்து குடிகள், அமைச்சர்கள் என குழுமி இருக்க, மலரின் துணைப் பெயர் கொண்டு அவளை நாட்டு மக்களுக்கு அறிமுகம் செய்து வைத்தார் அன்னவ ராயர். அப்போதே தனது மகனுக்கு வண்டையின் அரசனாக முடிசூட்டியதை அறிவித்து தான் ஓய்வு பெற விரும்புவதாகவும் அறிவித்தார்.

அன்னவ ராயனின் இந்த முடிவு வருத்தத்தை அளித்தாலும் தங்களின் புதிய அரசனான கருணாகரனுக்கு குடிகள் தங்களின் வாழ்த்துக்களையும் மகிழ்ச்சியும் தெரிவித்துக் கொண்டனர்.

மாளிகையின் வளாகத்தில் வந்து அமர்ந்தனர். அன்ன வராயனின் குடும்ப உறுப்பினர்கள். அமுதாவும் அதில் ஒருத்தியே.

முன் ஒரு நாள் நிருதியிடமும் தங்களின் குடும்ப பாரம்பரியம் குறித்தும் ஆண்டு ஒன்றிற்கு அவர்கள் செய்யும் அறப்பணிகளை மலரிடமும் விளக்கினான் அன்னவ ராயன். ஓர் அளவிற்கு அவை அனைத்தும் மலருக்குத் தெரியும் என்றாலும் சற்றே விரிவாகவும், தெளிவாகவும் தெரிந்து கொண்டாள் எனலாம்.

“மகளே, இதற்கு முன் நிருதியிடம் அவளின் மனை புகுந்த நாள் அன்று இரண்டு கேள்விகளைக் கேட்டேன். அவற்றுக்கு அவளும் பதில் அளித்தாள் என்பது இங்கிருக்கும் அனைவருக்கும் நினைவிருக்கும். அதே இரண்டு கேள்விகளை உன்னிடமும் கேட்பேன். அதற்கான பதிலை நீ கூறவேண்டும் புரிந்ததா மலர்?” என்றான் அன்னவ ராயன்.

“ஆகட்டும் அம்மான் அவர்களே!” என்றாள் மலர்.

“ஒரு தேசத்தின் அரசன் என்பவன் எப்படி இருக்க வேண்டும்?”

“இதற்கு மலரின் பதில் என்னவாக இருக்கும்?” என்ற ஆர்வம் அங்கிருக்கும் அனைவர் கண்களிலும் தெரிந்தது.

“இந்தக் கேள்வியை தாங்கள் தங்களின் மகனிடம் அல்லவா கேட்க வேண்டும்? அம்மான் அவர்களே, என்னிடம் எதற்காக கேட்கின்றீர்கள்?”

மலரின் இந்த எதிர்பாரா பதில் அனைவரையும் ஆச்சர்யப்படுத்தியது. அவர்கள் ஒருவரையொருவர் பார்த்துக் கொள்ள, அடக்கமுடியாமல் சிரித்தே விட்டான் கருணாகரன். அதைக் கண்ட நிருதி நகைத்தாள். எத்தனை அழகாக இருக்கின்றார்? இவர் இப்படி சிரித்துக் கண்டதே இல்லையே. இத்துணை நாட்களாக இதை எங்கே ஒளித்து வைத்திருந்தார்? கல்நெஞ்சக்காரரர்” என எண்ணிக் கொண்டாள்.

“கருணாகரா!”

“மன்னியுங்கள் தந்தையே!” என்று அடக்க முடியாமல் அடக்கிக் கொண்டான் சிரிப்பை.

“தவறு தான் அம்மா, யான் உன்னிடம் இந்தக் கேள்வியைக் கேட்டிருக்கக் கூடாது தான். போகட்டும்; என் இரண்டாவது கேள்வி: இது உன்னிடம் கேட்கக் கூடியதுதான்” என்றார்.

“இல்வாழ்க்கையில் மனையாளின் பங்களிப்பானது எத்தகையது?”

“இப்பொழுது தானே எமக்குக் கண்ணானமே ஆனது அம்மான். அவர்களே! அதற்குள்ளாக இல்லறத்தில் மனைவியின் பங்களிப்பு குறித்து எனக்கு எப்படி தெரியும்?”

“அதுவும் சரி தான்.”

"சரி மகளே! நீ சென்று ஓய்வெடுத்துக் கொள். என்ற அன்னவராயன்." தேவி உனது தமையன் சக்கரவர்த்திகளிடம் இருந்த பொழுது போக தனது மகளுடன் சற்றே இருந்திருக்கலாம் என்று தோன்றுகிறது. நீ என்ன நினைக்கிறாய் வல்லி" என்றார் அன்னவராயர்.

அவர் அங்கிருந்து சென்று அந்த வளாகத்தை கடந்தது தான் தாமதம், அதற்கு மேலும் அடக்க முடியாமல் நகைக்கத் துவங்கினான் கருணாகரன்.

அவனைத் தொடர்ந்து இரண்டாம் திருவரங்கன் ஆவுடையானும். உத்தமவல்லியே சிரித்து விட்டாள் அன்று. அவளைத் தொடர்ந்து பெரிய நாயகியும். வெகு நேரத்திற்குப் பின்னே கவனித்தான் கருணா - நிருதி தன்னை நோக்கிக் கொண்டிருப்பதை "என்ன" என்று கண்களினால் நிருதியிடம் பேச, "ஒன்றுமில்லை" என்று அப்படியே பதில் கூறினாள். ஏனோ அதற்கு மேல் அவன் புன்னகைக்கவில்லை; அமைதி ஆனான்.

அடுத்தது சமையல் அறைப் படலம். அதே ஆட்கள் வெளி நடப்பு. அதே வெங்கலப் பானையில், தயிர் திரிக்கும் முறையை உத்தம வல்லி விளக்கினாள். "அத்தை, இவற்றை அறிவேன் யான். ஆனால் இதனை செய்ததே இல்லை. இதற்கெல்லாம் எங்கள் மாளிகையில் பணி ஆட்கள் உள்ளனர். ஆகையால் தாங்களும் இவ்வேலைகளை பணி ஆட்கள் கொண்டு செய்து கொள்ளுங்கள், என்றாள் மலர்.

"அது எனக்குத் தெரியும் மலர் முதலில் நான் கூறியதை செய்" என்றாள் - அழுத்தமாக உத்தமவல்லி.

பாவம்... மலர். உண்மையிலேயே இதிலே அவளுக்குப் பழக்கமோ, அனுபவமோ இல்லை தான். இருப்பினும், உத்தமவல்லியின் கட்டாயத்தின் பெயரில். தயிர் திரிக்க அது தரையில் சிந்தினாலும் பரவாயில்லை எனலாம்; மலரின் தலை முதல் பாதம் வரையிலும் தெறித்தது.

ஒரு சில தருணங்களில் நமது செயல்பாடுகள் ஆனது நமக்கே தெரியாமல் நம் எதிரே இருப்பவர்களுக்கும் நம்மீது

கோபத்தையும் வெறுப்பையும் உண்டு பண்ணும் என்பது பல நேரங்களில் தெரியவே இல்லை. அங்கே இருந்தவர்களின் ஏளனப் பார்வைக்கு ஆளானாள் மலர் பாவம்...

மலரை அழைத்துக் கொண்டு அந்தப்புரத்தில் இருந்த தடாகத்திற்குச் நீராட சென்றனர் அமுதாவும் நிருதியும்..

"பார்த்தாயா நிருதி அத்தையை? அவர்கள் இவ்வாறாக நடந்து கொண்டது முறையா என நீயே கூறு?"

"இல்லை மலர். நம்மிடம் கனிவாக நடந்து கொள்வதைவிட கண்டிப்புடன் நடந்து கொள்வதே நம்மை நெறிப்படுத்த உதவும் என நினைத்திருப்பார்களே தவிர, உன்னை அலட்சியம் செய்வதாக அர்த்தம் ஆகாது மலர்."

"என்னவோ, இன்று இங்கு நடந்தவை எதிலும் எனக்குத் துளியும் உடன்பாடில்லை" என்றாள் மலர்.

ராயரின் அறைக்கு வந்த உத்தமவல்லி, "பார்த்தீர்களா தேவரே? காலையில் எனது தமையனைக் குறை கூறினீர்களே. தங்களின் தங்கை மட்டும் என்னவாம்? பெண்ணை பெற்றால் மட்டும் போதுமா? அவளுக்கு இல்லறம் சார்ந்த பணிகளைச் சொல்லி தர வேண்டாமா?"

"அதனால் இப்போது என்ன கெட்டு விட்டது தேவி? மலர்விழி உனது மகனுக்கு மனைவியாக வேண்டும் என்பது மட்டும் தானே உனது ஆசை? அது நிறைவேறியது குறித்து மகிழ்ச்சி கொள் தேவி. மற்றவற்றைப் பற்றி உனக்கெதற்கு?" என்றார் ராயர்.

அமைதியானாள் உத்தமவல்லி.

முன்பு கருணாவிற்கும் நிருதிக்கும் ஏற்பாடு செய்யப்பட்டு இருந்த முதல் இரவு ஏற்பாடுகளை ஒத்தே, இம்முறை கருணாவிற்கும் மலர்விழிக்கும் செய்யப்பட்டு இருந்தது. இன்று இளவேனில் இங்கு இல்லாத காரணத்தினால் அமுதாவை அழைத்துச் செல்லும்படி கூறிச் சென்றாள் உத்தமவல்லி.

அமுதாவும், நிருதியும் மலரை அலங்கரித்தனர்.

"நிருதி, உனது தற்போதைய மனநிலை என்ன?" என்றாள் மலர் - கண்ணாடியைப் பார்த்த படியே."

“ஒன்றுமில்லை. எப்பொழுதும் போல தான் இருப்பதாக உணருகின்றேன் மலர்.”

“அதற்கில்லை நிருதி. இன்று எனக்கும் அவருக்குமான முதல் இரவு. நீயோ அவரின் மூத்த மனைவி. அதுதான் உனது எண்ண ஓட்டமானது எப்படி இருக்கும் என்று தெரிந்து கொள்ளலாம் என்று”

“மலர், உண்மையில் உனது இல்லறம் என்பது இப்போது தான் துவங்கவுள்ளது. இது போன்ற தருணங்களில் தேவையற்ற சிந்தனைகளை வளர்த்துக் கொள்ளாமல், உனது கணவர் யார் அவரின் பாரம்பரியம் இவற்றிலே உன் எண்ணத்தை ஒருநிலைப் படுத்து அவர் மீது நீ கொண்டிருக்கும் பாசம், பற்றுதல், காதல் எத்தகையவை என்பதை அவருக்குப் புரியவை. அதுவே உன் வருங்கால இல்லறம் சிறக்க துணை செய்யும்.”

நிருதி கூறியவற்றை ஆமோதித்து தலை அசைத்தாள் மலர்.

“அமுதா, அவருடைய அறையில் மலரை விட்டுவா” என்ற நிருதி அங்கிருந்து நகர்ந்தாள்.”

“நிருதி ஒரு கணம்!”

“என்ன மலர்?”

“நீயே அவருடைய அறையில் என்னை விட்டுவிடு கின்றாயா?”

“மலர். என்ன பேசுகின்றாய் நீ? அவள் எப்படி வருவாள்? அதுதான் நான் வருகின்றேனே, வா போகலாம்” என்றாள் அமுதா.

“இல்லை, இல்லை. என்னை நிருதியே அழைத்துச் செல்ல வேண்டும்.”

“அதனால் என்ன? வா மலர்! நானே உனை அழைத்துச் செல்கின்றேன்!”

கருணாகரனின் அறைக்கு அழைத்துச் சென்ற நிருதி, மலரை உள்ளே அனுப்பி திறந்து இருந்த அந்த அறையின் கதவுகளைச் சாற்றி தாழிட்டு வந்தாள். உண்மையில் கருணாகரனை ஏறிடும் எண்ணமே இல்லை நிருதிக்கு.

காரணம் கருணாகரனைக் காண நேர்ந்தால் அன்றைய இரவு அவனுக்கு இனிமை சேர்க்காது என்பது அவளுக்கு நன்கு தெரியும்.

கருணாவோ அவளையும் விட ஒருபடி மேல். அரண்மனை வளாகத்தில் வரும்பொழுதே உணர்ந்து கொண்டான் மலருடன் வருவது நிருதி என்று - அவளின் காற்சிலம்பு ஓசையை வைத்து. அந்த அறையின் நிலா முற்றத்தில் நின்றவன். அவள் கதவைத் தாழிட்டுச் செல்லும் வரை திரும்பவே இல்லை; சிலம்பின் ஒலி குறையும் வரையிலும் அதிலே அவன் எண்ணத்தைச் செலுத்தினான்.

"அத்தான், யான் இங்கு வந்து எவ்வளவு நேரம் ஆகின்றது? தாங்கள் எந்த லோகத்தில் உள்ளீர்கள்?"

"நிருதியை ஏன் அழைத்து வந்தாய் மலர்? அமுதா எங்கே?"

"இதில் என்ன இருக்கின்றது அத்தான்? நிருதியும் என் தோழி தானே?"

இருக்கலாம் ஆனால் அவளும் என் மனைவி என்பதை நீ மறந்தாயோ? மற்றவர்களை வருந்தும்படி செய்யும் உன்னுடைய செயல்பாடுகளை எப்பொழுது நிறுத்திக் கொள்ளப் போகிறாய் மலர்?"

"சரி, தவறு செய்து விட்டேன் மன்னித்து விடுங்கள் போதுமா?"

சற்றே இயல்புக்கு வந்தவனாய், "ஒருவழியாக நம் இருவருக்கும் கண்ணானம் நடந்து விட்டது - நிருதியின் முயற்சி யினால். அவளுக்கு நன்றி கூற வேண்டும்."

"இதில் நன்றி கூற என்ன இருக்கின்றது அத்தான்? அவளின் கடமையை தானே செய்தாள். மேலும் கடமையே என்றே செய்தாள்."

"நீ என்ன கூறுகின்றாய் மலர்?"

"ஆமாம். அவளுக்கும் தங்களுக்குமான கண்ணானம் எவ்வளவு கோலாகலமாக இருந்தது? அதே எனக்கும் தங்களுக்குமான கண்ணானம் என்பது ஏதோ சாமான்யர்கள் இல்லத்து திருமணம் போல் அல்லவா இருந்தது? இதிலே

இந்த பாழும் மழை வேறு. அதை விடுங்கள். அன்று தங்களுக்குப் பட்டாபிஷேகம் நடந்ததே? அப்பொழுது என்ன வாயிற்று? அப்போது தங்களின் அருகே அவளை மட்டும் அமரச் செய்தார்கள். அப்போது நானும் தங்களின் மனைவி தானே? எம்மை ஒரு பொருட்டாக யாருமே கருதவில்லை."

"நிருதியை எனதருகே அமரச் செய்தது உனது தந்தை தான் மலர்."

"தங்களின் தந்தையார் மட்டும் என்னவாம். அவளை மட்டும் அம்பாரியிலே ஏற்றி அழகுபார்க்கிறார். என்னை அடுத்தவர் அறியா வண்ணம் பல்லக்கிலே அமரும்படி கூறினார்.

அன்று நீ புது மணப்பெண் அதனால்..."

"அது கூட பரவாயில்லை. இங்கு வந்தால் ஏதோ அரசு பணிக்கு ஆட்கள் சேர்ப்பது போல் கேள்விகள் கேட்கின்றார் அம்மான்."

"ஆமாம் ஆமாம் அதற்கு நீ அளித்த பதிலிலே உண்டான மயிர்க் கூச்சம் என் தேகமதில் இன்னமும் அடங்கவில்லை பார் மலர்."

"விளையாடாதீர்கள் அத்தான். அத்தை என்னவென்றால், அடுக்களைக்கு அழைத்துச் சென்று தயிர் திரிக்கச் சொல்கிறார். என்னை என்ன தங்களின் மனைவி என்று நினைத்தார்களா? அல்லது உங்கள் அரண்மனையின் சேடிப் பெண் என நினைத்தார்களா?"

"மலர், தயவு கூர்ந்து உனது குற்ற ஓலை வாசிப்பை நிறுத்துகின்றாயா? இப்போதே காலம் இரண்டாம் சாமத்தை நெருங்க உள்ளது. இதற்கு மேலும் தொடர்ந்தாயானால் பொழுதே புலர்ந்து விடும் தவிரவும் இன்று மட்டுமே நமக்கு முதல் இரவு. இதற்குப் பின் வரும் அனைத்து இரவுகளுமே வெறும் இரவுகள் தான். இது நமக்கான அறை; இதன் பயன்பாடு குறித்து உனக்குத் தெரியும் அல்லவா? இத்தனை ஆண்டு காலம் உன்னிடம் இடைவெளியைக் கடைபிடித்தது இந்த ஒரு நாளுக்காகத் தான் மலர். எழுந்து சென்று விளக்குகளை அணைத்து விட்டு வருகின்றாயா?"

தலை அசைத்தவள் அந்த அறையில் இருக்கும் விளக்குகளை அணைக்க, அறை முழுவதும் இருள் சூழ்ந்தது. ஐப்பசி மாதம் என்பதனால் நிலவையும் சேர்த்து மறைத்தன கருநிற மழை மேகங்கள். அது மேலும் அந்த அறையை இருட்டாக்கியது.

-48-

சோடிப்பம் ஆரமும்

“நிருதி இப்படி திரும்பு.”

“என்னவென்று கூறு அமுதா!”

“முதலில் திரும்பு!”

“சரி என்ன?”

“உண்மையைக் கூறு, இன்று அரசருக்கு நடக்கும் முதல் இரவானது உனக்கு வருத்தத்தை அளிக்கவில்லையா?”

“எனக்கு எதற்கு வருத்தம் அளிக்கப்போகின்றது அமுதா?”

“அவர் உனக்கும் கணவர் தானே நிருதி?”

“அதனால் என்ன அமுதா? உண்மையில் இன்று நான் அகமகிழ்வுடனே இருக்கின்றேன்.”

“நீ என்ன கூறுகின்றாய், நிருதி?”

“ஆம் ஏதோ பெரியவர்களின் கட்டாயத்தின் பேரில் தான் என்னை மணந்து கொண்டாரே தவிர, என் மீது விருப்பம் கொண்டு அவர் என்னை மணந்து கொள்ளவில்லை. மேலும் அவரை நோகடிக்கும் விதமாக இருந்தது மலரின் தற்கொலை முயற்சி. மலரையும் மணந்து கொள்ள முடியாமல் என்னையும் ஒதுக்கி வைக்க முடியாமல் அவர் இந்த ஓர் ஆண்டில் பட்ட துன்பம் கொஞ்சம் அல்ல. அவரின் துன்பங்களுக்கு இன்றே விடிவு காலம் பிறந்துள்ளது. இனி அவர் வாழ் நாளில் இன்புற்று இருக்கவே வேண்டும். இதுவே எனது ஆசை. அதோடு கூட அவரின் இந்நிலைக்கு யானே காரணம் என்பதால், ஒவ்வொரு நாளும் அவரைக் காண்பது என்பது மிகவும் கடினமாக இருந்தது. மலரைக் காணும் போதோ கேட்கவே வேண்டியதில்லை. அவளின் வாழ்க்கையை

அபகரித்துக் கொண்டோமே என்ற குற்ற உணர்வானது செத்து மடிவோமா எனத் தோன்றும். இதன் காரணங்களாக உறக்கம் என்பது என்னைத் தொலைத்து தொலை தூரம் சென்றது. இந்த ஓர் ஆண்டு காலத்தில் இன்றே அந்த உறக்கமானது என் கண்களைத் தழுவக் காத்துக் கொண்டிருக்கிறது அமுதா - நான் நிம்மதியாக உறங்க"

"அய்யோ நீ கண் உறங்கு நிருதி; யான் உன்னைத் தொந்தரவு செய்ய போவது இல்லை."

அமைதி, பேர் அமைதி நிலவியது. அரண்மனை முழுவதிலும் அந்த இரவில். பேர் இடியும், பெருமின்னலுமாய் கனத்த மழை பொழியத் துவங்கியது. நள்ளிரவிற்கு மேல். அந்த இரைச்சலிலும் அங்கிருந்த அனைவருமே அயர்ந்து உறங்கினர் ஒருவரைத் தவிர அந்த ஒருவர் கருணாகரன் தான்.

இங்கே என்ன நடந்தது? எமக்கு தான் என்ன ஆனது? என்னுடன் இருப்பது மலரா? நிருதியா? என்ன இது? மலருடன் இருந்தும் கூட அவளை மறக்க செய்யும் நிருதியின் நினைவுகள் அவளுடனே இருந்தது போன்றொரு நல்லுணர்வு. அவள் அல்லாத வேறொருத்தியுடன் இருந்தோமே என்கிற குற்ற உணர்வு. இந்த முரண்பட்ட உணர்வுகளுக்கு என்ன காரணம்? இத்தனை ஆண்டு காலம் காதலர்கள் என்ற முறையில் எத்தனையோ முறைகள் யானும், மலரும் சந்தித்து இருக் கின்றோம். இன்று கணவன், மனைவி என்ற பெயரில் கலவியும் கொண்டாகி விட்டது. ஆயினும், இந்த நொடிவரையிலும் மலர் என்னுள் ஒரு சிறு அதிர்வைக்கூட ஏற்படுத்தவில்லை. ஆனால்! 'ஏதோ நினைத்தவனாக அந்த அறையில் இருந்து வெளியேறி நிருதியின் அறைக்குச் சென்றான்.'

ஆங்காங்கே ஒரு சில விளக்குகள் எரிந்த நிலையில் அந்த அகண்டு விரிந்த கட்டிலில் அமுதாவும், நிருதியும் ஆழ்ந்து உறங்கிக் கொண்டிருந்தனர்.

ஓர் இருக்கையைப் பைய எடுத்து வந்து அவள் அருகே வைத்தான் அதிலே அமர. 'என்னுள் உருவான இனம் புரியாத நோய். அதை வளர்த்தவள் நீயே. அதற்கு அரும் மருந்தான

வளும் நீயே நிருதி. யான் உண்ணா நாள் இருக்கலாம். உறங்கா நாள் இருக்கலாம். ஆனால் உன்னை எண்ணா நாழிகை இல்லை என்பதை அறிவாய் நீ. நிருதி என்ன தான் செய்தேன் யான் உன்னை? ஏன் இப்படி வதைக்கின்றாய் நீ எம்மை?'

அந்த இரவிலும் அவள் கழுத்திற்கும், இடைக்கும் இடைப்பட்ட பாகம் அவன் பார்வைக்கு ஆரமும், சோடிப்பும், இவை இரண்டுமே தான்.

'நீ எனக்கானவள் என்பதை எனக்கே நினைவூட்டிக் கொண்டிருக்கும் காரணிகள். இவற்றைக் காண்பது என்பதே எனக்கு அலாதியான ஒன்று. ஆனால் நீ விழித்து இருக்கையில் இவ்வாறு என்னால் காண இயலாது. அப்போது என் கண்ணோட்டத்திற்கு வேறு பொருள் கற்பிக்கப்படும் உன்னால். நீ எத்தனை பிறவிகள் எடுத்தாலும் அவை அத்தனையிலும் யான் அணிவிக்கும் சோடிப்பே உன் கழுத்தை அலங்கரிக்க வேண்டும் என்று தோன்றும்.' மெள்ளக் கண்களைத் திறந்தாள் நிருதி.

"என்ன இது? நாம் உள்ளத்துள்ளே பேசிக் கொண்டோம்" என்றெண்ணிய கருணா அசைவின்றி அப்படியே இருந்தான்

"இன்றும் வந்து விட்டீர்களா சுவாமி? கனவிலேனும் வந்து செல்கின்றீர்களே - நன் கணவன் என்ற முறையில் நித்தமும்? நன்றிகள் சுவாமி!" என்று வாய் மொழிந்தவள் மீண்டும் கண் அயர்ந்தாள்.

"அடி பைத்தியக்காரி. யான் நித்தமும் வந்து செல்வது கனவில் அல்ல; நிசத்தில் என்பதை எப்பொழுது உணரப் போகின்றாய்."

தடாகத்தில் நீராடிக் கொண்டு இருந்தனர் அமுதாவும், நிருதியும்.

"பிறகு நிருதி... வழக்கம் போல நேற்றைய நள்ளிரவின் போது அரசர் வந்தார் போலும்"

'ஆம்' என்று தலை அசைத்தாள்.

களம்பகம் சவ்வாது பூசிக் கொள்வது என்பது நம் சோணாட்டு ஆண்களின் பிறப்புரிமை என்றாலும், உன்னுடன்

கூடிக் கலப்பதாய் இருந்தால் தானே இவைகளை பூசிக் கொள்ள வேண்டும்? உனைக் கண்டுகளிக்க எதற்கு?"

"சரி, உன் பார்வையின் அர்த்தம் புரிகின்றது நிருதி. காலை நீராடி பூசிக் கொள்ளும் திரவியங்கள். மறுநாள் காலை வரை இருக்கும் என்பது உண்மை தான். இருந்தும் மாலையில் நீராடும் போது அவற்றைத் தவிர்த்து இருக்கலாம். அவர் உனதறைக்கு வருகையில் அந்த நறுமணத்தை நீ நுகரக் கூடும் என்பது கூடவா அரசர் அறியவில்லை?"

"இதை வேண்டுமானால் அவரிடம் சென்று கூறிவிட்டுவா அமுதா."

"அய்யோ எனக்கெதற்கு வம்பு. ஆமாம் அவர் எப்போதில் இருந்து இப்படி வருகின்றார் நிருதி?"

"கண்ணானம் ஆகி யான் இங்கு வந்த முதல் நாளில் இருந்து."

"நீ என்ன கூறுகின்றாய் நிருதி?"

"ஆமாம் அமுதா. அவர் வண்டையில் இருக்கின்ற அத்துணை இரவிலுமே இப்படி தான் வந்து செல்கின்றார்."

"முதல் நாளில் அவர் வந்த போது உனது நிலைப்பாடு?"

"அப்போது அவர் வந்தது சற்றே அச்சத்தை ஏற்படுத்தியது உண்மை தான் - அவர் என்ன நோக்கத்துடன் அன்று வந்தார் என்று அறியாததால். அவ்வேளையில் அவருடன் உரையாடு வதோ அல்லது அவர் அருகே இருப்பதோ உசிதம் அல்ல எனத் தோன்றியதால் அப்போது கண்களை மூடிக் கொண்டேன் - யான் உறங்கியதாக எண்ணி சென்றுவிடுவார் என்று. பிறகு தான் தெரிந்து கொண்டேன் - அவர் அவ்வேளையில் வருவது என்னுடன் உரையாடவோ, தவறான நோக்கத்துடனோ இல்லை என்று. அவர் எதற்காக வருகின்றார்? என்ன நினைக்கிறார்? என்பது எமக்கு இதுவரையிலும் தெரியவில்லை அமுதா. பிற்பாடு அவர் வந்து போவது என்பது பழகிப்போனது ஓரிரு நாட்கள் அவர் வருகைக்காகக் காத்திருப்பேன். ஓரிரு நாட்கள் என்னையும் அறியாமல் உறங்கி இருப்பேன். இதை தான் நீ வண்டைக்கு வந்ததும் கூறினேன். அவர் இவ்விதம் வந்து போனதாக நீ காட்டிக் கொள்ள வேண்டாம் என்று.

"ஆம் நிருதி; நீ கூறியது ஞாபகம் இருக்கிறது. ஆனாலும் நிருதி எனக்கு என்ன ஆச்சர்யம் என்றால் நேற்றைய தினம் அரசருக்கு முதல் இரவு. இருந்தும் கூட, உனது அறைக்கு வந்ததை எம்மால் இன்னமும் நம்ப முடியவில்லை."

"அதே தான் எனக்கும் அமுதா. நேற்றைய தினம் அவர் வருவார் என்று யான் எதிர்பார்க்கவே இல்லை. அவர் வந்ததை எண்ணி ஆர்வம் மிகுதியினால் கண்விழித்து விட்டேன் ஒரு கணம்."

அய்யோ பிறகு...

"பிறகு என்ன? கண் எதிரே அமர்ந்திருந்தார். உடனடியாக கண்களை மூடிக் கொண்டேன். ஏதோ வாய்க்கு வந்ததை உளறியபடி."

"ஏன் அவ்வாறாக செய்தாய் நிருதி? கண்களைத் திறந்து பார்த்து இருக்க வேண்டியது தானே - அவர் அப்படி என்னதான் செய்கிறார் என்று?"

"இல்லை அமுதா நேற்றைய இரவு ஒருகணமே அவர் கண்களைக் கண்டேன். நிலைகொள்ளா நிலையில் இருக்கின்றார் என்பது அதில் நன்றாகவே தெரிந்தது. தொடர்ந்து சில கணங்கள் அவரைக் கண்டிருந்தேனேயா ஆனாலும், விளைவுகள் விபரீதத்திலே முடிந்திருக்கும்."

"நீ என்ன கூறுகின்றாய் நிருதி"

"ஆம், அமுதா அவர் உடலில் தோன்றும் சிறு அசைவிற்கும் அர்த்தம் உணர முடியும் என்னால்."

"இதன் பொருள்"

"இந்த சத்தியத்தைக் காப்பது என்பது இத்துணை நாட்களாக - ஏன், இந்த ஓர் ஆண்டாக சுலபம் என்றே தெரிந்தது ஆனால்..."

"ஆனால் என்ன நிருதி?"

"நேற்றைய நள்ளிரவில் இருந்து அவருக்கு அச்சத்தியத்தைக் காப்பது என்பது பெரும் போராட்டமாக இருக்கப் போகின்றது. இனிவரும் ஒவ்வொரு நாளும், ஏதோ ஒன்று செய்தாக வேண்டும் அமுதா. என்ன செய்வது?"

"இப்படி செய்தால் என்ன?"

“என்ன அமுதா?”

“பேசாமல் இன்று இரவில் இருந்து நமது அறையைச் சாற்றித் தாழிட்டுக் கொண்டால்?”

“அமுதா!”

“எதற்காக இத்துணை கோபம் நிருதி? நான் சாதாரணமாகவே கூறினேன்.”

“அசைவற்ற, தெளிந்த அறிவினையுடையவர்கள், துன்பத்தில் சிக்கிக் கொண்டாலும் இழிவான செயல்களைச் செய்ய மாட்டார்கள். அது போன்றவரே அவரும். எந்நிலையிலும், தன்னிலை மறக்க மாட்டார். அவர் உள்ளமானது சலனப்படும். வகையிலும், சஞ்சலம் கொள்ளும் வகையிலும் நனது நட வடிக்கைகள் இருக்கக் கூடாது. அதிலே கவனத்தை வைத்தால் இந்நிலையை ஒருவாறாக சமாளிக்கலாம்.”

“ஏதோ, எல்லாம் வல்ல அந்த ஈசன் உனக்குத் துணை இருக்கட்டும் நிருதி.”

“அப்படியானால், நீ இருக்க மாட்டாயா, அமுதா?”

“நீயே கதி என்று இருப்பவள் யான். துணையாக இருக்க மாட்டேனா நிருதி?”

“நன்றிகள் அமுதா.”

நீராடிய இருவரும் அங்கிருந்து வர. நிருதி யான் எனது அறைக்கு சென்று உலர் ஆடை உடுத்திக் கொண்டு வந்து விடுகின்றேன்.

ஆகட்டும் அமுதா என்ற நிருதி தனது அறைக்கு வர அவளுக்கு முன்னதாக அங்கிருந்தான் கருணாகரன்.

சுவாமி வணக்கம் தாங்கள் எப்போது இங்கு வந்தீர்கள்.

ஒரு கணம் நிருதி.

கூறுங்கள் சுவாமி.

வரும் போது அறைக்கதவுகளை தாழிட்டு வா.

ஆகட்டும் சுவாமி.

அறைக் கதவை தாழிட்ட நிருதி அவன் அருகே வர, ஒவ்வொன்றையும் உனக்கு தனித்தனியே சொல்ல

வேண்டுமா? நிருதி மாற்றாடையை உடுத்திக் கொண்டுவா. நான் நிலா முற்றம் செல்கின்றேன் நீ மாற்றிக் கொள்.

கருணா ஏதோ ஒரு இருக்கத்துடன் இருப்பதாய் உணர்ந்தாள் மாற்றாடை உடுத்தியவள்,

என்ன தேடுகின்றாய் நிருதி? இதையா? என்றான் கருணா. குங்கும சிமிழை காட்டியவாறு.

ஆமாம் சுவாமி என்றவள்.

இரு யானே வைத்து விடுகின்றேன்.

இல்லை பரவாயில்லை சுவாமி.

பொட்டு வைப்பதால் குடி கெட்டு விடாது நிருதி. என்றவன் அவள். நெற்றியில் வைத்து இதோ யானே நந்தவனம் சென்று சண்பக மலர்களை பறித்து வந்தேன் அதையும் வைத்துக்கொள். இன்னும் சற்று நேரத்தில் நாம் ஆலயம் செல்கின்றோம். மலரையும் அழைத்துக் கொண்டு அதை கூறத் தான் வந்தேன் என்றான்.

நிருதி நன் செயல்பாடுகளில் ஏதேனும் பேதம் உணர்ந்தாயா ஆனால் அதை சுட்டிக் காட்டு ஆனால் அதையே காரணிகளாக கொண்டு மட்டும் எம்மை தவிர்க்க நினைக்காதே. இப்பொழுதும் நீ என் சிறந்த தோழியே. அது எமக்கு நன்றாக நினைவில் உள்ளது. ஆனால் யான் உன் கணவன் என்பதையே நீ அவ்வப்போது மறந்து விடுகின்றாய்.

அப்படியெல்லாம் ஒன்றும் இல்லை சுவாமி.

அப்படி இருந்தால் நன்றாக இருக்கும் என்றே நானும் நினைக்கின்றேன் நிருதி. சரி புறப்படு என்றவன் அங்கிருந்து சென்றான்.

அவன் சென்ற சிறிது நேரத்திற்கெல்லாம் அங்கு வந்தாள் அமுதா.

என்ன நிருதி இத்துணை காலையிலேயே உனது அறைக்கு வந்து செல்கிறார் அரசர்? என்னவாம்?

ஆலயம் செல்ல வேண்டும் புறப்படு எனக் கூறிவிட்டு சென்றார்.

அப்படியானால் மலர்

அவளும் தான். அப்படியானால் சரி. சிகையை அலங்கரித்து ஆபரணம் பூட்டி விடுகின்றேன்.

ஆகட்டும் அமுதா.

இருவரும் என்ன செய்து கொண்டு இருக்கின்றீர்கள்?

“வா மலர்! நேற்றைய முதல் இரவு எப்படி இருந்து?”

“சுபம் அமுதா. நீ கேட்க மாட்டாயா நிருதி?”

“அதுதான் சுபம் என்றாயே மலர். தவிரவும், யான் கேட்டால் என்ன, அமுதா கேட்டாள் என்ன? மலர் விடை ஒன்றாகத் தானே இருக்கக் கூடும்.”

“அதுவும் சரிதான். பிறகு நிருதி அவர் உன்னை ஆலயம் செல்ல அழைத்தாரா?”

“ஆமாம் மலர். ஏன்?”

“எம்மைத் தவறாக எண்ணமாட்டாயானால், யான் ஒன்றைக் கூறட்டுமா?”

“கூறு மலர் என்னவென்று?”

“எங்கள் இருவருக்கும் கண்ணானம் ஆகிய பின் முதன் முதலில் நாங்கள் இருவருமாக ஆலயம் சென்றுவர விருப்பப்படுகின்றேன். இதனை அவரிடம் கூற தயக்கமாக இருக்கின்றது.”

“அதனால் இவளிடம் கூற வந்தாயோ மலர்?”

“சற்று இரு அமுதா. இதற்கு என்ன தயக்கம் மலர்? தாராளமாக சென்று வா. யான் வரவில்லை சரியா?”

“மிக்க நன்றி நிருதி.”

“இதற்கு எதற்கு நன்றி மலர்?”

“இன்னும் ஒன்று நிருதி.”

“என்ன மலர்?”

“யான் கேட்டுக் கொண்டதன் பேரிலே நீ வரவில்லை என்பதை அவரிடம் காட்டிக் கொள்ள வேண்டாம், நிருதி.”

“யான் ஏன் அவ்வாறு செய்யப் போகின்றேன்? நீ சென்றுவா.”

“ஆகட்டும் நிருதி யான் வருகிறேன். பிறகு சந்திக்கலாம் அமுதா” என்று அங்கிருந்து சென்றாள் மலர்.

"என்ன நிருதி, இவள் இப்படி இருக்கின்றாள்? இவளின் சுயநலத்திற்கு ஒரு அளவு இல்லையா?"

"அமுதா ஒருவரின் செயல்பாடுகள் அனைத்திற்குமே குற்றம் காண்பது என்பது தவறு. மணமான அனைத்துப் பெண்களுமே தன் கணவனுடன் தனித்து இருக்க விரும்புவார்கள். அதையே தான் மலரும் செய்கின்றாள். இதில் அவளின் குற்றம்தான் என்ன?"

"உன்னிடம் வாதிட என்னால் முடியாது. என்னை விட்டுவிடு. எப்படியோ போ."

"வணங்குகின்றேன் அரசியாரே. அரசர் அவர்கள் தங்களை ஆலயம் செல்ல அழைத்து வரும்படி கூறினார்."

"இதோ, வருகின்றேன்; நீ செல்."

"அங்கே உனது அன்புக் கணவர் அழைக்கின்றார். என்ன செய்யப் போகின்றாய்? அவளுடைய கோரிக்கையை ஏற்று இங்கேயே இருந்து விடப் போகின்றாயா? அல்லது உனது கணவரின் ஆணையை ஏற்று ஆலயம் செல்லப் போகின்றாயா?"

"நீ வேறு சற்று அமைதியாய் இரு அமுதா.

உன்னால் அதிகபட்சம் என் வாயை மட்டுமே அடைக்க முடியும் நிருதி."

"அரண்மனை வளாகமே அதிர்ந்தது - கருணா, நிருதி!" என்றழைத்ததில்.

பதற்றத்தில், "இதோ வந்து விட்டேன், சுவாமி!" என்று அறையில் இருந்து ஓடிவந்தாள் நிருதி.

அதிகம் பேசா, அதிர்ந்து பேசா கருணாவின் சுபாவம் அரண்மனையில் அனைவருக்கும் தெரிந்ததே. இருந்தும், அவன் நிருதியை அழைத்த விதம் கண்டு பணியாட்கள், காவலர்கள், குடும்ப உறுப்பினர்கள் வரை அனைவருமே வளாகம் வந்துவிட்டனர்.

"என்ன வாயிற்று கருணா? ஏன் இத்துணை சப்தமாக?"

"ஒன்றுமில்லை தாயே. ஆலயம் செல்லலாம் என்றழைத்தேன்." என்று மிக மென்மையாகவும், வெகு இயல்பாகவும் கூறினான்.

"இதோ வந்து விட்டாளே அழைத்துச் செல்" என்றாள் உத்தமவல்லி.

மஞ்சள் வண்ணப் பட்டாடை, பூவிராஜ (புஷ்ப ராகம்) கற்களால் செய்த ஆபரணங்கள், சண்பகமலர், பெரும்பாலும் கருணாகரன் தனக்குப் பரிசளித்த ஆடை ஆபரணங்களை அணிவதையே வழக்கத்தில் கொண்டாள் நிருதி.

சிறு புன்னகையைத் தவழவிட்டு, "புறப்படலாமா நிருதி?" என்றான் கருணா. அவனுக்கு முன்னதாக இருந்த மலர், "என்ன இது நிருதி?" ஏகமும் மஞ்சளாகத் தென்படுகிறது. இந்த ஆடை ஆபரணத்தில் நீ மிக அழகாகத் தென்படுகின்றாய்."

"நன்றி மலர்"

"மூவரும் அரண்மனை பூசை அறையைக் கடந்து சென்றனர்."

"இறைவா எப்படியாவது இந்த இக்கட்டில் இருந்து காத்தருளுங்கள்."

அரண்மனை வாசலில் தேரை நிறுத்தினான் கருணா. அதிலே முதலில் வந்து அமர்ந்த மலர், "புறப்படலாம் அத்தான்" என்றாள்.

எங்கே புறப்படுவது? விடியற்காலையில் விட்ட மழை ஆனது மீண்டும் துவங்கியது.

முகப்பிற்கு வந்த உத்தமவல்லி, "மகனே, இந்த மழையில் ஆலயம் செல்ல வேண்டுமா என்ன? இன்று மாலை அல்லது நாளை காலை செல்லலாமே கருணா."

"ஆகட்டும் தாயே" என்றவன்.

"வா மலர்!" என்று கூறி தேரில் இருந்து இறங்கிச் சென்றான்.

"அனைவரது வாழ்விலும் விதி விளையாடும் என்பார்கள். ஆனால் எனக்கோ இந்தப் பாழும் மழை விளையாடுகிறது" என்றெண்ணிய மலர் சலிப்புடன் உள்ளே வந்தாள். அன்று அனைவருக்கும் விரைவிலேயே பணிகள் முடிந்தன. சமையல் அறையை விட்டு வெளியே வந்த உத்தமவல்லி, "பகடை விளையாடி வெகு நாட்கள் ஆகின்றன. விளையாடலாமா பெரியநாயகி?"

"ஆகட்டும் அக்கை அவர்களே."

"அத்தை யானும் வரட்டுமா?"

"நிச்சயமாக நிருதி."

"அப்படியானால், சென்று மலரை அழைத்துக் கொண்டு, அப்படியே பலகையையும், பகடையையும் எடுத்துவா!" என்றாள் உத்தமவல்லி.

மறை

"ஆகட்டும்!" என்று ஆர்வமாய்ச் சென்றாள் அமுதா.

"மலர் வா! பகடை விளையாடலாம்."

"இல்லை அமுதா. நீங்கள் விளையாடுங்கள். யான் வரவில்லை."

"அப்படியா சரி. மலர் வரவில்லையாம்."

"சரி போகட்டும், நீ வா!" என்று நால்வருமாக விளையாடத் தொடங்கினர்.

நல்ல ஒரு பொழுது போக்குத் தான் பகடை விளையாடுவது என்பது. நேரம் போவதே தெரியாமல் விளையாடிக் கொண்டு இருந்தனர். அவள் கழுத்திலே முன்னும் பின்னுமாக ஊஞ்சல் ஆடிய ஆபரணங்களை சாளரத்தின் வழியே அதனை காண்பது கருணாவிற்கு தற்போதைய பொழுதுபோக்கு.

பத்து தினங்கள் கழிந்து இருக்கும். மலரின் மறுவீடு சடங்கிற்காக சோழபுரம் புறப்பட்டனர் புது மணத் தம்பதியர் அவர்களை இனிதே அனுப்பி வைத்தனர் அவர் தம் குடும்பத்தினர். நிருதியும் தன் உடன் வந்தால் நன்றாக இருக்கும் என்று கருணா எதிர்பார்ப்பதிலும் தவறில்லை. ஆனால், அது முறையும் இல்லை என்பது அவனுக்கே தெரியும். ஆகையால் அதை அவன் பெரிதுபடுத்தவில்லை. தங்களுக்குத் திருமணம் ஆனதில் இருந்து இன்று வரை அனேக முறைகள் கருணா தன்னைத் தனியே விட்டு சென்றதனால் இப்பொழுது சோழபுரம் செல்வது என்பதை நிருதி பெரிதாகப் பொருட்படுத்தவில்லை என்பது உண்மையே. சோழிசுரர் ஆலய வழிபாடு, அரசரின் விருந்து ஆற்றுப்படுகை காளி கோயில், ஆங்காங்கே இருக்கும். மற்ற ஆலயங்களுக்குச் சென்று வருதல் என்று இருந்தாலும் தனது அலுவல்களைத் தொடர்ந்து கொண்டு தான் இருந்தான் கருணாகரன்.

நாங்கு தினங்கள் கடந்து இருக்குமோ என்னவோ. மலர் யான் என் பணி நிமித்தமாக புறஊர் சென்று வருகின்றேன். யான் வந்ததும் வண்டைக்குப் புறப்பட வேண்டும். சரியா?" என்றான்.

"எதற்கு? என்ன வேலையாகச் செல்கிறீர்கள், அத்தான்?"

"சொன்னால் உனக்குப் புரிந்துவிடுமா? பத்திரமாக இருமலர்! சென்று வருகின்றேன்."

"சரி" என்று தலை அசைத்தாள்.

வண்டையர் அரண்மனை. தனது அறைக்குச் சென்று கொண்டு இருந்த நிருதியை பெண் ஒருத்தி, "வணங்குகின்றேன் அரசியாரே." என்றாள்.

"வணக்கம் கூறுங்கள்."

அவள் ஒரு கர்ப்பவதி. "தேவி, எமக்கு எட்டாவது திங்கள் நடந்து கொண்டு உள்ளது. இது எனக்குத் தலைப்பிரசவம் என்பதால், எனது தாயார் வீட்டிற்கு அடுத்த வாரம் செல்லப் போகின்றேன். மார்கழி முதல் வாரம் பிரசவிக்கும் என சொல்லி இருக்கின்றார் வைத்தியர். தை முதல் வாரத்தில் வந்து பணியை தொடர்கின்றேன், தேவி. இதனை தங்களிடம் கூறி அனுமதி பெறலாம் என்று?"

"அதற்கென்ன? தாராளமாக சென்று வாருங்கள். மாசி முதல் வாரத்தில் வந்தால் போதுமானது அதுவரையிலும் உனது உடல் நலத்திலும், பிள்ளையின் பேரிலும் அக்கறை கொள்."

"ஆகட்டும் தேவி."

"அத்தையாரிடம் அனுமதி பெற்றுவிட்டாயா?"

"பெரிய நாச்சியார்தான் தங்களிடமும் அனுமதி பெறும்படி கூறினார்கள்."

"ஆகட்டும், நல்லது. அடுத்து மூன்று திங்களுக்கான ஊதியம் உன் வீடு தேடி வரும். புரிந்ததா?"

"மிக்க நன்றி அரசியாரே."

"அங்கிருந்த காவலன் ஒருவனை அழைத்து, "யான் கூறியதாகக் கூறி அமைச்சர் வைத்தியநாதரிடம் இப்பெண்ணுக்கு மூன்று மஞ்சாடி பொற்காசுகள் தரச் சொல்லுங்கள்." என்றாள் நிருதி.

"உத்தரவு அரசியாரே."

"நன்றி அம்மா."

"நல்லது. சென்று வா?" என்றாள்.

"ஒரு கனம் நில் இதோ வருகிறேன்" என்று தனது அறைக்கு வந்த நிருதி பெட்டகத்தைத் திறந்து அதிலே இருக்கும் கோடிப் பட்டாடை ஒன்றையும், ஆபரணப் பேழையில் இருக்கும் வளையல்களையும் எடுத்துக் கொண்டு இருந்தாள்.

"எதற்கு நிருதி இவை?"

"வந்து கூறுகின்றேன், அமுதா"

"என்ன சொல்கின்றாய் நிருதி?" என்று கேட்டாள் உத்தமவல்லி.

"வணங்குகின்றேன் அத்தை அவர்களே!" என்றனர் அமுதாவும், நிருதியும் ஒருசேர.

"இல்லை, நமது அரண்மனையில் பணி அனைத்தையும் பார்த்துக் கொண்டு, கேட்டுக் கொண்டும் இருந்தேன். ஒரு நாட்டின் அரசியானவள், தன் குடிகள் இடத்தில் எவ்வாறு நடந்து கொள்ளவேண்டும் என்பதை நன்கு புரிந்து வைத்திருக்கின்றாய். அது குறித்து மிக்க மகிழ்ச்சி. ஆனால் இப்போது என்ன செய்து கொண்டு இருக்கின்றாய்?"

"இந்த ஆடை வளைகளை அவளிடத்தில் தரலாம் என்று... எனத் தயக்கமாகப் பதிலளித்தான். அமுதாவை அழைத்து உத்தமவல்லி தனது இடக் கரத்தில் அணிந்திருந்த மொத்த வளையல்களையும் அவிழ்த்து, அவற்றை நிருதி வைத்திருந்த பட்டாடையில் வைத்து, இதை அப்பெண்ணிடம் கொடுத்து வழி அனுப்பி வா அமுதா" என்றாள்.

"ஆகட்டும் அத்தையாரே!" என்று அங்கிருந்து சென்றாள். நிருதி நீ உன் ஆடை அணிமணிகளை தாராளமாக யாருக்கு வேண்டுமானாலும் கொடு அதை யான் தடுக்கவில்லை. ஆனால் இது போன்ற கர்பிணிப் பெண்களுக்கு உனது வளையல்களை தரக்கூடாது. புரிந்ததா?"

"எதனால் அத்தை அவர்களே?"

"நீ தரும் வளையல்களை அப்பெண் அணிந்து கொண்டால், நாளை பேறு காலத்தின் போது அப்பெண்ணுக்கோ அல்லது பிறந்த பிள்ளைக்கோ ஏதேனும் ஊறு நேர்ந்தால், பிள்ளை இல்லாதவள் வளையலை அணிந்ததனால், இப்படி ஆனது என்று ஊரார் பழிக்க மாட்டார்களா? ஆகையால் தான் கூறுகின்றேன். இது போன்ற பெண்களுக்கு உனது வளையல் களைத் தரவேண்டாம் என்று புரிந்ததா?"

"தலை அசைத்தாள் நிருதி"

அங்கிருந்து உத்தம வல்லி சென்ற சிறிது நேரத்திற்கெல்லாம் அங்கு வந்தாள் அமுதா.

"நிருதி, பெரிய நாச்சியார் சென்று விட்டார்களா?"

"ஆம் அமுதா யானும் அப்பெண்ணை அனுப்பி வைத்து விட்டேன்?"

"நல்லது?"

"இது நாள் வரையிலும் மலருக்கு அளித்த வாக்கை எவ்விதம் நிறைவேற்றுவது என்ற எண்ணத்தில் இருந்தபடியால் - அத்தை அவர்கள் அவ்வப்போது பிள்ளைச் செல்வம் பற்றி சொல்லிக் காட்டுவது என்பது ஒரு பொருட்டாகவே தெரியவில்லை. ஆனால் தற்போதோ அத்தையார் கூறுவது போல பிள்ளை பெற இல்லாதது எமக்குப் பெரும் குறைதான். ஆனால் இப்பெருங் குறையுடன் தானே என் வாழ்நாளைக் கழித்தாக வேண்டும். இறைவா என்ன இது? ஒன்று முடிந்தால், ஒன்று துவங்கு கிறதே... இது எமக்கு மட்டும் தானா? அல்லது இவ்வுலகத்தார் அனைவருக்குமா?"

"என்ன நிருதி, ஏதோ சிந்தனையில் உள்ளாய் போல தெரிகிறதே?"

"ஒன்றும் இல்லை அமுதா" என்றவள், "அமுதா எமக்கு ஒரு உபகாரம் செய்கின்றாயா?" என்று கேட்டாள்.

"என்ன செய்ய வேண்டும் நிருதி?"

"நான் இன்று தனிமையில் இருக்க விழைகின்றேன். எட்டாம் திருமுறையை எடுத்துத் தந்துவிட்டுச் செல்கின்றாயா?" என்று கேட்டாள்.

"ஆகட்டும் நிருதி" என்ற அமுதா சுவடிப் பெட்டகத்தைத் திறந்து. திருமுறையை எடுத்து தந்து விட்டு சென்றாள்.

"அமுதா ஒரு கணம்."

"கூறு நிருதி"

கதவைத் தாழிட்டுச் செல் எனக்கு ஆகாரம் எதுவும் வேண்டா. அவசியம் என்றால் மட்டுமே கதவைத் திற இல்லை யானால் நானாக வரும் வரையிலும் கதவுகள் சாத்திய படியே இருக்கட்டும்"

"உனது விருப்பப்படியே, நிருதி."

புண்ணியங்கள் பல கோடி பண்ணியதன் பலனாக மண்ணிலே பிறந்த மானுடம் மறைகளைக் கேட்பதுவும், உரைப்பதுவும் என்பார் சயங்கொண்ட புலவர். அதிலேதான்

எத்துணை உண்மை உள்ளது. ரத்தினத்தைக் கோத்தது போன்ற வரிகள். திருப்பெருந்துறை நாதன் தினமும் கேட்டு மகிழும் திருவாசகம் இதற்குள்ளாக முடிந்து விட்டதா, என்ன?" என்று எண்ணிக் கொண்ட நிருதி, அப்பொழுது தான் கவனித்தாள். அந்தி சாய்ந்து கொணடிருப்பதை. அறையினுள் இருக்கும் விளக்குகளை ஏற்றியவள். அடுத்து யார் அருளியதைப் படிக்கலாம் என்று பெட்டகத்தைத் திறந்தாள். ஏழாம் திருமுறையை வாசிக்கலாம் என்று எண்ணியவள், அதனை எடுத்துக் கொண்டு நிலா முற்றத்தருகே இருக்கும் இருக்கையில் அமர்ந்தாள் விளக்கினை அருகே வைத்துக் கொண்டு. மழையும், காற்றும் அந்த அறையைக் குளிரூட்டிக் கொண்டு இருந்தன. சுந்தரர் அருளியதை இன்பமாய் முணுமுணுத்துக் கொண்டிருந்தாள் நிருதி.

மழுவாள்வலன். ஐய்யோ என்ன இது காற்று விளக்கை அணைத்து விட்டதே. இப்போது எப்படி வாசிப்பது? என்று தனக்குத் தானே கூறிக் கொண்டவள் அந்த விளக்கை ஏற்ற. மழுவாள் வலன் ஏந்தீமறை ஓதீமங்கை பங்கா,

தொழுவார் அவர் துயர் ஆயின தீர்த்தல் உன தொழிலே

செழுவார் பெண்ணைத் தென்பால் வெண்ணெய் நல்லூர் அருள்துறையுள்

அழகா உனக்(கு) ஆளாய்இனி அல்லேன் எனல் ஆமே.

இதனை வாசிக்க இயலாதது குறித்துதானே வருந்தினாய் நிருதி?

ஒரு கணம் உறைந்தே போனாள் நிருதி.

"சுவாமி தாங்களா? இவ்வேளையில் இங்கே எப்படி? ஒரு வேளை, யான் காண்பது என்ன கனவா?"

"இல்லை நிருதி! இது நனவே!" என விளக்கு வெளிச்சத்திற்கு வந்தான் கருணாகரன்.

"சுவாமி, தாங்கள் எப்போது வந்தீர்கள்? மலர் எங்கே?"

"யான் இப்போதுதான் வருகின்றேன் நிருதி. மலருக்கு யான் இங்கு வந்ததே தெரியாது.

"தாங்கள் என்ன கூறுகின்றீர்கள் சுவாமி? சரி வாருங்கள். வெகு தூரம் பயணித்து வந்துள்ளீர்கள். உணவு அருந்தலாம்."

"வேண்டாம் நிருதி. யான் இங்கு வந்தது இங்கு எவருக்கும் தெரியவேண்டாம்."

இயல் 87

"ஏன் சுவாமி? யான் உனைக் காண மட்டுமே வந்தேன். சற்று நேரத்தில் சோழபுரம் புறப்பட்டு விடுவேன். அதுவரையில் இங்கேயே இரு; எங்கும் செல்லாதே."

"எமக்காகவா இத்துணை தூரம் பயணித்து வந்தீர்கள் சுவாமி?" என்று கண்கலங்கினாள் நிருதி.

"கண்களை துடைத்துக் கொள் நிருதி. இதோ உன்னுடன் இருக்கும் இந்த சில நாழிகைக்காக எத்துணை தூரமாயினும் கடந்து வருவேன்."

தலையசைத்தவள், உயர்ந்த துணியைக் கொடுத்தாள்.

"சுவாமி துடைத்துக் கொள்ளுங்கள். மழையில் நனைந் துள்ளீர்களே... காய்ச்சல் வந்துவிடப் போகிறது."

அதனை வாங்கித் துடைத்துக் கொண்டவன், "நிருதி எங்கே செல்கின்றாய்?" என்று கேட்டான்.

"இதோ, வந்து விடுகின்றேன் அரசே. உள்ளேயே இருங்கள்." என்று அறையை விட்டு வெளியே சென்றவள், சற்று நேரத்தில் அங்கே வந்தாள்.

"என்ன நிருதி? சுக்கு நீரின் மணம் வருகிறது?"

"ஆமாம் சுவாமி. முதலில் இதைப் பருகுங்கள்; பிறகு உணவு அருந்தலாம்."

சுக்கு நீரை அருந்திக் கொண்டே, "நிருதி, உண்மையில் எமக்கு கோரப் பசி. ஆனால் உன்னைத் தொந்தரவு செய்ய வேண்டாமே என்று தான் மறுத்தேன். இருப்பினும், குறிப்புணர்ந்து நடந்து கொள்வதில் தாயை சமன் செய்து விட்டாய்"

"அதெல்லாம் பிறகு பேசிக் கொள்ளலாம், சுவாமி; சூடு ஆறுவதற்குள் சாப்பிடுங்கள்!" என்றாள்.

கோவைக் காய் குழம்பு, மிளகு ரசம், கத்தரிக்காய் வதக்கல், கொத்தவரைப் பச்சடியுடன் சோறும் சூடாகவே இருந்தது. ஆசையாய் அவனுக்குப் பரிமாறினாள்.

"நிருதி, நீயும் சாப்பிடு என்னுடன்"

"இல்லை சுவாமி தாங்கள் வருவதற்குச் சற்று முன்னே தான் சாப்பிட்டேன்."

"ஓ... அப்படியானால், சரி"

"உணவு அருந்தி தாம்பூலம் எடுத்துக் கொண்ட கருணா, "நிருதி மீண்டும் எங்கே செல்கின்றாய்" என்றான்.

"அமைதியாக இருங்கள் அரசே! இதோ வருகின்றேன்."

"ஏன் இவ்வாறாக நடந்து கொள்கின்றாய் நிருதி? நான் உனைக் காண வேண்டி இங்கு வந்தால், நீ எனை விட்டு எங்கே சென்றாய்?"

"தங்களின் அறைக்கு சுவாமி. ஈர ஆடையுடனே இருக்கின்றீர்களே என்று உலர் ஆடை எடுத்து வந்தேன். இதனை அணிந்துகொள்ளுங்கள்."

"உன்னை என்னவென்று கூறுவது? நான்..." என்றவன், அதை வாங்கிக் கொண்டான்.

என்ன பேசுவது என்று தெரியாமல் ஒருவரையொருவர் பார்த்த வண்ணம் இருந்தனர். வழக்கம் போல் அவன் கண்ணாவல் கழுத்திற்குக் கீழே சென்றது.

ஏனோ அதற்குமேல் அங்கே இருக்க அவனுக்கு விருப்பம் இல்லை.

“சரி நிருதி, நீ ஓய்வு எடுத்துக் கொள். யான் புறப்படுகின்றேன். ஒரு ஆறு, ஏழு நாட்களில் வந்துவிடுவேன்”

“எங்கே?”

“சோழபுரத்திற்கு நிருதி.”

“இந்த இரவு வேளையிலே எங்கே செல்கிறீர்கள் சுவாமி? மழை வேறு பெய்கிறது. ஆமாம் சுந்தரம் எங்கே?”

“அவனை வடக்கு வாசலுக்குப் புறத்தே கொட்டகையில் விட்டு வந்தேன். அங்கே பணி ஆட்கள் இருக்கின்றனர்.”

“பிறகு என்ன சுவாமி? தாங்கள் ஓய்வெடுத்து கொள்ளுங்கள்; அதிகாலையில் புறப்படலாம்.

“இல்லை; வேண்டாம், நிருதி. உனது அறையில் எப்படி யான்...?”

“இங்கே தங்களுக்கு இல்லாத உரிமை வேறு யாருக்கு?”

“அமுதா வரமாட்டாளா?”

“இல்லை சுவாமி. அவள் இன்று வரமாட்டாள்.” உண்மையில் கருணாவிற்கு உள்ளளவில் அவளுடனே இருக்க வேண்டும் என்ற நினைப்பும், மழையில் நெடுந்தூரம் நனைந்து வந்ததனால் உண்டான களைப்பும், அறையிலேயே இருந்து விடலாம் என்று தோன்றியது என்றாலும், ஏதோ ஒரு தயக்கம்.

“சுவாமி, தாங்கள் கட்டிலிலே படுத்துக் கொள்ளுங்கள். யான் வேண்டுமானால் தங்களுக்குப் பிடித்த நாவுக்கரசர் பதிகங்களை வாசிக்கட்டுமா.”

“இதுவும் நல்ல யோசனை தான். வாசி நிருதி. யான் கேட்டுக் கொண்டிருக்கிறேன்” என்றான் கருணாகரன்.

“கற்றவர்கள் உண்ணும் கனியே போற்றி.”

“நிருதி ஒரு கனம். இது திருக்குவளை*[11] வன்மீக நாதன் பால் இயற்றப்பட்டது தானே?”

“ஆம் சுவாமி.”

"இவ்வாலயத்தை பொன் அம்பலத்தான் ஆலயத்திற்கு முற்பட்டது என்பார்கள். அது உனக்குத் தெரியுமா, நிருதி?"

"ஆம் சுவாமி, இவ்வாலயம் எடுப்பித்த காலம் எது என்பதை இது நாள் வரை யாராலும் சரியாக அறிய இயலவில்லை. இதனாலேயே சைவக்குரவர்களா, "இயற்றப்பட்ட திருமுறை களை ஓதியதும் இவ்வாலயத்தில் திருச்சிற்றம்பலம் கூறுவது இல்லை. இதன் பழமையை உணர்த்தும் விதமாக இந்த ஆலயத்திற்குத் நம்மால் ஆன திருப்பணிகளையும், நிலங்களையும் நிபந்தமாக தரவேண்டும் என்பது நனது நெடு நாள் ஆசை நிருதி."

"அதற்கென்ன சுவாமி? தாராளமாக செய்யலாமே"

"நல்லது. நீ வாசிக்கத் துவங்கு, நிருதி."

கற்றவர்கள் உண்ணும் கனியே போற்றி
கழல் அடைந்தார் செல்லும் கதியே போற்றி
அற்றவர்கட்(கு) ஆரமுதம் ஆனாய் போற்றி
அல்லல் அறுத்(து) அடியேனை ஆண்டாய் போற்றி
மற்று ஒருவர் ஒப்(பு) இல்லா மைந்தே போற்றி...

மெல்ல கண் அயர்ந்தான் கருணாகரன். நாவுக்கரசர் அருளிய ஆறாம் திருமுறையை வாசித்து முடித்தாள் நிருதி. ஆழ்ந்த உறக்கத்தில் கருணா. அவனை கண் அயராது பார்த்த வண்ணம் இருந்தாள் நிருதி விடியும் வரையிலும் - இப்படி ஓர் அரிய சந்தர்ப்பம் நன் வாழ்நாளில் இனி கிடைக்குமோ என்னவோ என்ற ஏக்கத்தில். விடியலை உணர்ந்த புல்லினங்கள் மொழி பேசி சென்றன?" இரை தேட.

"நிருதி இதற்குள்ளாக விடிந்து விட்டதா, என்ன?"

தலை அசைத்தாள்.

"இரு நீ உறங்கினாயா இல்லையா?"

"ஏன் கேட்கின்றீர்கள் சுவாமி?"

"யான் உறங்கும் போது இருந்த நிலையிலேயே இருக்கின்றாயே, அதனால் கேட்டேன்."

மெள்ள சிரித்துக் கொண்டாள்.

"சரி, அரண்மனையில் மற்றவர்கள் எழுவதற்கு முன்பாக யான் புறப்படுகின்றேன் நிருதி."

"ஆகட்டும் சுவாமி"

"எனினும் பாராட்டுகள் உனக்கு நிருதி"

"எதற்காக பாராட்டு சுவாமி?"

"நேற்றைய இரவை சமாளிக்க நீ கையாண்ட யுக்தி." தாங்கள் கூறுவது புரியவில்லையே சுவாமி.

"புரிய வேண்டாம். யான் புறப்படட்டுமா?"

தலை அசைத்தாள். நிலா முற்றத்தின் அருகே இருக்கும் சுருள் படிக்கட்டின் வழியே வெளியே சென்றான்.

அன்றைய நாள் என்பது அளவு கடந்த ஆனந்தத்தைத் தந்தது நிருதிக்கு. கருணாகரன் களைந்த ஈர ஆடையை உலரவைத்துப் பத்திரப் படுத்தினாள் தன் பெட்டகத்தில். தடாகம் சென்று நீராடி உற்சாகமாக தனது தினசரிப் பணிகளைத் துவங்கினாள். தன்னைக் காண வேண்டிய சோழபுரத்தில் இருந்து வந்ததாகக் கருணாகரன் கூறியது. அவள் காது மடலில் அன்றைய தினம் ஒலித்துக் கொண்டே இருந்தது.

சோழபுரம் ஆலோசனை மண்டபம். மிக முக்கிய கலந்தாய்வின் பொருட்டு குலோத்துங்கன் வானதி ராயர், காலிங்க ராயர், கருணாகர தொண்டைமான் ஆகிய மூவரையும் அழைத்து இருந்தான் குலோத்துங்கன் அங்கே வர, அனைவரும் தங்களின் வணக்கத்தைத் தெரிவித்துக் கொண்டனர். குலோத் துங்கனின் முகம் ஏதோ ஒரு வித இறுக்கத்துடனும் வாட்டத்துடனும் தென்பட்டது.

"பெருமா, இன்று தங்களின் முகம் ஏன் இவ்வளவு வாட்டமாகத் தெரிகின்றது?"

"ஒன்றும் இல்லை, காலிங்க ராயரே. இன்று சில முக்கிய முடிவுகளை எடுக்கவேண்டும். உறுதியாகவும், இறுதியாகவும்"

"அது குறித்தே சிந்தனையில் இருப்பதனால் தானோ என்னவோ தேவரே.

"இடை மறிப்பதற்கு மன்னித்தருளுங்கள். யானே இருவர்களிடம் விளங்குகின்றேன்."

-49-

ஈழமும் சாளுக்கியமும்

"இது குறித்துப் பேசி, மேலும் தாங்கள் துயரத்தில் ஆளாக வேண்டாம்" என்றார் வானதி ராயர்.

"ஆகட்டும் ராயரே. காலிங்க ராயரே, கருணாகரா நாம் இன்று விவாதிப்பது. ஓர் ஆண்டிற்கு முன் சாளுக்கியத்திலும், ஈழத்திலும் இருந்து வந்த ஓலைகளைப் பற்றியே என்று அவ்வோலைகளை கருணாவிற்கும், காலிங்கருக்கும் படித்துக் காட்டினார் ராயர். அவர்களின் இந்த ஓலைக்கு பதில் அளிக்கும் விதமாகவே நம் சக்கரவர்த்திகள் தனது மகளை உனக்கு மணம் முடித்து கொடுத்தார் கருணாகரா. இதன் விளைவாக சில மாதங்களுக்கு முன் மீண்டும் இரு நாட்டு அரசர்களிடம் இருந்தும் ஓலை வந்துள்ளது. அதிலே சோழர்களுக்கும் அவர்களுக்குமான உறவு முறையையும் நட்பு முறையையும் முறித்துக் கொள்வதாகவும், அவர்கள் சுயாட்சி செய்ய விரும்புவதாகவும் தெரிவித்துள்ளனர். மேலும் சாளுக்கியத்தில் உள்ள சோழர்களின் நிலை படையையும் ஈழத்தில் உள்ள கப்பற்படையையும் திரும்பப் பெற்றுக் கொள்ளும் படி அறிவுறுத்தி உள்ளனர். அது குறித்து விவாதிக்கவே இங்கே உங்களை அழைத்துள்ளோம்."

"எம்மை மன்னித்தருளுங்கள் அரசே!" தற்போது தான் தெரிகின்றது - தங்களின் முகவாட்டத்திற்கான காரணம் இதுவென்று.

"அதனால் என்ன ராயரே? பரவாயில்லை. இதற்கான பதிலை ஓலை மூலமாகவோ, அல்லது ஒற்றர்கள் மூலமாகவோ அனுப்புவது முறை ஆகாது என்பது எனது

அபிப்பிராயம். இது குறித்து உங்கள் இருவரின் கருத்துகளைத் தெரிவிக்கலாம்" என்றார் வானதி ராயர்.

தங்களின் கருத்தை அடியேனும் ஆமோதிக்கின்றேன் வானதி ராயரே. ஏனெனில் என்ன தான் இருந்தாலும் சாளுக்கியம் நம் சக்கரவர்த்திகள் பிறந்த அகம். ஓலை அனுப்பி இருப்பதோ தங்கையின் மகன், மற்றும் மகளின் கணவன். ஈழ அரசரோ சக்கரவர்த்திகளின் திருமகளை மணந்து கொண்டவர்; இருவருமே நெருங்கிய உறவினர்கள் ஆவார்கள். அவர்கள் தான் இது போன்ற முறையற்ற முறையில் ஓலை அனுப்பி இருக்கின்றார்கள் என்றால் நாமும் அது போல நடந்து கொள்ளலாகாது. சற்றே கவனத்துடன் கையாள வேண்டிய காரியம் இது என்று யான் நினைக்கின்றேன்" என்றார் காலிங்க ராயர்.

"உறவினர்கள்? அதன் பொருளை அவர்கள் அறியவில்லை. அதைப் பற்றி அவர்களுக்குக் கவலையும் இல்லை. இதனை பற்றி பேசுவதற்கு இனி எதுவும் இல்லை. இதில் எனது கருத்து யாதெனில் அவர்களுடனான அனைத்துத் தொடர்புகளையும் அறுத்தொழித்து அவர்களிடம் இருக்கும் நம் படைகளைத் திரும்பப் பெற்று வரவேண்டும்; அவ்வளவே!" என்றான் குலோத்துங்கன்.

அமைச்சர்கள் மூவரும் ஒருவரை ஒருவர் பார்த்துக் கொண்டனர். சற்றே அங்கு அமைதி நிலவியது.

பெரியோர்கள் தங்களின் கருத்துக்களைத் தெரிவித்து விட்டீர்கள். இனி அடியேனின் கருத்தைக் கூறலாமா?"

"அதற்கு தானே கருணா அழைத்து இருக்கின்றோம். இக்காரியத்திற்கு ஏனைய அமைச்சர்களைக் கொண்டு ஆலோசிக்காமல், உனை அழைத்ததற்கான காரணம், அவர்கள் அனைவரும் அமைச்சன் என்ற கண்ணோட்டத்துடனே இப் பிரச்சனையைக் காண்பார்கள். ஆனால் நீயோ சக்கர வர்த்திகளின்..."

"ராயரே!" என்றான் குலோத்துங்கன்.

"மன்னியுங்கள் வண்டையர் கோனே. தங்களின் நிபந்தனையை ஒரு கணம் மறந்து விட்டார் போலும்.

இருந்தும், அவர் வார்த்தைகளை விடவில்லை. இனி ஒரு முறை நடவா வண்ணம் யான் பார்த்துக் கொள்கின்றேன்" என்றான் குலோத்துங்கன்.

மீண்டும் அங்கே அமைதி நிலவியது.

"மன்னித்துவிடு, கருணாகரா! மன்னியுங்கள், சக்கர வர்த்திகளே!"

"அய்யோ... அம்மான் அவர்களே! இதுபோன்ற பெரும் வார்த்தைகளைப் பிரேயோகித்து எம்மை சங்கடத்தில் ஆழ்த்தாதீர்கள்" என்றான் கருணாகரன்.

"பரவாயில்லை, சபை ஆனாலும் 'அம்மான்' என்று முறைகூறி அழைத்ததில் எனக்கு மிக்க மகிழ்ச்சி. வண்டையர் கோனே. வானதி ராயர் பொருட்டு. இல்லையா ராயரே என்றான் குலோத்துங்கன்."

சரி, எதைப் பற்றி இங்கே விவாதிக்க வந்து விட்டு? எதை எதையோ பற்றிப் பேசிக் கொண்டு இருக்கின்றோம். தங்களின் கருத்துக்களைத் தெரிவியுங்கள், வண்டையர் கோனே."

"ராயர் அவர்கள் தெரிவித்த கருத்தின்படி ஓலையோ, ஒற்றனோ சரிவராது. நம் சோணாட்டு அமைச்சர்கள் இருவரை - சாளுக்கியத்திற்கும், ஈழத்திற்கும் அனுப்பி வைப்பதே உத்தமம்" என தோன்றுகிறது. ஒருவர் தங்களின் இறுதி முடிவுகளை தெளிவாக அவர்களிடத்திலே தெரிவித்து அது குறித்து ஆவணங்களை உருவாக்கி அதிலே அவர்களின் கையொப்பமும், அரசு முத்திரைகளும் வாங்கிவருவதும், மற்றும் ஒருவர் படைகளை வழிநடத்தி வருவதற்கும் செல்ல வேண்டும். ஆக, இருநாடுகளுக்கும் நான்கு அமைச்சர்களைத் தேர்வு செய்ய வேண்டும். அதுவும் நமக்கு நம்பிக்கைக்கு உரியவர்களாக இருக்க வேண்டும்."

"அருமையான யோசனை கருணாகரா. என்ன ராயரே?"

"ஆம் அரசே!"

"சரி, அவர்கள் நால்வர் யார் என்று நீங்கள் மூவருமே தேர்ந்தெடுங்கள்"

"இல்லை. சக்கரவர்த்திகளே, அதையும் அடியேனே தேர்வு செய்து விட்டேன். தாங்கள் அனுமதித்தால் இங்கே கூற விழைகின்றேன்."

தடை ஏது?

"கூறுங்கள் வண்டையர் கோனே."

"வானதி ராயர், காலிங்க ராயர். பாண்டியன் ஸ்ரீ வல்லபன், பிறகு யான் சென்று வருகின்றேன்."

"இதில் தங்களின் கருத்து என்ன ராயர் மார்களே?"

"கட்டளை இடுங்கள் பிரபு! நாங்கள் சென்றுவர சம்மதமே." என்றனர் இருவருமே.

"அங்கே பேச்சு வார்த்தை நடந்த மூத்த அமைச்சர்களும் படைகளை வழிநடத்த வல்லபனும் யானுமாக செல்கின்றோம்."

அதுவும் சரி தான். சரி யாரை யாருடன் எந்த தேசத்திற்கு அனுப்பலாம் ராயரே?"

"யானும் பாண்டியனும் ஈழம் சென்று வருகின்றோம் கருணா."

"ஏனெனில் சாளுக்கியம் செல்ல வானதி ராயரே சிறந்த தேர்வாகும் என் வரையில்."

"தாங்கள் கூறுவது முற்றிலும் சரியே காலிங்க ராயரே. இருப்பினும், அவருடனே பாண்டியன் சாளுக்கியம் செல்லட்டும். யான் தங்களுடன் ஈழம் வருகின்றேன்"

"வண்டையர் கோன் கூறுவதே எமக்கும் சரி என்று படுகிறது."

"தங்கள் விருப்பமே சக்கரவர்த்திகளே. இனி ஈழத்தில் இருக்கும் கப்பற்படையை எங்கே கொண்டு நிறுத்துவது பிரபு?"

"இனி கடல் கடந்த தேசங்களின் மேல் போர் தொடுக்கும் எண்ணம் இல்லை, காலிங்க ராயரே. ஆகையினால் கப்பற்படை வீரர்களை சோணாட்டிற்கே திரும்ப அழைத்து வந்து விடுங்கள். மேலும் கலங்களை பட்டினத் துறைமுகத்திலே நிலை நிறுத்துங்கள் - வணிகம் சார்ந்த பயன்பாட்டிற்கு"

"தங்களின் உத்தரவுப் படியே பிரபு."

“மேலும் உங்களின் இந்தப் பிரயாணம் முடிவடைந்ததும் மற்றும் ஒரு காரியம் செய்ய வேண்டி உள்ளது.”

“ஆணையிடுங்கள் பிரபு”

“நமக்குத் திறை செலுத்தும் தேசங்களின் பட்டியலானது எமக்கு வேண்டும்.”

“இந்தப் பயணம் முடிவடைந்ததும் உடனடியாக அதனைத் துவங்கி விடுகின்றோம் பிரபு.”

“நல்லது! தாங்கள் எப்போது பயணப்படப் போகின்றீர்கள், அங்கிருந்து திரும்புவதற்கான காலகெடு இவை குறித்து இன்று மாலை எமக்குத் தெரிவியுங்கள் வானதி ராயரே.”

“ஆகட்டும் அரசே!”

“வண்டையர் கோனே, தாங்கள் எப்போது வண்டைக்குப் புறப்பட உள்ளீர்கள்.”

“நாளை காலை சக்கரவர்த்திகளே.”

“அப்படியானால், இன்று இரவு நமது அரண்மனைக்கு வாருங்கள் வண்டையர் கோனே விருந்திற்கு மகள் மலரை அழைத்துக் கொண்டு”

“நிச்சயமாக!”

அங்கிருந்து விடைபெற்றுக் கொண்ட குலோத்துங்கன் அரண்மனையை நோக்கி நடக்கலானான்.

“சக்கரவர்த்திகளே, ஒரு கணம்.”

“கூறுங்கள், வண்டையர் கோனே.”

தாங்கள் எம்மைப் பெயர் சொல்லியே அழைக்கலாம், பொது இடங்களிலும் கூட - தாம் எம்மை விடவும் பெரியவர்கள் என்ற முறையில்

“ஆகட்டும் அரசே. அப்படியே!” என்று வணங்கி அங்கிருந்து சென்றான் குலோத்துங்கன்.

“வணங்குகின்றேன் தேவரே”

“வாருங்கள் ராயரே, அமருங்கள்.”

“தாங்கள் கேட்டுக் கொண்ட பிரயாண விவரங்களைத் தெரிவிக்கலாம் என்று வந்தேன்.”

“கூறுங்கள் அமைச்சரே.”

"இரு நாடுகளுக்கு, நமக்குமான அத்தனை ஒப்பந்தங் களையும் ரத்து செய்கின்றபடியால், அது குறித்த ஆவணங்ளை ஓலைகளில் தெளிவாக எழுத வேண்டும். அதனைத் தாங்களும் ஒரு முறை சரி பார்க்க வேண்டும். அதற்கான பணிகளை நாளையே யான் துவங்கிவிடுகின்றேன் பிரபு. இன்னும் பத்து தினங்களில் இரு குழுக்களும், சாளுக்கியம் நோக்கியும், ஈழம் நோக்கியும் பயணம் ஆக வேண்டும். சாளுக்கியம் சென்று திரும்ப முறையே இருபத்தி ஒரு தினங்களும், ஈழம் சென்று வர முறையே முப்பத்தொரு தினங்களும் கெடுவாகக் கொள்ளப் பட்டுள்ளது. இதிலே பயணத்தின் கால நேரத்தைக் கருத்தில் கொண்டு ஐந்து தினங்கள் முன்னும் பின்னும் அதிகம், குறைவாக இருக்கக் கூடும் பிரபு.

"ஆகட்டும் அமைச்சரே."

"பயணத்திற்கான அனைத்து ஏற்பாடுகளையும் காலிங்க ராயர் பார்த்துக் கொள்வதாகக் கூறிவிட்டார். பயணம் குறித்து பாண்டியன் ஸ்ரீ வல்லபனுக்கும் தகவல் தெரிவித்தாகிவிட்டது பெருமா."

"நல்லது"

காவலன் ஒருவன் வந்து, "இடையூறுக்கு மன்னிக்கவும் அரசே. தங்களைக் காண வண்டையர்கோன் கருணாகரத் தொண்டைமான் அவர்களும் அவரது துணைவியார் மண்டை யாழ்வாரும் வந்திருக்கின்றார்கள் பிரபு."

"இதோ வருகின்றேன். இதைப் பற்றிப் பிறகு பேசிக் கொள்ளலாம். வாருங்கள் அமைச்சரே!" என்றான் குலோத்துங்கன்.

கருணாகரனை வரவேற்று குலோத்துங்கன் குடும்பத்தார் வெகு நேர உரையாடலுக்குப் பின், அவர்களுக்கு விருந்தளித்து இன்முகத்துடன் வழி அனுப்பி வைத்தனர். அன்றும் அதிகம் பேசா கருணாவிற்கும் சேர்த்துப் பேசிக் கொண்டு இருந்தாள் மலர்.

ஈழத்திற்கான பயண நாள் குறித்து கருணாவிற்கும் தெரிவிக்கப்பட்டது. மறுநாள் காலை கணவன், மனைவி

இருவரும் வண்டைக்குப் புறப்பட்டனர். எப்பொழுதும் ஏதோ ஒரு காரணத்தைக் கொண்டு நிருதியைக் காண என்னும் கருணாவிற்கு அன்று காரணம் தேட வேண்டிய அவசியம் இல்லாமல் இருந்தது. குலோத்துங்கன் தனது மகளுக்குத் தரச் சொன்ன பரிசுப் பொருளை எடுத்துச் சென்றதனால். சோழபுரத்தில் அனைவரின் நலம் குறித்தும் கேட்டறிந்தாள் நிருதி.

“தேவி ஒரு அவசர வேலையாக குடவாசல் வரையிலும் செல்ல வேண்டி உள்ளது. இரவிற்குள் வந்து விடுவேன். யான் வரட்டுமா?”

“ஆகட்டும் சுவாமி.”

அவன் அங்கிருந்து சென்ற சற்று நேரத்தில் நிருதி, “ஏதோ மலருக்கு உடல் நலம் சரி இல்லை என்று சொல்லிக் கொண்டு இருக்கின்றாள். வா அமுதா, போய் பார்க்கலாம்.”

தனது அறையில் படுக்கையில் படுத்திருந்த மலர் மிகவும் சோர்வாகக் காணப்பட்டாள்

“என்ன செய்கின்றது மலர்? இன்று காலையில் வரும் பொழுது கூட நன்றாகத் தானே இருந்தாய்? இதற்குள்ளாக இத்துணை சோர்வாக தென்படுகின்றாயே?”

“பயணக்களைப்பால் உடல் அசதி ஏற்பட்டுள்ளது. அவ்வளவே.”

“இல்லை மலர், இதனை இப்படியே விட இயலாது. அமுதா, நீ சென்று அரண்மனை வைத்தியரை அழைத்துவா.”

“இதோ வருகின்றேன் நிருதி” என்று அங்கிருந்து சென்றாள் அமுதா.

“நிருதி, யான் சொல்வதைக் கேள். எனக்கு ஒன்றும் இல்லை; ஓய்வெடுத்தால் சரியாகிவிடும்.”

“அதனை வைத்தியர் வந்து கூறட்டும் மலர் சற்று அமைதியாய் இரு.”

“அமுதா, எங்கே செல்கின்றாய்?”

“மலருக்கு உடல் நலம் சரி இல்லை, அத்தை அவர்களே. ஆகையால் வைத்தியரை அழைத்துவரச் சொன்னாள் நிருதி.”

“அப்படியா? சரி, நீ போ” என்ற உத்தமவல்லி மலரின் அறைக்கு வந்தாள்.

“வணக்கம் அத்தை அவர்களே.”

“மலருக்கு என்னவாயிற்று நிருதி.”

“மிகவும் சோர்வாக உள்ளாள் அத்தை அவர்களே! அதனாலேயே வைத்தியரை அழைத்து வர அமுதாவை அனுப்பினேன். மழைக் காலமாதலால் காய்ச்சல் வந்துவிடக் கூடுமோ என்ற அச்சம்.

“மலரைத் தொட்டு பார்த்த உத்தம வல்லி அவருடைய நாடியைப் பார்த்தாள்.”

“மலர், எழுந்து அமரு!” என்ற வல்லி அங்கிருந்து சென்றாள்.

“என்னவாக இருக்கும் மலர்? அத்தை அவர்கள் ஒன்றும் கூறாமல் செல்கின்றாரே.”

வளாகத்தில் வந்த வைத்தியரைப் பார்த்த உத்தமவல்லி, “வைத்தியரே, அவர்களுக்கு ஒன்றும் இல்லை; தாங்கள் செல்லலாம் என்றாள்.

“ஆகட்டும் அரசியாரே.”

“அமுதா இங்கே வா!”

“கூறுங்கள் அத்தை அவர்களே!”

“மலரை தூய்மை மாளிகைக்கு அழைத்துச் செல்...”

“ஆகட்டும் அத்தை” என்றவள் மலரின் அறைக்கு வந்து உத்தம வல்லி கூறியதைத் தெரிவித்தாள்.

“என்ன மலர் இது? யான் கேட்ட போது கூறி இருக்கலாமே. இதனை மறைத்து என்ன ஆகப்போகின்றது?” என்றாள் நிருதி.

“சரி நிருதி யான் மலரை மாளிகைக்கு அழைத்துச் செல்கின்றேன்.”

“ஆகட்டும்.”

“பெரிய நாயகி, நாளை குடந்தை வரையிலும் சென்று வரலாமா?”

“என்ன காரியமாக அக்கை அவர்களே?”

“நம் குடும்ப சோதிடரைப் பார்த்து வரலாம் என்று எண்ணுகின்றேன்.”

"ஆகட்டும், அக்கை."

"அமுதா, மலர் என்ன செய்கின்றாள் எனப் பார்த்து வந்தாயா?"

"ஆம் அத்தை அவர்களே. ஓய்வெடுத்துக் கொண்டு தான் இருக்கின்றாள். அவள் உணவு அருந்தியதுமே யான் இங்கு வந்தேன்."

"நல்லது நிருதி எங்கே?

இதோ வந்து விட்டாளே."

"மன்னியுங்கள் அத்தை அவர்களே - கால தாமதத்திற்கு"

"அதனால் ஒன்றும் இல்லை நிருதி. உணவருந்தி உறங்கத் தானே போகின்றோம். சற்றே கால தாமதம் ஆனால் என்ன ஆகிவிடப் போகின்றது? ஆமாம் கருணா எங்கே போனான்?"

"குடவாசல் வரை சென்று வருவதாக கூறினார்கள், அத்தை அவர்களே. இரவே வந்து விடுவதாகக் கூறினார்கள். இன்னும் காணவில்லை."

"சரி, அவன் வந்துவிடுவான். நீ சாப்பிடு நிருதி."

அவர்கள் நால்வரைச் சுற்றியும் பணிப் பெண்கள் நின்று அவர்களுக்கு உணவு பரிமாறினர்.

"என்ன இது, இப்போதுதான் சாப்பிடுகிறீர்கள்? என்று அங்கு வந்தான் கருணா.

"ஆமாம், வா மகனே! நீயும் எங்களுடன் வந்து சாப்பிடு."

"வேண்டாம் தாயே. யான் முன்பாகவே சாப்பிட்டேன். ஆமாம், மலர் எங்கே? அவளைக் காணவில்லை.

நால்வரும் ஒருவரை ஒருவர் பார்த்துக் கொண்டனர்.

"மலர் அவளின் அறையிலே இக்கின்றாளா, அமுதா?

இந்த அரசர் இருக்கின்றாரே, மற்றவர்களை விட்டுவிடுவார். எம்மைக் கண்டால் எப்படி இருக்குமோ தெரியாது? எனதருகே தானே அவரின் மனைவியும் இருக்கிறாள்? அவளைக் கேட்க வேண்டியது தானே."

"அமுதா, உன்னைதான் கேட்டேன் - மலர் எங்கே என்று."

அவளோ உத்தம வல்லியைப் பார்த்தாள்.

"என்ன இது எங்கே என்று கேட்டால் ஏன் இப்படி ஒருவரை ஒருவர் பார்த்துக் கொண்டு இருக்கின்றீர்கள்?

சரி, நானே அவளுடைய அறைக்குச் சென்று பார்த்துக் கொள்கின்றேன்."

"மகனே அவள் அங்கே இல்லை; தூய்மை மாளிகையில் இருக்கிறாள். இதற்குத் தான் இத்துணை தயக்கம் - அமுதாவிற்கு என்று கூறினாள் பெரிய நாயகி.

"ஓ... அப்படியா? அப்படியானால் நிருதி எனது அறைக்கு உடனே வா..." என்று கூறி அங்கிருந்து சென்றான். திரும்பி வந்தான்.

"வருகையில் கொஞ்சம் பால் மட்டும் எடுத்துவா!" என்று கூறி மீண்டும் சென்றான்.

"அங்கிருந்த அனைவரும் நிருதியைக் காண அய்யோ... இன்று இவர் ஏன் இவ்வாறாக நடந்து கொள்கிறார்?" என்று எண்ணிக் கொண்டாள். அங்கிருந்த பணிப் பெண்களில் ஒருத்தி சிரித்தே விட்டாள். உத்தமவல்லியின் பார்வையானது அப்பெண்களை உறைய வைத்தது. ஒரு பணிப் பெண்ணை அழைத்து பால் எடுத்து வரும்படி பணித்தாள் உத்தமவல்லி"

"நிருதி எழுந்திரு! நன் மகன் அழைத்து எத்துணை நேரம் ஆகின்றது? கணவன் கூப்பிட்ட குரலுக்குச் செல்ல வேண்டும் என்பது உனக்குத் தெரியாதா? அந்தப் பாலை வாங்கிக் கொண்டு உடனடியாக அவன் அறைக்குச் செல்." என்றாள்.

தலை அசைத்தாள் நிருதி. அவள் போசன அறையில் இருந்து வெளியேற, இங்கு இருப்பவர்களின் கவனத்திற்கு. சற்றுமுன் நன் மகன் கூறியது மலரின் செவிக்குச் செல்லக் கூடாது. யான் கூறுவது புரியும் என்று நினைக்கின்றேன்" என்று அங்கிருந்து சென்றாள் உத்தம வல்லி.

"நிருதி, வரும் பொழுது அறைக்கதவுகளைத் தாழிட்டு வா!

சுவாமி தாங்கள் ஏன் இவ்வாறாக நடந்து கொள்கின்றீர்கள்?"

"எவ்வாறாக நடந்து கொண்டேன் தேவி?"

"எனது அறைக்கு உடனே வா என்று கூறினீர்களே?"

"ஆமாம். ஒரு முக்கிய விசயம் குறித்து உரையாடுவதற்காகத் தான் உன்னை அறைக்கு அழைத்தேன்" என்றவன் அவள் கரங்களில் இருந்த குவளையை வாங்கிக் கொண்டான்.

"இவ்வளவு தெளிவாக அங்கேயே கூறியிருக்கலாம் தாங்கள்"

"இப்பொழுது என்ன நிருதி? முக்கிய விசயம் குறித்துப் பேசவே உனை அழைத்தேன் என்று அவர்கள் அனைவரிடத்திலும் கூறிவிட்டு வரட்டுமா?"

"இல்லை சுவாமி, வேண்டாம். தாங்கள் என்ன காரணமாக அழைத்தீர்கள்? அதனை முதலில் கூறுங்கள்."

"இன்னும் பத்து தினங்களில் ஈழம் செல்ல உள்ளேன் தேவி."

"அப்படியா மிகவும் மகிழ்ச்சி சுவாமி. தாங்கள் செல்லும் பொழுது அக்கையாருக்கு ஓலை எழுதித்தருகின்றேன். கூடவே பரிசுப் பொருட்களும். அவற்றை நன் பொருட்டு தாங்கள் கொடுத்து விட்டு வாருங்கள்."

"சற்றுப் பொறு நிருதி. யான் இன்னும் முழுமையாகக் கூறி முடிக்கவில்லை."

"என்ன வாயிற்று சுவாமி?"

"ஆலோசனை மண்டபத்தில் விவாதித்தவற்றை விளக்கினான் கருணா.

அய்யோ... அப்படியானால், இனி அக்கையாரைக் காணவே இயலாதா சுவாமி? தந்தையார் எப்படி இப்படி ஒரு முடிவை எடுக்கத் துணிந்தார்?

சோணாட்டின் சக்கரவர்த்திகள் என்ற முறையில் அவர் எடுத்த இந்த முடிவுகள் சரியானவையே, நிருதி. தன் நலன், தன் குடும்ப நலம் குறித்து மட்டுமே சிந்திப்பவன் சாமான்யன் ஆகின்றான். தன் தேசநலன், அதன் குடிகள் நலனிற்காக தன்னையும், தன் குடும்பத்தையும் துறக்கின்றவன் சக்கரவர்த்தி ஆகின்றான். இதுவே அரசு நியதி இதை யான் கூறித்தான் உனக்கு தெரிய வேண்டும் என்பதில்லை நிருதி."

"அப்படியானால், இது பற்றி தங்களின் அபிப்பிராயம் சுவாமி?"

"அரசருடைய குறிப்பை அறிந்து, தக்க காலத்தை எதிர்நோக்கி, வெறுப்பில்லாதவற்றையும், விருப்பமான வற்றையும் அவர் விரும்புமாறு சொல்ல வேண்டும்.

இதுவே எனது பணி தேவி. ஒரு நாட்டின் அரசராக அவரும், அவரின் அமைச்சனாக யானும் கடைபிடிக்க வேண்டிய நெறி முறைகள் இவை. இருப்பினும், உறவின் அடிப்படையில் இந்த நிகழ்வுகளை எண்ணுவோமேயானால், ஈழம், சாளுக்கியத்தில் இருந்து பெறப்பட்ட ஓலைகள் அரசரின் மன நிலையை வெகுவாகப் பாதித்து உள்ளன என்பது உண்மையே. அவர்களின் நெருக்கடியை தான் ஒரு பொருட்டாக கருதவில்லை என்று உணர்த்தவே, உன்னை எமக்கு மணம் செய்துதர முன் வந்துள்ளார். இதை அறியாத யானும் மேலும் அவர் மனதைக் காயப்படுத்தும் விதமாக நம் திருமணத்திற்கு நிபந்தனைகள் விதித்துள்ளேன் என்று எண்ணும்பொழுது மிகவும் வருந்து கின்றேன் நிருதி. உண்மையில் அன்று ஆலோசனை மண்டபத்தில் அரசரை ஏறிடவே எமக்குத் தயக்கமாக இருந்தது. பேசாமல் எனது அனைத்து நிபந்தனைகளையும் ரத்து செய்து விடலாமா என்று கூட நினைத்தேன் தேவி. ஆனால் இனி அது முறையாகாதே."

"பரவாயில்லை சுவாமி. வீணாக இதன் பொருட்டு ஏன் வருத்தம் கொள்கின்றீர்கள். தந்தையாரும் இதனைப் பெரிது படுத்திக் கொள்ள மாட்டார்கள், சுவாமி. ஏதோ போதாத காலம் என்று நினைத்துக் கொள்ள வேண்டியது தான். நூறு ஆண்டு களுக்கு மேலாக சாளுக்கியமும், ஈழமும் நம் கட்டுப்பாட்டிலே இருந்தவை. அவை தற்போது தந்தையாரின் கட்டுப்பாட்டில் இருந்து விடுவிக்கப்படுன்றன என்பது; அவர்களுக்கு மகிழ்ச்சி நமக்கு வருத்தம். சோணாட்டிலே பிரிந்து அந்நாடுகள் சுய ஆட்சி கொள்வதிலே கூட எனக்கு வருத்தம் இல்லை சுவாமி. இதன் விளைவாக உறவு முறைகளும் துண்டிக்கப்படுவது குறித்துதான் மிகவும் வேதனையாக இருக்கின்றது. சாளுக்கியத் திலே இருக்கும் அத்தைமார்கள் இருவர், மற்றும் அக்கையாரான அம்மங்கை இவர்களின் நிலைப்பாடு என்னவாக இருக்கும் சுவாமி? அதோடு ஈழத்திலே இருக்கும் சுத்தமல்லி அக்கை யாரை இனி பார்க்கப் போவதே இல்லையா" என்ன?

“தேவி அமைதி கொள் நீ இப்படி புலம்புவதால் ஆவது என்ன? சோழ சக்கரவர்த்திகளுக்கு பகைவரானால், அவர்கள் நமக்கும் பகைவரே. அதை முதலில் நினைவில் கொள். இங்கு பந்த பாசங்களுக்கு இடம் இல்லை நிருதி. நடந்தவற்றை எண்ணி கவலை கொள்வதை விட தற்சமயம் சோணாட்டில் உள்நாட்டுக் கலகமும், உட்பகைமையும் இல்லை என்பதை எண்ணி மகிழ்ச்சி கொள் நிருதி.”

–50–

பாண்டியர்கள்

"அது என்ன சுவாமி?"

"தற்சமயம் நிரந்தரமாகத் தான்."

"இங்கே கலகத்திற்கும், பகைமைக்கும் என்ன வேலை சுவாமி?"

"நீ கூறுவது தவறு தேவி. இங்கே நிரந்தரமான நட்பும் இல்லை, நிரந்தரமான பகைமையும் இல்லை."

"ஏன் அவ்வாறு கூறுகின்றீர்கள் சுவாமி? சரி சோழர்களுக்கு பகைவர்கள் யார். சேரரும், பாண்டியர்களும். அவர்களுள் சேரர்கள் எப்போதோ நமக்கு அடங்கிய சிற்றரசர்கள் ஆகினர். பாண்டியர்களின் தற்போதைய நிலையும் அதுவே. அதோடு கூட தற்போது பாண்டிய மரபினரான ஐவரில் இருவர்களின் மகள்களை நன் இரு தமையன்மார்களுக்கும் தந்தையார் அவர்கள் மணம் முடித்து வைத்துள்ளார். மற்றும் இரு பாண்டியர்களுக்கு பாண்டிய மண்டல உயர்தரத்து அதிகாரிகள் பொறுப்பளித் துள்ளார். மேலும் ஒரு பாண்டியருக்கு சோழ மண்டலப் பெருந்தரத்து அதிகாரி பதவி வழங்கப்பட்டுள்ளது.

"பிறகு என்ன?"

"உன்னை வழங்கவில்லையே தேவி?

சுவாமி தாங்கள் என்ன கூறுகின்றீர்கள்?"

"ஆம் தேவி பாண்டியன் ஸ்ரீ வல்லபனுக்கு உன்னை மணக்க இயலாமல் போனது குறித்து வருத்தமும், உன் தந்தையின் மீது வெறுப்புணர்வும் ஏற்பட்டுள்ளது."

"தாங்கள் என்ன கூறுகின்றீர்கள் சுவாமி? என்னால் நம்பவே முடியவில்லை."

“ஆம் நிருதி சோனாட்டு சிற்றரசர்களில் அனேகர் உன்னை மணந்துகொள்ள ஆசைப்பட்டனர். அவர்களுள் பாண்டியனும் ஒருவன். உண்மையில் அவன் அதற்கு முழுத்தகுதி உடையவன் தான். எப்படியும் சக்கரவர்த்திகள் அவனுக்கே உன்னை மணம் முடித்துத் தருவார் என்ற நம்பிக்கையில் அவனுக்கிட்ட பணிகளைச் செவ்வனே செய்தும் வந்திருக்கின்றான், தேவி. ஆனால் அவன் அல்ல யானுமே எதிர்பாராமல் நடந்தது நமது இந்தத் திருமணம். இதுவே சக்கரவர்த்திகளின் மீது ஒருவித கசப்புணர்வையும், தாளாத கோபத்தையும் உண்டு பண்ணி உள்ளது.

இதில் கோபம் கொள்ள என்ன இருக்கின்றது சுவாமி? பேரரசரின் வழித் தோன்றல் ஆன அவன் இருக்க, சிற்றரசனான எமக்கு உன்னை மணம் முடித்துக் கொடுத்தது என்பது, அவனை அவமதித்தது போல் என்று எண்ணுகின்றான்.”

“சுவாமி, தாங்களே சோழ பாண்டியக் கலப்பு தானே ஆதியில்?”

“தேவி, நீ புரியாமல் பேசுகின்றாய். தற்போதைய சூழலே அனைவராலும் நினைவு கொள்ளப்படும். பாண்டியரின் இந்த வெறுப்புணர்வானது, அவ்வப்போது நண்பர்களுடனான எங்களது உரையாடல்களில் வெளிப்படுவதை யானே அனேக முறைகள் உணர்ந்து இருக்கின்றேன்.”

“சரி, தாங்கள் கூறுவது போலவே வைத்துக் கொள்வோமே. நனது தந்தையின் கட்டுப்பாட்டில் இருக்கும் அவர், பெரிதாக எதைச் சாதிக்க இயலும் இந்த கோபத்தையும், வெறுப்பையும் வைத்துக் கொண்டு.”

“நீ கூறுவது தவறு தேவி. எதிரியின் பலத்தை அவ்வளவு குறைவாக எடை போடலாகாது” சேற்றிலே சிக்குண்டு தவிக்கிறதே கெளுத்தி என அதைக் காண்பவர்களுக்கு எண்ண தோன்றும். ஆனால் உண்மை அதுவல்ல உயிர்ப் பிழைத்து வாழ தன்னை தானே சேற்றிலே செலுத்திக் கொள்கின்றது கெளுத்தி மீன். நீர்வரத்திற்கான தக்க தருணம் கருதி. நீர்பெருக நிலை கொள்ளுமோ கெழுத்தி.

சுவாமி தங்களின் உவமை வெகுவாக எம்மைக் கவர்ந்தது. பாண்டியர்களின் குணத்தை இதை விடவும் துல்லியமாக எவரேனும் கூற இயலுமா நன் நாதன் அல்லாது?

“உன் பாராட்டிற்கு நன்றிகள் தேவி.”

“ஆனாலும் சுவாமி, பாண்டியரின் நோக்கத்தையும், அவரின் அடுத்தடுத்த செயல்பாடுகளையும் எங்ஙனம் கண்டறிவது? இது குறித்து தந்தையாரிடம் எச்சரிக்கை செய்யலாமே?”

“அந்த அளவிற்கு அச்சம் கொள்ளத் தேவையில்லை, தேவி. தற்போதைய சூழ்நிலை அவனுக்கு சாதகமாக இல்லை என்பதை நம்மை விட அவன் நன்றாக அறிவான். ஆகையால், எந்த ஒரு தவறான செயலிலும் தற்போது ஈடுபட மாட்டான்.”

“அதனை எப்படி சுவாமி இவ்வளவு உறுதியாக கூறுகின்றீர்கள்?”

ஆம் நிருதி. இளவரசர்களுக்குப் பெண் கொடுத்த இரு வேறு பாண்டியர்களுக்கும் ஆண் வாரிசு கிடையாது. ஆகையால், அவர்களின் காலம் உள்ள மட்டும் தங்களின் மருமகன்களுக்கு எதிராகச் செயல்பட மாட்டார்கள். மற்ற இரு பாண்டியர் களுக்கோ தங்களுக்கென்று தனியே படைபலம் இல்லாததால் சக்கரவர்த்திகள் தங்களுக்கு அளித்திருக்கும் பதவியே போது மானது என்ற முறையில் அவர்களும் சோழர்களை எதிர்க்கத் துணியமாட்டார்கள். தன் இனமே தற்சமயம் தனக்குத் துணைவராது என்பதை பாண்டியன் நன்கு அறிவான். ஆகையால் தக்க காலம் கருதி காத்திருப்பதைத் தவிர வேறு வழியில்லை அவனுக்கு.”

“சுவாமி, அவரின் இந்த மனப்போக்கை மாற்ற வழி இல்லையா?”

“இது குறித்து எதையும் என்னால் இப்போது உறுதியாகக் கூற இயலாது தேவி. தெரிந்தோ தெரியாமலோ சோழர்களுக்கும், பாண்டியர்களுக்கும் பகை தோன்ற யானே காரணியாகிப் போனேன். அதனாலேயே இதிலே தனிக்கவனம் செலுத்தி, அவ்வப்போது பாண்டியன் ஸ்ரீ வல்லபனுக்கு முக்கியத்துவம் அளிக்கும் சில காரியங்களை செய்து

கொண்டு தான் இருக்கின்றேன் - அவனுக்கும் தெரியாமல் அதிலே ஒன்று தான் தற்போதைய பயணத்திற்கு அவனைப் பரிந்துரை செய்தது."

"அப்படி பரிந்துரை செய்த தாங்களே ஏன் சுவாமி? காலிங்க ராயர் ஈழத்திற்கு அழைத்துச் செல்லுவதாக கூறிய பின் அதை மறுத்து சாளுக்கியம் செல்ல அவரைப் பணித்துள்ளீர்கள்?"

"யான் பாண்டியன் ஈழம் செல்வதை மறுத்ததற்கான காரணத்தின் உட்கருத்தை நீ புரிந்து கொள்ளவில்லை தேவி?"

"என்ன சுவாமி அது?"

"ஏற்கெனவே வஞ்சம் தீர்க்க வழி தேடிக் கொண்டு இருக் கின்றான் பாண்டியன். ஈழத்துடனான அத்தனை உறவுகளும் துண்டிக்கப்படப் போகின்றன. இந்நிலையில், பாண்டியன் ஸ்ரீ வல்லபனும், ஈழ அரசன் வீரபாகு தேவனும் சந்திக்க நேர்ந்தால் என்ன நடக்கும்? விபரீதங்களுக்கு நாமே அடிகோலியது போல் ஆகாதா தேவி?"

தன் கண்களை அகல விரித்துப் பார்த்தாள் நிருதி.

தன் கணவனைத் தவிரவும் சோழர்களை எதிர்த்துப் போரிட பாண்டியர்களுக்குக் காலம் காலமாய் துணை நிற்பவர்கள் சிங்களர்கள் என்பதை யான் கூறி நீ தெரிந்து கொள்ள வேண்டிய அவசியம் இல்லை. இல்லையா?

அமைதியாய் இருந்தாள் நிருதி.

ஆகையால் தான், பாண்டியனை சாளுக்கியம் அனுப்பி யான் ஈழம் செல்கின்றேன். அப்படி யான் சென்றும் கூட வீரபாகு தேவரின் சபைக்குச் செல்லப்போவது இல்லை.

"எதனால் சுவாமி?"

"ஆம் தேவி. ஈழ அரசருடன் காலிங்க ராயரும். சாளுக்கிய அரசருடன் வானதி ராயருமே பேச்சுவார்த்தை நடத்த உள்ளனர். சாளுக்கியத்தின் நிலைப்படையையும், ஈழத்தின் கப்பற் படையையும் மீட்டுவருவதே பாண்டியனுக்கும், எமக்குமான பணிகள்."

"சுவாமி, யான் இதுபோல் கேட்பது குறித்து எம்மைத் தவறாக எண்ணாதீர்கள். இவ்வளவிற்குப் பின்பும் பாண்டியனுக்கு இந்த முன்னுரிமை அவசியம்தானா?"

“நிச்சயமாக, நிருதி! ஏனெனில் சோணாட்டு வளர்ச்சியில் பாண்டியனின் பங்களிப்பானது மகத்தானது. இதனை சக்கர வர்த்திகளும் கூட மறுக்கமாட்டார். ஆகையால் பாண்டியனின் பகைமை உணர்வு தலை எடுக்காத வரையிலும் அவன் நமக்கு உற்ற நண்பனே. இதிலே எந்த மாற்றுக் கருத்தும் இல்லை.”

“அப்பா! சுவாமி தாங்கள் பிறவியிலேயே அதிகம் பேசாதவர் என்பது இங்கு இருக்கும் அனைவரின் கருத்து. இருந்தும் தாங்கள் பேச ஆரம்பித்தீர்களேயானால், அதிலே எவ்வளவு பொருள் பொதிருந்திருக்கும் என்பது இங்கு இருக்கும் எவருக்கும் தெரியாது.”

“உன்னைத் தவிர” என்று கண்சிமிட்டினான் கருணாகரன்.

“அதெல்லாம் இருக்கட்டும் தேவி. இன்றைய நமது உரையாடலில் நீ அறிந்து கொண்டது?”

“பகை உணர்வு என்பது யாருக்கும், யார் மீதும், எப்போது வேண்டுமானாலும் வரலாம் என்பதை சுவாமி”

“அருமை”

“இந்தப் பகையானது எதன் பொருட்டு உருவாகின்றது தேவி?”

“எதன் பொருட்டாகவும் இருக்கலாம் சுவாமி.”

“இல்லை நீ கூறுவது தவறு. பேரரசனோ, சிற்றரசனோ அவர்களுக்குள் போர் மூலக் காரணிகளாய் இருப்பவை இரண்டு.”

“என்ன அவை?”

“ஒன்று மண், மற்றொன்று பெண்.”

ஆர்வமும் வியப்பும் கலந்த ஒரு பார்வை பார்த்தாள் நிருதி.

“எதற்காக இப்படி பார்க்கின்றாய் தேவி? இது நனது தனிப் பட்ட கருத்து அல்ல. எத்தனையோ யுகம்யுகமாக வரலாற்றிலே வலியுறுத்திச் சொல்லப்பட்டுவரும் பொதுப்படையான கருத்து இது. இனி வரப்போகும் ஆயிரம் ஆயிரம் ஆண்டுகாலத்திற்கும் இக்கருத்தானது பொருந்தும்.”

“சரி சுவாமி, அப்படியே வைத்துக் கொள்ளுங்கள். யானும் ஏற்றுக் கொள்கின்றேன் போதுமா? சரி, சாமத்தில் பேசிக் கொண்டே இருந்தால் விடிவது தெரியாது என்பார்கள். தாங்கள் உறங்குங்கள், சுவாமி யான் நனது அறைக்குச் செல்கின்றேன்.”

“எங்கே செல்கின்றாய் தேவி? எமக்கு உறக்கம் வரவில்லை. நீ என்னுடனே இரு.”

“என்ன இது, இவர் ஏன் இவ்விதம் கூறுகின்றார்?”

“என்ன நிருதி பதில் ஏதும் கூறாமல் இருக்கின்றாய்.”

“இல்லை சுவாமி தங்களின் அறையில் யான் எப்படி?”

“சரி வேண்டுமானால் உனது அறைக்கு யான் வருகின்றேன்; வா போகலாம்.”

இல்லை சுவாமி, வேண்டாம். அங்கே அமுதா இருக்கின்றாள். யான் தங்களுடனேயே இங்கேயே இருக்கின்றேன்.”

“அப்படியானால், சரி வா, வந்து இப்படி அமரு, நிருதி.”

கட்டிலுக்கு அருகே போடப்பட்ட இருக்கையில் அவள் அமர, கட்டிலிலே கருணாகரன்.

“என்னவாயிற்று தேவி? இத்துணை நேரமாக நன்றாகத்தானே இருந்தாய்? தற்போது பதற்றம் ஏனோ?

ஒன்றுமில்லை சுவாமி யான் இயல்பாகத் தான் இருக்கின்றேன்.

உனக்கு இந்த அறையில் இருப்பது சிரமமாக உள்ளதா? அல்லது யான் உடன் இருப்பது சிரமமாக உள்ளதா தேவி?”

“ஐய்யோ அப்படி எல்லாம் இன்றும் இல்லை சுவாமி. ஏன் இவ்வாறாக கூறுகின்றீர்கள்?”

“சற்று நேரம் அந்த அறையில் அமைதி நிலவியது.”

“நிருதி, ஒரு உண்மையைக் கூறவா?”

“என்ன சுவாமி? உனது அருகாமை என்பது எனக்கு மிகவும் பிடித்த ஒன்று. அதனாலேயே என்னவோ, எமக்கு உறக்கம் வர மறுக்கின்றது. யான் விழித்திருந்தேனேயானால், நீ இங்கிருந்து சென்றாலும் சென்று விடுவாய். ஆகையினால் இதனைப் படி நிருதி.”

“என்ன சுவாமி இது?” என்று கருணாகரன் கொடுத்த ஓலையை வாங்கினாள்.

“நாவுக்கரசரின் பதிகம். இதை நீ படித்தாயே யானால் யான் உறங்கிவிடுவேன். அதற்குப் பிறகாவது நீ என்னுடனே இந்த அறையில் இருப்பாய் அல்லவா?”

அவன் அப்படி கூறிய மறுகணமே, அவள் கண்களில் நீர் பெருக்கெடுத்தது. அந்த ஓலைச்சுவடியை அப்படியே தரையில் விட்டு அங்கிருந்து சென்றாள் நிருதி.

“கருணா”

“கூறுங்கள் தாயே.”

“நேற்றைய தினம் யானும் உனது சிற்றன்னையும் குடந்தை வரை சென்றிருந்தோம் - நம் குடும்ப சோதிடரைக் காண.”

“சரி”

“அவர் பிள்ளைப் பேறுக்கான பரிகாரம் ஒன்று கூறி உள்ளார்.”

“என்னவாம் தாயே?”

“திருமங்கலக்குடி பிராணநாதரை வணங்கி வரும்படி கூறினார் தம்பி.

“என்னைத் தவறாக எண்ணாதீர்கள், தாயே. பணிகள் அனேகம் உள்ளன. தாங்களே சென்று வந்து விடுங்களேன்.”

“என்ன கருணா இது? நீ தான் அங்கு செல்லவேண்டும். என்னைப் போகும்படி கூறுகின்றாயே.”

“என்னை மன்னியுங்கள், தாயே! தற்சமயம் என்னால் எங்கும் போக இயலாது”

“தாய் நாட்டின் நலனுக்காக அல்லும் பகலும் உழைக் கின்றாய். ஆனால் பெற்ற தாயின் ஒரே ஒரு கோரிக்கையைக் கூட உன்னால் நிறைவேற்ற இயலவில்லை.”

“அய்யோ... தாயே, இதோ இப்போதே புறப்படுகிறேன் போதுமா?”

“தனியாகவா?”

“சரி, தாங்களும் வாருங்கள் தாயே.”

“நான் எதற்கப்பா? நிருதியை அழைத்துச் செல்.”

“நிருதியையா?”

“ஆமாம், பிள்ளைப் பேறுக்கான பரிகாரம் என்றால்? நீங்கள் இருவரும் தானே செல்ல வேண்டும்? ஆகையால் அவளையும் அழைத்துச் செல்.”

“எந்தெந்த ஆலயங்கள் தாயே?

தற்சமயம் ஒன்றிற்குச் செல்லும்படியே கூறி இருக்கின்றார்”

“ஆகட்டும் தாயே.”

திருமங்கலங்குடி பிரணநாதர், திருமங்கள நாயகி.

“நிருதி, ஆலயதரிசனம் எப்படி இருந்தது.”

“நன்றாகவே இருந்தது சுவாமி. சரி, வா மூலவரை தரிசித்து வரலாம்.”

“ஆகட்டும் சுவாமி. ஆலயத்தின் பட்டர்களால் சிறப்பான வரவேற்பு அளிக்கப்பட்டது - கருணாவிற்கும், நிருதிக்கும்.

“எம்பெருமாளே! இங்கிருக்கும் நவ நாயகர்களும் என்ன வரம் கேட்டாலும் அள்ளித் தருவார்கள் என்றும் அவர்கள் தரும் வரம் அப்படியே பலிக்க தாங்கள் அருள்புரிவீர்கள் என்றும் கூறுகின்றது தலபுராணம். யான் தங்களிடம் என்ன வரம் கேட்கப் போகின்றேன் பரம்பொருளே? நநது அனைத்துப் பிறவிகளிலும் வண்டையர் கோனே எமக்குக் கணவராக அமையும் வரம் வேண்டும். இப்பிறவியில் எமக்குப் பிள்ளைப்பேறு என்ற ஒன்று இருக்கின்றதா, இல்லையா என்பது தங்களுக்கே வெளிச்சம். ஆனால் இனி வரப்போகும் பிறவிகளில் எங்களுக்கு நன்மக்கட்பேறு அமையும் வரம் அளியுங்கள், இறைவா. கூடிய விரைவிலேயே மலருக்குத் தாயாகும் வரத்தை என் பொருட்டு அளியுங்கள் ஈசனே. அது எனக்கே அமைந்ததாக எண்ணி மகிழ்வேன் நான்.”

“ஆலயத்தில் இருக்கும் அனைத்து மூர்த்தங்களையும் வணங்கி விட்டு ஆலயத்தை வலம் வந்தார்கள்.”

“ஆமாம் சுவாமி, இறைவனிடம் என்ன வேண்டிக் கொண்டீர்கள்?”

“எப்பொழுதும் போலத்தான் நிருதி. நன் நாடும், நன் நாட்டு மக்களும் நலமோடு வாழ வேண்டும் என்று. ஆமாம் நீ என்ன வேண்டிக் கொண்டாய்?”

“நான் என்ன...”

"வணங்குகின்றோம் வண்டையர் கோனே."

"வணக்கம். தாங்கள் யார்? தங்களுக்கு என்ன வேண்டும்?"

"பட்டர் அவர்களே! நான் ஒரு ஏழை அந்தனன். தேவ தானம் குறித்து தங்களிடம் பேசலாம் என்று..."

"ஒரு கணம், பட்டரே."

"நிருதி, நீ சென்று தேரிலே அமரு! யான் இப்போது வந்து விடுகின்றேன்."

"ஆகட்டும் சுவாமி."

சற்று நேரத்தில் அங்கே வந்த கருணா புறப்படலாமா தேவி?

ஆகட்டும் சுவாமி.

ஆமாம் நிருதி ஆலய வளாகத்தில் என்னிடம் ஏதோ கூற வந்தாய் அல்லவா?

ஒன்றும் இல்லை சுவாமி.

அப்படியானால் சரி.

"நிருதி நீயும் அவரும் திருமங்களக்குடிக்குச் சென்று வந்தீர்களாமே?"

"ஆமாம் மலர்."

"எதற்காக?"

"பிள்ளைப் பேறுக்கான பரிகாரம் குறித்து. அத்தையார் அங்கே சென்று வரும்படி கூறினார்கள் மலர்."

"அங்கே சென்று வருவதனால் தான் உனக்கு என்ன பலன் கிடைக்கப் போகின்றது நிருதி?"

"ஒன்றும் இல்லை என்பதை நானும் அறிவேன் மலர். ஆகையினால் தான் உன் பொருட்டு வேண்டிக்கொண்டேன்."

"என் பொருட்டு நீ வேண்டிக் கொள்ளத் தேவையில்லை நிருதி. அது தானாகவே நடக்கும் புரிந்ததா?"

"மலர், என்ன பேசுகின்றாய் நீ? யாரிடம் என்ன பேசுகின்றோம் என்று நிதானித்துப் பேசு!" என்று அமுதா உரத்த குரலில் பேச கருணா உட்பட அங்கு அனைவருமே வந்து விட்டனர்.

"நான் யாரிடம் எப்படி பேச வேண்டும் என்று அறிவுரை கூற நீ யார் முதலில்? நீ தான் வண்டையின் அரசியிடம்

பேசிக் கொண்டு இருக்கின்றோம் என்று மறந்து பேசுகின்றாய். உன்னை வைக்க வேண்டிய இடத்தில் வைத்திருக்க வேண்டும்."

"மலர் நீ என்ன பேசுகின்றாய்? உன் அதிகாரத்தைக் காட்ட அவள் ஒன்றும் நம் அரண்மனையின் சேடிப்பெண் அல்ல. அவள் சேதி நாட்டு இளவரசி என்பதை மறந்தாயா? அவள் நம் தோழி என்ற நினைவு கூட இல்லையா, உனக்கு?" என்றதும் அழுதபடியே அமுதா அங்கிருந்து சென்றாள். அவள் பின்னேயே நிருதியும் சென்றாள். அவர்களை பொருட்படுத்தாமல் திரும்பிய மலருக்கு அப்போதே தெரியவந்தது - அவள் பின்னே குடும்ப உறுப்பினர்கள் அனைவரும் நின்றது. தன்னை ஏதேனும் கேட்பார்களோ? என்று எண்ணிய மலருக்கு ஏமாற்றமே. ஒருவரும் ஒருவார்த்தை கூட பேசாமல் அங்கிருந்து கலைந்து சென்றனர்."

"அமுதாஅழாதே! மலரின் சார்பாக நான் உன்னிடம் மன்னிப்பு கோருகின்றேன்."

"நீ ஏன் மன்னிப்பு கேட்க வேண்டும் நிருதி!" அதுவும் அவள் பொருட்டு. ஏனோ அப்போது அவள் கூறிய வார்த்தை சுளீர் என்றது. அதனால் அழுகையும் வந்துவிட்டது. இதற்காக நீ ஒன்றும் வருந்தாதே."

"என்னை விட்டுச் சென்றுவிட மாட்டாயே?"

"இல்லை நிருதி. இப்பொழுது தான் உனக்கு உறுதுணையாக உன்னுடன் இருக்க வேண்டும் என்று தோன்றுகிறது."

"மிக்க நன்றி அமுதா!" என்று நிருதி அவளைத் தழுவிக் கொண்டாள்.

அன்றைய நாள் முழுதும் தன்னிடம் யாரும் பேசாதது குறித்து மலருக்கு வருத்தம் இருந்தது உண்மையே. அறையிலே தான் வருவதற்கு முன்பாகவே உறங்கி போன கருணாவைக் கண்டதும், அந்த வருத்தமானது மேலும் அதிகரித்தது.

சேடிப் பெண்ணை அழைத்து, "சிற்றரசியார் எங்கே?" என்று கேட்டான் கருணா.

"ஆலயம் வரையிலும் சென்றுள்ளார் அரசே."

“யார் யார் சென்று உள்ளார்கள் அவருடன்?”

“அவர்கள் மட்டும் தனியே சென்று உள்ளார்கள். அரசே. மூத்த அரசியாரும் அவர்களின் தோழியும் அறையிலே இருக்கின்றார்கள்.”

“சரி, நீ போ.” அறையின் அருகே சென்ற கருணா, நிருதி அமுதா உரையாடலைக் கேட்டு அங்கேயே நின்றான். கதவின் இடைவெளியில் அவர்கள் இருவரும் கட்டிலில் அமர்ந்து பேசிக் கொண்டு இருந்தது தெரிந்தது. மேல் துகில் ஆடை நழுவி விழுந்த நிலையில், அமுதா பேசியதை ஆர்வமாகக் கேட்டுக் கொண்டிருந்தாள் நிருதி.

“உனக்கு ஒன்று தெரியுமா நிருதி? உண்மையில் நேற்றைய தினம். மலர் கூறியதன் பொருட்டு கண்ணீர் வரவில்லை.”

“பிறகு?”

“மலரை முறைத்தவாறு பார்த்துக் கொண்டிருந்தார் அரசர். அதை அவள் கவனிக்க வாய்ப்பில்லை ஆனால், அதனை நான் கவனித்து விட்டேன். என்ன ஒரு பார்வை அது? அதனைக் கண்டதால்தான் எனக்கு கண்ணீரே வந்துவிட்டது.

நீ தான் தைரியசாலி ஆயிற்றே அமுதா. அவரின் பார்வையா உன்னை பயம் கொள்ள செய்தது? இதனை என்னால் நம்ப முடியவில்லையே.”

“உண்மையாகத் தான் நிருதி. ஆனால் நீயும், மலரும் எப்படி அவருடன் இத்துணை இயல்பாக பழகமுடிகிறது? எனக்கு அவரை தூரத்தில் வர கண்டாலே இனம் புரியா பயமானது தொற்றிக் கொள்கின்றது.”

“அவருடைய மனைவியர்கள் என்பதனால் அவரிடம் இத்துணை இயல்பாக எங்களால் இருக்க முடிகிறதோ என்னவோ அமுதா?”

“இருக்கலாம் நிருதி.

உன் பயத்தை போக்க நான் வேண்டுமானால் ஒரு உபாயத்தைக் கூறட்டுமா அமுதா?”

“உடனே கூறு நிருதி.”

“பேசாமல் நீயும் அவரை மணந்து கொள்ளேன்?” என்று நிருதி கூறியதுமே நகைத்து விட்டான் கருணா.

"நீ என்ன கூறுகின்றாய் நிருதி?

ஆம் அமுதா நீ அவரை மணந்து கொண்டாயானால், அவர் மீது உனக்கு உண்டான பயமும் போய்விடும்; தோழிகளான நாம் மூவரும் ஒரே இடத்திலே இருக்கலாம். எப்படி என் யோசனை?"

"அய்யோ, அம்மா, தாயே! என்னை ஆளைவிடு; நான் இப்போதே வேண்டுமானாலும் சேதி நாட்டிற்குச் சென்று விடுகின்றேன்."

"ஏன் அமுதா? அவர் அப்படி ஒன்றும் கொடுமைக்காரரர் இல்லை. உன்னைப் பொன்னைப் போல பார்த்துக் கொள்வார்."

"ஏதேது... உன் பேச்சைக் கேட்டால், இப்பொழுதே என்னை அவருக்குக் கண்ணானம் செய்து வைத்து, இன்று இரவே எங்களுக்கு முதலிரவும் நடத்தி விடுவாய் போல் இருக்கிறதே?"

"ஆம் அமுதா. நீ தலையசைத்தால். உடனடியாக அனைத்து ஏற்பாடுகளும் செய்து விடுவேன்.

அப்படியானால் இனி என் வாழ்நாளில் நான் தலையசைக்கப் போவதே இல்லை, நிருதி."

அவர்களின் உரையாடலைக் கேட்ட கருணாவிற்கு நிருதியின் மேல் கோபம் வரவில்லை; மாறாக நகைப்புதான் வந்தது.

அப்படியே நீ கூறியபடி எமக்குத் திருமணம் நடந்தாலும், உன்னையும், அரசரையும் கூட ஒருவாறாக சமாளித்து விடுவேன். ஆனால் இந்த மலருடன் என்னால் சக்களத்தியாள் சண்டை போட முடியாது. நான் வாணரின் மகள். வண்டையின் அரசி என்று சொன்னதையே சொல்லி என்னைப் பாடாய்ப் படுத்துவாள் நிருதி. ஆகையால் எனக்கு அரசர் வேண்டாம்" என்று அமுதா? பரிதாபமாகக் கூற, வயிறுவலிக்க நகைக்கத் தொடங்கினாள் நிருதி. கருணாவும் தான். என்றாலும் நிருதி அளவிற்கில்லை. நகைப்பதையும் தாண்டி, ஏதோ ஒன்று அவன் கண்களையும், கவனத்தையும் ஈர்த்தது.

என்ன இது? புதிதாய் ஒரு கள்ளத்தனம் நம்முள் முளைத்துள்ளதே? ஒரு பெண்ணை அவளே அறியாமல் இது

போன்று காண்பது தவறு இல்லையா? இல்லை இதில் என்ன தவறு இருக்கிறது? அவள் என் மனைவி தானே. அவளைக் காண்பதற்குக் கூடவா அந்தப் பரம்பொருளின் அனுமதி பெறவேண்டும்? அவரும் இதற்குக் கூட வா என்னை அனுமதிக்க மாட்டார்? நாம் இங்கு வெகு நேரமாக நின்று கொண்டு இருப்பதை யாராவது பார்த்து விட்டால் என்ன ஆவது?' என்று எண்ணிய கருணா, "நிருதி!" என்றழைத்தான்.

தனது மேலாடையை அணிந்துகொண்டே, "வணங்குகின்றேன் சுவாமி!"

"வணக்கம் தேவரே!" என்றாள் அமுதா இருவருக்கும் தலை அசைத்தான் கருணா, "நிருதி, நீ அனுமதித்தால் ஒரு காரியமாக அமுதாவை எனது அறைக்கு அழைத்துச் செல்வேன்."

"இதற்கு எதற்கு சுவாமி அனுமதி? தாராளமாக அழைத்துச் சொல்லுங்கள். சென்று வா அமுதா."

"நான் அரசருடனா?"

"ஆம் அமுதா"

"நீயும் வா நிருதி."

"இல்லை அமுதா உன்னை மட்டும் தானே அரசர் அவர்கள் அழைத்தார்கள். சரிதானே சுவாமி?"

"ஆமாம், ஆமாம்"

"பிறகு என்ன? சென்றுவா அமுதா."

"உடனே வா அமுதா! என்று கூறி கருணா முன்னே செல்ல, அவன் பின்னே சென்ற அமுதாவைப் பார்த்து மீண்டும் நகைக்கத் துவங்கினாள் நிருதி."

"ஒரு வேளை நாமும் நிருதியும் பேசிக் கொண்டு இருந்தது அரசருக்குக் கேட்டு இருக்குமோ. கேட்டிருந்தால் தான் என்ன? நிருதி கேட்டவற்றுக்குத் தானே பதில் கூறினோம்?"

"அமுதா அறையினுள் வந்து அறைக் கதவுகளை தாழிடு."

"அரசே, தாங்கள் என்ன கூறினீர்கள்?"

"சற்றே விலகு அமுதா!" என்ற கருணா தானே அறைக் கதவுகளைத் தாழிட்டு அமுதாவை அமரும்படி கூறினான்.

கருணாவின் இந்தச் செயல்பாடு அமுதாவிற்குக் கலக்கத்தை ஏற்படுத்தியது.

"பரவாயில்லை அரசே! நான் நின்று கொண்டே இருக்கின்றேன் தாங்கள் கூறவந்ததைக் கூறுங்கள். நான் செல்ல வேண்டும்."

"முதலில் நேற்றைய தினம் மலர் உன்னிடம் முறையற்ற முறையில் நடந்து கொண்டதற்கு யான் உன்னிடம் மன்னிப்பு கோருகின்றேன். ஒரு தேசத்தின் இளவரசியான உன்னை அவள் இது போல் அவமதித்துப் பேசி இருக்கக் கூடாது. இதுபோல் இனி ஒரு முறை நடக்காது" என்று நான் உனக்கு வாக்களிக் கின்றேன், அமுதா!"

"அய்யோ... அரசே! தாங்கள் இது போன்று பெரும் வார்த்தைகளைக் கூறாதீர்கள். அது என்னை மேலும் சங்கடத்தில் ஆழ்த்தும்."

"இதனை பொது இடத்தில் உன்னிடம் கூறத் தயக்கமாக இருந்தது அமுதா. அதனாலே இங்கே அழைத்து வந்தேன்."

"அரசே! தாங்கள் தயவு கூர்ந்து இது போல் கூறாதீர்கள். நான் ஒன்றும் நினைக்கவில்லை."

நல்லது அமுதா. இப்போதும் நீ இங்கிருந்து போனதும், நாம் என்ன பேசிக் கொண்டோம் என்பதை நிருதி நிச்சயம் கேட்கமாட்டாள். ஆகையால், இது குறித்து அவளிடம் நீ பேச வேண்டாம். புரிந்ததா?"

"ஆகட்டும் அரசே. வருகின்றேன்" என்ற அமுதா நிருதியின் அறைக்குச் சென்றாள்.

"எதையோ எழுதிக் கொண்டிருந்த நிருதியிடம்" என்ன நிருதி செய்யுளுக்கு உரை எழுத ஆரம்பித்து விட்டாயா?" என்று கேட்டாள் அமுதா.

"ஆம் அமுதா" என்றவள் மீண்டும் எழுதத் துவங்கினாள்.

"நிருதி, அரசர் எதற்கு அழைத்தார் என கேட்கமாட்டாயா?"

"எதற்காகக் கேட்கவேண்டும் அமுதா? உன்னிடம் கூறப் போவதை நானும் அறிந்து கொள்ளலாம் என்றால் அரசர் அவர்கள் இங்கேயே கூறியிருப்பார்களே. ஏதோ முக்கிய காரணம் இருப்பதனாலேயே, உன்னைத் தனிமையில்

அழைத்துச் சென்றார்கள். அது எதனால் என்று நான் உன்னிடம் கேட்பதும் அல்லது அவரிடம் கேட்பதும் அநாகரீகம் ஆகாதா?"

"சரியாக தான் சொல்லி இருக்கின்றார் வண்டையர் கோன்."

"என்ன அமுதா, எதுவும் கூறினாயா?"

"ஒன்றுமில்லை, நிருதி"

"வா மலர், ஆலயம் சென்றுவந்தேன். அது தான் திருநீறு கொடுக்கலாமே என்று. எடுத்துக் கொள். அமுதா நீயும் எடுத்துக் கொள். இருவரும் உணவு அருந்தினீர்களா?"

"இருவரும் தலை அசைக்க, சரி நல்லது இதோ வருகின்றேன்" என்று அங்கிருந்து சென்றாள் மலர். நிருதியும் அமுதாவும் ஒருவரை ஒருவர் பார்த்துக் கொண்டனர்.

சோழபுரம் புறப்பட்டுக் கொண்டிருந்தான் கருணாகரன்.

"மகனே!"

"வணங்குகிறேன் தந்தையே."

"இங்கே யார் வந்திருக்கின்றார் என பார்."

"வணங்குகின்றேன் புலவரே!

வணக்கம் அம்மா! நல்லாசிகள் கருணாகரா!"

"தாங்கள் எங்களின் இல்லத்திற்கு வந்ததில் நாங்கள் மிகவும் பெருமை கொள்கின்றோம்."

"இதையே தான் மகனே யானும் கூறினேன். திருநறையூர் ஆலயத்திற்கு வந்திருந்தார்களாம். நான் நகர்வலம் சென்ற போது எதேச்சையாக அவர்களைக் காண நேர்ந்தது. அதுதான் கையோடு அழைத்து வந்தேன்."

"தாங்கள் எங்கள் இல்லத்திற்கு வருகை தந்தால் பெரும் பேறு எங்களுக்குக் கிட்டும் என்று."

"உண்மை தான் தந்தையே. புலவரே, அம்மா இருவரும் அமருங்கள். நானே சென்று நிருதியை அழைத்து வருகின்றேன். தாங்கள் இங்கு வந்திருப்பது தெரிந்தால் அவள் மிகவும் மகிழ்ச்சி கொள்வாள்."

"ஆம் மகனே. உடனே சென்று அழைத்து வா" என்றார் அன்னவ ராயர்.

-51-

வண்டையர்களின் பாரம்பரியம்

"நிருதி நமது அரண்மனைக்கு யார் வந்திருக்கிறார் என்று வந்து பார்."

"யார் சுவாமி?"

"சயங்கொண்ட புலவரும் அவருடைய துணைவியாரும்"

"நிசமாகவா?"

"ஆம் தேவி.

நிருதியும், அமுதாவும் உடனடியாக புலவரைக் காண சென்றனர்."

"வணங்குகிறோம். புலவரே அம்மா" என்று அங்கு வந்தனர் தோழிகள் இருவரும்.

"மகளே, எப்படி இருக்கின்றாய் அம்மா?"

"மிக்க நலம் புலவரே. தாங்கள் இங்கு வந்ததில் எனக்குப் பெரும் மகிழ்ச்சி புலவரே" என்றவள்.

"அமுதா அத்தையாரை அழைத்து வா." என்றாள்.

"வேண்டாம் மகளே நானே வந்து விட்டேன்" என அங்கு வந்தாள் உத்தமவல்லி. அடுத்தடுத்து குடும்ப உறுப்பினர்கள் அங்கு வந்து. புலவருடனும், அவர்தம் மனைவியுடனும் அளவளாவி, அவர்களுக்கு விருந்து ஏற்பாடு செய்திருந்தனர்.

"கருணாகரா சோழபுரம் எப்பொழுது புறப்படப் போகின்றீர்கள்?"

"இதோ புறப்பட்டுக் கொண்டே இருக்கின்றேன், புலவரே!"

"அப்படியானால், நாங்களும் தங்களுடன் வரலாமா?"

"அதற்கென்ன? தாராளமாக புலவரே" என்றான் கருணாகரன்.

"நிருதி உனக்கு ஒன்று தெரியுமா? முன்னைப் போல இல்லை, உனது தந்தையார்"

"ஏன் புலவரே? தந்தையாருக்கு என்ன ஆயிற்று?" என்ற நிருதியிடம், "நீ கவலை கொள்ளும் படியாக ஒன்றும் இல்லை மகளே." முன்பெல்லாம் ஆட்சி பெரும் சுமை என்பது அவ்வப்போது நமது சக்கரவர்த்திகளை அழுத்த, சற்றே இறுக்கமாக காணப்படுவார். ஆனால் தற்போதோ, அவருக்குத் தோளோடு தோள் கொடுக்க வானதி ராயருடன் களம் இறங்கி உள்ளார் உன் கணவர். தனது எண்ணத்தை என்னவென்று கூறும் முன்னரே அதற்கு செயல் வடிவம் தந்து விடுகிறார். தன் மரு மன்னிக்கவும், கருணா, அமைச்சர் வண்டையர் கோன் என்று என்னிடம் கூறி பெருமைப்பட்டுக் கொண்டார். இப்பெரும் சோணாட்டைக் காத்து ஆட்சி செய்யும் தாங்கள் அந்தத் திருமால் என்றால். தாங்கள் இட்ட பணியை செவ்வனே செய்து முடிக்கும் கருணாகரன், அந்தத் திருமாலின் சக்கரம் போன்றவன் என்று சக்கரவர்த்திகளிடம் கூறினேன். என்ன மகளே யான் கூறியது சரிதானே? உனது கணவன் அந்தத் திருமாலின் சக்கரத்தை போல நிற்காமல் சுழன்று கொண்டே வருகின்றார்." நம் சோணாட்டின் நலனுக்காக

"புலவர் வாக்கு பொய்க்காது என்பார்கள். தாங்கள் என் மைந்தனை அந்தத் திருமாலின் சக்கரத்துடன் ஒப்பிட்டுக் கூறியதை எண்ணிப், பெருமையும், மகிழ்ச்சியும் கொள்கின்றேன்" என்றாள் உத்தமவல்லி.

"அம்மையார் அவர்களே இன்னமும் தங்களின் மகனார் பெரும் பேரையும் புகழையும் ஈட்ட உள்ளார். அது குறித்து தங்களுக்கு அவ்வப்போது பெருமையும், மகிழ்ச்சியும் பெருகத்தான் போகின்றன."

"தங்கள் வாக்குப்படியே புலவரே."

"சரி அம்மா, அப்போது நாங்கள் புறப்படுகின்றோம்."

அங்கிருந்தவர்களிடம் விடைபெற்றுக் கொண்ட புலவரும் அவர் மனைவியும் கருணாவும் சோழபுரம் நோக்கி சென்றனர்.

சோழபுரம் கோட்டை. ஆலோசனை மண்டபம்.
“வணங்குகின்றோம் சக்கரவர்த்தி அவர்களே!”

“அனைவரும் புறப்படுவதற்குத் தயாராக உள்ளீர்களா?”

“தயாராகவே உள்ளோம் பிரபு. ஈழம் குறித்த ஆவணம் ஒன்று தங்கள் பார்வைக்கு.”

“அதில் என்ன உள்ளது ராயரே.

சோழதேசத்திற்கு, ஈழ நாட்டினர் இந்த ஆண்டு வரையிலும் திறைபொருள் தப்பாமல் தருவதாக கடந்த ஏழு ஆண்டுகளுக்கு முன்பே ஈழ அரசர் உடன்படிக்கையின் பெயரில் சாசனம் எழுதி அதிலே அவர் கையொப்பம் இட்டுள்ளார் பெருமா” என்றார் வானதி ராயர்.

“சரி இந்த ஆவணத்தின் மூலம் தாங்கள் கூறவருவது.”

“இதனை காலிங்க ராயரிடம் கொடுத்து அனுப்பினோமே யானால், இந்த ஆண்டிற்கான திறைபொருளைப் பெற்றுவர ஏதுவாக இருக்கும்.

இந்தப் பயணத்திற்குப் பிறகு ஈழ நாட்டுடனான அனைத்து போக்குவரத்துகளும் துண்டிக்கப் படுவதால், சாசனத்திலே திறைபொருளை ஈழ நாட்டான் எவ்விதம் தருவதாக குறிப்பிட்டுள்ளார் ராயரே.”

“தானோ, அல்லது தனது முக்கிய அமைச்சனோ நேரே வந்து தருவதாக குறிப்பிட்டுள்ளார், சக்கரவர்த்திகளே.”

“நல்லது காலிங்க ராயரே, இந்த சாசனத்தை தங்களுடன் எடுத்துச் சொல்லுங்கள். இதனை ஈழ அரசனிடம் வாசித்துக் காட்டி, திறைபொருளை இந்த ஆண்டு காஞ்சியிலே வந்து செலுத்த வேண்டும் என்று கூறுங்கள். தங்களிடம் கொடுத்து அனுப்புவதாக கூறினால் அதனை தாங்கள் ஏற்கலாகாது, புரிந்ததா?”

“தங்களின் சித்தப்படியே பிரபு.”

“இரு நாட்டுகளுக்கு இடையிலான அனைத்துத் தொடர்புகளும் துண்டிக்கப்படுவதால், அங்கே நலன் விசாரிப்பதற்கோ, உறவு கொண்டாடுவதற்கோ வேலை இல்லை. ஆகையால் தங்களுக்கு இட்ட பணி முடிந்ததும்,

உடனடியாக தாய் நாடு திரும்பும்படி. இரு குழுவினர்களையும் கேட்டுக் கொள்கின்றேன்"

"உத்தரவு அரசே!"

வானதி ராயரும், பாண்டியன் ஸ்ரீ வல்லபனும் சில உதவியாளர்களை அழைத்துக் கொண்டு சாளுக்கியத்திற்கும், காலிங்க ராயரும், கருணாகர தொண்டையானும் சில உதவியாளர்களை அழைத்துக் கொண்டு ஈழம் நோக்கியும் புறப்பட்டனர்.

வண்டையர் மாளிகை.

"வணங்குகின்றேன் மாமன் அவர்களே."

"வா அம்மா."

தங்களிடம் ஒரு முக்கிய காரணமாகப் பேசவேண்டும்.

"கூறு மகளே."

அதனைக் கேட்ட மலர் உத்தம வல்லியிடம் சென்று, "அத்தை; உடனடியாக என்னுடன் வாருங்கள்." என்றாள்.

"எங்கே மலர்?"

"அம்மான் இடத்திலே ஏதோ முக்கியமாக பேச வேண்டும் எனக் கூறுகின்றாள், நிருதி" அதென்ன தங்களுக்குத் தெரியாமல் அம்மானிடம் முக்கியமாக பேசுவது. தாங்களும் வாருங்கள்."

"மலர், என்ன இது சிறு பிள்ளை போல பேசுகின்றாய். அவள் எங்களின் மருமகள் மட்டும் அல்ல. இந்நாட்டின் அரசி. ஆகையால் பொதுப்படையாக உன் அம்மான் இடத்தில் தனியாக பேசுவது என்பது இயல்பே. இதில் எல்லாம் நம் தலையீடு இருக்கக் கூடாது அம்மா."

"ஏன், தாங்களும் இந்நாட்டின் அரசிதானே?"

"ஆனால் தற்போது உனது கணவனே வண்டையின் அரசன் என்பதை மறந்தாயா, என்ன? ஆகையால் என்னைவிடவும் நிருதிக்கே இனி கூடுதல் அதிகாரம். இது எதார்த்தமும் கூட.

"அப்படியானால் நானும் அவரின் மனைவி, வண்டையின் அரசி. அவர்கள் உரையாடுவதை நான் கேட்க கூடாதா?"

"அது உனது விருப்பம் என்னை அழைக்காதே" என்ற உத்தமவல்லி, தனது பணிகளைத் தொடர்ந்தாள்.

"உங்களின் உரையாடலில் நானும் பங்கு பெறலாமா, நிருதி?"

"தாராளமாக மலர்."

"சரி கூறு மகளே, எது குறித்து என்னிடம் பேச வேண்டும்?"

"நானும் அவரும் சில வாரங்களுக்கு முன் திருமங் களக்குடிக்குச் சென்றிருந்தோம்."

"ஆமாம், உனது அத்தை கூறினார் ஏதோ பரிகாரத்திற்காக உன்னையும் கருணாவையும் அனுப்பி வைத்ததாக"

"ஆம், மாமன் அவர்களே! அவ்வளாகத்தில் ஓர் ஏழை பட்டர் தனக்கு தானமாக, பொருளேனும், நிலமேனும் தரும்படி தங்களின் பிள்ளையிடம் கேட்டுக் கொண்டார் போலும். அதை அன்றே என்னிடம் கூறி அந்தப் பட்டருக்கான பொருள் தானம் தரும்படி கூறினார்கள். என்னை மன்னித்தருளுங்கள் மாமன் அவர்களே. அதனை நான் எப்படியோ மறந்து விட்டேன். அந்தப் பட்டர் தற்போது நமது அரண்மனைக்கே வந்து விட்டார். ஏதேனும் பொருள் தந்து உதவும்படி. ஆதலால் தாங்கள் அனுமதித்தால் அவருக்கு ஏதேனும் பொருட்களும், நிலங்களும் தரலாம் என்று எண்ணுகின்றேன்."

"இதற்கு எதற்கு மகளே இத்துணை தயக்கம்? தவிரவும், இது போன்ற காரியங்களுக்கு இங்கு இருக்கும் யாரின் அமைதியும் உனக்குத் தேவையில்லை என்று எத்தனை முறைகள்தான் உனக்கு யான் கூறுவது? நிலங்களை தானமாக அளிக்க விரும்பினால் புரவுதிணைக் களத்திடம் ஆலோசித்து உரிய நிலத்தை தானமாகவும், பொருள் தானம் என்றால் கருவூல அதிகாரி வைத்தியநாதனை ஆலோசித்து உரிய பொருளை தானமாகவும் வழங்கு மகளே. இதற்கு இடையே என் அனுமதி உனக்கு எதற்கு?"

"ஒரு காவலாளியை அழைத்த அன்னவராயன் புரவு திணையையும் வைத்திய நாதனையும் அழைத்து வரும்படி கூறினார்.

"அம்மான் அவர்களே, எனக்கு ஒரு சந்தேகம்." என்றாள் மலர்.

"என்ன மகளே? கேள்."

"அவர் இல்லாதபோது நிருதி அவருடைய அனுமதி இன்றி இதுபோல் செய்யலாமா?"

இதைக் கேட்ட அன்னவராயன், "என்ன மலர் இது? நம் குடும்பப் பழக்கவழக்கம் என்பது நிருதிக்குத் தெரியாமல் இருப்பது என்பது இயல்பு. ஆனால், உனக்குத் தெரியாததை எண்ணும் போது வேடிக்கையாக அல்லவா உள்ளது? நமது குடும்பப் பாரம்பரியம் குறித்து எது ஒன்றும் எனது தங்கை - அதுதான் உன் தாய் எதுவும் உன்னிடம் கூறவில்லையா? என்றார்.

முதலில் சிந்தாமல், சிதறாமல் தயிர் திரிப்பது எப்படி என்றே தங்களின் தங்கை இவளுக்குக் கற்றுத் தரவில்லை. பிறகு எப்படி இவற்றைக் கூறி இருக்கப் போகிறாள் அரசே?" என்று அங்கு வந்தாள் உத்தமவல்லி.

"அதற்கு முதலில் அவள் வானர் அரண்மனையில் இருந்திருக்க வேண்டும். எப்பொழுது பார்த்தாலும் சோழர்களின் அந்தப்புரத்திலே இருந்தால், அவர்களும் பாவம் என்ன தான் செய்வார்கள்?" என்று அங்கு வந்தாள் பெரியநாயகி.

"முதலில் நீங்கள் அனைவரும் என்னை கேலி பேசுவதை நிறுத்தி விட்டு நமது பாரம்பரியத்தை நீங்களே சொல்லித் தாருங்கள்" என்றாள் மலர் கோபமாக.

"சரி மகளே நானே உனக்குத் தெளிவாக கூறுகின்றேன்." என்றான் அன்னவராயன்.

"ஆட்சி உரிமை மட்டுமே கருணாவிற்கு. சொத்துக்களை பராமரிப்பது! தானம் வழங்குவது என்பது நிருதியின் மேற்பார்வையிலே தான் இருக்கும். இதற்கு முன் உன் அத்தையிடம் இருந்தது - இந்த அதிகாரம். யான் அரசனாக இருந்ததால். இப்பொழுது நனது பெயரில் உள்ள சொத்துக்கள் அனைத்தும் உன் அத்தையின் கட்டுப்பாட்டிலே தான் உள்ளது.

"அப்படியானால் நனது விருப்பப்படியும் அவருடைய சொத்துக்களைக் கையாளலாமா, அம்மான் அவர்களே?"

"அது முடியாது மகளே. இச்சொத்துக்களைக் கையாளும் அதிகாரம் கருணாவிற்கே இல்லாத போது உனக்கு எப்படி அம்மா அந்த உரிமை இருக்கும்? உனது சீதனச் சொத்துக்களை மட்டுமே உனது விருப்பப்படி செலவீனங்கள் செய்யலாம்."

"அதெப்படி அம்மான் அவர்களே? யானும்தானே அவரின் மனைவி."

"அப்படியானால்?"

"நிருதிக்கு இருக்கும் உரிமையில் சரி பாதி எமக்கும் தானே?"

"இல்லை மகளே ஒரு சராசரி குடும்பத் தலைவன் என்கிற வகையிலே தான் நிருதிக்கும், உனக்கும் அவன் சம உரிமை தரவேண்டும், தருவான். ஆனால் ஒரு நாட்டின் அரசன் என்கிற வகையில் ஒரு சில கட்டுப்பாடுகளையும், அரச நியதியையும் அவன் கடைபிடித்தே ஆக வேண்டும். ஏனெனில் ஒரு நாட்டின் அரசன் என்பவனே தனது குடிகளுக்குத் தலைசிறந்த உதாரணம் ஆகின்றான் என்பது எனது கருத்து அல்ல; பொதுப்படை. ஆகவே முதலில் அவனுக்கு என்று ஒரு வாழ்க்கை முறையை வகுத்துக் கொள்ள வேண்டும். அதன் மூலமே சாமான்யனில் இருந்து அவனை தலைசிறந்தவனாக தனித்துக் காட்ட இயலும். இது நமது முன்னோடிகள் வகுத்தது. அந்த வகையில் ஓர் அரசரின் முதல் மனைவியானவள் அவனுக்கு மற்றும் ஓர் அரசனால் அளிக்கப்படும் கௌரவம் ஆகும். அதை எந்த வகையில் மேலும் சிறப்பிப்பது என்று எம் முன்னோர்கள் வகுத்த வழிமுறைகளையே யானும் கடைபிடித்து, நன் மகனும் கடைப்பிடிக்கும் படிச் செய்துள்ளேன்."

"அப்படியானால், எனக்கான உரிமை என்பது ஒன்றும் இல்லையா அம்மான் அவர்களே?"

"ஏன் அம்மா அப்படி கூறுகின்றாய்? நீயும் விரும்பிய வர்களுக்கு, தானங்களும், பரிசுப் பொருள்களும் தரலாம் - நிருதியின் அனுமதியுடன்."

“அப்படியானால், இது எனது வாழ்நாள் காலம் வரையிலும் தொடருமா அம்மான் அவர்களே?”

“இல்லை நிருதியின் வாழ்நாள் காலம் வரையிலும் மகளே.”

“மிக்க நன்றி அம்மான் அவர்களே -- தங்களின் விளக்கத்திற்கு!” என்று கூறி அங்கிருந்து சென்றாள் மலர்.

மலர் சற்று நில் என்று நிருதி அழைத்ததைக் கவனியாமல் அங்கிருந்து சென்றாள் மலர்.

அதற்குள்ளாக அமைச்சர்கள் அங்கு வர, பட்டருக்கு அளிக்கும் தானம் குறித்து விவாதிக்கப்பட்டது. மலரின் அறைக்குச் சென்ற உத்தமவல்லி அவள் அருகே சென்று!” மலர், யான் உனக்கு அறிவுரைகள் கூறுவதாக எண்ண வேண்டாம். அப்படியே கூறினாலும், அதை நீ ஏற்க மாட்டாய் என்று தெரியும். ஆகையால் யான் ஒன்றை மட்டும் கூறிக்கொள் கின்றேன். பொறாமை, ஆசை, சினம், கடுஞ்சொல் ஆகிய இந்த நான்கு குற்றங்களுக்கும் இடங்கொடுக்காமல் அவற்றைக் கடிந்து ஒதுக்குவதே சிறந்த அறமாகும். இதனை உன் வாழ்நாளிலே நீ கடைபிடித்தாயானால், உனக்கு எந்நாளும் பொன்னாளாகவே அமையும். உரிமையை நிலைநாட்டும் எண்ணத்தில் உள்ளிருக்கும். அமைதியை குலைத்துக் கொள்ளாதே. ஏனெனில், இங்கே யாரும் யாருடைய உரிமையையும் பறிக்க இயலாது என்பதை நீ முதலில் உணர்ந்து கொள்ள வேண்டும். புரிந்ததா” என்றாள் உத்தமவல்லி.

பதிலேதும் பேசாமல் அமைதியாய் இருந்தால் மலர்.

“சரி, இதற்கு மேல் உனது விருப்பம்” என்றவள் அங்கிருந்து சென்றாள்.

வெகு நாட்களுக்குப் பிறகு வண்டைக்கு திரும்பிய தனது மகனுக்கு ஆரத்தி எடுத்தாள் உத்தமவல்லி.

“மகனே, முன்பெல்லாம் வாரக்கணக்கிற்கு ஒரு முறையேனும் வண்டைக்கு வந்து செல்வாய். ஆனால் தற்போதோ திங்கள் கணக்கில் வண்டைக்கு வருவதே இல்லை.”

"என்ன செய்வது தாயே? நனது பணி அப்படி."

என்னவோ இங்கே பெயருக்கு தான் இரண்டு ஆண்பிள்ளைகள். ஆனால் இருவருமே மனை தங்குவது இல்லை. நீயோ எப்போது பார்த்தாலும் அரசு முறைப் பயணம் என்று சொல்லிக் கொண்டு மாதக் கணக்கில் இங்கே வருவது இல்லை. உன் தம்பியோ ஆண்டுக் கணக்கில் வருவதில்லை - தொழில் சார்ந்து தூரதேசப் பயணம் செல்வதாக சொல்லி.

"தங்களின் ஆதங்கம் எனக்குப் புரிகின்றது தாயே. இருப்பினும், என்ன செய்வது? இது போன்ற பயணங்களை எம்மால் தவிர்க்கவோ அல்லது எனது பொருட்டு என் பிரதிநிதியாக மற்றும் ஒருவரையோ அனுப்பவோ இயலாதே தாயே."

"அதெல்லாம் சரி மகனே, நீ போன காரியங்களில் சுபம் தானே?"

"அதில் என்ன சந்தேகம் தாயே தங்களுக்கு? ஈழத்திலே நிலைநின்றிருந்த கப்பற்படையைப் பட்டணத் துறைமுகத்தில் நிறுத்தி, அதில் இருந்த வீரர்களையும், ஆயுதங்களையும் சரிபார்த்து சோழபுரத்தில் சேர்த்தாகி விட்டது. அதனைப் பாராட்டும் விதமாக சக்கரவர்த்திகள் சபையைக் கூட்டி. பாராட்டும் பரிசுப் பொருட்களும் வழங்கினார். இது எனக்கு மட்டும் அல்ல. அமைச்சர் காலிங்க ராயருக்கும், அம்மான் வானதி ராயருக்கும் பாண்டியன் ஸ்ரீ வல்லபனுக்கும்"

"என்ன என்ன பரிசுப் பொருட்கள் தம்பி?"

"அதனை யான் அறியவில்லை தாயே."

"நீ என்ன கூறுகின்றாய் கருணா? அதெப்படி உனக்குத் தெரியாமல் போகும்?"

"ஆம் தாயே பரிசுப் பொருள் உள்ள பெட்டகங்களும், அப்பொருட்களும் பெயர் அட்டவணை அடங்கிய பட்டு சுருளும் தருவித்தார்கள் அவை இரண்டையுமே நனது உதவியாளர்களாக ஈழத்திற்கு எம்முடன் வந்தவர்களுக்குக் கொடுத்துவிட்டேன் தாயே. அந்த ஈசனுக்கு எந்நாளும் நன்றி உரைப்பேன் - தர்மராசனை எனக்கு மகனாக கொடுத்தற்கு."

"தாயே போதும் உங்கள் முகஸ்துதி.

உண்மையை சொன்னால் துதி என்கிறாய் நீ."

"சரி இந்தாருங்கள் தாயே."

"இது தான் என் அருமை மகனின் உயரிய பண்பு என்று கூறுவேன். பணிநிமித்தமாகப் பயணங்கள் சென்றாலும் கூட குடும்ப உறுப்பினர்களுக்கு மறவாமல் பரிசுப் பொருட்கள் தருவதை."

"நன்றி தாயே." தனது சிறிய அன்னைக்கும் பரிசு தந்த கருணா. "ஆமாம்,

எங்கே தாயே நிருதியும், மலரும். எப்பொழுதும் யான் வண்டைக்குத் திரும்புகையில் எம்மை வரவேற்க தங்களுடன் கோட்டை வாசலுக்கே வந்துவிடுவார்கள். ஆனால் இன்று இத்துணை நாட்கள் கடந்து வந்திருக்கின்றேன். இருவருமே வரவில்லையே ஏன்?"

"உனது சிறிய தந்தையை அழைத்துக் கொண்டு நிருதியும், அமுதாவும் ஆலயம் சென்று உள்ளார்கள். மலர் அவளின் அறையிலே தான் உள்ளாள் மகனே. சென்று பார்!" என்ற உத்தமவல்லி அங்கிருந்து சென்றாள்.

மலரின் அறைக்குச் சென்று கொண்டிருந்த கருணாவிடம் சேடிப் பெண் ஒருத்தி நிருதி கொடுத்ததாகக் கூறி ஓலை ஒன்றைக் கொடுத்து சென்றாள்.

"என்ன எழுதி உள்ளாள் இதில்?"

"வணங்குகின்றேன் சுவாமி, வந்து விட்டீர்களா? நலம் தானே. மனம் மகிழ்ந்து கொடுக்கும் பரிசுப் பொருள்களை விடவும், முகம் மலர்ந்து கூறும் இனிமையான வார்த்தைகளே ஒருவருக்கு மகிழ்ச்சியையும் மன நிறைவையும் தரும் சுவாமி. ஊடலில் தோற்றவரே வெற்றி பெற்றவர் ஆவார். அந்த உண்மையை. ஊடல் முடிந்தபின் கூடிமகிழும் நிலையில் தாங்கள் நன்குணர முடியும். இதனை யாருக்காக, எதன் பொருட்டுக் கூறுகின்றேன் என்பது இத்துணை நேரத்திற்கு உணர்ந்து கொண்டிருப்பீர்கள் எனில் நன்றி சுவாமி!

"மெல்லிய புன்னகையைத் தவழவிட்டு. அந்த ஓலையை தன் அறையில் வைத்து மலரைக் காணச் சென்றான் கருணா."

"எப்படி இருக்கின்றாய் மலர்?"

“நலமாகத் தான் இருக்கின்றேன்.”

“யான் வந்தது என்று கூடவா உனக்குத் தெரியவில்லை?”

“ஏன் தெரியாமல்... அது தான் பறையடித்து, கொம்பொலிக்கப் பட்டதே. குடிகளின் கோசம் எனது அறை வரையிலும் கேட்டதே.”

“பிறகு ஏன் எனைக் காண வரவில்லை மலர்?”

“ஏன் எப்பொழுதும் நான் தான் தங்களை வந்து வரவேற்க வேண்டுமா? தாங்கள் வந்து எனைக் காணமாட்டீர்களா?”

“அது தான் இதோ வந்து விட்டேனே மலர். என்மீது கடுமையான கோபத்தில் இருக்கின்றாய் போல தெரிகின்றதே?”

“ஆமாம் இருக்காதா என்ன? ஒரு திங்களில் திரும்புவதாகக் கூறிச் சென்றீர்கள். ஆனால் தைத் திங்கள் கடந்து வருகிறீர்கள். சொல்வது ஒன்று செய்வது ஒன்று. இதிலே தங்களை இனிய மொழி கூறி வரவேற்க வேண்டுமா நான்?”

“உனக்கு எத்துணை முறைகள் கூறுவது மலர். யான் சோழபுரக் கோட்டை வாயில் காவலாளியாகப் பணிபுரியவில்லை. நீயோ அல்லது நானோ நினைத்த நேரத்திற்கு இல்லத்திற்கு வர. யான் மேற்கொண்ட பணிகள் முடிந்தால் மட்டுமே நம் அரண்மனைக்குத் திரும்ப இயலும்.”

“தாங்கள் என்ன காரணம் கூறினாலும் இம்முறை யான் அதனை ஏற்கப்போவது இல்லை அத்தான். அதோடு கூட என்னுடன் கூடிக் களிக்க அனுமதிக்கப் போவதுமில்லை.”

அப்படியானால், இன்னும் உன் கோபம் தணியவில்லை? சரி போகட்டும் மலர், உன்னையே எண்ணிக் கொண்டு இங்கு வந்ததனால், நிருதி என்றொருத்தி மனைவி என்ற பெயரில் இருப்பதை மறந்து விட்டேன். அவளையேனும் சென்று பார்த்து வருகின்றேன். அதற்குள் உன் கோபம் தணிந்தால்? சேடி பெண்ணிடம் சொல்லி அனுப்பு மலர்” என்று கட்டிலில் இருந்து எழுந்தவனின் கரத்தைப் பிடித்து மலர்.

“அத்தான் எங்கு செல்கின்றீர்கள்?” என்றாள்.

“அது தான் கோபமாக இருக்கின்றாயே.”

“அது தனியும் வரையிலும் தாங்கள் எங்கும் செல்ல வேண்டாம் என்னுடனே இருங்கள்.”

“அப்படியானால் கோபம்? குறைந்துவிட்டது.”

“ஆமாம் எங்கே எமக்கான பரிசுப் பொருட்கள்?”

“ஒப்புக் கொள்கின்றேன் மலர். உனக்குக் கோபம் தணிந்தது என்று. இதோ வருகின்றேன்” என்றவன் ஓர் ஆபரணப் பேழையை அவளிடம் கொடுக்க.

எனக்கு மிகவும் பிடித்த வைர ஆபரணங்கள். ஈழத்திலே வாங்கினீர்களா, அத்தான்?” என்று கேட்டாள் மலர்.

“இல்லை மலர். பட்டிணத் துறைமுகக் கடைத் தெருவில் வாங்கியது.”

“அழகாக இருக்கின்றது அத்தான்.”

“பிடித்து இருக்கின்றதா உனக்கு?”

“ஆம்? என தலை அசைத்தாள் மலர்.”

அவனை அனைத்துக் கொண்டவள். அத்தான் எனது நினைவில், நிருதியை மறந்து போனீர்களா என்ன?”

“அவளை மறப்பது என்பது என் மரணத்தினாலும் கூட இயலாது.”

“என்ன அத்தான், நான் கேட்டதற்கு பதிலே இல்லை.”

“அது தான் அப்போதே கூறினேனே மலர். பிறகு மீண்டும் கேட்டால் மாற்றிக் கூறவா முடியும். உன் நினைவில் அவளை மறவேன் என்பதே உண்மை.”

“என்ன கூறினீர்கள்? மறந்தேன் என்பதே.”

“அப்படியானால் சரி” என்று தனது அகமகிழ்வை வெளிப் படுத்தினாள் மலர். நினைத்த அளவிலே களிப்படைதலும் கண்ட அளவிலே மகிழ்ச்சி அடைதலும். ஆகிய இந்த இருவகைத் தன்மைகளும் கள்ளுக்கு இல்லை; காமத்திற்கு உண்டு மலர். அதனைத் தற்போது யான் உணருகின்றேன்.”

“போதும் அத்தான் தங்களின் பரிகாசம்!” என்று கூறி அங்கிருந்து சென்றாள் மலர்.

“இந்தப் போலித்தனத்தை நன் வாழ்நாள் முழுதும் கடைபிடித்தே ஆகவேண்டுமா இறைவா?” என்று பெருமூச்சு விட்டான் கருணாகரன்.

நீராடி விட்டு வந்த கருணாகரன் அதுவரையிலும் நிருதி வராததை எண்ணி வருந்தினான்.

“கருணா, எப்போது வந்தாய் மகனே?” என்றார் அன்னவ ராயர். புற வேலையாக சென்று திரும்பி வந்து.

“வணங்குகின்றேன் தந்தையே. யான் வந்து வெகு நேரம் ஆயிற்று.”

“சரி, போன காரியம்”

“சிறப்புடனே முடிந்தது தந்தையே.”

“ஈழம், சாளுக்கியத்து தற்போதைய நிலைப்பாடு என்ன மகனே?”

இரண்டு நாடுகளுக்கும் சோணாட்டிற்குமான அனைத்து உறவுகளும் அதிகாரபூர்வமாகத் துண்டிக்கப்பட்டது தந்தையே. இதிலே, முன்னமே வகுத்திருக்கும் ஒப்பந்தத்தின் பேரில் ஈழ அரசன் வீரபாகு தேவர் இந்த ஆண்டிற்கான நிறைபொருளை காஞ்சியில் வந்து செலுத்தும்படி சக்கரவர்த்திகள் உத்தரவிட்டார். அதனை ஈழ அரசனும் ஏற்றுக் கொண்டு உள்ளார். ஆனால் அதை அவரே வந்து செலுத்தப் போகின்றாரா? அல்லது அவரின் முக்கிய அமைச்சர் எவரேனும் வருவார்களா என்று பொறுத் திருந்து தான் பார்க்க வேண்டும். சாளுக்கியத்திலே இதுபோன்ற பிணக்கு ஏதும் இல்லை என்றாலும், சக்கரவர்த்திகளின் இரண்டாம் மகளான அம்மங்கையாழ்வார். இனி சோணாட்டிலே வாழ விருப்பம் தெரிவித்ததால் அவர்களை தங்களுடன் அழைத்து வந்து விட்டார்கள் அம்மான் வானதி ராயரும், பாண்டியனும்.

“இதற்கு எப்படி சாளுக்கிய அரசன் இசைந்தான்? தன் மனைவியைத் தடுக்கவில்லையா?”

அது குறித்து விவரம் எமக்கு ஏதும் தெரியாது தந்தையே. தற்போது சோழரின் அரண்மனையில் உள்ளார் அம்மங்கை; அது மட்டுமே தெரியும்.

“என்னமோ எல்லாம் அந்த ஈசனுக்கே வெளிச்சம்.”

“அதெல்லாம் சரி தந்தையே, சிறிய தந்தை நிருதியை எந்த ஆலயத்திற்கு அழைத்துச் சென்றார்? இன்னும் வரவில்லையே.”

“திருநறையூர் ஆலயத்திற்கு மகனே! எப்படியும் இன்று மாலைக்கும் வந்து விடுவார்கள்.”

“யான் வேண்டுமானால் சென்று பார்த்து விட்டு வருகின்றேன்.”

“வேண்டாம் மகனே. நீ ஓய்வெடுத்துக் கொள். அதுதான் ஆவுடையான் சென்றிருக்கிறானே, பத்திரமாக அழைத்து வந்துவிடுவான் என் மருமகளை.”

“ஆகட்டும் தந்தையே” என்று அங்கிருந்து சென்றான்.

கண்விழித்த கருணாகரன் தனது அருகே மலர் உறங்கிக் கொண்டிருப்பதைக் கண்டான்.

“என்ன இது, மாலைப் பொழுதில் இருந்து தொடர்ச்சியாக உறங்கி விட்டோமா என்ன? நிருதி வந்து விட்டாளா? என்று தெரியவில்லையே.”

அவளுடைய அறைக்கு விரைந்தான். அங்கே படுக்கையிலும் காணாதது குறித்து கவலை வந்தது அவனுக்கு. அறையில் இருந்து வெளியேறியவனிடம், “யான் இங்கு தான் இருக்கின்றேன், தேவரே!” என்று நிருதி நிலாமுற்றத்தில் நின்று கொண்டு கூறினாள்.

“வணங்குகின்றேன் சுவாமி! நலம் தானே?”

“நீ எப்படி இருக்கின்றாய் நிருதி? எப்போது வந்தாய் ஆலயத்தில் இருந்து?”

“யான் மாலையே வந்து விட்டேன் சுவாமி. தாங்கள் அயர்ந்து உறங்கிக் கொண்டு இருப்பதாக மலர் கூறினாள். அதுதான் தங்களைத் தொந்தரவு செய்வானேன் என்று விட்டுவிட்டேன். தாங்கள் சென்ற காரியம் என்னவானது சுவாமி?”

அன்று காலை தன் தாயிடமும் தந்தையிடமும் கூறியவற்றை நிருதியிடம் தெரிவித்தான்.

“அக்கையார் மாமன் அவர்களை நிரந்தரமாகப் பிரிந்து வந்துவிட்டார்களா, சுவாமி?”

“அது குறித்த விவரம் எமக்கு முழுவதுமாகத் தெரியவில்லை நிருதி. அது அம்மானுக்கும், சக்கரவர்த்திகளுக்கும் மட்டுமே தெரிந்தது. அதெல்லாம் இருக்கட்டும் நிருதி. அது என்ன ஓலை எழுதி இருந்தாயே? எதற்காக?”

“அது ஒன்றுமில்லை சுவாமி. தங்களின் பிரிவு துயர் ஆனது மலரை வெகுவாகப் பாதித்து இருந்தது. ஆகையால் அவளை

ஆற்றித் தேற்றும் வகையில் தங்களின் அணுகுமுறை இருந்தால் நன்றாக இருக்குமே என்று அதை எழுதி இருந்தேன். சற்றேனும் அவள் அகம் குளிர்ந்தா சுவாமி?"

"அதற்கென்ன, சிறப்புடனே தேவி!"

"மிக்க மகிழ்ச்சி சுவாமி!"

"நிருதி யான் ஒன்றைக் கேட்கட்டுமா?"

"கூறுங்கள் சுவாமி."

"நனது பிரிவானது உனை ஒன்றுமே செய்யவில்லையா தேவி?"

"யான் இதுவரையிலும் தங்களைப் பிரிந்ததாக எண்ணியதே இல்லை சுவாமி."

"இதுவே, உனது உயரிய குணமும், நீ இன்சொல் உதிர்க்கும் விதமுமே உனக்கு சிறந்த அணிகலன்கள்; நீ புறத்தே அணிந்திருக்கும் அணிகலன்களால் உனக்கு அழகல்ல. உன் பொருட்டு அவைகட்குப் பெருமை - உனைத் தழுவிக் கிடப்பதில்."

"அமைதியாய் இருந்தாள் நிருதி."

"பார்த்தாயா தேவி! அணிகலன் என்றதுமே தான் நினைவிற்கு வருகின்றது. இதோ வந்து விடுகின்றேன்" என்று சென்றான். ஒரு பேழையுடன் வந்தான்.

"என்ன இது சுவாமி?"

"திறந்துதான் பாரேன் நிருதி!"

"தும்பையின் வெண்மையை ஒத்த ஆபரணங்கள். இவை நெய்தல்நில ஆபரணங்கள் அல்லவா சுவாமி?"

ஆம் தேவி, வலம்புரி சங்கினால் செய்யப்பட்ட ஆபரணங்கள். இவற்றை ஈழத்தில் வாங்கிவந்தேன்."

"இத்துணை நுணுக்கமாக சங்கில் ஆபரணம் செய்ய முடியுமா சுவாமி?"

"கைதேர்ந்த கலைஞனுக்குக் கல்லும் இசைந்து கொடுக்கையில் சங்கு எம்மாத்திரம் தேவி?"

"உண்மைதான் சுவாமி! இந்த ஆபரணங்கள் எம்மை வெகுவாக்க கவர்ந்துவிட்டன."

"அப்படியானால், உடனே அணிந்து கொள், தேவி."

“இந்த இரவு வேளையிலா சுவாமி?”

“இருளிலேதான் வெண்மையின் முழு அழகை உணர முடியும் தேவி.”

“அதுவும் சரிதான்.”

தான் அணிந்திருந்த ஆபரணங்களைக் களைந்து விட்டு சங்கு ஆபரணங்களை அணிந்து கொண்டாள் நிருதி.

“சுவாமி இந்த மேகலையைப் பார்த்தீர்களா? இறுக்கமாகவும் இல்லை. இலகுவாகவும் இல்லை. இடையில் தரித்திருக்கும் உணர்வும் இல்லை. எப்படி இவ்வளவு துல்லிய அளவில் வாங்கி வந்தீர்கள் சுவாமி?”

“கடந்த முறை நித்திலமேகலை சற்றே தொய்வாக உள்ளதைக் கூறினாய் அல்லவா நிருதி. அதை அனுசரித்தே இதனை வாங்கிவந்தேன்.”

“நன்றிகள் சுவாமி! தாங்கள் பரிசளித்த அனைத்து ஆபரணங் களையும் உச்சி முதல் பாதம் வரை பூட்டிக் கொண்டேன். எப்படி இருக்கின்றது சுவாமி?”

“மிகவும் அழகாக இருக்கிறது நிருதி.”

“இதற்கு மேலும் யான் இங்கு இருப்பது அழகல்ல. புறப்பட வேண்டியது தான்” என்று எண்ணிக் கொண்ட கருணா, “நிருதி நீ சென்று உறங்கு. யான் உனைக் காலையில் சந்திக்கின்றேன். இதோ இந்தப் பரிசுப் பொருளை அமுதாவிடத்தில் நீயே கொடுத்துவிடு” என்றவன் அவள் பதிலுக்காகக் காத்திராமல் அங்கிருந்து சென்றான்.

அவன் அறையில் இருந்து வெளியேறுவதையே பார்த்த வண்ணம் இருந்தாள் நிருதி.

காலைப்பொழுது பூசை அறையிலே இருந்த நிருதி இடம். சேடிப் பெண் ஒருத்தி வந்து, “வணங்குகின்றேன் அரசியாரே. பெரிய அரசர் தங்களை அழைத்து வரும்படி கூறி உள்ளார்” என்றாள்.

“இதோ வருகின்றேன் எனக் கூறு.” அரண்மனையின் நடுநாயகமாகப் பத்தியிலே தனது தம்பி, மற்றும் மகனுடன் அமர்ந்திருந்தார் அன்னவராயன். அங்கு வந்த நிருதி அவர்களிடம் தனது வணக்கத்தைத் தெரிவித்துக் கொண்டாள்.

அவளை அடுத்து உத்தமவல்லி, பெரிய நாயகி, மலர் என அடுத்தடுத்து அனைவரும் வந்தனர்.

"என்ன சுவாமி, இந்தக் காலைப் பொழுதிலே அனைவரையும் அழைத்துள்ளீர்கள்?"

"ஒன்றுமில்லை தேவி! இம்மாதம் மகா சிவராத்திரி வருகின்றது இல்லையா? அது குறித்து ஆலயப் பட்டர்கள் வந்து சென்றனர். வழக்கம் போல இந்த ஆண்டும் சத்திரங்களில் நடைபெறும் அன்னதானத்திற்கு நான் ஏற்பாடுகள் செய்து விடுகின்றேன். அரண்மனையில் இருந்து ஆலயத்திற்கு எடுத்துச் செல்லும் பிரசாதங்களை நீ தானே ஏற்பாடுகள் செய்வாய். அதைக் கூறவே அழைத்து வரச்சொன்னேன்."

"அதற்கென்ன சுவாமி சிறப்புடனே செய்து முடிக்கின்றேன். இப்பொழுது எமக்கு சற்றே பணிகள் உள்ளன. மற்றவற்றை நீங்களே பேசிக் கொள்ளுங்கள்" என்று அங்கிருந்து சென்றாள் உத்தமவல்லி.

"நிருதி, கடந்த ஆண்டைப் போலவே இந்த ஆண்டும் மகா சிவராத்திரிக்கு அளிக்கப்படும் தானம் குறித்த விவரங்களை உனது சிறிய மாமன் பட்டியலிட்டுள்ளான். அதனை ஒரு முறை சரிபார்த்துவிட்டு உனது கையொப்பத்தத்தையும் அரசு முத்திரையையும் பதித்தோமேயானால், மேற்படி மற்ற காரியங்களைத் துவங்கலாம்."

"ஆகட்டும் மாமன் அவர்களே." என்று பதிலளித்தாள்.

"இடை மறித்துப் பேசுவதற்கு மன்னித்தருளுங்கள் அம்மான் அவர்களே" இந்த ஓலையில் எவ்வளவு தானத்திற்கு உரியதாக கூறப்பட்டுள்ளது என நான் தெரிந்து கொள்ளலாமா?" என்றாள் மலர்.

"அதற்கென்ன? தாராளமாக மகளே!" என்ற அன்னவராயன், அதில் இருப்பதை வாசிக்கும்படி கட்டளை இட்டார்.

"தனது தம்பிக்கு இந்த ஆண்டிற்கான தானத்தில் முதலாவதாக. வைணவ திருக்கோயில் ஒன்றிற்கு தேவதானமும் (கோயிலுக்காக நிலங்களை தானம் அளிப்பது). இருபத்தியொரு பட்டர்களுக்கு பிரம தேயம் (பார்ப்பணருக்கு தானமாக அளிக்கும் நிலம்). மூன்று சாலைகளுக்கு

சாலபோகமும் (கல்வி சாலைகளுக்கு அளிக்கப்படும் தானம்). ஒன்பது புலவர்களுக்கு முற்றூட்டும் (தானம்). இவை தவிர, பொதுவாக குடிகள் கேட்டுக் கொண்டதன் பேரில், நூறு களம் நெல், ஐம்பத்து ஒரு பசுக்கள் மூன்று களிறுகள்."

"கருணா, இதிலே கூட்ட, குறைக்க உனது அபிப்பிராயத்தையும் தெரிவிக்கலாம், மகனே.

"இதிலே எனது கருத்திற்கு என்ன இருக்கின்றது தந்தையே. தங்களின் விருப்பப்படியே இருக்கட்டும். இந்த தானங்களில் எதையேனும் கூடுதலாக்க இயலும் என்றால் அதில் எனக்கு மகிழ்ச்சியே. குறைக்க வேண்டாம்."

"நல்லது மகனே... உனது விருப்பப்படியே."

"அம்மான் அவர்களே, யான் ஒன்றைக் கேட்கலாமா?" என்றாள்.

கேள் மகளே!

இவ்வளவு தானங்கள் தேவை தானா? இதனால் தான் கிடைக்கும் பலன் என்ன?

சிரித்துக் கொண்டார் அன்னவராயர்.

"இது போன்ற தானங்களின் பலனானது உனது பிள்ளைகளையே சேரும் மலர். புரிந்ததா?"

"இப்படியே தானம் அளித்து கொண்டே இருந்தீர்களானால், வருங்காலத்தில் என் பிள்ளைகள் இடத்தில் இதன் பலன் மட்டுமே இருக்கும் ஒழிய, பொருள் என்பதே இருக்காது. பிறகு என் பிள்ளைகள் மற்றவர்களிடம் தானம் கேட்கும் நிலை கூட வரலாம்."

"மலர்!" என்று கத்தினான் கருணா - அரண்மனை அதிரும்படி.

"என்ன பேசுகின்றாய் நீ? அரசியாகத் தோற்றம் அளிப்பது பெரிது அல்ல. உள்ளத்தாலும் அரசியாக வாழ்வதே பெரிது"

"சுவாமி, இடைமறிப்பதற்கு மன்னியுங்கள். கோபத்துடன் உதிர்க்கும் வார்த்தைகள் மட்டும் அல்ல, அறிவுரைகளும் கூட செவியிலே ஏறாது என்பார்கள். அவள் வழி சென்று அவளுக்குப் புரியவைப்பதே சிறந்தது ஆகும். மலர், உண்மையில் உனது இந்த வருத்தம் தேவையற்றது. சமுத்திரத்திற்கே சொந்தக்

காரியாய் இருந்து கொண்டு, அள்ளக் குறையுமோ உப்பு என ஆதங்கப்படுகிறாய் நீ."

"வண்டையின் அரசியாரே தங்களின் உவமை அருமை!" என்றார் ஆவுடையான்.

"பெரிய நாயகி என்ன பார்த்துக் கொண்டு இருக்கின்றாய் - நமது மருமகளுக்குப் பரிசளிக்காமல்?"

"இதோ!" என்ற பெரியநாயகி தனது கழுத்திலே இருந்த குவளை பொன்மாலையை. நிருதிக்கு அணிவித்தாள்.

"அப்படியானால், யானும் சென்று என் மருமகளுக்குப் பரிசுப் பொருள் எடுத்து வருகின்றேன்" என்று கூறி அங்கிருந்து சென்றார் அன்னவராயர்.

"மகனே, நீ ஏதும் என் மருமகளுக்குப் பரிசு அளிக்க வில்லையா?"

"எதற்கு சிற்றன்னையே? அவள் பாதிதானே கூறினாள் அதற்கெதற்குப் பரிசு?"

பாதியா? இல்லையே மகனே! உவமை முழுமையாகத்தானே இருந்தது?

சுவாமி இதன் தொடர்ச்சியாக எதனைக் கூறுவது என்று எனக்குத் தெரியவில்லை. தங்களுக்குத் தெரியுமானால் இதனை வாக்கியமாக நிறைவு செய்யுங்கள்" என்றாள் நிருதி.

"சரி, தன்னிடமிருந்து பெறப்படும் எதைக் குறித்தும் பொருட்படுத்தா சமுத்திரம் தன்வசத்தே, தன்மடியில் தோன்றி மறையும் ஆதித்தன் உள்ளதனால். சரிதானா, பானு நிருபமை அவர்களே?" என்றதும் புன்முறுவலுடன் தலை அசைத்தாள் நிருதி.

"என்ன இது? இன்று நிருதியின் முழுப்பெயரை உச்சரிக்கின்றீர்கள், அத்தான்?"

"இது வரையிலும் நிருதியின் முழுப்பெயரை யான் உச்சரித்தது இல்லை. அதுதான் இப்பொழுது உச்சரித்தேன்" என்று கூறி அங்கிருந்து சென்றான் கருணா.

சிவன்ராத்திரியை வெகு விமர்சையாகக் கொண்டாடினார்கள் வண்டை நகர மக்கள். அங்கிருக்கும் சிவ

ஆலயத்தில் சைவக் குறவர்களின் திருமுறையை அன்று இரவு முழுவதும் பட்டர்கள் வாசிக்க ஏற்பாடு செய்யப்பட்டு இருந்தது.

–52–

குலோத்துங்க சோழ விண்ணகரம்

அதிலே வண்டை அரச குடும்பத்தாரும், அமைச்சர்களும், குடிமக்களும் கலந்து கொண்டனர். அதன் முடிவிலே பட்டர் அவர்கள். "இன்று அந்த ஈசனிடம் கேட்கும் வரம் எதுவானாலும் அதனை நிச்சயம் பூர்த்தி செய்வார்" என ஆசி வழங்கினார்.

அன்று அரண்மனைக்குத் திரும்பிய அரச குடும்பத்தினரில் அனேகம் பேர் அந்தப் பரம்பொருளிடம் கேட்ட ஒரே வரம் கருணாகரனுக்குப் பிள்ளை செல்லம். அன்று முதல் முறையாக நிருதி தனக்கு ஒரு மகன் வேண்டும் என்ற கோரிக்கையை ஓர் ஓலையில் எழுதி அதனை தனது அறையில் உள்ள சிவலிங்கத்தின் கீழ் வைத்தாள்.

"என்ன ஓலை அது சிவலிங்கத்தின் கீழே எதற்காக வைக்கின்றாள்?" என எண்ணிக் கொண்ட கருணா, "என்ன நிருதி, இரவு முழுதும் தூங்காமல் இருந்தாய் சற்றேனும் ஓய்வெடுத்துக் கொள்ளலாம் இல்லையா!"

"இதோ ஓய்வெடுக்கத் தான் போகிறேன் சுவாமி."

"அப்படியென்றால் சரி. யான் உன்னைப் பிறகு சந்திக்கின்றேன்?"

"ஆகட்டும் சுவாமி, வணக்கம்!"

"மகனே கருணாகரா உனக்கு சோழபுரத்தில் இருந்து ஓலை வந்திருக்கின்றது."

அதனை வாங்கிப் படித்தான் கருணா.

"என்ன மகனே வந்துள்ளது?"

"அவசர ஆலோசனைச் கூட்டத்திற்கு ஏற்பாடுகள் செய்துள்ளனர், தந்தையே. இதில் சோணாட்டு முக்கிய அமைச்சர்கள் அனைவரும் கலந்து கொள்ள வேண்டும் எனக் குறிப்பிடப்பட்டுள்ளது."

"எப்பொழுது புறப்படலாம் என்று இருக்கின்றாய் மகனே?"

கூட்டம் அடுத்த திங்கள் தான் என்றாலும், மற்ற அமைச்சர்களைப் போல யானும் கூட்ட நாளை அனுசரித்து செல்வது முறையாகாது, என நினைக்கின்றேன் தந்தையே."

"அதையேதான் நானும் கூற வந்தேன் மகனே."

"இந்த வாரத்திலேயே புறப்படுவது உத்தமம் என்று எண்ணுகின்றேன்."

"நல்லது மகனே சென்றுவா!"

"தனது இந்தப் பயணம் குறித்து மலரிடமும், நிருதியிடமும் தெரிவித்தான் கருணாகரன்.

"உங்களுக்கு மட்டும் எப்படிதான் பிரயாணம் இருந்து கொண்டே இருக்குமோ? தெரியவில்லை அத்தான்!"

"என்ன செய்வது மலர்? நனது பணி அப்படியானால் இம்முறை தூரதேசம் அல்லவே." இங்கிருக்கும் சோழபுரம் தானே செல்கின்றேன். எப்பொழுது வேண்டுமானாலும் இங்கு வந்து செல்வேன்."

"அப்படியானால், என்னையும் தங்களுடன் அழைத்துச் செல்லுங்கள், அத்தான்."

நீ எதற்காக மலர்? யானும் எனது தாய் தந்தையரைப் பார்த்து வெகு நாட்கள் ஆகின்றன அல்லவா? ஆமாம் அதுவும் நல்ல யோசனை தான். அப்படியானால் உன்னுடன் நிருதியையும் அமுதாவையும் அழைத்துக் கொள். அவர்களும் சோழபுரம் வந்து வெகு நாட்கள் ஆகின்றன அல்லவா?"

"ஆகட்டும் சுவாமி. அப்படியே!" என்ற மலர். அங்கிருந்து உற்சாகமாக சென்றாள்.

"நிருதி என்ன செய்து கொண்டு இருக்கின்றாய்?"

"வா மலர்!"

"உன்னுடன் சற்றே தனிமையில் உரையாடவேண்டும்" என்று மலர் கூறியதுமே அங்கிருந்து சென்றாள் அமுதா.

"என்ன மலர்? கூறு?"

"அவர் சோழபுரம் புறப்படப் போகின்றாராம்."

"ஆமாம், அது எனக்கும் தெரியுமே."

"யானும் அவருடன் வருவதாக கூறினேன்."

"சரி, சென்றுவா மலர்."

"அவர் உங்கள் இருவரையும் என்னுடன் அழைத்து வரும்படி கூறுகின்றார்."

"அப்படியானால் சரி, நாங்களும் வருகின்றோம்."

"இல்லை நிருதி. என்னைத் தவறாக எண்ணாதே. நான் மட்டும் அவருடன் செல்ல விருப்பப்படுகின்றேன். இதனை அவரிடம் கூறினால் ஏற்றுக் கொள்ளமாட்டார். ஆகையால் நீயே ஏதேனும் ஒரு காரணத்தைக் கூறி இங்கேயே இருந்து விடுகிறாயா நிருதி எமக்காக?"

"இதனைக் கூற உனக்கு எதற்கு இத்துணை தயக்கம் மலர்? நான் வரவில்லை. நீயே அவருடன் சென்றுவா. போதுமா?"

"மிக்க நன்றி நிருதி. நீ வரவில்லை என்பதை அவரிடம் சென்று கூறிவிடட்டுமா?"

"தாராளமாக மலர்."

"இதோ வந்து விடுகின்றேன் என்று அங்கிருந்து சென்றாள் மலர்."

"என்ன மலர், நிருதியிடம் கூறினாயா? என்ன கூறினாள் நிருதி?"

அவள் வரவில்லையாம் அத்தான். அடுத்த முறை தாங்கள் செல்லும் போது வருவதாக கூறினாள்

"என்ன?"

"ஆம், அத்தான். நான் எவ்வளவோ எடுத்துரைத்தேன் - நம்முடன் வரும்படி. ஆனால் அவள் மறுத்து விட்டாள்.

"இரு, மலர் நானே போய்க் கேட்கின்றேன்."

"இருங்கள், அத்தான். நானும் தங்களுடன் வருகின்றேன்."

"என்னவாம் அவளுக்கு? உன்னால் ஏதேனும் காரியம் என்றால் தானே வருவாள்?"

“சற்று அமைதியாக இரு அமுதா.”

“நிருதி, முதலில் என் வாயை அடைப்பதற்குப் பதிலாக உனது வாயைத் திறந்து பேசப் பழகு. கிடைக்கும் அனைத்து சந்தர்ப்பங் களையும் தனக்கு சாதகமாகப் பயன்படுத்தி கொள்கின்றாள் மலர். ஆனால் நீயோ வாய்ப்புகள் கிடைத்தும் அதனை நழுவ விடுகின்றாய்.”

“அமுதா!”

“தெரியும் நிருதி, நீ என்ன கூறவருகின்றாய் என்று. இதெல்லாமே அவருக்காக என்று தானே?”

அமைதியானாள் நிருதி.

“உண்மையில் உனது இந்தச் செயல்பாடுகள். அவரிடம் இருந்து உன்னை நிரந்தரமாக கூட விலக்கிவைக்கக் கூடும் என்பதை நீ மறவாதே.”

“அமுதா தயவு கூர்ந்து இவ்வாறு பேசாதே. எனக்கு வேதனையாக உள்ளது.”

அதீத சினம் அறிவிழக்கும், அளவற்ற காதல் கண்மறைக்கும் என்பார்கள். அது உனக்கு தான் பொருந்தும், அரசரின் மீது நீ கொண்ட அதீத காதலின் விளைவு என்ன தெரியுமா நிருதி? உன் உறவுகளை இழந்திருக்கின்றாய். இல்வாழ்க்கைக்கான பொருளையே இழந்திருக்கிறாய். இதுவே இனியும் தொடரு மானால், ஒரு நாள் உன் உயிரையும் இழக்கக் கூடும் என்பதை மறவாதே?”

“அது இன்றே நடக்கட்டும் என்று அந்த ஆடவல்லானை வேண்டிக்கொள் அமுதா. என்னாலும் இந்த வேதனையைப் பொறுத்துக் கொள்ள இயலவில்லை.”

“அய்யோ... நிருதி இவ்வாறாகக் கூறாதே.”

ஏதோ உன் வாழ்க்கை இப்படி ஆகிவிட்டதே என்ற, ஆதங்கத்தில் பேசிவிட்டேன். என்னை மன்னித்துவிடு நிருதி என்ற அமுதா நிருதியை அணைத்தபடி அழத் துவங்கிவிட்டாள்.

“நிருதி அரசர் வந்து கொண்டு இருக்கின்றார். கண்களை துடைத்துக் கொள்.”

“வாருங்கள் சுவாமி, வா மலர்.”

"நிருதி ஏன் உன் முகம் வாடி உள்ளது?"

"ஒன்றுமில்லை, சுவாமி. எப்போதும் போலத் தான் உள்ளேன்."

"சரி, எங்களுடன் சோழபுரம் வரவில்லை என்றாயாமே?" மலர் கூறினாள்.

நிருதியை உற்று நோக்கினாள் அமுதா.

"ஆம் சுவாமி. தங்களுக்கு தான் தெரியுமே. ஏதேனும் அறச்செயல்களுக்காக அவ்வப்போது மாமன் அவர்கள் என்னிடம் கையொப்பமும் முத்திரையும் இட்டுத் தரச் சொல்வார்கள். யான் தங்களுடன் வந்து விட்டால் அவர்கள் என்ன செய்வார்கள்? பாவம்!"

"அது ஒரு பொருட்டே அல்ல நிருதி. அதற்கு வேறு ஒரு உபாயம் வைத்திருப்பார் தந்தை. தவிரவும், சோழபுரத்தில் இருந்து எம்மால் உடனடியாகத் திரும்ப இயலாது. குலோத்துங்க சோழ விண்ணகரத்தில் உள்ள கோபாலசுவாமி கோயில் திருப்பணிகள் எனது மேற்பார்வையில் துவங்க உள்ளன. முதல் மூன்று திங்கள்கள். இது ஓரிரு திங்கள்கள் அதிகமாகவும் ஆகலாம் நிருதி."

"அதனால் என்ன சுவாமி? தாங்கள் மலரை அழைத்துச் செல்லுங்கள். விரைவிலேயே அனைத்துப் பணிகளையும் முடித்துக் கொண்டு திரும்புங்கள்."

"அது தான் அவள் வரவில்லை என்கிறாளே. பிறகு ஏன் அத்தான் அவளைக் கட்டாயப்படுத்துகின்றீர்கள் பாவம் அவள்."

"மலரை கண் கொட்டாமல் பார்த்த வண்ணம் இருந்தாள் அமுதா. எங்கேயோ தவறு நடக்கின்றது என்று புரிகின்றது. ஆனால் எப்படி என்று தான் புரியவில்லை கருணாவிற்கு நிருதியின் பேச்சும் அவள் முகமும் கருணாவிற்கு மிகுந்த கவலையை அளித்தன. இரண்டொரு நாழிகைகள் நிருதியுடன் தனித்திருக்கும் வாய்ப்பு கிடைத்தாலும் கூட, அவளின் இந்த மனநிலைக்கு என்ன காரணம் என்பதை அறிந்து கொள்ளலாம். என்ன செய்வது?" என்று யோசித்தான் கருணா.

“சரி நிருதி நீ ஓய்வெடுத்துக் கொள்; உன்னைப் பிறகு சந்திக்கின்றேன்” என்ற கருணா அங்கிருந்து செல்ல அவனைப் பின்தொடர்ந்தாள் மலர்.

“என்ன இது நிருதி?”

“என்ன அமுதா?”

“அரசர் அவருடைய வாளை இங்கேயே வைத்துச் சென்றுவிட்டார்”

கட்டிலிலே இருந்த கருணாகரனின் வாளை எடுத்தாள் நிருதி. குறைந்த பட்சம் இதுவாவது என்னுடன் இருக்ககட்டும் என்று விட்டுச் சென்றாரோ என்னவோ? என்று எண்ணிக் கொண்டாள் நிருதி.

அரண்மனை வளாகத்தில் பாதித் தொலைவு சென்ற கருணா, “மலர் நனது வாளை நிருதியின் அறையிலேயே வைத்து விட்டேன். யான் சென்று எடுத்து வருகின்றேன்” என்றான்.

“தங்களுக்கு எதற்கு சிரமம் அத்தான்? நான் சென்று எடுத்து வருகின்றேன்.”

“இல்லை மலர். யானே செல்கின்றேன்.”

“பரவாயில்லை, அத்தான்” என்றவள் அங்கிருந்து சென்றாள்.

இறைவா தங்களின் சோதனைக்கும் ஒரு அளவு இல்லையா? என்று எண்ணிக் கொண்டான் கருணா.

“நிருதி!”

“வா மலர்!”

“அவர் வாளை இங்கேயே மறந்து வைத்து விட்டாராம். அதை எடுத்து வரும்படி கூறினார்.”

“யானும் அதை தான் பார்த்துக் கொண்டு இருந்தேன்; இதோ!” என்று கொடுத்தாள்.

“சரி, நான் வரட்டுமா?” என்று அங்கிருந்து சென்றாள் மலர்.

என்னவாம்? - நீ மடியில் கட்டிக் கொண்டு வந்த பூனைக்கு? இந்த வாளையும் கவ்விக் கொண்டு சென்று விட்டதா? நிருதி அமைதியாகத் மலரைப் பார்த்தாள்.

ஏன் இப்படி என்னை முறைக்கின்றாய் நிருதி? மிகவும் கலக்கத்தில் இருந்தாயே என்று இவ்வாறு கூறினேன். தவறு என்றால் மன்னித்து விடு என்னை.

அவளைக் கட்டிக் கொண்டு வாய்விட்டு சிரித்தாள் நிருதி.

"அமுதா இது போன்று எனக்கு எதுவும் பெயர் வைக்க வில்லையே?"

"ஏன் இல்லை?"

என்ன அமுதா கூறுகின்றாய்?

"ஆமாம் உனக்கும்தான் பெயர் வைத்திருக்கின்றேன்." என்று அமுதா கூறியதுமே, "உன்னை..." என்று அமுதாவைப் பிடிக்க எத்தனித்தாள் நிருதி.

இருவருமாக அறை முழுவதும் ஓடினார்கள்.

"அய்யோ நிருதி, என்னை விட்டுவிடு; இதற்கு மேல் என்னால் ஓட இயலாது" என்று கட்டிலில் அமர்ந்தாள் அமுதா.

"அப்படியானால், என்ன பெயர் என்று கூறு அமுதா."

"சுரவி (பசு)."

"இதற்கான காரணம்?"

"அதில் இருந்து கிடைக்கும் அனைத்தும் வேண்டும். இந்த உலகிற்கு. ஆனால் அதன் தேவை என்ன வென்று இந்த உலகம் அறியாது. அதனால் இந்தப் பெயரை உனக்கு வைத்தேன் நிருதி."

அமைதியானாள் நிருதி.

அன்று நள்ளிரவு வழக்கம் போல நிருதியின் அறைக்கு வந்தான் கருணா.

"நிருதி, இன்று ஏதோ ஒன்று என்னை இனம் புரியாமல் வதைக்கின்றது. அது உனக்கும் இருக்கும் என்று உணரு கின்றேன் நாளை விடிந்தால், சோழபுரம் புறப்படவேண்டும். மறுபடியும் உனைக் காண எத்தனை நாட்கள், வாரம், திங்கள் ஆகுமோ தெரியாது. உன்னைப் பார்த்துக் கொண்டேனும் இருக்கலாம் என்று நினைத்தால், இப்படி வர மறுத்து விட்டாயே, நிருதி. இன்னும் எதை எதையோ நினைத்துக் கொண்டு அவள் அருகே அமர்ந்திருந்தான் கருணாகரன்.

ஏதோ இனம் புரியா கணம் இருவர் மனங்களிலும் ஆட்கொண்டது. நிருதியிடம் விடைபெற்றுச் சென்றான் கருணாகரன். சோழபுரத்திற்கு நிருதியை அழைத்து வராமல் மலரை மட்டும் அழைத்து வந்தது குலோத்துங்கன் குடும்பத்திற்கு ஏமாற்றத்தையும் கவலையையும் அளித்தது.

குறித்த நாளில் சித்திர மண்டபத்தில் சபை கூட்டப்பட்டது. மாதவன், மூர்த்தி, வானகோ வரையன் உட்பட அனைவரும் அதிலே கலந்து கொண்டனர். அந்த ஆண்டிற்கான ஆலயத் திருப்பணிகள் தொடங்க உள்ளதையும் எந்த எந்த ஆலயங்கள் யார் யார் மேற்பார்வையில் நடக்க உள்ளன என்றும் அறிவிக்கப் பட்டது. அந்த வகையில் தில்லை பொன் அம்பலத்தான் ஆலய பணியை காலிங்க ராயர் மேற்பார்வையிலும், கங்கை கொண்ட சோழிசுரர் ஆலயம் வானதி ராயர் மேற்பார்வையிலும் குலோத்துங்கச் சோழ விண்ணகர ஆலயம் கருணாகரத் தொண்டைமான் மேற்பார்வையிலும் இப்படி சோணாட்டில் உள்ள அனைத்து பெரிய ஆலயங்களுக்கும் தனித்தனியே அமைச்சர்களைப் பணியமர்த்தி ஆலயத்தின் ஆண்டு பராமரிப்புப் பணிகளைத் துவங்குவதாக அறிவிக்கப்பட்டது. மேலும் கடந்த இரண்டு ஆண்டுகளாக தொடர்ந்து சோணாட்டிற்குத் திறை பொருள் கொடுத்த, கொடாத நாடுகளின் பெயர்ப் பட்டியல் வெளியிடப்பட்டது.

“ஆலயப் பணிகள் நிறைவு பெற்றதும் இது குறித்து விசாரணையைத் தொடரலாம்” என்ற குலோத்துங்கன் அவையை ஒத்திவைத்தான்.

ஒருபுறம் ஆலயத் திருப்பணி, மறுபுறம் ஆயுதக் கிடங்கு அதிகாரி என்பதால் ஆயுதங்களின் கையிருப்பு குறித்த கணக்கெடுப்பு என்றும் இன்னும் அவன் வகிக்கும் இருவேறு பணிகள் என்று நிற்காமல் ஓடிக் கொண்டு இருந்தான் கருணாகரன். நிருதியைக் காண வேண்டும் என்ற எண்ணம் இருந்தும், போதிய நேரம் இல்லை அவனுக்கு பாவம்... அவனோடு சேர்ந்து காலமும் உருண்டோடியது.

“வாழ்த்துக்கள் மைத்துனரே” என்றார் வீரசோழன் - பரிசுப் பொருளை நீட்டியபடி.

“எதற்கு இளவரசே?”

“எதற்கா? இன்று தங்களின் இரண்டாம் ஆண்டு திருமண நாள் இல்லையா?”

மைத்துனரே, இன்று ஆவணி சதுர்த்தியா என்ன?”

“ஆமாம்.”

“எப்படி மறந்தேன் என்று தனக்குள்ளே எண்ணிக் கொண்டான்.”

“கடந்த ஆண்டு எண்ணிக் கொண்டேன் - இந்த ஆண்டு அவளுடன் இருக்க வேண்டும் என்று”

“என்னவாயிற்று மைத்துனரே? வாழ்த்துத்தானே கூறினேன்.”

“நன்றிகள் இளவரசே. எம்மைத் தவறாக எண்ணாதீர்கள் இளவரசே இதோ வந்து விடுகின்றேன்” என்று அங்கிருந்து சென்ற கருணா. “சுந்தரம், வண்டைக்கு உடனே செல்ல வேண்டும். வா போகலாம்.” என்றான்.

காலம் நள்ளிரவை நெருங்கிக் கொண்டு இருந்தது. அவன் வண்டைக்கு வரும் பொழுது முன்னே ஒரு முறை வந்தது போல் வடக்கு வாசலின் புறத்தே கொட்டகையில் சுந்தரத்தை விட்டு விட்டு நிருதியின் அறைக்குச் சென்றான் கருணாகரன். ஆனால் அவள் அங்கு இல்லை. அமுதா மட்டும் உறங்கிக் கொண்டு இருந்தாள்.

“இந்த இரவு வேளையில் அறையில் இல்லாமல் எங்கு சென்று இருப்பாள்?” என்று எண்ணினான். அரண்மனை வளாகம் மூன்றாவது தளமாடம், பூசை அறை, சமையல் வளாகம், அமுதாவின் அறை என்று எங்கு தேடியும் காணவில்லை.

“எங்கே தான் சென்று இருப்பாள்? இறைவா பயணக் களைப்பும் அவளைக் காணாமல் உண்டான வருந்தமும். அவனை ஆட்கொள்ள அங்கிருந்த இருக்கை ஒன்றில் அமர்ந்தான்.

"ஒரு வேளை இப்படி இருக்குமோ?" என்று எண்ணியவன் தனது அறைக்கு விரைந்தான். அவன் யூகம் சரிதான் அங்கு தான் இருந்தாள் நிருதி.

"தாங்கள் இல்லாத இந்த வேளையில் தங்களின் அனுமதி இன்றி இங்கு வருவது தவறு தான் என்றாலும், இந்த ஒரு நாள் நான் இங்கு வந்ததன் காரணம் தங்களுக்கும் தெரிந்து இருக்கும் சுவாமி. இன்று நமது திருமண நாள் என்று அதற்கு வாழ்த்துக்களைத் தெரிவிக்கவே, இங்கு வந்தேன்" என்று சுவரிலே வரைந்திருக்கும் கருணாகரனின் ஓவியத்திடம் உரையாடிக் கொண்டு இருந்தாள் நிருதி.

அந்த அறையில் இருக்கும் ஈசனின் சிலைக்குக் கீழ் இருந்த ஓலையை எடுத்துப் பார்த்தவள், "என்னைத் தீண்டுவதில்லை என்று தானே மலருக்கு வாக்களித்தீர்கள்? இனி என்னைக் காணப்போவது இல்லை என்றும் புதிதாக மலருக்கு வாக்களித்து உள்ளீர்களா சுவாமி? நிர்ப்பந்தத்தால் நிகழ்ந்த திருமணம் என்பதால் தங்களுக்கு இந்த நாள் நினைவில் இல்லையா சுவாமி?" என்றாள்.

"நிருதி நீ இங்கு என்ன செய்து கொண்டு இருக்கின்றாய்?" என்று அங்கு வந்தாள் அமுதா.

"உயிர் அற்ற ஓவியத்திடம் புலம்புவதால் என்ன நடக்கும்? முதலில் இங்கு இருந்து வா, போகலாம், நிருதி."

"இல்லை அமுதா. இன்று மட்டும் நான் இங்கேயே இருக்கின்றேனே."

"சிறுபிள்ளை போல் நடவாதே நிருதி. உண்மையிலே அரசருக்கு உன் மீது அன்பும் பாசமும் இருந்திருந்தால், இந்த ஐந்து திங்கள்களில் ஒரு முறையேனும் உனைக் காண வந்திருப்பார்; அல்லது இந்த நாட்களில் அவரின் நலம் குறித்து நீ அனுப்பிய ஓலைகளுக்குப் பதில் ஓலையாவது அனுப்பி இருப்பார். இறுதியாக நீ அனுப்பிய கண்ணானப் பரிசுக்கும் அதனுடன் கூடிய ஓலைக்கும் கூட பதில் அனுப்பவில்லை இன்று வரையிலும்."

"அப்படி இல்லை அமுதா. அந்த ஓலைகள் எதுவும் அவருக்குக் கிடைக்கவில்லையோ என்னவோ?"

"சரி, நீ கூறியபடியே வைத்துக் கொள்வோம் - அவருக்கு எதுவும் கிடைக்கவில்லை என்று. இன்று உங்கள் கண்ணான நாள் என்பதை எவரேனும் அவரிடம் இருந்து மறைக்க இயலுமோ நிருதி? இன்னாளிலாவது அவர் வராவிடினும், ஒரு ஓலை கூடவா அனுப்பக்கூடாது?"

"இல்லை அமுதா. அவருக்கு ஒரு வேளை நினைவு இருந்திருக்காது. அங்கிருப்பவர்களில் யாரேனும் ஒருவர் அவருக்கு நினைவூட்டி இருந்தாலும் இந்நேரம் இங்கு வந்திருப்பார் - எனைக் காண."

"ஆம்" என்று தலை அசைத்த கருணாவின் கண்களில் இருந்த நீர் ஆனது திரையை நனைத்தது.

"இவையெல்லாம் உனக்கு நீயே சமாதானம் செய்துக் கொள்ள கூறிக் கொள்கின்றாய் நிருதி."

"இல்லை அமுதா, அவர் பொருட்டு யான் கூறிய அனைத்துமே உண்மையாகத் தான் இருக்கும் என்று நான் நம்புகின்றேன்."

"அப்படி நடந்தால்? எனக்கும் மகிழ்ச்சி தான் நிருதி!"

"அவருக்கு இதுதான் நடந்திருக்கும் என நீ அறுதியிட்டுக் கூறுகின்றாய். ஆனால் இங்கு உனக்கு என்ன நடந்து கொண்டு இருக்கிறது என்று எப்பொழுதுதான் அரசருக்குத் தெரியப் போகின்றது? அது அந்தப் பரமனுக்கே வெளிச்சம்."

"பெரிதாக இப்போது என்ன நடந்து விட்டது அமுதா?"

"இன்னும் என்ன நடக்க வேண்டும் என்கிறாய்? நித்தமும் குழம்பிற்குத் தாளித்துத் கொட்டுவது போல், பிள்ளை இல்லா குறையைச் சொல்லிக்காட்டுவதை நித்தமும் ஒரு பணியாகவே மேற்கொள்கிறார் உனது அத்தையார். 'எங்கே அவளைவிடவும் அரசர் உன்னிடம் அன்பு செலுத்தி விடுவாரோ?' என்ற எண்ணத்தில் எங்கு உன்னை அவர். அழைத்தாலும் அவருக்கு முன்னதாக முந்திக் கொண்டு 'எங்களுடன் வராதே' என்று கூறிச் செல்கின்றாள் அந்த மலர். இது எதுவுமே தெரியாமல் பணி செய்து கிடப்பதே என் பணி என்று இருக்கிறார் உன் கணவர். இதை என்னவென்று சொல்வது நிருதி?"

"அதோ பார் பொழுதே புலரப் போகின்றது. வா நமது அறைக்குச் செல்லலாம் நிருதி."

"இல்லை அமுதா, சற்றே களைப்பாய் உள்ளது போல் தோன்றுகிறது. தடாகத்திற்குச் சென்று நீராடி பின் ஓய்வெடுத்துக் கொள்ளலாம்."

"அதுவும் சரி தான் வா நிருதி!" என்ற அமுதா அவளை அழைத்துக் கொண்டு தடாகத்திற்குச் சென்றாள்.

நீராடி விட்டு தனது அறைக்கு வந்த நிருதி, "அமுதா!" என்று சத்தமாக அழைத்தாள்.

"என்ன வாயிற்று நிருதி?"

"அதோ பார். கண்ணாடியின் அருகே ஒரு பெரிய மூங்கில் கூடை முழுவதும் செண்பகமலர்கள். இதை யார் வைத்தது அமுதா? அப்படியானால், அவர் இங்கு வந்திருக்கிறாரா?" என்று நிருதி தனது அறை முழுதும் தேடினாள்.

"அவர் எப்படி இங்கு வருவார் நிருதி? சேடிப்பெண் எவரேனும் இதனை வைத்து இருக்கலாம்."

"இல்லை அமுதா. அவர்தான் வந்திருக்கிறார்."

"சரி நிருதி, உனது நம்பிக்கையை நான் கெடுக்கவில்லை; அவர்தான் வந்து சென்றிருப்பார். போதுமா?"

சோழபுரம் நோக்கி சென்று கொண்டிருந்தான் கருணாகரன்.

நேற்றைய தினம் நமக்குத் திருமண நாள் என்பதால்தான், உன்னைக் காண வேண்டும், என்ற எண்ணம் வந்ததாக நினைத்துக் கொண்டேன் - வண்டை வரும் வரையில். ஆனால் உண்மை அதுவல்ல நிருதி. நான் வருவேன் என்று நீ கொண்ட நம்பிக்கையே. என்னை உன்னிடம் வரவழைத்து கொண்டது என்பதை தற்போது உணர்கின்றேன்" என்றார். என் மீது நீ கொண்ட இந்த அதீத நம்பிக்கை உன்னுள் தொடருமாயின் யான் எங்கிருந்தாலும் எப்படி இருந்தாலும் எக்காலத்திலும் உனை வந்து சேர்வேன். இது உனை காணச் செய்த அந்தச் சோழீசுரர் மீது சத்தியம், நிருதி!"

-53-

தூது

சோழபுரம்.

"அத்தான் நேற்றைய தினம் எங்கு சென்றீர்கள்?"

"ஏன்?"

"இல்லை நேற்றைய தினம் முழுவதும் தந்தையார் தங்களைப் பார்க்கவில்லை என்றார்களே?"

நேற்றைய தினம் குலோத்துங்கச் சோழ விண்ணகரம் சென்றிருந்தேன்.

"அது தான் கடந்த வார இறுதியிலே பணிகள் முழுமை அடைந்து விட்டதாக கூறினீர்களே? பிறகு எதற்கு அங்கு சென்றீர்கள்?

இவ்வளவு நாட்களாக சென்றது, பணி நிமித்தமாக நேற்றைய தினம் சென்றது இறை வழிபாட்டிற்காக. இன்னும் ஏதும் விளக்கம் வேண்டுமா மலர்?"

"இல்லை அத்தான்!"

"ஆமாம், வண்டையில் இருந்து எமக்கு எதுவும் ஓலை வந்ததா?"

"நிருதியிடம் இருந்து ஓலை எதுவும் வரவில்லை. அத்தான்."

"யான் வண்டை என்று தான் குறிப்பிட்டேன்? நீ ஏன் நிருதியைக் கூறுகின்றாய் மலர்?"

"ஏதோ வாய் தவறி வந்துவிட்டது அத்தான்."

"சரி போகட்டும்" என்று கூறி அங்கிருந்து சென்றான்.

ஆலோசனை மண்டபம்.

ஓலைநாயகம், "சக்கரவர்த்திகளுக்கும், அமைச்சர் பெரு மக்களுக்கும் எனது வணக்கங்கள். இந்த சபை கூடியதன் நோக்கம் ஆனது. ஏற்கெனவே விவாதத்திற்கு எடுத்துக் கொண்ட காரியமே. சோணாட்டு ஆளுமையில் உள்ள தேசங்கள். தங்களின் திறைபொருளை அளிப்பது குறித்த விவாதம். ஏறக்குறைய அனைத்து நாடுகளும் பொருள் அளித்துள்ளன - வடகலிங்கம் தவிர. வடகலிங்கம் மன்னரான அனந்தவன்மன் கடந்த இரண்டு ஆண்டுகளாக திறை பொருள் செலுத்தவில்லை. செலுத்தாத காரணத்தையும் அவர் இன்று வரை தெரியப்படுத்தவில்லை. மேற்படி கலிங்கத்தின் பேரில் எடுக்கப்படும் நடவடிக்கை குறித்து இங்கே ஆலோசனை வழங்கும்படி கேட்டுக் கொள்ளப் படுகின்றது." என்றார்.

அங்கு இருந்த அமைச்சர்களில் பெரும்பாலானோர் கலிங்கத்தின் மீது போர் தொடுப்பதே சிறந்தது என்று அறிவுறுத்தினர்.

ஆனால் வானதி ராயரோ, "முன் அறிவிப்பும், கால அவகாசமும் கொடாமல் போர் தொடுப்பது என்பது முறை ஆகாது" என்றார். வானதி ராயரின் கருத்துக்குக் குலோத்துங்கனும் தலை அசைத்தார்.

"சரி அப்படியானால், இதற்கு வேறு மார்க்கத்தைத் தாங்களே கூறுங்கள் ராயரே" என்றான் அரையன் மதுராந்தகான குலோத்துங்க சோழ கேரளராசன்.

"முதலில் நமக்கான திறைபொருளைச் செலுத்தும்படி தூது அனுப்புவோம். ஆறு திங்கள் கால அவகாசத்தில் காஞ்சியிலே வந்து திறை செலுத்தும் படி உத்தரவிடலாம் பிரபு. மறுத்தால் கலிங்கத்தின் மீது போர் தொடுக்கப்படும் என்று எச்சரித்து வரச் சொல்லலாம் சரிதானா?" என்றார் ராயர்.

"சரி, தூதாக யாரை அனுப்புவது?" என்றான் குலோத்துங்கன்.

"யாரை என்பதை விட எப்படிப் பட்டவர்களைத் தூதாக அனுப்ப வேண்டும்? என்று சிந்திக்க வேண்டும்" என்றார் காலிங்கராயர்.

“எப்படிப்பட்டவரைத் தூதாக அனுப்ப வேண்டும்? என்று தாங்களே கூறுங்கள் ராயரே” என்றான் மூர்த்தி.

தன் கடமை இன்னது என்று தெளிவாக அறிந்து அதைச் செய்வதற்கு ஏற்ற காலத்தை எதிர் நோக்கித் தக்க இடத்தையும் அறிந்து ஆராய்ந்து சொல்கின்றவனாக இருக்க வேண்டும். தனக்கு அழிவே தருவதாக இருந்தாலும் அதற்காக அஞ்சி விட்டுவிடாமல் தன் பணியைத் தொடருகிறவனாக இருக்க வேண்டும்.

அதிகாரி வீரசிகாமணி மூவேந்த வேளானை கலிங்கம் அனுப்புவதாக அனைவராலும் முடிவு செய்யப்பட்டது. அதைத் தொடர்ந்து, சதையைப் பெருவிழா ஏற்பாடுகளை தஞ்சைக்கு சென்று கருணாகரன் மேற்பார்வை இட உத்தரவு இடப்பட்டது. அத்துடன் சபை களைந்தது.

சயங்கொண்ட புலவர் வழிப்போக்கன் ஒருவனிடம் உரையாடிக் கொண்டிருந்தார்.

“என்னப்பா உனது மனைவி எப்படி இருக்கிறாள்?”

“எங்கே புலவரே பகலின் நன்றாகத் தான் இருக்கின்றாள். பொழுது சாய சித்தம் கலங்கியவள் போல நடந்து கொள்கிறாள், சிரிக்கின்றாள், முறைக்கின்றாள், அழுகின்றாள், இப்படி ஏதேதோ செய்து கொண்டு இருக்கின்றாள். இரவு முழுவதும் உறங்குவது கூட கிடையாது. என்னவென்றே புரியவில்லை. இதனை எப்படி சரி செய்வது என்றும் தெரியவில்லை.”

“இவற்றிற்கான காரணம் பேய் கோளாறாகத்தான் இருக்க வேண்டும்.

“பேய் கோளாறா தாங்கள் என்ன கூறுகின்றீர்கள் புலவரே?

ஆமாம் அன்பரே. குளத்துக்கு நீராட செல்லும் போதும், ஊருணிக்கு நீர் எடுக்கச் செல்லும் போதும் பேய்கள்பிடித்துக் கொள்ளும் வாய்ப்பு அதிகமாகவே உள்ளது. அதன் பொருட்டே உனது மனையாளும் பாதித்து இருப்பாள்.”

“அய்யோ... இப்போது என்ன செய்வது புலவரே?”

“இதிலே அச்சப்பட அவசியம் இல்லை. கோட்டைக்குப் புறத்தே எமக்குத் தெரிந்தவர் இருக்கின்றார். அவர் பேயுடன் பேசுவது, பேய் ஓட்டுவது என பேய் சார்ந்த அனைத்து

விசயமும் அறிந்தவர். அவரிடம் உன் மனைவியை அழைத்துச் செல்லலாம். வேண்டுமானால், யானும் உன்னுடன் வருகின்றேன்."

"மிக்க நன்றி புலவரே! அப்படியானால், இன்று மாலையே அவளை அங்கு அழைத்துச் செல்லலாமா?"

"அதற்கென்ன தாராளமாக."

"என்ன புலவரே? பாடல் இயற்றுவதை விட்டு விட்டு பேயோட்டத் துவங்கிவிட்டீர்களா, என்ன?"

"வண்டையர்க்கரசு வாருங்கள்! வணக்கம்!"

"வணக்கம் புலவரே!"

"வணங்குகின்றேன் வண்டைமானாரே!"

"வணக்கம்"

"சரி, புலவரே, தாங்கள் வண்டையரசருடன் பேசிக் கொண்டு இருங்கள் நான் உத்தரவு பெற்றுக் கொள்கின்றேன். இன்று மாலை நனது மனைவியை தாங்கள் கூறிய இடத்திற்கு அழைத்துச் செல்லலாம்"

"ஆகட்டும் சென்று வாருங்கள்."

"புலவரே, தங்களுக்கு இந்தப் பேய் பிசாசுகளில் நம்பிக்கை உண்டா என்ன?"

"இவற்றில் யாருக்கு நம்பிக்கை இல்லை என்கிறீர்கள் கருணாகரா. இவ்வுலகில் ஆடவல்லானைப் பாடிய அனைத்து பெரியோர்களும் கூட அந்த பேய் பிசாசுகளைப் பற்றிப் பாடத்தவறியது இல்லை. ஆகவே, பரம்பொருள் ஒன்று இருப்பது உண்மையானால், இது போன்று அழிவில்லா ஆன்மாக்கள், பேயாகவும், பிசாசுகளாகவும் இருப்பது உண்மையே."

"மன்னியுங்கள் புலவரே. தங்களின் விளக்கம் அருமை. ஒப்புக்கொள்கின்றேன் - நனது கேள்வியே தவறானது என்று"

"அய்யோ எதற்கு? இத்துணை பெரிய வார்த்தைகள் கருணாகரா?"

"இது தங்களின் கருத்துரிமை.

யானும் நெடுந்தூர பயணங்களின் போது, இது போன்ற அமானுஷங்களை உணர்ந்திருக்கின்றேன். ஆனால் அவை

அவ்வளவாக எம்மைப் பாதித்தது இல்லை புலவரே. அதனாலோ என்னமோ இவை குறித்து தெரிந்து கொள்ளும் எண்ணம் இல்லாமல் இருந்தது. ஆனால் தாங்கள் சற்று முன் கொடுத்த விளக்கமானது இவற்றைப் பற்றித் தெரிந்து கொள்ளும் ஆர்வத்தைத் தூண்டியது புலவரே. தாங்கள் தவறாக எண்ண வில்லையானால். இந்தப் பேய், பிசாசுகள் குறித்து விளக்க முடியுமா?"

சிரித்துக் கொண்ட சயம்கொண்டார், அரசுப் பணியில் இருப்போரின் பலரது அய்யப்பாடுகளை நிவர்த்தி செய்யும் வண்டையர் கோனுக்கு இதிலே அய்யம் எழுந்திருக்கிறதா? நல்ல வேடிக்கைதான்! யான் அறிந்த வரையிலும் கூறுகின்றேன் - கருணாகரா கேள்மின். முதலில் பேய், பிசாசு, பூதம் இவை அனைத்துமே மானிடர்கள் மாண்ட பின் வெளி தோன்றும் ஆன்மாக்கள் என்பது அனைவரும் அறிந்ததே. ஆனால் இவை மூன்றுக்குமான வேறுபாடுகளைக் கொண்டே இவற்றை ஒன்றோடு ஒன்று பிரிந்தறிய முடிகிறது.

அது என்ன புலவரே? பேய் என்பதனை ஒரு சில இறைவழிபாட்டு அணுகு முறைகளின் மூலமாக அவற்றின் தீவினையையோ அல்லது அவற்றையே கூட ஒழித்துவிட இயலும். ஆனால் பிசாசு என்பது கட்டுக்குள் நிற்காது, கட்டுபடுத்தவும் இயலாது. காரணம் இவை கொற்றவை வழிபாடுகள் செய்து தனது ஆன்மாவின் பலத்தை அதிகரித்துக் கொள்ளும். பூதங்களோ இவற்றிற்கும் ஒரு படி மேல். சுடலை காத்தானை வணங்கி தனது சக்தியை பல மடங்காகப் பெருக்கிக் கொள்ளும்."

"அப்படியானால், பேய்களின் பாதிப்பை ஓரளவிற்கு நாம் சுலபமாக எதிர்கொள்ளலாம்; அப்படி தானே புலவரே?"

"அப்படியில்லை கருணாகரா. பலாமரத்தின் பால் காய்த்த பலாவை தண்டில் காய்த்தது, தலவில் காய்த்தது என்ற பேதம் அறிய இயலுமோ? நோக்க, புசிக்க ஒன்று போல தெரியும் பாலா, அதன் உள்ளிருக்கும் சுளையின் எண்ணிக்கையை ஒன்றோடு ஒன்று வேறுபடுத்திக் காட்டும். அதைப் போலவே

இந்த ஆன் மாக்களின் ஆண்டு முதிர்ச்சி, செயல்பாடுகளைக் கொண்டே இவை ஒன்றோடு ஒன்று வேறுபடுகிறதே தவிர, மற்றபடி இவை அனைத்தின் குணமும் ஒன்றுதான். தனது நிராசைகளையும் தனக்கான தற்போதைய தேவைகளையும் யாரோ ஒருவர் மூலம் தீர்த்துக்கொள்ள நினைப்பது, இது போன்றதொரு பேய் தன் எதிர்பார்ப்பை பூர்த்தி செய்து கொள்ள; இலக்காகப் பிடித்து இருக்கிறது. சற்று முன் சென்றவரின் மனைவியை."

"உண்மையில், தங்களின் இந்தப் பேய்களைக் குறித்த விளக்கம் வேடிக்கையாகவும், வியப்பாகவும் இருக்கின்றது புலவரே."

"தலை அசைத்தார் புலவர்."

"தங்களின் இந்த உரையாடலின் மூலம் யான் இன்னும் ஒன்றை அறிந்து கொண்டேன் புலவரே."

"என்ன அது அரசே?"

"மரணம் என்பது உடலுக்கு மட்டும் தான். உள்ளிருக்கும் ஆண்மாக்களுக்கு அல்ல. இது முன்னமே ஓர் அளவிற்கு எமக்குத் தெரிந்திருந்தாலும் கூட, இன்று உறுதிபட தெரிந்து கொண்டேன்."

"மிக்க மகிழ்ச்சி, வண்டையர் கோனே!"

"புலவரே, பேய் குறித்து தாங்கள் அளித்த இந்த எளிய விளக்கமே எம்மை வெகுவாகக் கவர்ந்தது. என்கையில் வாழ்வியலை விரிவாக விளக்கி தாங்கள் தங்களின் தீந்தமிழில் நூல் இயற்றினால் என்ன?

தங்களின் விருப்பத்தைப் பூர்த்தி செய்ய முயல்கிறேன் கருணாகரா. கவிசக்கரவர்த்திகள் தங்களைக் குறித்து பாடல் இயற்றுவதில் தாளா பெருமை கொள்வார்கள். ஆனால் அந்த அறு உருவங்கள் பேய்களுக்கு - பரிந்து நூல் இயற்றச் சொன்ன அரசனை இப்போது தான காண்கின்றேன் கருணாகரா."

"அப்படியில்லை புலவரே - ஆடவல்லான் துவங்கி ஆன்மா வரையிலும் தங்களின் தேனினும் இனிய தமிழ் பேசும் பாசுரங்கள் தொகுத்த இலக்கண நூலை சமைத்தீர்களானால் இங்கே ரத்தினக்குவியலாய் இருக்கும் எண்ணற்ற புலவர்கள்

இயற்றிய நூல்களில் தங்களின் நூலும் முத்திரை பதிக்கும் புலவரே. ஆகையால் கூறினேன்."

"யான் இலக்கியம் படைப்பது என்பது அந்த ஈசனின் சித்தமாயின், அதற்கான காலம் வருகையில் அனைத்தும் கைக்கூடும் கருணாகரா."

"ஆகட்டும் புலவரே."

"ஆமாம் கருணாகரா வண்டைக்கு எப்போது புறப்பட உள்ளீர்கள்?"

"நாளை மறுநாள் புலவரே."

"ஆகட்டும் இந்த ஆண்டிற்கான சதயப் பெருவிழா பணிகள் தங்களின் மேற்பார்வையில் நடக்கும் என்று கூறப்படுகிறதே?"

"ஆம் புலவரே. முதலில் தஞ்சை மண்டல அதிகாரியான வாணகோவரையன் மேற்பார்வையில் தான் இப்பணிகள் துவங்கி இருந்தன. ஆனால் அவர் தற்போது குலோத்துங்க சோழ மார்த்தாண்டலய பராமரிப்புப் பணியில் உள்ளார். அது ஐப்பசி திங்கள் முற்பகுதி வரையிலும் இருக்கும் என்று நினைக்கின்றேன். ஆகவே தான். இப்பணியை யான் ஏற்றுக் கொண்டேன்."

"அதுவும் அப்படியா"

"ஆம் புலவரே."

"தஞ்சையில் எப்போது விழா பணிகள் துவங்க உள்ளது கருணாகரா."

"இன்னும் பத்து தினங்களில் துவங்கி விடும் புலவரே. யான் வண்டையில் இருந்து இங்கு வந்து திங்கள் ஐந்து கடந்து விட்டன. ஆகையால் நாளை வண்டைக்குச் சென்று அதன் பிறகே அங்கிருந்து தஞ்சை செல்லலாம் என்று இருக்கின்றேன்."

"ஆம் கருணா, நினைவிருக்கிறது. நாம் ஒன்றாகத் தானே இங்கு வந்தோம். வண்டைக்குச் சென்றதும் யான் நிருதியை விசாரித்தேன் என்று அவசியம் கூறுங்கள்."

"ஆகட்டும் புலவரே!"

"இப்போது உத்தரவு கொடுங்கள்."

"நல்லது சென்று வாருங்கள்."

ஐந்து திங்கள்கள் கடந்து வண்டை திரும்பியதனால் கருணாவிற்கும், மலருக்கும் உற்சாக வரவேற்பு கொடுத்தனர் குடும்பத்தினரும், குடிகளும். வழக்கம் போல் வாசலில் வந்து நின்று வரவேற்றாள் நிருதி.

“வாருங்கள் சுவாமி! வணங்குகின்றேன். நலமா?” என்றாள்.

“நலம்!” என்ற ஒரு வார்த்தையுடன் அகத்தே சென்றான் கருணாகரன்.

“வா மலர்! எப்படி இருக்கின்றாய்? சோழபுரத்தில் அனைவரும் நலம் தானே?”

“அனைவரும் நலம் நிருதி. நீ எப்படி இருக்கின்றாய்?”

“நலமுடனே இருக்கின்றேன்.”

“நல்லது!” என்ற மலர் அங்கிருந்து சென்றாள். கருணாகரன் தன்னிடம் ஏதும் பேசாமல் தன்னை கடந்து சென்றது வியப்பாக இருந்தது நிருதிக்கு அவனது அறைக்குச் சென்று அவனைக் காணும் எண்ணம் இருந்தும், ‘அவனுடன் மலர் இருக்கலாம். அவர்களின் அறைக்குச் செல்வது முறை ஆகாது’ என நினைத்தாள் நிருதி. எப்படியும் தன்னைக் காண வருவான் என்ற நம்பிக்கை அவளுக்கு. ஆனால் அன்றைய நாள் முழுதும் அவளைச் சந்திக்க அவன் வரவில்லை. அன்றைய நள்ளிரவிலே கூட அவளை சந்திக்க அவன் வரவில்லை. இரவும், பகலும் மாறி மாறி வந்து கொண்டு தான் இருந்தது. அடுத்த ஒன்பது தினங்களுக்கு ஆனால் அவன் மட்டும் நிருதியைச் சந்திக்கவோ, பேசவோ யாதொரு முயற்சியும் செய்யவில்லை. நிருதியே வந்து பேச முயன்றாலும் அவளை தவிக்கும் விதமாக அங்கிருந்து சென்றான் கருணாகரன்.

ஒரு நாள் காலை கருணாகரன் தஞ்சைக்குப் புறப்பட்டுச் சென்று விட்டதாக உத்தம வல்லி கூறினார். அதன் பிறகு அவன் தஞ்சையில் இருந்து சோழபுரம் புறப்பட்டுச் சென்றதாக தகவல் வந்தது வண்டைக்கு.

“அரசர் தஞ்சைக்குச் சென்றது உனக்குத் தெரியாதா, நிருதி?”

“இல்லை அமுதா, எனக்குத் தெரியாது”

“நானும் கவனித்தேன். சோழபுரத்தில் இருந்தது வந்தது முதல், அரசர் அவர்கள் உன்னுடன் சரிவர பேசுவது இல்லை. ஏதோ ஓர் இடைவெளி கடைபிடிப்பது போன்ற ஓர் உணவு என்றாள் அமுதா.

“இதுவேறா? அவர் எப்பொழுது உன்னிடம் நெருங்கி இருந்தார் இப்போது இடைவெளியைக் கடைபிடிக்க?”

“நான் செய்த பிழை என்னவென்று சுட்டிக்காட்டினாலும் அதனை யான் திருத்திக் கொள்வேன். அதனை விடுத்து இது போன்று என்னைத் தவிர்ப்பது மிகவும வேதனை அளிக்கின்றது அமுதா”.

“நீ திருந்த வேண்டாம் நிருதி திருத்த முயற்சி செய்”

“நீ என்ன கூறகின்றாய் அமுதா?”

“பிறகென்ன? நீ செய்த ஒரே பிழை மலரை அவருக்குத் திருமணம் செய்து வைத்தது. அதற்கான பலனையே அனுதினமும் அனுபவித்துக் கொண்டு இருக்கின்றாய் இன்னும் என்ன?”

அமைதி ஆனால் நிருதி

சில நாட்களில் வண்டைக்குத் திரும்பினான் கருணாகரன். ஒரு சில காரணங்களினால் அதிகாரி வீரசிகாமணி கலிங்கம் செல்லவிருந்தது ரத்து ஆனதாகவும் அவர் பொருட்டு தான் செல்லப் போவதாகவும் கூறினான் கருணாகரன். அவனது இந்த பயணத்தில் உத்த வல்லிக்கும் மலருக்கும் உடன்பாடு இல்லை

இந்தப் பயணத்தைத் தடுக்க நிருதியிடம் கலந்துரையாடினாள் மலர்.

“அது குறித்து அஞ்சத் தேவையில்லை. இது வெறும் தூதாகப் செல்வதனால் அவருடைய பணி முடிந்து விரைவிலேயே வந்து விடுவார்” என மலருக்கு சமாதானம் கூறினாள் நிருதி. கருணாகரன் கலிங்கத்தில் இருந்து மீளும் வரையிலும் தங்களின் மகளை சோழபுரத்தில் கொணர்ந்து விடும்படி குலோத்துங்கனும், தியாகவல்லியும் கேட்டுக் கொண்டதாகவும், அதன்படி கலிங்கம் புறப்படும் இரு இரு

தினங்களுக்கு முன் நிருதி சோழபுரம் செல்ல வேண்டும் என்றும் கூறினான் கருணா.

"சுவாமி நான் வண்டையிலேயே இருந்து விடுகின்றேன்"

"இல்லை நிருதி கடந்த முறையே உனை அழைத்து வராதது குறித்து அவர் தனது வருத்தத்தைத் தெரிவித்தார். இப்பொழுது அவர்கள் கேட்டுக் கொண்டு நீ அங்கு செல்லவில்லையானால் அது தவறாகி விடும். ஆகையால் நீ சோழபுரம், புறப்படுவது நல்லது-"

"தங்களின் விருப்பப்படியே சுவாமி. எப்பொழுது நாம் புறப்பட வேண்டும் சுவாமி?"

"நாம் அல்ல நிருதி. உன்னையும், அமுதாவையும் தந்தையார் அழைத்துக் கொண்டு போவார். யான் நம் குடும்ப உறுப்பினர்களை அழைத்துக் கொண்டு தஞ்சை புறப்படுவேன். அங்கே அவர்களை விட்டு விட்டு சோழபுரத்தில் ஒரு சில ஆவணங்களைச் சரி பார்க்க வேண்டும். அதன் பொருட்டு அங்கு வந்து பின் அங்கிருந்து கலிங்கம் புறப்படுவேன்".

"எப்பொழுது நான் சோழபுரத்தில் இருந்து இங்கு வருவது சுவாமி?"

"அதை நான் கலிங்கத்தில் இருந்து வந்த பின் கூறுகின்றேன் தேவி."

தலையசைத்தாள்

"சரி வேறு ஏதும் பணிகள் உள்ளனவா என்று பார். நான் வந்து விடுகின்றேன்" என்று அங்கிருந்து சென்றான். அவளும் அங்கிருது சென்றாள்.

"இவனுக்கு என்னவாயிற்று? ஏன் இவ்வாறாக நடந்து கொள்கின்றான்?" என்றான் உத்தம வல்லி.

"ஏன் அத்தை?"

"ஆமாம் நானும் நீங்கள் சோழபுரத்தில் இருந்து வந்த நாள் முதலாய் பார்த்துக் கொண்டு தான் இருக்கின்றேன். நிருதியிடம் சரிவர பேசுவதும் இல்லை. அவளுடன நேரம் செலவழிப்பதும் இல்லை. சரி, ஏதோ மிதமிஞ்சிய பணிக் சுமையில் இருக்கின்றான் என்று எண்ணிக் கொண்டேன். இப்பொழுது அவளை சோழபுரத்தில் விடுவதாகக்

கூறுகின்றானே. இது உண்மையில் சக்கரவர்த்திகளின் விருப்பா? அல்லது இவன் விருப்பமா?"

"இவை அனைத்துமே கிரக நிலை அளிக்கும் பலன்கள் அத்தை அவர்களே".

"நீ என்ன கூறுகின்றாய் மலர்?"

"ஆம் அத்தை நான் சோழபுரத்தில் இருந்த போது, சோதிடர் ஒருவரை அழைத்து, எங்கள் மூவரின் சாதகங்களையும் பார்த்துக் கூறும்படி சொன்னேன் அவரிடம்.[2]

"அவர் யார்? நன்றாகக் கணித்துக் சொன்னாரா, மலர்?

"ஆம் அத்தை வருங்காலத்தைத் துல்லியமாகக் கணித்துக் சொல்வார் அவர்."

"சரி அவர் உங்களின் சாதகம் பார்த்து என்ன கூறினார்?"

"மூவருக்குமே தற்போதைய கிரக நிலை சரி இல்லையாம். மூவரும் தனித்தனியே இருப்பதே உத்தமம் என்று கூறினார்."

"நீ என்ன கூறுகின்றாய் மலர்?"

"உண்மை தான் அத்தை. முதலில் அவர் கூறியவற்றை நானுமே நம்பவில்லை. ஆனால் அவர் தான் கூறினார். இந்த புரட்டாசி இறுதிக்குள் நாங்கள் மூவரும் தானாகவே பிரியும் நிலை உருவாகும் என்று. அந்த சோதிடர் கூறியபடியே, அமைச்சர் வீரசிகாமணி, செல்லவேண்டிய பணிக்கு, அத்தான் செல்கிறார்கள். இதில் இருந்து தெரியவில்லையா அத்தை?"

"சரி இவற்றை விடு மலர். மேலும் அந்த சோதிடர் என்ன கூறினார், என்று கூறு.

"நானும் நிருதியும் ஓர் இடத்தில் இருக்கின்ற வரையிலும் பிள்ளைப்பேறு என்பது இருவருக்குமே அமையாதாம்."

"அய்யோ பிறகு? இதற்கு ஏதும் பரிகாரம் இருக்கிறதா என்ன கேட்டாயா மலர்?"

"இருக்கிறதாம் அத்தை.

"என்ன அது? உடனடியாக கூறு."

"ஓர் ஆண்டிற்கு அவரிடம் இருந்து நிருதியைப் பிரித்து வைக்க வேண்டும். அப்படி செய்தோமேயானால் எமக்குப் பிள்ளைப் பேறு விரைவிலேயே கிட்டும். அப்படி

இல்லையானால் அவள் பொருட்டு எமக்கும் பிள்ளைப் பேறு கிட்டாது என்று கூறிவிட்டார் சோதிடர்."

"அய்யோ ஈசனே இது என்ன கொடுமை? கணவன் மனைவியைப் பிரித்து வைப்பது பாவம் இல்லையா? இப்படியும் ஒரு பரிகாரம் இருக்குமா? நான் இது வரையில் கேள்வியுற்றதே இல்லை?"

"இதை என்ன நானாகவா கூறுகின்றேன். சோதிடர் கூறியதை தங்களிடம் கூறினேன். இதனைச் செய்தால் மட்டுமே தாங்கள் பெயரனையோ, பெயர்த்தியையோ பார்க்க இயலும் பிறகு தங்களின் விருப்பம் அத்தை.

"அதெல்லாம் சரி தான். இதைப் பற்றி நிருதியுடம் ஒருவாறாகக் கூறி அவளை சோழபுரத்திலே நிரந்தரமாக தங்க வைத்து விடலாம். ஆனால் கருணாவிடமும், உன் அம்மானிடமும் யார் கூறுவது? தனது அன்பு மகனையும், மருமகளையும் பிரித்து வைக்க முயற்சி செய்வது தெரியவந்தால், என்னையும் அல்லவா உனது அம்மான் அவரிடம் இருந்து பிரித்து வைத்து விடுவார். மலர் இப்போது என்ன செய்வது? இது பற்றிய கருணாவின் அபிப்பிராயம் என்னவென்று தெரியவில்லையே?"

"இது பற்றி அவரிடம் பேசிவிட்டேன் அத்தை."

"என்ன பேசனாய்? எப்போது பேசினாய்?"

"சோழபுரத்தில் இருந்து வந்த அன்று."

"அதற்கு அவன் என்ன கூறினான்?"

"என்ன கூறுவார் அத்தான்? அவருக்கும் பிள்ளைகள் பெற்றெடுக்கும் ஆசை இராதா? பார்க்கலாம் என்று கூறினார். இப்பொழுது கூட நிருதியை அத்தானே சோழபுரத்தில் விட்டு வருவது என்பது சங்கடத்தை உண்டு பண்ணும் என்பதனாலேயே, அம்மான் அவர்களை விட்டுவரும்படி கோரியிருக்கிறார் போலும்."

"அப்படி எனறால், இனி நிரந்தரமாக நிருதி சோழபுரத்திலே இருக்கப் போகிறாளா, என்ன?"

"ஆம் அத்தை அதுவே அனைவருக்கும் நன்மை அளிக்கும்."

அவர்களின் உரையாடலை கேட்டுக் கொண்டு இருந்த நிருதிக்குத் தலைசுற்றுவது போல் இருந்தது. அங்கிருந்து அவளின் அறைக்கு அழைத்துச் சென்றாள் அமுதா.

"மலர் உன்னிடம் ஒரு உண்மையை கூற வேண்டும்."

"என்ன அத்தை?

"உண்மையில் நிருதி இங்கு இருப்பதனால் தான் கருணா உன்னுடன் இணக்கமாக இல்லையோ என்று எண்ணத் தோன்றும் எனக்கு. ஆனால் தற்போது சோழபுரத்தில் வந்ததில் இருந்து நிருதியிடம் அவ்வளவாகப் பேசாதது குறித்து சற்றே எனக்கு அகமகிழ்வு கொண்டது உண்மை தான் இனி உனக்கும், அவனுக்குமான பிணைப்பு அதிகரிக்கும். அதன் மூலம் கூடிய விரைவிலேயே நீ ஒரு மகனைப் பெற்றெடுப்பாய் என்று எண்ணும் போதே மிகவும் மகிழ்ச்சியாக உள்ளது மலர்.

"ஆம் அத்தை."

"எது குறித்து இத்துணை மகிழ்ச்சி என் தாய்கும், மனைவிக்கும்?" என்றான் கருணாகரன். அந்தவேளையில் அவன் அங்கு வந்தது இருவருக்குமே சற்று திகைப்பை அளித்தது.

"மகனே நீ எப்பொழுது இங்கு வந்தாய்?"

"யான் கேட்ட கேள்விக்கு இது பதில் இல்லையே தாயே. போகட்டும். இப்பொழுது நான் எதற்கு இங்கு வந்தேன் என கூறிவிடுகின்றேன். இன்னும் இரு தினங்களில் நீங்கள் தஞ்சைக்குப் புறப்பட வேண்டும், பயணத்தில் ஒரு சில மாறுதல்கள்."

"என்ன அது, மகனே? தங்களுடன நிருதியும் வருகின்றாள். ஆனால், நான் தஞ்சை வரவில்லை. எனது மேற்பார்வையில் எஞ்சியுள்ள பணிகளை தந்தையாரைப் பார்க்கும்படி கூறியுள்ளேன். நான் சோழபுரம் புறப்பட்டுச் சென்று பிறகு தஞ்சை வந்து செல்வேன்."

"அப்படியானால் நிருதி சோழபுரம் செல்லவில்லையா அத்தான்? சக்கரவர்த்திகள் கேட்டுக் கொண்டாரே?"

“சதயவிழா முடிந்ததும் சிறிய தந்தை நிருதியை சோழ புரத்திற்கும், தந்தை உங்களை வண்டைக்கும் அழைத்துச் செல்வார்கள். வேறு ஏதேனும் உங்களுக்குத் தெரியவேண்டி உள்ளதா?”

“இல்லை.”

“நல்லது, பயணத்திற்கு வேண்டியவற்றைப் பாருங்கள்” என்று கூறி அங்கிருந்து சென்றான் கருணா.

“பூசை அறைக்குள் சென்ற கருணாகரன், “பரம்பொருளே, பகைவனைக் கூட எளிதில் அடையாளம் கண்டு கொள்ள முடிகின்றது இன்னார் என்று. ஆனால் என்னைச் சுற்றி இருப்பவர்களின் சுயத்தை அறியாமலே இது நாள் வரையிலும் இருந்துள்ளேன். இது எனது அறியாமையா? அல்லது அவர்கள் மீது நான் கொண்ட அளவுகடந்த நம்பிக்கையை அவர்களுக்கு சாதகமாக ஆக்கிக் கொண்டார்களா? இங்கே என்ன நடக்கின்றது? இனி நான் என்ன செய்ய வேண்டும்? எனக்கு ஒன்றுமே புரியவில்லையே? இப்பெரும் குழப்பத்தில் இருந்து எம்மைக் காத்தருள்க, ஈசனே” என்று வேண்டிக் கொண்டான்.

“மகனே இவ்வேளையில் பூசை அறையில் என்ன செய்து கொண்டு இருக்கின்றாய் அப்பா?”

“ஒன்றுமில்லை தந்தையே. ஏதோ ஒருவித சஞ்சலம். அதன் பொருட்டு பூசை அறைக்கு வந்தேன்.”

“எது பற்றிய சஞ்சலம் மகனே? விருப்பம் இருந்தால் கூறு என்னால் இயன்றவரை அதனை நிவர்த்திக்க முடிகின்றதா என்று பார்க்கின்றேன்” என்றார் அன்னவ ராயர்.

“ஆகட்டும் தந்தையே. தாங்கள் எமக்கு ஓர் உதவி செய்தீர்களேயானால் இதில் இருந்து எளிதில் மீண்டு விடுவேன்.”

“என்ன செய்ய வேண்டும்? கூறு மகனே”

“சூழ்ச்சி நயவஞ்சகம் எத்தனை பெரிய ஏமாற்று வேலை இது நிருதி, இனியும் தாமதிக்க வேண்டாம் அரசரை உடனடியாக சந்தித்து, மலரின் சுயத்தையும், இது வரையிலும் அவள் உனக்கு செய்த பிணக்குகளையும் கூறிவிடும்.”

"எதைக் கூறவேண்டும், எதற்குக் கூற வேண்டும் அமுதா? தானே சுயமாக அறிய இயலாததை பிறர் கூற அறிய இயலுமா அமுதா?"

"அப்படியானால் நீ கூற வருவது"

"அவரிடம் எதைப் பற்றியும் கூற வேண்டாம் என்பது".

"நிருதி உனது இந்தப் பொறுமைக்கு வெகுமதி என்ன தெரியுமா? உன்னை நிரந்தரமாக சோழபுரத்தில் இருக்கச் செய்வது-"

"நான் அங்கிருப்பதால் தான் என்ன கெட்டுவிடப் போகின்றது அமுதா?"

"நிருதி, உனக்கு என்ன சித்தம் கலங்கி விட்டதா? ஏன் இப்படி உளறிக் கொண்டு இருக்கின்றாய்?"

"இல்லை அமுதா, நான் நன்கு நிதானித்தே இதனைக் கூறுகின்றேன். இனி நான் இங்கு இருப்பதனால் எனது வாழ்வில் எந்த ஒரு மாற்றமும் ஏற்படப்போவது இல்லை. இதுவே இங்கு இருந்து நான் சென்றுவிட்டேனேயானால் ஒருவேளை அவருக்கும் மலருக்குமான புரிதல் உணர்வு அதிகரிக்கக் கூடும். அதன் விளைவாக மக்கட் பேறு கிட்டவும் வாய்ப்புகள் அதிகம். அதற்கு நான் தடையாக இருக்க விருப்பவில்லை அமுதா. அதோடு கூட இப்பொழுது தான் எமக்கு எல்லாம் புரிகின்றது"

"என்ன புரிகின்றது?"

"மலர் அத்தையாரிடம் கூறியது. என்னிடம் எப்படி கூறுவது என்ற தயகத்தில் தானோ என்னவோ, அவர் சோழபுரத்தில் இருந்து வந்தது முதல் என்னைப் பாராமலும் என்னிடம் பேசாமலும் இருந்திருக்கிறார் பாவம்.

"அடி பைத்தியக்காரி, மலர் கூறியதை உண்மை என்றா நம்புகின்றாய்.

"அவள் கூறிய அனைத்துமே பொய் ஆகாதே அமுதா?"

"நிருதி இன்று உனக்கு என்ன தான் ஆனது? ஏன் இவ்வாறாக பேசுகின்றாய்."

"இல்லை அமுதா நீ தான் நடப்பவற்றை ஏற்க மறுக்கின்றாய். மலரோ, அல்லது சோதிடரோ கூறித் தான்

நாம் அறிய வேண்டுமா எனக்குப் பிள்ளைப்பேறு வாய்க்கப் போவதில்லை என்பதை?"

"நீ என்ன தான் கூற வருகின்றாய், நிருதி?"

"எனக்குத் துன்பமானவை என்று என் வாழ்க்கையில் கண்டு உணர்ந்தவற்றை மற்றவரிடத்தில் செய்யாமல் தவிர்ப்பதே நன்மை பயக்கும் அமுதா".

சிறு புன்னகையைத் தவழவிட்ட அமுதா, "நீ கூறுவது நன்றாப் புரிகின்றது. தனக்கு உற்ற துன்பத்தைப் பொறுத்தலும் மற்றவர்களுக்குத் துன்பம் செய்யாதிருந்தாலும் உனது பிறவி குணம் என்பதை நான் நன்கறிவேன். புடமிட்டுச் சுட்டாலும் பொன்னானது ஒளிருமே அன்றி கருகியது இல்லை. உயர்ந்த குடியில் பிறந்தவளுக்கு இத்தகைய பண்புநலன் இருப்பதில் வியப்பேதும் இல்லை.

"உயர்யு தாழ்வு நாம் பிறக்கும் குடியின் அடிப்படையில் நிர்ணயம் செய்ய இயலாது அமுதா. நாம் மேற்கொள்ளும் கொள்கைகளிலே தான்நிர்ணயம் ஆகின்றது."

"இது போன்று வாழ்வியலின் நன்மை, தீமைகளை பகிர்ந்து பார்ப்பதனாலே தான் உன்னைப் போன்றவர்களை உயர்குடியில் பிறக்கச் செய்து, அக்குடியை மேலும் உயரச் செய்கின்றான். அந்த ஈசன். இதனையும் மறுப்பாயோ நிருதி? சரி எது எப்படியோ, நாம் சோழபுரம் செல்வது என்பது உறுதியாகிப் போனது. ஆனால் இந்தப் பெரிய நாச்சியாரை நினைத்தால் தான் எனக்கு மிகவும் வருத்தமளிக்கிறது. அத்தோடு அரசரையும்."

"எதனால் அப்படி அமுதா?"

"ஆமாம் இந்த ஈராண்டுகளாக உன்னை இடித்துரைத்தே பழகிவிட்டனர். இனி நீ இங்கு இல்லாத வெறுமையை அவர் பொருட்டு யார் பூர்த்தி செய்வார்கள். பாவம்

கலகலவென சிரிக்கத் துவங்கினாள் நிருதி.

பிறகு உனது நாதன் நித்தம் நள்ளிரவில் நயம்பட வந்து உனது இந்த இரு ஏகவடத்தையும், சோடிப்பையும் கண்டுகளித்துச் செல்வது எதற்கென்று தான் எனக்கு இன்று வரையிலும் புரியவில்லை நிருதி. பார்த்தாயா நிருதி?

அரசரைப் பற்றிப் பேசியதுமே அவர்மேனியில் வீசும் சுகந்த நறுமணம் என் நாசியில் ஊடுருவது போன்று ஓர் எண்ணம்."

"எண்ணம் இல்லை அமுதா உண்மையிலேயே அவர் வந்து கொண்டிருக்கிறார்."

"அய்யோ நான் அவர் குறித்து பேசியது எதுவும் அவர் செவிகளில் விழுந்திருக்குமோ, நிருதி?"

"இருக்கலாம்."

"தோழியா நீ? துரோகி எனக் கூறி சிரித்தாள் அமுதா,,

"தோழிகள் உரையாடலில் நான் வந்து ஊறு விளைவிக்கவில்லையே?"

"வணங்குகின்றோம் அரசே"

"வணக்கம்"

"நிருதி நான் உன்னுடன் சற்று தனிமையில் பேச வேண்டும்.²

"அங்கிருந்து சென்றாள் அமுதா."

"கூறுங்கள் சுவாமி?"

"இன்னும் இரு தினங்களில் நம் குடும்பத்தார் அமுதா உட்பட அனைவரும் தஞ்சை செல்ல வேண்டும். உங்கள் அனைவரையும் தந்தையார் அழைத்துச் செல்வார். சதயவிழா முடிந்ததும் உன்னையும், அமுதாவையும் சோழபுரம் அழைத்துச் செல்வார் தந்தையார். யான் கலிங்கம் செல்வது உனக்குத் தெரிந்திருக்கும். யான் அங்கிருந்து மீளும் வரையிலும் நீ சோழபுரத்தில் இருக்கக் கடவது புரிகின்றதா?"

"ஆகட்டும் சுவாமி."

"பிறகு யான் இன்றே தஞ்சை புறப்படுகின்றேன். அங்கே பணிகள் சற்றே தேக்க நிலை கண்டுள்ளதால், யான் புறப்படட்டுமா"

"சென்று வாருங்கள் சுவாமி."

"அப்புறம் ஒன்று சோழபுரத்தில் இனி நீ உனது விருப்பப்படி இருந்து கொள்ளலாம். சோழர் அரண்மனையோ வண்டையார் மாளிகையோ உனது விருப்பமே."

"சுவாமி நான் கூற...."

“சரி எமக்குக் காலம் கடந்து கொண்டு இருக்கின்றது. யான் புறப்படுகின்றேன். ஆமாம், நீ ஏதேனும் என்னிடம் கூற வந்தாயோ?”

“ஒன்றுமில்லை சுவாமி”

“நல்லது என்று கூறி அங்கிருந்து சென்றான் கருணாகரன்.”

“வணங்குகின்றேன் அரசியாரே. தங்களைப் பெரிய நாச்சியார் அழைத்து வரும்படி கூறியுள்ளார்.”

“இதோ வருகின்றேன்.”

“வணங்குகின்றேன் அத்தை அவர்களே அழைத்தீர்களாமே”

“ஆம் நிருதி”

“மலரும் உடன் இருந்தாள்.”

“நாளை மறுநாள் காலை நாம் தஞ்சை புறப்படுவதை நி அறிந்திருக்கக்கூடும் இல்லையா?”

“ஆம் அத்தை”

“நல்லது அங்கிருந்தபடியே உனது மாமன் அவர்கள் உன்னையும் அமுதாவையும் சோழபுரத்திற்கு அழைத்துச் செல்வார்கள்.”

“ஆகட்டும் அத்தை”

“அதுமட்டும் அல்லாமல் வேறு ஒன்றும் உன்னிடம் கூற வேண்டும்.”

“கூறுங்கள் அத்தை அவர்களே” சோதிடர் கூறியதாக மலர் தன்னிடம் கூறியவற்றை உத்தமவலலி நிருதியிடம் தெரிவித்தாள்.

“தமக்கும் தமது குலத்திற்கும் நல்லது நடக்குமாயின், நாம் சில தியாகங்களை செய்துதான் ஆக வேண்டும் நிருதி.”

“புரிகின்றது அத்தை, அவர்களே”.

“எதையுமே தொலைநோக்குடன் பார்ப்பவள் நீ. ஆகையால் இது குறித்து உன்னிடம் மேலும் விரிவாக விவரிக்க வேண்டிய அவசியம் இல்லை என்று எண்ணுகின்றேன் மணவாளினி.”

“வேறு ஒன்றும் இல்லையே அத்தை அவர்களே?”

“இல்லை, நீ செல்”

“ஆகட்டும்” என்று அங்கிருந்து சென்றாள் நிருதி.

அன்றைய இரவே மலர் நிருதியின் அறைக்கு வந்தாள்.

“நிருதி நீ இன்னும் உறங்கிட வில்லையே?”

“இல்லை மலர் வா

“நான் உன்னுடன் சற்று தனிமையில் உரையாட வேண்டும்.”

“அமுதா உறங்கி போனாள் நீ என்ன வென்று கூறு மலர்”.

“இன்ற அத்தையார் கூறியது குறித்து.”

“எனக்கு அனைத்தும் தெளிவாகப் புரிந்தது. இது குறித்து மீண்டும் மீண்டும் பேச எமக்கு விருப்பம் இல்லை மலர். அது தான் உன் எண்ணப்படியே நான் சோழபுரம் செல்கின்றேனே இன்னும் என்ன உனக்கு?”

அதற்கில்லை நிருதி, நீ வண்டையில் இருப்பதனால் உனக்கு என்ன பயன், அல்லது அவருக்கு தான் என்ன பயன் மேலும் நீ இங்கு இருப்பதனால் என்னுடன் இருக்க சற்றே தயக்கம் காட்டுகின்றார். இதனால் எனது மனம் வெகுவாகப் பாதித்துள்ளது நிருதி. இனி எப்பொழுதுமே உன்னால் பிள்ளை பெற்று கொள்ள இயலாது. இதே மனநிலை நீடித்தால் என்னாலும் பிள்ளை பெற்றெடுக்க இயலாது போலும்.

“மலர் தயவு கூர்ந்து அவ்வாறாக கூறாதே பிள்ளைச் செல்வம் என்று ஒன்று இல்லையானால், ஆனால் நம் மூவரின் இல்லத்திற்கும் பொருள் இல்லாமல் போகும். உனக்குப் பிள்ளைப் பேறு கிடைக்குமானால், அவரைவிட்டுப் பிரிவதில் எனக்கு சம்மதமே.”

“அய்யோ... நான் ஒன்றும் உன்னை நிரந்தரமாக அவரிடமிருந்துபிரியச் சொல்லவில்லை நிருதி. நீ இங்கில்லமல் சோழபுரத்தில் இருந்தாயானால், அவர் அவ்வப்போது பணி நிமித்தமாக வருகையில் உன்னை வந்து வண்டையார் மாளிகையில் சந்திக்கத்தானே போகின்றார். ஆக இது எப்படி பிரிந்து வாழ்வதாகும்.

இன்னும் எதை எதையோ சொல்லிக் கொண்டு இருந்தாள் மலர்.

“சரிமலர், பின்னாளில் நிகழ்பவை குறித்து தற்போது பேசிக் கொண்டு இருக்க வேண்டாம். நீ சென்று ஓய்வெடு, நானும் உறங்கச் செல்கின்றேன்.”

“ஆகட்டும் நிருதி” என்று அங்கிருந்து சென்றாள் மலர்.

“அண்ணியாரே அனைவரும் தயாராக உள்ளீர்களா? புறப்படலாமா?”

“போகலாம் தம்பி”

“அப்படியனால் சரி, அனைவரும் அரண்மனை ஆலயத்திற்குச் சென்று அதன் பின் புறப்படலாம்” என்றான் ஆவுடையான்.

“தங்களின் தமையனார் எங்கே தம்பி?”

“தமையன் அமைச்சர் வைத்தியநாதனுடன் உரையாடிக் கொண்டிருக்கின்றார் அண்ணியாரே. நாம் ஆலயம் செல்வோம். அவர்கள் அங்கே வந்து விடுவார்கள்.”

“அதுவும் சரி தான்.”

“அமுதா நீ சென்று நிருதியையும், மலரையும் அழைத்துவா”

“ஆகட்டும் அத்தை”.

“பெரியநாயகி வா நாம் முன்னே செல்லலாம்” என்று உத்தமல்லி அழைத்துச் சொன்றாள்.

அவர்களைப் பின் தொடர்ந்தாள் மலர்.

“நிருதி விரைவாக வா அனைவரும் ஆலயம் சென்று விட்டனர்.”

“சற்றுப் பொறு அமுதா” என்றவள் சமையல் கூடம், ராமனின் சிலை, மூன்றாம் தளமாடம், பூசை அறை, கருணாகரனின் அறை என அனைத்தையும் பொறுமையாக பார்த்துப் வந்தாள்.

என்ன இது நிருதி? அங்கே அனைவரும் தஞ்சைக்குப் புறப்பட்டு, தயாராக உள்ளனர். நீ என்னவென்றால், இவ்வளவு பைய இவற்றைக் கண்டு கொண்டு இருக்கின்றாய்.

“இல்லை அமுதா இனி வண்டைக்கு வரும் சந்தர்ப்பம் என்பது ஓர் ஆண்டிற்குப் பின்னே அமையும், அல்லது அமையாமலும் போகலாம். ஆகையால் தான் இந்த அரண்மனையில் என்னை மிகவும் கவர்ந்த இடங்களைக் கண்டு கொண்டு இருக்கின்றேன்.”

“இவ்வாறாக நீ வருந்தத் தேவையில்லை, நிருதி. அரசருடனான இந்தப் பிரிவு உனக்குத் தற்காலிகமானதே. இது நிரந்தரம் அல்ல. நீங்கள் இருவரும் ஒருவரைவிட்டு ஒருவர் எவ்வளவு தூரம் பிரிந்து இருந்தாலும் நீ வண்டையின் அரசி என்பதையும், அரசரின் மூத்த மனைவி என்பதையும் இனி யாராலும் மறுக்கவோ, மறக்கவோ இயலாது. வா போகலாம்.

ஆலயம் சென்று வணங்கிய பெண்டுகள் சிவிகையிலே அமர, அங்கு வந்தார் அன்னவராயார்.

“மணவாளினி ஒரு கனம் மகளே”.

“கூறுங்கள் மாமன் அவர்களே” என்று சிவிகையை விட்டு வெளியே வர, அனைத்து பெண்டுகளும் வெளிவந்தனர்.

“என்னவாயிற்று சுவாமி?”

“ஒன்றுமில்லை தேவி தஞ்சை ஆவுடையார் ஆலயத்திற்கு சில நிலங்களை இறையளியாக கொடுக்க எண்ணி இருந்தேன். தற்போதுதான் தெரியவந்தது அவை கருணாவின் பெயரில் உள்ள நிலங்கள் என்று. அந்நிலங்கள் இறையளி அளிக்க நிருதி இங்கே இருப்பது அவசியம் ஆகின்றது. ஆகையால் அவளும் அமுதாவும் இங்கேயே இருக்கட்டு. இந்நிலங்களைப் பட்டயம் செய்த பிறகு இவர்களை சோழபுரத்திலே விட்டுவிட்டு நான் தஞ்சை வந்து விடுகின்றேன். தற்போது ஆவுடையான் உங்களைத் தஞ்சைக்கு அழைத்தச் செல்லட்டும்.

“ஆகட்டும் சுவாமி அப்படியானால் நாங்கள் புறப்படுகின்றோம்.”

“மணவாளினி அமுதா பத்திரமாக சோழபுரம் சென்று வாருங்கள்.”

“ஆகட்டும் அத்தையாரே”

மலரும் பெரிய நாயகியும் அவர்களிடம் விடைபெற்று சிவிகையில் அமர்ந்தனர். குதிரை வீரர்கள், சிவிகைகள் என தஞ்சை நோக்கிச் சென்றது வண்டையர்களின் பரிவாரம்.

“மகளே நிருதி ஒரு ஒன்றைத் நாழிகை வேலைகள் இருக்கும் அம்மா. அதன் பின் உனது அறைக்குச் செல்லாம்.”

“ஆகட்டும் மாமன் அவர்களே”.

பட்டையங்களையும் ஒலைகளையும் சரிபார்த்துக் கொண்டிருந்தனர். அன்னவராயனுடன், வைத்தியநாதனும், இன்னும் இரு அமைச்சர்களும்,

“மகளே இவற்றை ஒரு முறை படித்துப் பார்த்து, கையொப்பம், முத்திரை பதித்து விடு அம்மா”.

“இதில் வாசிக்க என்ன இருக்கின்றது மாமன் அவர்களே?” என்ற அந்த ஓலையின் முடிவில் வண்டையர்கோன் கருணாகரத் தொண்டை மகனார் தேவியார் என்று நிறுத்தப்பட்ட இடத்தில் அழகிய மணவாளினி என்று தனது கையொப்பத்தை யிட்டு காளை முத்திரையையும் பதித்தாள்.

“நீ உனது அறைக்குச செல் மகளே நாளை மறுதினமே நாம் சோழபுரம் புறப்பட உள்ளோம்.”

“ஆகட்டும் மாமன் அவர்களே”, அவர்களுடைய அறைக்கு வந்த அமுதா “என்ன இது நிருதி? சிவிகையில் அமர்ந்த பின்பு பயணம் ரத்தாகி உள்ளதே? இது நல்லதற்கா? இல்லை ஏதும் அப,..?”

“இல்லை அமுதா இது போல கூறாதே இறை காரியமாகத் தானே ரத்தாகி உள்ளது. ஆகையால் குழப்பத்திற்கு வேலை யில்லை,”

“இது இறை காரியம் தான் என்றாலும் தஞ்சை செல்ல இயலாமல் போனதே நிருதி”

“இதில் என்ன இருக்கிறது அமுதா? இந்த ஆண்டு இல்லை ஆனால் அடுத்த ஆண்டு. நாம் சிறுவயது முதலே தானே பார்த்து வந்துள்ளோம்” சதயப் பெருவிழாவை?”

“அதுவும் உண்மை தான் ஆனாலும் ஓர் உண்மையை ஒப்புக் கொள்ள தான் வேண்டும்?”

“என்ன அது அமுதா?”

“இந்தப் பயணம் ரத்தானது குறித்து பெரிய வருத்தமே இல்லை மாறாக, இனம் புரியாத மகிழ்ச்சி அகத்துள்ளே உனக்கு நிருதி?”

“எனக்க யாதொரு உணர்வும் தோன்றவில்லை. அமுதா சரி வா போகலாம். சமையற்கட்டிற்கு மாமன் அவர்களுக்கு வேண்டியவற்றை சமைக்கச் சொல்லி வரலாம்”.

"சரி"

அன்றைய இரவு

"இன்னும் மூன்று தினங்களில் சதயப் பெருவிழா".

"ஆம் அமுதா, தந்தையார் இந்நேரம் தஞ்சை புறப்பட்டு இருப்பார்."

"ஆமாம் அதெல்லாம் சரி நிருதி, இன்று பிற்பகலுக்கு மேல் அரசரை அரண்மனையில் காணவில்லையே?"

"என்ன கூறுகின்றாய் அமுதா? மாமன் இங்கு இல்லையா?"

"ஆமாம் நிருதி ஒரு சில காவல் மேந்தரத்து அதிகாரிகளும் காவலர்களும் பணி ஆட்களும் மட்டுமே அரண்மனையில் உள்ளனர்."

-54-

ஐப்பசியில் சிவராத்திரி

“அப்படியா ஏதேனும் புறவேலையாகச் சென்று இருப்பார்கள் மாமன் வந்து விடுவார்கள் அமுதா”

“இருக்கலாம், ஆனால் இந்த மழையில் எங்கு சென்றார்களோ? சரி நி இங்கேயே இரு. நான் நீ அருந்துவதற்கு சுக்கு நீர் எடுத்து வருகின்றேன்.”

“இந்த இரவு வேளையில் வேண்டாம் அமுதா. மிகவும் குளிராக உள்ளது அல்லவா.”

“நீ இரு நிருதி, இதோ வந்து விடுகின்றேன்.”

“சரி சென்றுவா, ஐப்பசி மாத மழையும் காற்றும் குளிர்வித்திருந்த அந்த அறையில் நிருதி வழிபடும் லிங்கவடிவில் ஆன ஈசன். அதன் அருகே சென்று அமர்ந்தாள் நிருதி. வழக்கம் போல் ஓர் ஓலையை எடுத்து, “எமக்கு மகன் வேண்டும் வரம் அளியுங்கள். பரம்பொருளே” என்று அதிலே எழுதி அந்த லிங்கத்தின் அருகே வைத்தாள்.

தனது கரத்தைக் கூப்பி கண்களை மூடி “பரமேஸ்வரா அவன் இன்றி அணுவும் அசாயாது என்பார்கள். இங்கே நிகழும் அத்துணையும் தங்களுக்குத் தெரிந்து நடக்கின்றனவா. அல்லது தங்களால் நடக்கின்றனவா என்பது எனக்கு விளங்கவில்லை. இங்கே நிகழ்கின்றவற்றை எம்மால் நிறுத்தவும் எதிர்க்கவும் இயலும். ஆனால் அதன் பொருட்டு ஒருசிறு துன்பம் அவருக்கு நேருமானால் அதை எம்மால் பொறுக்கலாகாது. அவரது இல்லறமானது தெளிந்த நீர் போன்ற இருக்குமாயின், இது போன்றவற்றை இனியும் பொறுத்துக் கொள்வேன். அவரை மறந்திராமல் நினைத்துக்

கொண்டு இருப்பதனாலோ என்னவோ பிரிவுத் துன்பம் என்னை சுடுகின்றது. ஒரு வேளை அவரை நினைக்காமல் மறந்துவிட்டேயானால் என்ன ஆவேன் நான்? நனவில் வந்து (காதல்) செய்யாத அவரை என் கனவிலே தேடி செல்கின்றேன் நித்தமும் என் காதலைச் சொல்ல, என் மீது காதல் வேண்டா, கருணை வேண்டா, அன்பென்ற ஒன்று மட்டுமேனும் நன் மீது அவருக்கிருக்குமா ஈசனே? அதைத் தெரிந்து கொண்டால் உயிர் வாழ்வேன் நான்" என்று வேண்டிக் கொண்டிருந்தாள்.

"ஈசனிடம் பலத்த வேண்டுதலா என்ன? சிவ பூசையில் நான் நந்தியாக வந்து விடவில்லையே?"

அந்நேரத்தில் அங்கே கருணா வருவதை எதிர்பாராத நிருதி சற்று திகைத்துப் போனாள்.

"சுவாமி தாங்களா? தாங்கள் எப்போது வந்தீர்கள்?"

"இப்போது தான் அது இருக்கட்டும் உனது பூசையை நான் கெடுத்துவிடவில்லையே நிருதி?"

"இல்லை சுவாமி அப்படி ஏதும் இல்லை எப்பொழுதும் உறங்கச் செல்லும் முன் ஆடவல்லானை வணங்குவது மரபு தானே. தாங்கள் இவ்வேளையில் இங்கே?"

"நான் இங்கே வருவதற்கு யாருடைய அனுமதியும் கேட்க வேண்டுமா என்ன நிருதி?"

"இல்லை சுவாமி நான் அவ்வாறு கூறவரவில்லை. தஞ்சையில் இருந்து தங்களின் இந்த எதிர்பாரா வருகை என்னை வியப்பில் ஆழ்த்திவிட்டது. அதையே அவ்வாறாகக் கேட்டேன். வாருங்கள் சுவாமி. வந்து அமருங்கள் என்றவள் "அமுதா" என்று அழைத்தாள்

அவளை ஏன் இப்பொழுது அழைக்கின்றாய் நிருதி?

"தங்களுக்கு அருந்துவதற்குப் பாலோ, சுக்கு நீரோ எடுத்துவரச் சொல்லலாம் என்று..."

"நீ அழைத்தாலும் அமுதா இவ்விடம் வரமாட்டாள் நிருதி" என்று கூறியவாறே அந்தப் பிரம்மாண்ட அறைகளின் கதவுகளை மூடித் தாளிட்டான்.

"ஏன் சுவாமி அவள் வரமாட்டாள்?"

"இன்று அவளின் அறையில் இருக்கும்படி யான் தான் கூறினேன்."

எப்போதாவது கருணாவுடன் தனிமையில் இருக்க மாட்டோமா என்று நினைத்து வருந்திய நிருதிக்கு இன்றைய இந்தச் சந்திப்பு கவலையையும், அச்சத்தையும் அளித்தது.

"ஏன் அமைதியாகி விட்டாய் நிருதி? யான் இங்கு வந்ததில் உனக்கு விருப்பம் இல்லையா?

"அய்யோ.... அப்படியெல்லாம் ஒன்றுமில்லை சுவாமி. அமுதா என்னை விட்டு தனித்து இருக்க மாட்டாள்."

எதனால் அவளை அங்கே இருக்கச் சொல்லி இருப்பார் என்ற சிந்தனை நிருதிக்கு

"என்ன யோசனை நிருதி? என்ன நடந்து கொண்டு இருக்கிறது இவ்விடத்தே என்றார்?"

அவளுடைய பதிலுக்காகக் காத்திராமல் மேலும் தொடர்ந்தான் கருணா. "உன்னுடன் தனிமையில் உரையாட வேண்டும் என்று நினைத்தேன். அதனாலேயே அவளை அங்கு இருக்கும் படி கூறினேன்."

இதைச் சற்றும் எதிர்பாராத நிருதிக்கு அப்படி எதைப் பற்றிப் பேசப் போகின்றார்" என்று எண்ணம் வந்தது.

"உனக்கு அதில் எதும் ஆட்சேபம் இல்லையே நிருதி?"

"சுவாமி, தவறாக எண்ணாதீர்கள். தாங்கள் இன்னும் இரு தினங்களில் கலிங்கம் புறப்பட வேண்டும் அல்லவா? அப்படியிருக்க, இந்த இரவு வேளையில் ஓய்வெடுத்துக் கொள்ளாமல் தங்களின் உறக்கத்தைக் கெடுத்துக் கொண்டு உரையாட வேண்டுமா என்ன? அதுவும் மலர் அரண்மனையில் இல்லாத இந்த நேரத்தில்?"

"நிருதி நீ எனது சிறந்த தோழி மற்றும் மனைவி என்பதை யான் உனக்குச் சொல்லித் தெரிய வேண்டியது இல்லை. தவிரவும் நான் உன்னுடன் தனித்து இருக்க விருப்புகின்றேன். இதில் தவறு ஏதும் இல்லையே?"

கருணாவின் இந்தப் பதில் நிருதியை மேலும் கலக்கம் அடையச் செய்தது. ஒன்றும் பதில் கூறாதவளாக இருந்தாள்.

தொடர்ந்து கருணா, "நான் அரசின் பிரதிநிதியாக கலிங்கம் செல்ல இருப்பது உண்மைதான். இதற்காக சக்கரவர்த்திகள் எமக்கு மூன்ற பௌர்ணமி திங்கள்கள் கால அவகாசம் கொடுத்துள்ளார். இதற்குள் திரும்பவும் முடியும். இல்லை யானால், சற்றுக் கால தாமதமும் ஆகலாம். அதைப் பற்றிய கவலை எனக்கு அறவே இல்லை. ஏனென்றால் யான் நிச்சயம் மீண்டுவிடுவேன். ஆனால் இன்றைய இந்த இரவை நான் தவற விட்டால், என் மனதில் உள்ளவற்றை என்றுமே உன்னிடம் கூற இயலாமல் போகலாம். அதனாலேயே இந்த இரவு, உறக்கம் இன்னும் ஏனைய அனைத்தையும் விடவும் மிக முக்கியம் நம் இருவருக்குமான இந்தத் தனிமை. என்னுள் எழும் ஏராளமான கேள்விகளை, அய்யப்பாடுகளை உன்னிடமே கேட்டுத் தெளிவு பெறுவேன். இது நமது திருமணத்திற்கு முன்பில் இருந்து தற்போது வரையிலும் தொடர்கிறது. அசைவில்லாத தடாக நீரைப்போல இருந்தவள் குறுநகை புரிந்தாள்.

யான் ஏதோ பதுமையுடன் உரையாடிக் கொண்டு இருப்பது போல்தோன்றியது. நல்ல வேளையாக நகைத்து நீ நிருதி என்று உணர்த்தி விட்டாய் நல்லது. இன்னும் சில வினாக்களுக்கு உன்னிடம் விடைகளைத் தெரிந்து கொள்ள ஆவலாக உள்ளேன். அதை நீ தெளிவுபடுத்துவாயா நிருதி?"

"இப்பொழுதேவா சுவாமி?"

"ஆமாம்"

"ஏன் என்றால் நான் கலிங்கம் செல்லும் முன் உன்னை சோழபுரத்தில் விட்டுச் செல்ல உத்தரவு. நான் வரும் வரையில் அரசியார் தங்களின் புதல்வியைத் தன்னோடு வைத்துக் கொள்ள விருப்பம் தெரிவித்துள்ளார்."

"ஆம் சுவாமி, அதைதான் அறிவேனே. அதற்காகத்தான் இன்று தஞ்சை புறப்பட்டோம். ஆனால் மாமன் அவர்கள் குறுக்கிட்டு தஞ்சை பெருஆவுடையாருககு இறையளி தானம் வழங்க வேண்டும் என்றும் அதற்கு ஆவணங்கள் உறுதி செய்வதனால் இங்கு இருக்க வேண்டியது அவசியம்

என்றும் கூறினார்கள். அதன் பின்னரே அத்தையும் மற்றும் அனைவரும் தஞ்சைக்குப் புறப்பட்டனர். ஆனால்...

"என்ன ஆனால் நிருதி"

"பெருவிழா ஏற்பாடுகள் தங்களின் மேற்பார்வையில் தானே நடந்து கொண்டிருந்தன? அப்படி இரக்க, தாங்கள் எப்படி இங்கே?"

"உண்மைதான் இன்னும் சில பணிகள் இருப்பதனால், என் பொருட்டு தந்தையாரை தஞ்சைக்க அனுப்பி உள்ளேன். இந்தத்தகவலை சோழபுரத்திற்கு அனுப்பிவிட்டேன். உனக்கு வேறு ஏதும் ஐயம் உளதா? என்றவாறே நிருதியை நோக்கினான்.

"இல்லை சுவாமி"

சிறிது நேரம் அங்கே அமைதி நிலவியது.

இம்முறை மௌனம் கலைத்தவளாய் "ஏதோ என்னிடம் கேட்க வேண்டும் என்று கூறினீர்களே என்ன சுவாமி?

அது முன்பெல்லாம் நீ செய்யுள்கள், கவிதைகள் போன்றவற்றிற்கு உரை எழுதிக் கொண்டு இருப்பாயே. இப்பொழுது எழுதுவதை நிறுத்திவிட்டாயா நிருதி?

இல்லை இப்போது நேரம் கிடைக்கையில் தொடர்ந்து கொண்டுதான் இருக்கின்றேன் சுவாமி".

"நல்லது"

"சரி சங்க இலக்கிய நூல்கள் எதை போதிக்கின்றன நிருதி?"

"அறம், பொருள் இன்பம் இதையே போதிக்கின்றன சுவாமி."

"அருமை இதுவே உனது அடையாளம் எதையும் சுருங்கச் சொல்லும் ஆற்றல். இவற்றில் நாம் எதை பின்பற்றி நடக்க வேண்டும் நிருதி? அறத்தையா, பொருளையா, அல்லது இன்பத்தையா?

"இதில் தேர்வு செய்ய என்ன இருக்கிறது சுவாமி? ஒரு மானுடன் அறத்தைப் பின்பற்றினாலே ஏனைய இரண்டும் தானாக அமையப் பெறும் அல்லவா?"

“அறம் எதை வலியுறுத்துகிறது தேவி? இறைவழிபாடும், இல்லறமும் ஆக இவை இரண்டும் முறையே நடந்தால் மற்றவை அனைத்தும் தானாகக் கைகூடும் “அப்படித்தானே,”

“ஆம் சுவாமி, இதில் சந்தேகமே வேண்டாம்”

“இல்லறத்தின் அடிப்படை என்பது என்ன?”

“அதன் தலைவனம், தலைவியும்”

“இல்லறத்தைப் பற்றி வள்ளுவம் என்ன கூறுகிறது., நிருதி?”

இயல்பினால் இல்வாழ்க்கை வாழ்பவன் என்பான்
முயல்வாருள் எல்லாம் தலை.

“இதனுடைய பொருள் என்ன நிருதி? என்றவாறே அவளின் தாமரை போன்ற முகத்தை உற்று நோக்கினான் கருணாகரனின் இந்த மாற்றத்தைத் புரிந்து கொள்ள முடியாதவளாக, ஏதோ சிந்தனையில் இருந்தாள்.

“என்னவாயிற்று நிருதி? விளக்கம் தானே கேட்டேன்? ஏன் மௌனம்.

“அறத்தின் இயல்போடு இல்வாழ்க்கை வாழ்கின்ற ஒருவன் வாழ முயல்கின்ற பல தரத்தாரிலும் மேம்பட்டு விளங்குகின்றவன் ஆவான்.”

“நல்ல விளக்கம் மற்றும் ஒருவினா துணை நலம். இந்தஅதிகாலத்தில் உனக்குப் பிடித்த குறள் எது தேவி?”

“இதில் இருக்கும் அனைத்துமே எமக்கு மிகவும் பிடிக்கும் சுவாமி”.

“அதுசரி இவற்றில் சிறந்தது என்று நீ நினைப்பது யாது?”

தற்காத்து தற்கொண்டான் பேணித் தகைசான்ற
சொற்காத்துச் சோர்விலாள் பெண்.

“இதன் பொருள்?”

“கற்புநெறியில் தன்னையும் காத்துக் கொண்டு தன் கணவனையும் காப்பாற்றித் தகுதியமைந்த புகழையும் காத்து உறுதி தளராமல் வாழ்கின்றவளே பெண் என்பது.”

“அருமை”

சிறிது நேரம் அமைதிக்குப் பின் தொடர்ந்தான்.

“நிருதி, நம் இருவருக்கும் திருமணம் முடித்து எத்தனை நாட்கள் முடிந்திருக்கும்?”

“சென்ற ஆவணி திங்களோடு இரண்டு ஆண்டுகள் நிறைவடைந்தன சுவாமி.”

“இந்த இரண்டு ஆண்டுகளில் ஏறக்குறைய பதின்மூன்று திங்கங்கள் யான் சோழ மண்டலத்திலே இல்லை. நனது பணி காரணமாக காஞ்சி சேரமண்டலம், தென் மதுரை, இலங்கை போன்ற இடங்களுக்குச் செல்ல வேண்டி இருந்ததால் இந்த நிலை. அப்படியே யான் இங்கு இருக்கும் பட்சத்தில் அரசவையிலும், ஆயுதக் கிடங்கிலும் இருந்த நேரம் போக, மலர்விழியுடன் பொழுதைக் கழித்துள்ளேன். இலக்கணம் சார்ந்த குறிப்புகள் அறியவே உன்னைத் தேடி வருவேன். உன்னுடன் உரையாடிக் கொண்டே பொன்னி நதியில் படகில் சென்றது எனக்கு மிகவும் பிடித்த ஒன்று. முன்னொரு சமயம் மலர் எனது காதலி. நீயோ எனது சிறந்த தோழி. காலத்தால் இன்றோ நீங்கள் இருவரும் எனது மனைவியர். எனக்கும் மலருக்கும் மணமான இந்த ஓர் ஆண்டில் மலரிடம் அனேக மாறுதல்களை உணருகின்றேன். என் மலர் அதில் மறைந்து போனாள். ஆனால் இந்த ஈராண்டுகளில் உன்னிடம் எந்த மாற்றமும் இல்லை. இன்றும் எனது சிறந்த தோழியாகவே நீ இருந்து வருகின்றாய். நூல்கள் சம்பந்தமாக விளக்கம் அளிப்பது மலருக்கும் எனக்குமான இந்த இல்லற வாழ்க்கைக்குக் காரணமாக இருந்தது. இவை அனைத்து நமது நட்பை இன்னும் பலப்படுத்தி உள்ளன என்றே சொல்லலாம். தந்தையார் ஒரு சமயம் கூறினார். மனையாளிடம் தோழமையோடு பழகவேண்டும், அதுவே இல்லறம் சிறக்க வழிவகுக்கும் என்று. உண்மைதான் இல்லையா, நிருதி?”

“அது சரி இன்று இவற்றை நினைவுகூர காரணம் என்ன சுவாமி?”

“இங்கு நீ எந்த குறையும் இல்லாமல் நலமுடன் வாழ்கின்றாய் என்றே எண்ணி இருந்தேன். கடந்த சில நாட்களுக்கு முன்பு வரை. ஆனால் உண்மை அதுவல்ல.

சோழரின் மகளாகப் பிறந்தும், வண்டையர் கோனின் மனைவி என்று உனை சிலர் அங்கீகரிக்கவில்லை என்பதை நான் அறிவேன். அதற்கான காரணம் மக்கட் பேறு ஈராண்டுகள் கடந்தும் உனக்கு அது கிடைக்கவில்லை என்பது."

அதுவரை இமைக்காமல் கருணாகரன் இசைந்ததைக் கேட்டுக் கொண்டிருந்தவளின் கருங்குவளை மலர் போன்ற விழிகளில் நீர்பெருக்கெடுத்தது.

மேலும் தொடர்ந்தான் கருணாகரன், "மெய் என்ன என்பது அவர்களுக்குத் தெரிந்திருக்க வாய்ப்பில்லை, யான் நீ, மலர் தவிர நம்மிருவருக்கும் மணம் ஆன நாள் அன்று பொன்னி நதிக்கரையில் நடந்தது உனக்கு நினைவிருக்கும். காதலியுடன் இல்லற வாழ்க்கையில் ஈடுபடுவது சுலபம் நிருதி. ஆனால் நீயோ முதலில் என் தோழி ஆவாய். உன்னிடம் ஒரு கணவனுக்கான உரிமையை எடுத்துக் கொள்ள ஏனோ என் மனம் முன்பு தயக்கம் காட்டியது. ஆனால் அது தவறு என்றுணர்ந்தேன்."

"தற்போது என்ன சொல்ல வருகின்றார்?" என்ற குழப்பத்தில் இருந்தாள் நிருதி வியர்வை துளிகள் வழிய.

"எதைதையோ நினைத்து தாங்கள் குழப்ப வேண்டாம் சுவாமி. நான் இங்கு வெகு மகிழ்சியாக தான் உள்ளேன். இங்கிருக்கும் அனைவருமே என்னிடம் அன்பு பாராட்டுகிறார்கள். தாங்கள் எதையும் எண்ணிக் கவலை கொள்ள வேண்டாம். ஆடவல்லானை வணங்கி விட்டு தங்களது அறைக்குச் செல்லுங்கள் சுவாமி."

"அது இருக்கட்டு, நான் வரும் போது ஆடவல்லானிடம் என்ன வேண்டிக் கொண்டாய் நிருதி..."

"வேண்டுதலை வெளியே கூறக்கூடாது என்பார்களே சுவாமி."

"அதுவும் சரிதான் நீ கூற வேண்டாம் ஆனால் உன் வேண்டுதல் என்ன என்பதை அந்த ஈசன் என்னிடம் கூறிவிட்டான்."

"தங்களிடம் கூறினாரா? என்ன கூறினார் சுவாமி?" என்றாள் நிருதி அதிர்ச்சியும், ஆச்சர்யமும் கலந்த பார்வையால்.

"இந்த ஓலையில் எழுதி இருப்பது நீதானே நிருதி, இதில் இருக்கும் செய்தி ஈசனிடம் சேரவேண்டியது அல்ல நிருதி, கணவனுக்கு சேர வேண்டியது. உனது கோரிக்கைகள் முற்றிலும் நியாயமானது. நீ கூறியது போலவே தற்போது எனது வேண்டுதலும் இதுவே. நன்மக்கட் பேறு."

"மேலும் யான் இன்று இவ்விடம் விட்டுச் செல்லப் போவதும் இல்லை யான் எனது இந்தக் கோரிக்கையை ஈசனிடம் கூறப்போவதும் இல்லை. என் மனைவியான உன்னிடமே கூறுகின்றேன். மழலைச் செல்வம் வேண்டும். எனது இந்தக் கோரிக்கையை நீ ஏற்றுக் கொள்ள வேண்டும். அதுவும் இன்றே இப்போதே உனது முடிவு எதுவாயினும் அதை யான் ஏற்றுக் கொள்வேன் தேவி."

தலை சுற்றுவது போல் இருந்தது அவளுக்கு.

"ஆனால் மலருக்கு தாங்கள் - அதாவது நாம் இருவரும் கொடுத்த வாக்குறுதி என்னவாவது சுவாமி?"

"அதை நான் மறுக்கவில்லை நிருதி. ஆனால் அன்று காலை நம் திருமணத்தின் போது சபையோர் முன்னிலையில் யான் உன்னை மனைவியாக மனப்பூர்வமாக ஏற்றுக் கொள்கின்றேன் என்ற வாக்கையே தற்போது காப்பாற்ற எண்ணுகின்றேன் தேவி. உன்னிடம் எனக்கான உரிமையை நான் எடுத்துக் கொள்ள விரும்பவில்லை. உன் அனுமதி மட்டும் எனக்கு முக்கியம். இப்போதுமே ஒன்றும் கெட்டுவிடவில்லை நிருதி. இன்றிலிருந்து மூன்று திங்கள் கால அவகாசம் எடுத்துக் கொள் நிருதி. யான் கலிங்கம் சென்று வந்தபின் வேண்டுமானாலும்,"

"இல்லை சுவாமி எமக்கு சம்மதமே. யானும் ஒரு பேச்சிற்கே அவ்வாறு கூறினேன்,"

"தேவி உனக்கு இது வரையிலும் கொடுத்த கால அவகாசமே போதும் என்று நினைக்கிறேன்,"

மெள்ள சிரித்தாள் நிருதி.

நீண்ட நேரம் அமைதி, ஒருவரை ஒருவர் பார்த்த வண்ணம் எப்பொழுதும் கருணாவின் கண்களைப் பார்த்துப் பேசும் நிருதி இன்று மட்டும் ஏனோ அவன் முகத்தைப் பார்க்க

முடியாமல் நாணம் வந்து அவளைக் கவ்விக் கொண்டது. ஆயினும், கருணாகரனோ எப்பொழுதும் போல அவளை ஏறிட்டுப் பார்த்த வண்ணம் இருந்தான்.

அடுத்த என்ன பேசுவது என்று புரியாமல் இருவரும் இருக்க, நேரம் நகர்வதை உணர்ந்த கருணா தொடர்ந்தான். "நிருதி, பெண்கள் அணியும் ஆபரணங்களுக்குப் பெயர் உண்டு, இல்லையா?"

"ஆம் சுவாமி உச்சி முதல் பாதம் வரை அணியும் அணிகலன்களுக்குப் பெயர் உண்டு. அகம் - புறம் போன்ற எண்ணற்ற இலக்கண நூல்களில் இதற்கான குறிப்புகள் உள்ளனவே. தவிரவும், எண்ணற்ற ஆபரணங்கள் நடைமுறையிலும் பயன்பாட்டிலும் உள்ளனவே தங்களுக்குத் தெரியாதா என்ன?"

"அவை எல்லாம் எமக்கு எப்படி தெரியும் நிருதி? ஆயுதங்களின் பெயர்கள் என்றால் எமக்கு அத்துப்படி, ஆபரணங்களைப் பற்றி தெரியவில்லை. ஒன்று செய்யலாம் நீ அணிந்திருக்கும் அணிகலன்களின் பெயர்களை ஒவ்வொன்றாகக் கூறு, யான் அதைத் தெரிந்து கொள்கின்றேன் சரிதானே?"

"ஆகட்டு சுவாமி" என்று ஆர்வமாக "இதுசிலம்பு" என்றாள்,

இடை நிறுத்திய கருணா

"சற்றுப் பொறு நிருதி, முதலில் உச்சியில் இருந்து ஆரம்பமாகட்டும் என்றான்."

"அதுவும் சரிதான் என்ற நிருதி, வலம்புரி சங்கு, பூரப்பாளை, பொன் அரிமாலை, சூடாமணி இவை தலையில் அணிந்து கொள்பவை தேவரே".

"உனது உச்சியில் அணிந்து இருப்பது எமக்கு எப்படி தெரியும் நிருதி?"

"ஆமாம் அதற்கு என்ன செய்வது சுவாமி?"

"அப்படி கேள் நீ உன்னுடைய அணிகலன்களை ஒவ்வொன்றாக அவிழ்த்து, அதன் பெயர்க் காரணத்தைக் கூறி என்னிடம் கொடு. யான் அதைப் பார்த்து இதோ இந்தப்

பேழையில் வைத்து விடுகிறேன். நீ அவற்றை காலையில் அணிந்து கொள்ளலாம், சரியா?"

"ஆகட்டும் சுவாமி."

நிருதி தன்தலையில் இருந்த ஆபரணங்களை அவிழ்த்துக் கொடுக்க, "இத்துணை அணிகளைப் பெண்டுகள் தலையில் அணிவார்கள் என்பதே இன்றுதான் எனக்கு தெரியும் தேவி. பெண்கள் மலர்களை மட்டுமே விரும்பி அணிவார்கள் என்றுதான் நினைத்தேன்." என்றான் கருணாகரன்.

"அது போன்றதோர் ஆபரணமும் உண்டு சுவாமி அதன் பெயரே பூச்சரம். இதுதலையில் அல்ல. கூந்தல் கலையாது இருக்க பின்னலில் அணிவது. இதோ,,,"

"ஆமாம், அப்படியே பூவினை கோத்தாற் போல் அல்லவா உள்ளது."

"ஆமாம் தனது கூந்தலுடன் ஒன்றி இரந்த அந்த அணியை அவிழ்க்க முயன்றாள் நிருதி.

"சற்றுப் பொறு நிருதி., நான் உனக்கு உதவி செய்கின்றேன்" என்றவன் கூந்தலில் இருந்து மெள்ளப் பிரித்து எடுத்தான்.

"பொன்னிழையில் முத்துக்களும், பவளங்களும் கோக்கப் பட்டிருந்தன. அந்தப் பூச்சரம் ஏகவடம் (ஒற்றைச் சரமாலை), வீரசங்கிலி, நேர் சங்கிலி, பொன்னரு சவடி, சரப்பனி, வைடூர்ய மாலை, வைர ஆரம், நவமணி சிறு முல்லைச்சரம், பிறகு இது நித்தில ஆரம் தாங்கள் பரிசளித்தது தங்களுக்கு நினைவு இருக்குமே சுவாமி."

"ஆம் நிருதி, நான் உனக்கு அளித்த பரிசுப் பொருட்களில் என்றும் என் நினைவில் இருப்பதும் என்னை மிகவும் கவர்ந்ததும் இந்த முத்து ஆரமே. உனக்கு நவமணிகளின் முத்துக்கள் மிகவும் பிடிக்கும் என்றாள் மலர். இதற்கு விசேடக் காரணம் உண்டா நிருதி?"

"நவமணிகளில் முத்தைத் தவிர, மற்ற இரத்தினங்களை வடிவமாற்று செய்து அணிகள் செய்ய இயலும். ஆனால் முத்துக்களை அதன் இயல்பின் படியே அணிகள் வடிவமைக்க முடியும். அதனாலேயே ஏனோ நவமணிகளில் முத்துக்கள் எமக்கு மிகவும் பிடித்த ஒன்று சுவாமி. மேலும் நித்திலம்

பன்னிரண்டு வகைகள் உள்ளன. அதோடு கூட ஆபரணங்கள் மட்டும் அல்லாது மருத்துவம், இன்ன பிற பயன்பாடுகளும், முத்துக்களால் கிடைக்கப் பெறுகின்றோம்,"

"பன்னிரண்டு வகை முத்துக்களா? எங்கே அவற்றைக் கூறு நிருதி நானும் அறிந்து கொள்கின்றேன்."

"வட்டம், ஒப்பு முத்து, நிம்பொளம், அனுவட்டம், குறுமுத்து, பயிட்டம், அம்பு, இரட்டை, சிவந்த நீர், முதுகறடு, சப்பத்தி, குளிர்ந்த நீர் போன்றவை சுவாமி."

அருமை உன்னுடைய இந்த விளக்கம் எம்மை மிகவும் கவர்ந்தது. இதற்கான பரிசு என்ன தெரியுமா, நிருதி? நி கூறிய பன்னிரண்டு வகை முத்துக்களையும் தென்மதுரையில் இருந்து வரவழைத்து அதை குடந்தை பொற்கொல்லனிடம் கொடுத்து அழகிய ஆபரணங்கள் செய்து தர உத்தரவிடப் போகின்றேன். உச்சி முதல் பாதம் வரையிலும் நித்திலத்தாலே பூட்டி அழகு பார்க்க வேண்டும் உனை. ஆமாம் நிருதி, ஆரத்துடன் பரிசளித்த மேகலை எங்கே? இன்னுமா தொய்வாக உள்ளது?"

"ஆம் சுவாமி"

"அப்படியானால் இடை பருத்தலின் பொருட்டு அணியும் வாய்ப்பு உள்ளது. அப்படி தானே?"

"ஆமாம் ஆனால் தங்களுக்கு அணிகளின் பெயர் தெரியாது என்றல்லவா கூறினீர்கள்? இப்பொழுது எப்படி இடையில் அணிவது மேகலை என்று கூறுகின்றீர்கள் சுவாமி?"

"என்ன இது சிறுபிள்ளை போல இயம்புகிறாய் நிருதி? காதணி, கனையாலி, புஜபட்டயம், கை காப்பு, வீரச்சங்கிலி, நேர் சங்கிலி, ஏகவடம், மேகலை, சிலம்பு இவை ஆண், பெண் இருபாலருக்கும் பொருந்தும்தானே - சிறு வேறுபாடுகளைத் தவிர. யானும் அணிந்து இருக்கின்றேனே - பின் பெயர் தெரியாமல் எப்படி இருக்க முடியும்? இவை தவிர மற்ற அணிகளின் பெயர்கள் தான் தெரியவில்லை என்று கூறினேன். இது இருக்கட்டும் இன்னும் உன் இடையில் இருக்கும் மேகலையை அவிழ்க்கவில்லையே,"

"ஆமாம் தவறாகப் புரிந்து கொண்டேன். மன்னியுங்கள் சுவாமி" என்றவள் இது காஞ்சனம், கோமேதகம், கருநிலத்தால் செய்த மேகலை" என்று கூறி தனது இடையில் இருந்த மேகலையை அவிழ்த்தாள்.

அதை தன் கரத்திலே ஏந்திய கருணா, "மேகலையின் கனத்தை மெல்லிடையும் தாங்குமோ?" என்றான். நிருதியைப் பார்த்த வண்ணம்.

"என்ன ஏதோ கூறினீர்களே சுவாமி?"

"ஒன்றும் இல்லை, இதுவும் அழகாக உள்ளது என்றுதான் கூறினேன்.

"அடுத்து, தோள்களிலும் கரங்களிலும் இருப்பவை.

அங்கி, வங்கி, கடகம், பொன் மணி வலயம், நவமணி வலயம், சங்க வலயம், பவள வலயம், முத்து வலயம், திருவிசை காப்பு, கணையாழிகள்" என்று கூறிக் கொண்டே தோள்களில் இருந்து கைவிரல்கள் வரை அனைத்தையும் அவிழ்த்து கருணாவிடம் கொடுத்தாள்.

"அத்தனையும் அழகு, பிறகு?" என்றான் பேழையில் வைத்தவாறே.

சற்று கடிந்து கொண்டவளாய், பிறகு என்ன பிறகு... அவ்வளவுதான்" என்றாள். பொய்கோபம் கொண்டு.

நகைத்தவாறே, "அது சரிதான் நிருதி. எல்லா ஆபரணங்களையும் அவிழ்த்து விட்டாய். ஆயினும் பாதங்களில் இருப்பது..." என்றான் கருணாகரன்

ஒரு பெருமூச்சுடன் சதங்கை, பரியகம், காற்சரம், பாடகம், சிலம்பு, அவை இருக்கட்டுமே சுவாமி." என்றாள்.

சரி அப்படியானால் நான் உன் பாதம் அருகே சென்று பார்த்துக் கொள்ளட்டுமா?"

"இல்லை வேண்டாம். இதோ நானே அவிழ்த்துத் தருகின்றேன்"

"சிலம்பைத் தவிர்த்து மற்றவற்றை அவிழ்த்தாள். வேறு ஏதேனும் இருக்கின்றதா தேவி?"

“அவ்வளவு தான் சுவாமி. சோடிப்பும், சிலம்பும் மட்டுமே. இதனை அவிழ்க்கக்கூடாது என்பதுதங்களுக்கு தெரியாதா சுவாமி”.

“எனக்கு நன்றாகத் தெரியும் நிருதி. இவை இரண்டையும் உனக்கு அணிவித்தவன் யான் என்பது உனக்கு நினைவு இருக்கிறது, இல்லையா? ஆக, எனனைத் தவிர நான் அணிவித்த இவையிரண்டும் உன்னைத் தழுவிக் கொண்டு இருக்கின்றது அப்படி தானே?”

அமைதியாய் சிரித்தாள் “என்ன தேடுகின்றீர்கள் சுவாமி?”

“ஒன்றும்இல்லை நிருதி. நா வறட்சி ஏற்பட்டது போல் ஓர் உணர்வு, அதுதான்”.

“சற்றுப் பொறுங்கள் என்ற நிருதி அங்கிருந்து சென்றாள். அவளையே பார்த்த வண்ணம் கருணாகரன், கருநிற நாகத்தைப் போல அடர்ந்து நீண்ட கூந்தல். இடையைக் கடந்து இன்னும் நீண்டு மெள்ள அசைந்தது, என்று மனத்துக்குள்ளே கூறிக்கொண்டான்.

பொன்னால் ஆன குவளையில் நீர் கொண்டு வந்து அவனிடம் கொடுத்தாள் நிருதி. நீரை வாங்கிக் கொண்டவன், “நிருதி, எனதருகில் அமரு” என்றான். அவன் அருகே அவள், காஞ்சனத்தை மென்பஞ்சு கொண்டு தோய்த்தது போன்று மிதுவான தேகம் உனது.

சற்று அமைதிக்குப் பின், “நிருதி தெரியுமா உனக்கு? முன்னொரு சமயம் யானும் சயங்கொண்டாரும் உரையாடிக் கொண்டிருந்தோம்” என்றான் கருணா.

“எதைப் பற்றி சுவாமி?”

“இந்தப் பிரபஞ்சத்தில் எத்தனையோ இருக்க ஏன் இந்தப் புலவர்கள் எல்லாம் பெண்ணையே பெருமை பேசுகிறார்கள் என்று கேட்டேன் நான்.”

“அதற்கு அவர் என்ன கூறினார்.”

“அதற்கு அவர் இந்தப் பிரபஞ்சமே பெண்ணுக்குள்தான் இருக்கின்றது. பெண்ணைப் பெருமைபடுத்தினால் இந்தப் பிரபஞ்சத்தைப் பெருமைப்படுத்தியதற்கு சமமாகும். அதனாலேயே புலவர்கள் மகளிரை வர்ணித்து கவிதைகள்

பல இயற்றுகின்றனர் என்றார். ஏனோ அன்று அதனை எம்மனம் முழுவதுமாக ஏற்கவில்லை. ஆனால் இன்றோ நான் ஒப்புக் கொள்கின்றேன் பெண்ணுக்குள்ளே பிரபஞ்சம் இருப்பதை. நிருதி இப்போது எனக்கு ஒன்று தோன்றுகிறது. அதை கூறட்டுமா? ஆனால் நீ ஒன்றும் நினைக்கக்கூடாது."

"இல்லை சுவாமி நான் ஒன்றும் நினைக்கவில்லை. தாங்கள் தாராளமாகக் கூறலாம்."

"தவறாக எண்ணக் கூடாது சரியா? இதோ கூறுகின்றேன் எமக்குத் தெரிந்தவரை யான் முயன்று"

"கூறுங்கள்"

"நடமாடும் ஆயுதக் கிடங்கு நீ. உன் அங்கங்களுக்குள் ஆயுதங்களை ஒளித்து வைத்து என்னைக் கொல்லாமல் கொல்கின்றாய். "எப்படி நிருதி?"

என்பதற்குள் 'கலகலவென்று சிரித்தாள் நிருதி. சில கணங்கள் தொடர்ந்தப் அவளது இந்தப் புன்னகை.

பின் தன்னைக் கட்டுப்படுத்தியவளாய் "உங்களுடைய போர்க்குணம் உங்களது கவிதைகளிலும் பிரதிபலிக்கிறது சுவாமி. இருந்தாலும் அற்புதமான கவிதை பெண்பாற் புலவர்களையே பின்னுக்குத் தள்ளி விட்டீர்கள் தாங்கள்." என்றவாறே மீண்டும் சிரித்தாள்.

அவள் சற்றும் எதிர்பார்க்க வில்லை. கருணா தன்னுடைய ஒரு கரத்தால் கட்டியணைத்து தனது மறுகரத்தால் அவளது அதரங்களை மூடினான். மிக அருகில் சுவாசத்தை உணரும் தூரத்தில் இருவரும். ஒரு சில வினாடிகள் மெள்ள நகர்ந்தன. "நிருதி, இன்று என்ன நாள் தெரியுமா உனக்கு?" என்று மென்மையாக கூறிக்கொண்டே அவள் அதரங்களை விடுவித்தான்.

"என்ன நாள் சுவாமி?"

"இன்று ஐப்பசி மாத சிவராத்திரி,"

"ஆமாம் அறிவேன் சுவாமி,. அதற்கு?"

"பொதுவாக சிவராத்திரியில் இரவில் கண்விழித்து சிவனை வழிப்பட்டால் வேண்டும் வரம் கிடைக்கும் என்பது நம்பிக்கை இல்லையா?"

"உண்மை தான் சுவாமி. மக்கட்பேறு வேண்டி சிவனை வழிபடுவோம். அந்த ஆடவல்லானின் அருளால் நமக்கு வாரிசு உருவாகலாம்."

"இதனை விடவும் ஈசனிடம் கேட்க வரம் ஏதும் உள்ளதா சுவாமி? இதனை மனமார ஒப்புக் கொள்கின்றேன்" என்றவள் அமைதியானாள். எதையோ சிந்தித்தவாறு.

"என்ன யோசனை? எதற்கு இந்தப்புன்முறுவல்? நிருதி. எனக்குக் கூறமாட்டாயா?"

"ஒன்றுமில்லை சுவாமி".'

"என்னிடம் என்ன தயக்கம், உனக்கு? கூறு நிருதி"

"நமது இந்தக் கோரிக்கை அந்த ஈசன் செவிமடுக்கும் பட்சத்தில், வரப்போகும் ஆடி பூரட்டாதியில் தங்களைப் போல மற்றும் ஒரு வண்டையர் கோன் பிறப்பான். நமது மகனாக அதை எண்ணினேன் சுவாமி."

இம்முறை 'கலகலவென கருணாகரன் சிரித்தான். கருணாவின் ஆனந்ததிற்கு அளவே இல்லை என்று கூறலாம். இருவருள்ளும் ஓர் அமைதி நிலவியது. அது அந்த அறையையும் சூழ்ந்தது. மேலும் அங்கே நிகழ்ந்தது என்ன என்பது அங்கிருந்த பாவை விளக்குகளுக்கும், திரைச்சீலைகளுக்கும் அன்னம், புறாக்களின் இறகுகளால் சொறிந்த மெத்தைக்கும் மென்பஞ்சுத் தலையணைக்கும் மட்டுமே தெரிந்த ரகசியம். காலமானது கனங்கள் பெருகி நாழிகையாய் வளர்ந்து சாமங்களைக் கடந்து போன போதும் கூட, வேட்கையும் போகமும் அவனை விட்டு அகலவில்லை. அலுப்போ அயர்ச்சியோ துளியும் இல்லை அவனுக்கு.

சயங்கொண்டார் எப்போதும் ஒன்றைக் கூறிக்கொண்டே இருப்பார். "திருமாலின் சக்கரம் போன்றவன் கருணாகரன் என்று. அது தற்போது நிருதியின் நினைவுக்கு வந்தது. அதை எண்ணி உள்ளுக்குள் மெள்ள சிரித்தாள். மேலும் ஒரு சில நாழிகைகள் கடந்து இருக்கும். அவளை ஆதரவுடன் அணைத்துக் கொண்டான் கருணாகரன் - அவள் கண் இமைகளில் முத்தமிட்டபடியே. அயர்ச்சியினால் மெதுவாக கண்ணயர்ந்தாள் நிருதி. இரவு நெடுநேரம் கடந்திருக்கும். ஏனோ

கருணாவிற்கு உறக்கம் என்பதே வரவில்லை. அவனுக்குள் கரைபுரண்டோடும் மகிழ்ச்சி அவனை உறங்கவிடாமல் செய்தது.

பைய எழுந்து அந்த அறையின் நிலாமுற்றத்திற்கு வந்தான். குளிர்ந்த காற்று அவனை மெள்ள வருடிச் சென்றது. அதை அப்படியே சற்று கண்மூடி அனுபவித்தான். முல்லை மலரின் நறுமணம் அவன் நாசியில் ஊடுருவியது. ரம்யமான சூழல். நிருதியின் ஞாபகம். மீண்டும் அவள் அருகே வந்து அமர்ந்தான். துகில் களைந்த நிலையில் துயில் கொண்டிருந்தாள் களைப்பினால். அவளை இமைக்காமல் பார்த்துக் கொண்டிருந்தான் கருணாகரன். சோழகுல மகளிர் அழகு என்பது அனைவதும் அறிந்ததே., அதற்கு நிருதி விதிவிலக்கா என்ன? முல்லைநிலத்தை ஒத்த அடர்ந்து நீண்ட கூந்தல். குறிஞ்சியை கொங்கைகளில் சுமப்பவள். மருத நிலத்தின் வளமை மேனி எங்கும் மிளிர, நெய்தல் நீள கயல்கள் கண்களில் நீந்த பாலை நிலமாய் வறண்டு போய் இருந்தது அவளது முருகு அதரம். அதுவும் தன்னால் தான். விடியலில் இல்லாமல் போகலாம் அதர வறட்சி. தாய் நாட்டில் பாலை இல்லாமல் போனது போல் இப்படி ஏதோதோ எண்ணங்கள் தோன்ற பைய கண் அயர்ந்தான் கருணாகரன்.

பொழுது மெள்ள புலர்ந்தது. பகலவனின் வருகைக்காக புள்ளினங்களும் தாமரை மொட்டுகளம் காத்துக் கிடந்தன. கருணாகரன் கண்விழித்த போது, அங்கே நிருதி இல்லை.

என்ன இது வெகுநேரம் உறங்கி விட்டோமா என்ன அறையில் இருந்து வெளியே வந்தான். அங்கே சேடி பெண்ணை அழைத்து "நிருதி எங்கே?" என்று கேட்டான்.

"அரசியார் நீராடச் சென்றுள்ளார் அரசே" என்று கூறிச் சென்றாள்.

தடாகத்தில் அமர்ந்தபடி ஏதோ சிந்தனையில் மூழ்கி இருந்தாள் நிருதி.

என்ன ஆயிற்று நிருதி? உனக்கு மலைப்பின் மிகுதியா, களைப்பின் மிகுதியா இப்படி மேலாடையை அகற்றாமல்

இருக்கின்றாய்? என்றவாறே சென்னிறத்தால் ஆன நீண்ட துகிலை அகற்றினாள் அமுதா. சந்தனம் மகிழம், மஞ்சள் இன்னபிற பொருட்களின் கூட்டுக் கலவையினால் ஆன குளியல் பொடியை பன்னீருடன் கலந்து சாந்தைப் போல் குழைத்து நிருதியின் தோள்களில் பூசிட, அதுவரை ஏதோ சிந்தனையில் மூழ்கி இருந்த நிருதி, "அய்யோ... எரிகிறதே..." என்று அலறினாள்.'

"என்னவாயிற்று நிருதி? நித்தம் பயன்படுத்து கலவை தானே? ஏன் இன்று எரிகிறது?" எனக் கூறியவாறே அவளுடைய தோள்களைக் கண்டு "என்ன இது நிருதி? ஏதோ கீறல் போல தெரிகிறதே?" என்றபடி அவளுடைய கண்களையே உற்று நோக்கினாள்.

கைகளில் ஒரிரு இடங்களில் கீறல்கள் இருந்தன. அதனாலேயே நீருக்குள் கரங்களை மறைத்தேன். தோளிலுமா?" என்றவள், சட்டென நாவைக் கடித்து கொண்டாள். மறைக்கலாம் என்று நினைத்தால் மாட்டிக் கொண்டோமா என்ன?

"நேற்றைய இரவு வண்டையார் கோனின் வருகைக்குக் காரணம்? எந்தச் செய்யுளின் விளக்கம் கோரி நிருதி? நற்றிணையா, குறுந்தொகையா? அல்லது இரண்டிலுமா? ஆனால் ஒன்று இந்த முறை ஒரு சிறு மாற்றம் இருந்திருக்கும்," என்றவாறு நிருதியின் ஆம்பல் மலர் போன்ற முகத்தை ஏறிட்டாள் அமுதா.

"என்ன அது?" என்று பார்வையால் பேசினாள் நிருதி.

"விளக்கத்தையும், பொருளையும் அவர் உனக்குக் கற்பித்திருப்பார் சரிதானே?" என்று கூறி கலகலவென சிரித்தாள் அமுதா.

அமுதாவின் கூற்றை நிருதி ஆமோதிக்கவும் இல்லை, மறுக்கவும் இல்லை. அவருடைய மெல்லிதழ்களில் மெல்லிய புன்னகை இழையோடியது.

"நிருதி இதில் நீ ஒன்றை கவனித்தாயா? வரலாற்றிலே ஒரு புதுமை நடந்துள்ளது."

"புதுமையா? இதில் என்ன புதுமை இருக்கின்றது?"

"இயல்புக்கு மாறாக, பொதுவாக, எருதையும், மானையும் புலிதான் வேட்டையாடி உண்ணும்? ஆனால் இங்கே புலியை எருது வேட்டையாடி உள்ளது. இது புதுமை இல்லையா?" என்றாள் அமுதா கோபமானவள் போல.

இதைக் கேட்ட கணமே நிருதி நகைக்க, அவளுடன் அமுதாவும் நகைக்கத் துவங்கினாள்.

"வரவர நீ அதிகம் பேசுகின்றாய் அமுதா."

"உண்மையை உரைத்தால் அதிகம் பேசுவதாக அர்த்தமோ?"

"உனது இந்த கேலிப் பேச்சை நிறுத்துகிறாயா இன்று நாம் சோழபுரம் செல்ல வேண்டும். விரைவாகப் புறப்பட வேண்டும்." என்றவாறு குளத்தில் இருந்து எழுந்து நிருதி அந்தப்புரம் விரைந்தாள்.

"சற்று பொறு நிருதி என்ன அவசரம் மாற்று உடை அணிவதற்குள் ஈர ஆடையுடன் செல்கிறாயே".. என்றவாறு மாற்று உடை அணிவித்த அமுதா, "நிருதி நேற்றை இரவு நடந்ததை நீ கூறப்போவது இல்லை. ஆனால் உனது முகமும் உன் அங்கத்தின் ஒவ்வோர் அசைவும் தெளிவாக எடுத்துரைப்பது போல உள்ளது. நேற்று நடந்ததை. ஆனாலும் எனக்கு மிக்க மகிழ்ச்சி நனது அன்புத் தோழியின் இல்லறம் இனிதே துவங்கியதற்கு நன் வாழ்த்துக்கள் நனது கோரிக்கையை ஏற்ற அந்த ஈசனுக்கு என் நன்றிகள். அறைக்குச் செல் நிருதி. யானும் நீராடி வந்து விடுகின்றேன்."

"ஆகட்டும் அமுதா"

அந்தப்புரத்தின் அறைக்குள் பிரவேசித்த நிருதியின் கண்கள் கருணாகரனை தேடின. ஆனால் அவன் அங்கு இல்லை. ஒரு வேளை துயில் களைந்து எழுந்து விட்டார் போலும். பயணத்திற்கு தயாராக வேண்டும் என்பதால், அரசர் இங்கு தானே இருந்தார்? எப்போது இங்கு இருந்து சென்றிருப்பார்.

"நிருதி நீ அமரு, நான் உனக்க சிகை அலங்காரம் செய்து விட்டு அப்படியே ஆபரணமும் பூட்டி விடுகின்றேன். அதன் பின் ஆலயத்திற்குச் சென்று வந்து புறப்படலாம்" சரிதானே?"

கண்ணாடி முன் அமர்ந்த நிருதி நீண்ட கூந்தலை வாரி அதிலே சூடாமணியுடன் இன்ன பிறமணிகளைச் கோத்து வாசனை மிகுந்த சண்பக மலர்களை, அவளின் கூந்தலில் சூடினாள் அமுதா. "எங்கே உனது ஆபரணப் பேழை நிருதி?"

"இங்கேதான் வைத்தேன்" என்றாள் அமுதாவிடம் "கட்டிலின் அருகே பேழை உள்ளது" என்ற அமுதா." "இன்னும் என்னவெல்லாம் கட்டிலின் அருகே இருக்குமோ தெரியவில்லை" என்றபடியே அதனருகே சென்றாள்.

–55–

உறையும் வாளும்

“அட... ஆமாம் நிருதி. இங்கே தான் இருக்கிறது. ஆபரணப் பேழை. ஆனால் இன்னும் ஒன்று இங்கு இருக்கிறதே” என்றாள்.

“அமுதா என்ன அது?”என்று கண்ணாடியைப் பார்த்தபடியே கேட்டாள் நிருதி.

“இதோ... அரசரின் வாள்” என்று கூறிச் சிரித்தாள்.

“இன்னம் எதை எதைவிட்டு சென்றார் என்று தெரியவில்லை.”

“போதும் அமுதா அவர் வந்துவிடப் போகிறார். நீ பேழையை எடுத்துவா சீக்கிரம் புறப்பட வேண்டு. இல்லையா?

அங்கு வந்து சேடிப் பெண். “அரசர் தங்களின் அறைக்கு வந்து கொண்டிருக்கின்றார் அரசியாரே” என்றாள்.

“வணங்குகின்றேன் சுவாமி”

“வணக்கம் அரசே”

“நிருதி நீ இன்னுமா புறப்படவில்லை? இதற்குப் பிறகு நாம் ஆலயம் சென்று அதன் பின் சோழபுரம் பயணிக்க வேண்டும். என்ன செய்து கொண்டிருக்கின்றாய்?”

“இடைமறித்து பேசுவதற்கு மன்னிக்கவும் அரசே. சற்றுப் பொறுங்கள் யான் நிருதிக்கு ஆபரணங்களை அணிவித்து விடுகின்றேன்” என்று தயவோடு கூறினாள் அமுதா.

அதற்கென்ன ஆபரணங்களை அணிவித்து விட வேண்டு அவ்வளளவு தானே. சரி அமுதா மற்ற பெண்களை அழைத்துக் கொண்டு சற்று வெளியே இரு. யான் அழைக்கையில் அறைக்க வந்தால் போதும்.”

“உத்தரவு அரசே” என்று அங்கிருந்து சென்றாள் அமுதா.

“அமுதா சற்றுப் பொறு போகையில் வாயிற் கதவுகளைச் சாற்றித் தாழிட்டு போ.”

இப்போது எதற்குக் கதவுகளை மூடச் சொல்கிறார் என்று எண்ணினாள் நிருதி.

“என்ன நிருதி ஏதோ அதிர்ச்சி ஆனதைப் போல் தெரிகின்றாய்?” என்றான் கருணா.

ஏளனமாய் சிரித்தபடியே “ஒன்றுமில்லை சுவாமி. நேரம் ஆகிக் கொண்டு இருக்கிறது என்றீர்களே? பிறகு ஏன் அமுதாவை வெளியே போகச் சொல்கிறீர்கள் சுவாமி?”'

“இன்று நானே உனக்கு ஆபரணங்களை அணிவிக்கலாம் என்று தான் அமுதாவை வெளியேச் சொன்னேன் நிருதி. ஆரம்பிக்கலாமா?” என்றான் கருணாகரன்.

அனைத்து ஆபரணஙகளையும் அணிவித்து விட்டேன் நிருதி இரண்டை தவிர சதங்கை, மேகலை.”

“இருக்கட்டு அரசே அதை நானாக அணிந்து கொள்கின்றேன்.”

இயல் 100

"இருக்கட்டு நிருதி கணவன், மனைவிக்குள் இது இயல்பு தானே பொறு, நானே அதையும் அணிவித்து விடுகின்றேன்" என்றவாறே அவள் பாதங்களில் சதங்கையைப் பூட்டினான்.

புன்னகையோடு, "சுவாமி மேகலையை வேண்டுமானால், நானே அணிந்து கொள்கிறேனே" என்றாள் நிருதி.

"அதை இப்படி கொடு" என்றான். மேகலையை அணிவித்து, அப்படியே அவளின் இடையில் இருந்த குறுவாளை மெள்ள எடுத்தான்.

"என்ன வாயிற்று சுவாமி? வாளை ஏன் எடுத்தீர்கள்?"

"உனக்கு வேறு ஒரு வாளை யான் பரிசளிக்கப் போகிறேன் நிருதி. இதோ... என்று அவன் மறைத்து வைத்திருந்த குறுவாளை அவளிடம் கொடுத்தான்.

"என்ன இது தேவரே? கலைமானின் கொம்பைப் போல் அல்லவா உள்ளது?"

"ஆம் நிருதி, இது முழுக்க முழுக்க விலங்குகளின் உறுப்பு கொண்டு செய்யப்பட்டது. கலைமான் கொம்பினால் உறையும், பகடின் தந்தத்தால் குத்து வாளும் செய்யப்பட்டு உள்ளது நிருதி.'

"ஆம் சுவாமி இந்தக் குறுவாள் மிக அற்புதமாக இருக்கின்ற அருமையான வேலைப்பாடு. யான் இப்பொழுது தான் இது போல் ஒரு குறவாளைக் காண்கின்றேன் அரசே" என்று தனது கயல்கள் விரிய தனதுமகிழ்சியை வெளிப்படுத்தினாள்.

"தங்களுக்கு இது எங்கே கிடைத்தது அரசே?"

"சாவகத்தில் உள்ள பழங்குடிகளில் ஒருவர் அங்கு இருக்கும் நமது அரசு அதிகாரி ஒருவருக்குக் கொடுத்துள்ளார். அவர் அதை எனக்குப் பரிசளித்தார். யான் அதை உனக்குத் தர எண்ணினேன். அன்றொரு நாள் காளி கோயிலில் என் கழுத்தில் கத்தி வைத்தாயே, அப்பொழுதே எண்ணிக் கொண்டேன் உனது துணிச்சலைப் பாராட்டி இது போன்ற ஒரு பரிசு தரவேண்டும் என்று".

"இன்னுமா அதை நினைவில் வைத்துள்ளீர்கள்?"

"மறக்கலாமோ நிருதி. சரி இது உனக்கு பிடித்திருக்கின்றது தானே?"

“அதைக் கொடு நிருதி. நானே உனது இடையில் தரித்து விடுகின்றேன்” என்றான். அந்தக் குறவாளை அவளிடம் வாங்கி இடையில் தரித்தான் கருணா. அவளது இடையில் தனது கரங்களை வைத்த வண்ணம். அவன் விரல்களின் ஸ்பரிசம் அவள் இடையில் பட்டதும் மெள்ள நெளிந்தாள் நிருதி.

“என்ன வாயிற்று நிருதி?”

“தயங்கியவாறு தங்களின் விரல்கள் இடையில்...” என்றாள்.

“ஓ ஆமாம் விரல்கள் பட கூச்சம் பிறக்கும் உண்மைதான். ஆகையால் யான், இடையில் கரங்களை வைத்துக் கொள்கின்றேன். சரிதானே நிருதி?”

“சுவாமி கதவைத் தட்டும் சப்தம் கேட்கின்றது.”

“என் செவிகளில் அப்படி ஒன்றும் கேட்கவில்லை நிருதி. சில நொடிகளில் “ஆமாம கேட்கின்றது” என்றவாறே யார் என கேட்டான்.

“யான் தான் அமுதா அரசே”

சற்று கடிந்து கொண்டவனாக,, “நிருதி உண்மையில் எனக்கு எதிரிகள் தூரதேசத்தில் இல்லை எனது நாட்டில் என் மாளிகையில் தான் இருக்கின்றார்கள்” என்றான் கருணாகரன்.

“தாங்கள் என்ன கூறுகின்றீர்கள் தேவரே?”

“ஆமாம் நிருதி ஒன்று அமுதா, மற்றவை உனது இந்த ஆடை ஆபரணங்கள். என்னைவிட இவையே உன்னிடம் அதிகம் ஒட்டி உறவாடுகின்றன என்று கருணா கூறியதும் நகைத்து விட்டாள் நிருதி.

“நாம் ஒரு உடன்படிக்கை செய்து கொள்வோமா?”

“என்ன அது தேவரே?”

“யான் இங்கில்லாத பொழுதுகளில் நீ அமுதாவுடன் உரையாடிக் கொண்டு இரு நான் இங்கு இருக்கும் வேளையில் நீ என்னுடனே இருக்க வேண்டும். எனக்கு இன்னும் ஓர் ஆசை”.

“என்ன சுவாமி?”

“அடுத்த பிறவில் ஆடையாகவோ ஆபரணமாகவோ பிறக்க வேண்டும்.”

“ஏன் அப்படி சுவாமி?”

“ஆமாம் நான் ஆடையானால் உடுத்திக் கொள்வாய். ஆபரணமானால் பூட்டிக் கொள்வாய். எப்போதுமே உன்னுடனே இருப்பேன். அல்லவா? ஏனெனில் நான் உன்னைக் கண்களை விடவும் உனது இந்த ஏகவடங்களைப் பார்த்ததே அதிகம்.”

“அதை நான்அறிவேன், அரசே,”

“முன்பெல்லாம் நீ என்ன நினைப்பாயோ என்று நினைத்துக் கொண்டு உனக்கே தெரியாமல் உன்னை நோக்கியது அதிகம். இனி எதைப் பற்றியும் நினைக்கப்போவதில்லை. நீ என்ன நினைப்பாய் என்ற கவலையும் எனக்கு இல்லை. முன்பு ஒரு பொருள் கொண்டே நனது பார்வை இருக்கும். ஆனால் இனி இரு பொருள் கொண்டு காண்பேன்.

எதையோ கூறவந்தவாளாக பின் அமைதியானாள் நிருதி.

“சரி யான் சென்று கதவைத் திறக்கின்றேன்” என்று கதவின் அருகே சென்ற கருணா, “பொருந்து போதெல்லாம் உயிர் தளிர்க்கும்படியாகத் தீண்டுதலால் உனது தோள்கள் அமிழ்தத்தால் செய்யப்பட்டிருக்க வேண்டும். உன்னுடைய நல்லியல்புகளை நினைக்கின்றேன், நிருதி. அவையே எனது வாழ்வியல் கோட்பாடுகளும் இருந்தும் காமத்தையும், பசலை நிறத்தையும் இதுவென உணரச் செய்த முதலும், முடிவுமான பெண் நீயாகத் தான் இருப்பாய் நிருதி.

கதவுகளைத் திறந்தான்.

“என்ன வாயிற்று அமுதா? நான் தான் சொன்னேனே நானாகக் கதவைத் திறக்கும் வரை யாரும் ஊறு செய்யக்கூடாது என்று பிறகு என்ன?”

“மன்னியுங்கள் அரசே வரிபுத்தகம் தங்களை காணக் வேண்டும் என கூறினார் அதனாலேயே அழைத்தேன்.”

“ஓ.... அப்படியா? என்று கேட்ட கருணா அங்கிருந்து நிருதியை நோக்கி, சீக்கிரம் புறப்படு நிருதி, நான் ஆலயத்தில் சந்திக்கின்றேன்” என்று கூறி அங்கிருந்து சென்றான்.

“அப்புறம் நிருதி நான் உனது அறைக்குள் வரலாமா?” உனக்கு ஏதும் ஊறு இல்லையே.

“வரவர உன் குறும்புத்தனத்திற்கு அளவில்லாமல் போய் விட்டது அமுதா.”

“அரசர் என்ன கூறினார் நிருதி?”

“எமக்குப் பரிசளித்தார் அமுதா., இதோ பார் என்று வாளை எடுத்துக் காட்டினாள் நிருதி.”

“மிக அழகாக இருக்கிறது நிருதி. உண்மையில் இது அற்புதமான பரிசு தான். பத்திரமாக வைத்துக் கொள் சரி, புறப்படலாமா?”

தோழிகள் இருவரும் அறையை விட்டு வெளியேற, பணிப்பெண் ஒருத்தியை அழைத்தாள் அமுதா.

“செம்பவளம், அரசியாரின் அறையில் இருக்கும் பொருட்களை பயணப்படும் இடத்தில் கொண்டு போய் வையுங்கள்.”

“ஆகட்டு அமுதா அவர்களே” என்றவள் அமுதாவின் அருகில் வந்து “இன்று அரசியார் ஏன் இவ்வளவு சோர்வாகத் தெரிகின்றார்? இரவில் சரியாக உறங்கவில்லையோ இளவரசியாரே? என்று கேட்டாள்.

“என்ன அமுதா செம்பவளம் உன்னிடம் என்ன கூறினாள்?”

“அது ஒன்றும் இல்லை நிருதி. சோழபுரம் நாம் மட்டும் செல்கின்றோமா அல்லது அவளும் உடன் வருவதா என்று கேட்டாள். நான் இங்கேயே இருக்கும்படி கூறிவிட்டேன்.”

“ஓ..... அப்படியா சரி.”

என்ன இது நாம் என்ன கூறினோம்? அமுதா என்ன கூறுகிறார்? ஒன்றும் விளங்கவில்லையே... என்று எண்ணிக் கொண்டாள் செம்பவளம்.

அமைச்சர் வைத்தியநாதன் ஆலயத்தில் இருந்து வெளிவர அங்கு சென்றாள் நிருதி.

“வணங்குகின்றேன் அரசியாரே”

“வணக்கம் அமைச்சரே”.

“சோழபுரம் புறப்பாடு ஆகிவிட்டதா?”

“ஆம் அமைச்சரே, ஆடவல்லானை வணங்கி விட்டுப் புறப்பட வேண்டியதுதான்”

“ஆம் மகளே, தங்களுக்கு உடல் நலக் குறையேதும் உள்ளதா?”

“அப்படி ஒன்றும் இல்லை அமைச்சரே யான் நலமாகத்தான் உள்ளேன்.”

“இல்லை அம்மா மிகவும் சோர்வாகக் காணப்படுகின்றாய் மகளே. அதனால் கேட்டேன்.”

அங்கு வந்த கருண, “என்ன உரையாடல் சென்று கொண்டு இருக்கிறது” என்று கேட்டான்.

“வணக்கம் அமைச்சரே”

“வணங்குகின்றேன் அரசே அரசியார் இன்று சோர்வாக தெரிகின்றார்கள். அதைத் தாங்கள் கவனிக்கவில்லையோ அரசே?

பைய நிருதியின் அருகே வந்த அமுதா, “அரசர் அவர்கள் கவனித்ததால் தான் இந்தச் சேர்வு என்பது பாவம் இந்தப் பெரியவருக்குத் தெரியவில்லை” என்றாள்.

கடிந்து கொண்டவளாக “அமுதா” என்றாள் நிருதி.

“சரி சரி வழக்கம்போல நான் அதிகம் பேசுகின்றேன். என்வாயை மூடிக் கொள்கிறேன். இன்று காலையிலேயே எனக்கும் இதே வினா வந்தது. எங்கே நீ கடிந்து கொள்வாயோ என்று எண்ணி நான் ஒன்றும் கேட்கவில்லை.... ஆனால் இதையே தான் உனதுஅறையில் செம்பவளமும், இங்கே இவர்... இன்னும் எத்தனை பேர்கள் கேட்கப்போகிறார்களோ?

அமைச்சாரின் கேள்விகளுக்கு என்ன விளக்கம் கொடுப்பது என்று புரியாமல், “சரி நாங்கள் புறப்படுகின்றோம் அமைச்சரே வணக்கம்” என்றான் கருணாகரன்.

“நல்லது அரசே நல்லபடியாகச் சென்று வாருங்கள்” என்று கூறி அங்கிருந்து நகர்ந்தார்.

வண்டையில் இருந்து புறப்பட்டன கருணாகரனின் பரிவாரங்கள் அது வரையிலும் வெகு இயல்பாக இருந்த கருணாவிற்க ஏதோ ஓர் இனம்புரியாத தவிப்பு. முந்தைய இரவு நடந்ததை மெள்ள அசை போடத் துவங்கினான்.

நேற்றைய இந்த அனுபவம் புதிது இல்லை என்றாலும் நிருதியுடனான உறவு புதிது. முதல் முறை இருப்பினும், இதற்கு முன் பலமுறை மலருடனான கலவி என்பது பெரிதாக எம்மைப் பாதிக்க வில்லையே? அப்படி இருக்க, இப்போது மட்டும் எதற்கு இந்தத் தாக்கமும் ஏக்கமும்? மற்றும் ஒன்று அவன் நினைவில்.

மலருடனான உறவின் பொழுது நிருதியின் பெயர் அவளின் உருவமும் வந்து போய் கொண்டிருக்கும். ஆனால் நேற்றைய பொழுதோ நிருதியுடன் இருக்கையில் வேறு எந்த எண்ணமும் மலரும் கூட வரவில்லையே. இது எதனால்? உள்ளும் புறமும் நிருதி மட்டுமே. இது எப்படி சாத்தியம்? நேற்றைய இரவுப் பொழுதில் இரண்டாவது சாமம் முழுக்க என்வசம் ஆனது போல் ஓர் உணர்வு. என் வாழ்நாளிலே இப்படியோர் ஆனந்தமான பொழுதை நான் அனுபவித்ததே இல்லை. நிருதியின் அகத்தழகு அனைவரும் அறிந்ததே. பழகுவதற்கு இனிமையானவள். அவளின் புறத்தழகு என் கவனத்தில் கொள்ளாவிடினும், மற்றவர் கூறக் கேட்டிருப்பேன். பசு வெண்ணையினால் செய்த பதுமை போன்று மிருதுவானவள் என்று மலரும் கூட கூறி இருக்கின்றாள். மலர் கூறியதும் உண்மைதான். மிக மென்மையான தேகம் நிருதிக்கு. என்ன இது?- சொல்ல முடியாத ஏக்கம், தவிப்பு, இருந்தும் ஆனந்தமான ஓர் எண்ண ஓட்டம் என்றான். புரவி நடந்து செல்ல கண்களை மூடிக் கொண்டு சிறு புன்முறுவலைத் தவழவிட்டான் கருணா.

சேவுகன் ஒருவன் வணங்குகின்றேன் அரசே சற்றே இளைப்பாறிய பின் பயணத்தைத் தொடரலாமா என்று அரசியார் அவர்கள் கேட்கக் கூறினார்கள் என்றான்.

“தாராளமாக இங்கேயே இளைப்பாரலாம்.”

“அப்படியே அரசே தங்களின் உத்தரவு” என்ற காவலன் அங்கிருந்து சென்றான்.

சிவிகையை தரை இறக்கி பணி ஆட்களும் உடன் வந்த சில பணிப்பெண்கள், வீரர்கள் என அனைவரும் அங்கிருந்த சோலையில் ஆங்காங்கே சென்று அமர்ந்தனர்.

சிவிகையில் இருந்த வந்த நிருதியிடம் "நிருதி அங்கே இருக்கும் நீரோடைக்குச் செல்லலாமா?" என்று கேட்டாள் அமுதா.

"இல்லை அமுதா நான் பிறகு வருகின்றேன்."

"சரி நீ இங்கேயே இரு. நான்இதோ வந்துவிடுகின்றேன்".

"ஆகட்டும் அமுதா."

நிருதியின் அருகே வந்த கருணா, "ஏன் அதற்குள் பயணத்தை நிறுத்தச் சொன்னாய் நிருதி?"

"மழை வருவது போல் தெரிகிறது சுவாமி இவ்விடத்தே £ன் ஒதுங்குவதற்கும் கல்மண்டபம் உள்ளது. இதனை விட்டால் நெடுந்தொலைவிற்கு மண்டபம் இல்லையே சுவாமி ஆகையால் தான் தவிர மதியவேளை வேறு நம்முடன் வந்தவர்கள் உணவருந்த வேண்டாமா?"

"அதுவும் சரிதான். ஓடையுடன் கூடிய சோலை, அதன் அருகே கல்மண்டபம், சிறிய அளவிலான விநாயகர் கோயில் என அந்த இடமே அழகாக இருந்தது. "சுவாமி அந்தக் கோயிலுக்குச் சென்று வரட்டுமா?"

"யானும் உடன் வருகின்றேன் நிருதி."

"வாருங்கள் சுவாமி அவர்கள் கோயிலுக்குள் செல்ல மழை வந்தது. அவர்களுடன் வந்தவர்கள் மண்டபத்திலே ஒதுங்கினர்.

ஐங்கரனை வணங்கி விட்டு கோயிலுக்குள்ளாக அமர்ந்தாள் நிருதி. கோயிலிலே இருந்த படியாக மழையை வேடிக்கை பார்த்த வண்ணம் இருந்தான் கருணாகரன். நேற்றைய இரவில் இருந்த தற்போது வரையிலான கருணாவின் இந்த மாறுதலை எண்ணி வியப்பாக இருந்தது நிருதிக்கு.

எப்போதும் தோழமையுடன் பார்ப்பதும் பேசுவதும் பழகுவதுமான கருணாவிடம் இந்த கேலிப்பேச்சு பொருள் பொதிந்த பார்வை இவை அத்துனையும் புதியவை. நேற்றைய பொழுது யான் அவருடன் கூடுகையில் ஒரு சிறு வேதனை இழையோடினாலும், மனநிறைவுடனும், மகிழ்ச்சியுடனும் இருந்தேன் என்பதை மறுப்பதற்கில்லை.

இருந்தும், இத்தருணத்தை எண்ணி என்னால் முழுவதுமாக இன்புற முடியவில்லை. இது மலருக்குத் தெரிந்தால் என்னவாகும்? என்னைப் பற்றி என்ன நினைப்பாள்? யான் வாக்கு தவறிவிட்டேன் என்று நினைக்க மாட்டாளா? மேலும் அவள் தங்களின் மீது கொண்ட காதலானது இதற்குப் பின் என்னவாகும் சுவாமி? என்று எதை எதையோ நினைத்திருந்தாள் நிருதி.

“ஏதோ ஆழ்ந்த யோசனையில் இருக்கின்றாய் போல தெரிகிறதே நிருதி?”

“ஏதும் இல்லை அமுதா இயல்பாகத் தான் உள்ளேன்.”

“சரி வா போகலாம் அரசர் உன்னை அழைத்துவரச் சொன்னார் உணவருந்த. அதன் பின் பயணத்தைத் தொடரலாம். மழை விட்டது போல் உள்ளது.”

“ஆகட்டும் அமுதா”

சோழபுரத்தில் ராஜபட்டை தோரண வாயிலை கருணாகரனின் பரிவாரங்கள் நெருங்கியதும் கொம்பொலிக்கப்பட்டது. அங்கே சோழபுரம் குடிகள் அனைவரும் கருணாகரனின் மெய்கீர்த்திகளை உரைத்து அவனை வணங்கினர். இது கோட்டை வாயில் வரையிலும் நீண்டது. தனது கணவனின் கீர்த்தியை செவிமடுப்பது என்பது நிருதிக்கு அலாதியான ஒன்று. சோழர்களின் அரண்மனை ஒரே பரபரப்பானது. குலோத்துகன் அறைக்கு வந்த வீரசோழன், தனது தங்கை மற்றும் மைத்துனர் வருகையைக் குறித்துக் கூறினான்.

“தந்தையே விரைவாக வாருங்கள் தங்கையும் வண்டை அரசரும் வந்து கொண்டு இருக்கின்றார்கள்.”

“இதோ வருகின்றேன் வீரா நீ சென்று உனது தாயார்களை அழைத்து வா”

“ஆகட்டும் தந்தையே என்று அங்கிருந்து சென்றாள்.

குலோத்துங்கள் குடும்பத்தினர் அனைவரும் அங்கு வந்தனர். நிருதியின் தமக்கை அம்மங்கை ஆரத்தி எடுத்தாள்.

“எதற்காக இதெல்லாம் இளவரசே?”

“அப்படி இல்லை அரசே தங்கள் இருவரின் கண்ணானத்திற்குப் பிறகு இன்று தான் தங்கையும் தாங்களும் ஒன்றாக வந்திருக்கின்றீர்கள். ஆகையால் இது போன்று ஆரத்தி எடுப்பது இயல்பே.

“அக்கையாரே தாங்கள் எப்படி உள்ளீர்கள்?”

“நலம் நிருதி”

“வணங்குகின்றேன் மைத்துனரே. வணக்கம் இளவரசியாரே. ஒருவருக்கொருவர் அளவளாவி கொண்டு சோழர்கள் அரண்மனையை அடைந்தனர்.

கருணாகரனும், நிருதியும் கோட்டைக்கு வந்ததை அறிந்த அமைச்சர்கள் அனைவரும் அங்கு வந்து அவர்களை நலம் விசாரித்துச் சென்றனர். அரண்மனையில் உள்ளே அங்காங்கே அமர்ந்து நின்றும் ஏராளமானோர் பேசிக் கொண்டிருந்தனர்.

கருணாகரனிடம் வந்து வானதிராயர், “தங்களிடம் சற்றே உரையாட வேண்டு என்றார்.

“தாராளமாக வாருங்கள் அம்மான் அவர்களே”

இருவருமாக சென்று அங்கிருந்த இருக்கையில் அமர்ந்து கொண்டனர். வானதி ராயர் எதையோ பேசத் துவங்க, அவர் கூறியது எதுவும் அவன் செவியில் விழுந்தாற் போல் தெரியவில்லை.

நம்முடனே தான் இருந்தாள்? அதற்குள் எங்கே போனாள்.

“மகளே என்மீது உனக்கு வருத்தம் ஒன்றுமில்லையே?” என்று அங்க வந்தாள் நிருதியின் தாய் தியாகவல்லி.

“அய்யோ... அப்படி எல்லாம் ஏதும் இல்லை தாயே. தாங்கள் தான் என் மீது இன்னும் கோபமாக உள்ளீர்களோ, என்று எண்ணினேன்.”

“என் கண்ணே அவ்வாறாகக் கூறாதே. நன் பிள்ளையிடத்தில் பகைமை பாராட்டி யான் எதை சாதிக்கப் போகின்றேன்? எமக்கு உண்டான அச்சமே மாப்பிள்ளை அவர்கள் மலருக்கு முன்னுரிமை கொடுத்து உன்னை அலட்சியம் செய்து விடுவார்களோ என்றுதான் மகளே.

“அப்படியெல்லாம் ஒன்றுமல்லை தாயே. அன்னவ ராயரின் மூத்த மருமகள், வண்டையர் அரசி, வண்டையர்

கோனின் பட்டத்து அரசி. இதைவிட வேறு அங்கீகாரம் என்ன வேண்டும் எமக்கு?"

"இது மற்றவர்கள் உன் பொருட்டு நினைப்பது ஆயினும், இவற்றை நீ விரும்பமாட்டாய் என்பதை யான் நன்கு அறிவேன். காரணம் நான் உன் தாய் மகளே"

அமைதியானாள் நிருதி.

"யான் அறியவிரும்புவது ஒன்று மட்டுமே. மறைக்காமல் கூறு. மாப்பிள்ளை அவர்கள் உன்மீது கொண்ட அன்பு மாறவில்லையே மலரை மணந்த பின்னும்?"

"இல்லை தாயே உண்மையில் இப்பொழுது தான் என் மீது அதீத அன்பும், அக்கறையும் காட்டுகின்றார்."

மிக்க மகிழ்ச்சி மகளே அந்தப் பொன் அம்பலத்தானின் கருணையினால் ஒரு பெயரனை மட்டும் கொடுத்து விட்டாயானால், நன் மனம் அமைதி கொள்ளும். அந்த ஆடவல்லானிடம் அனுதினமும் நான் கேட்பது இந்த ஒன்றை தான். கருணை செய்ய வேண்டும்.

–56–

சித்திரம்

கருணாகரனின் கருணையை நேற்றைய தினம் கிடைக்க பெற்றேன். இனி அந்த கருணா மூர்த்தியின் கருணையினால் மக்கட் பேறு உண்டாகும் என்ற நம்பிக்கை உள்ளது என்று மனத்திற்குள் எண்ணிக் கொண்டாள் நிருதி.

“எதைப் பற்றி சிந்தனை நிருதி?” என்று அங்கு வந்தான் வீரசோழன். “தாயே நானும் நிருதியிடம் சற்று உரையாடலாமா?”

“அதற்கென்ன மகனே தாராளமாக. தமையனக்கும் தங்கைக்கும் இடையே நான் எதற்கு?” என்றவாறு அங்கிருந்து சென்றாள் தியாகவல்லி.”

“நிருதி நான் உன்னுடன் உரையாடி வெகு நாட்கள் ஆகின்றன. ஆகையால் உன்னிடத்திலே நிறைய பேச வேண்டும்.[2]

“அதெற்கென்ன தமையா? தாராளமாக

“நீ எப்படி இருக்கின்றாய் அம்மா? வண்டையில் அனைவரும் உன்னை நல்ல முறையில் பார்த்துக் கொள்கிறார்களா?”

புன்னகைத்தாள்.

“இதையே தான் சற்று முன் தாயாரும் கேட்டார்கள் அண்ணா. அங்கிருக்கும் அனைவருமே என்னைக் கனிவுடனும, அன்புடனும் பார்த்துக் கொள்கின்றனர். நானும் அங்கே பூரண மகிழ்ச்சியுடனே தான் இருக்கின்றேன். அவ்வப்போது தந்தையாரைப் பற்றியும் தங்களைப் பற்றியும் நினைவு வருகையில் சற்றே வருத்தமாய் இருக்கும்.”

எங்களைப் பற்றிய நினைவிருக்கிறதா உனக்கு?"

"போங்கள் அண்ணா"

"அவளைத் தழுவி ஆறுதலாக தலை கோதினான்.

"இப்பொழுதும் வண்டையர் கோனை இப்படி தூர தேசம் அனுப்புவதில், எமக்கு துளியும் உடன்பாடு இல்லை தங்காய். இப்படி அரசு முறைப் பயணம் என்ற கூறி அடிக்கடி புறத்தே செல்வதால் உனது இல்லறம் பாதிக்குமே என்று கவலையாய் உள்ளது.

"என்ன செய்வது தமையா அவர் வகிக்கும் பதவி அப்படி ஆகையால் இவற்றையெல்லாம் பொறுத்துக் கொள் தான் வேண்டும்."

"வரவர நீயும் தந்தையைப் போல் பேசத் துவங்கிவிட்டாய் நிருதி."

"உள்ளது தானே அண்ணா".

"அது சரி வந்தது கேட்க வேண்டும் என நினைத்தேன். ஏன் அம்மா இன்று இவ்வளவு கிறக்கமாக தெரிகின்றாய்.?"

"அது பிரயாணக் களைப்பாய் இருக்கலாம் இளவரசே" என்று அங்க வந்தாள் அமுதா.

"குறுக்கிட்டதற்கு மன்னிக்கவும் இளவரசே"

"அதனால் என்ன அமுதா? நீ குறுக்கிட்டது நல்லதுதான். நிருதி களைப்புடன் இருப்பதை அறியாமல் நான் பேசிக்கொண்டே இருந்திருப்பேன்.

"பரவாயில்லை தமையா".

"இல்லை அம்மா மைத்துனர் திரும்பும் வரையில் நீ இங்கே தானே இருக்கப் போகிறாய்? நாம் பிறகு பேசிக் கொள்ளலாம். இப்போது உனது அறைக்குச் சென்று ஓய்வெடுத்துக் கொள் நிருதி. அமுதா நீயும் தான் சோர்வாகத் தென்படுகின்றாய். இருவரும் உங்களின் அறைக்குச் செல்லுங்கள் நாளை பார்க்கலாம்" என்று வீரசோழன் அங்கிருந்து சென்றான்.

"வா நிருதி போகலாம் நீ மிகவும் களைப்பாக தெரிகின்றாய் முதலில் நன்றாக ஓய்வெடு."

"அமுதா அரசர் எங்கே? வெகு நேரமாக அவரை நான் காணவில்லையே."

"அவர் அப்போதே வண்டையர் மாளிக்கை சென்று விட்டார் நிருதி".

"அவருக்குப் பிரயாணக் களைப்பு இருக்கும், இல்லையா, அங்கே அவர் தனிமையில் இருக்கையில் இங்கே நான் எப்படி இருப்பது?" என்று நிறுத்தினாள் நிருதி.

இதைக் கேட்ட அமுதா "ஆமாம் நிருதி இது ஏன் என் புத்திக்கு எட்டவில்லை? இது போன்ற சந்தர்ப்பம் கிடைப்பது அரிது நியும் அரசரும் தனித்து இருப்பது மேலும் இவ்வேளையில் நீ அவருடன் இருப்பதே சிறந்தது. தவிரவும், அரசர் அவர்கள் நாளை கலிங்கம் புறப்பட உள்ள நிலையில் தற்போது அவரின் குடும்பத்தினிருடனே இருக்க எண்ணுவார். அவர்கள் அனைவரும் தஞ்சையில் இருக்க நீயும் இங்கே இருப்பது முறை ஆகாது. அப்படி இருக்க நீ அரசருடன் இருப்பதே நல்லது."

"இப்பொழுது என்ன செய்வது அமுதா?"

"இதில் என்ன இருக்கிறது நிருதி? உனது புரவியில் புறப்படு அவ்வளவு தானே"

புரவியிலா வேண்டாம் அமுதா.

"ஏன் இதற்கு முன்னே போயிருக்கின்றாய் அல்லவா,"

"இருக்கலாம் அமுதா ஆனால் இப்போது இயலாது சரி இங்கேயே இரு யான் சென்ற இளவரசை அழைத்து வருகின்றேன். அவர் ஏதேனும் உபாயம் அளிப்பார்.

தலையசைத்தாள் நிருதி

"வணங்குகின்றேன் இளவரசே

"அமுதா என்ன இங்கு வந்திருக்கிறாய்? ஓய்வெடுக்க வில்லையா?"

"இல்லை இளவரசே தங்களால் ஒரு உதவி

"என்ன அமுதா? கூறு"

"நிருதி அரசரைக் காண விருப்பப்படுகின்றாள்"

"அவர் வண்டை மாளிகைக்கு அப்போதே சென்று விட்டாரே?[2]

"அது தெரியும், இளவரசே அவள் அங்கு செல்ல என்று தயங்கிய அமுதாவைப் பார்த்து நகைத்த வீரசோழன்

“ஓ புரிகிறது அவருடைய மாளிகைக்கு அவள் செல்ல விருப்பப்படுகின்றாள். இதில் நீயேன் தயக்கம் கொள்கின்றாய்? இது இயல்புதானே? வா என்னுடன்” என்ற வீரன் “நிருதி வண்டை மாளிகைக்குச் செல்ல வேண்டுமா அம்மா?” என்றான்.

ஆமாம் என்று தலையசைத்தாள்

“வேடிக்கையான பெண் தான் நீ யான் சென்று ரத்தை எடுத்து வருகின்றேன். நீ முகப்பு வந்துவிடு” என்று கூறி அங்கிருந்து சென்றான்.

“மிக்க நன்றி அமுதா. உனது இந்த உதவிக்கு”

“இதற்குப் பெயர் உதவியா? முதலில் புறப்படு. நாளை காலை பேசிக் கொள்ளலாம்.”

“சரி அமுதா நான் வருகின்றேன்”

“ஆகட்டும் நிருதி”

இருவரும் தழுவி கொண்டனர்.

“நீ செல் நிருதி அங்கே வண்டையார் கோன் உனக்காகக் காத்திருப்பார்.”

மாளிகையில் ஏராளமான காவலர்கள், பணியாட்கள், பெண்கள் இருந்தும் வட ஏனோ வெறுமையாக இருந்தது கருணாவிற்கு.

இந்தப் பெண்கேளே இப்படிதான். தாய் இல்லம் வந்தால், கணவனை மறந்துவிடுவார்கள் போலும் ஒருவேளை இங்கே நான் அவளை நினைத்துக் கொண்டு இருப்பதுபோல, அங்கே அவள் என்னை நினைத்துக் கொண்டு இருப்பாளா? அவள் உணவு அருந்தினாளா என்று கூட தெரியவில்லையே. நாம் சக்கரவர்த்திகள், அமைச்சர்கள் உடனான விருந்திலே கலந்து கொண்டோம். அவள் என்ன செய்தாளோ, தெரியவில்லையே. சரி எதற்கும் அவளைச் சந்திக்கச் சென்றால் என்ன? அப்படி போனால் அங்கிருப்பவர்கள் நம்மைப் பற்றி என்ன நினைப்பார்கள்? அவர்கள் என்ன நினைத்தால் என்ன? நான் எனது மனைவியைக் காண்பதற்குப் போகலாமா? வேண்டாமா? அய்யோ யான் எதற்க இவ்வாறு பிதற்றுகின்றேன்? என்ன வாயிற்று எனக்கு? நான் ஏன் இப்படி மாறிப்போனேன்.

எதற்கு? இந்தப் தவிப்பு? ஒன்றும் புரியவில்லையே? ஆகட்டும் யார் என்ன நினைத்தாலும் பரவாயில்லை. நாமே சென்று நிருதியைக் காணலம் என்று புறப்பட்ட கருணா, கண்ணாடியில் தன் பிம்பத்தைப் பார்த்து, தனது மீசையைத் திருத்திக் கொண்டான். தனதுஅறையில் இருந்து வெளியில் வந்த கருணா, முதல் தள படிக்கட்டில் கீழிறங்க ஒரு கணம் இன்ப அதிர்ச்சியில் இதயம் நின்று விடுவது போல் இருந்தது அவனுக்கு. ஆனாலும் அவன் அதை வெளிக்காட்டி கொள்ளவில்லை. வீரசோழனும் நிருதியும் அவன் எதிரே வந்து கொண்டிருந்தனர்.

“வணக்கம் இளவரசே வாருங்கள்”

“வணங்குகின்றேன் சுவாமி.”

மெள்ள புன்னகையைத் தவழவிட்டாள்.

“வணக்கம் அரசே. நன் தங்கை அவளின் மாளிகைக்கு வரவிருப்பம் தெரிவித்தாள். அதுதான் அழைத்து வந்தேன். தவிரவும் அவள் இங்கே இருப்பது தானே முறை?

“அதனால் என்ன? வாருங்கள் இளவரசே வந்து அமருங்கள்”.

“இல்லை மைத்துனரே நான் உடனே புறப்பட வேண்டும்

நாளை காலை சந்திக்கலாம் வருகின்றேன். வரட்டுமா நிருதி?”

“தமையா சற்றே அமர்ந்துவிட்டு போங்கள். தங்களுக்கு அருந்தவதற்கு...”

“வேண்டாம் அம்மா நீங்கள் ஓய்வெடுத்துக் கொள்ளுங்கள் பிறகு பார்க்கலாம்.”

“நன்றி அண்ணா.”

“இன்று உனக்கு என்னவனாது நிருதி?” என்று அவளை ஆரத்தழுவி அவளின் தலை கோதி, “நன்றி எதற்கு? நான் புறப்படுகின்றேன், என்ற விரசோழனை முகப்பு வரையிலும் சென்று வழ அனுப்பினர், கருணாவும் நிருதியும்.

“நிருதி, அகத்தே செல்லலாமா?”

“ஆகட்டும் சுவாமி தாங்கள் களைப்பின் மிகுதியால் உறங்கி இருப்பீர்கள் என்று நினைத்தேன்.”

“உறக்கமா? அது நேற்றறையே தினமே என்னை விட்டு வெகுதூரம் சென்று விட்டது. யானே உன்னைக் காண சோழர் மாளிகைக்கு வரலாம் என்றே புறப்பட்டேன். அதற்குள் நீயே இங்கு வந்து விட்டாய். உனது இந்த எதிர்பாரா வருகை எனக்கு இன்ப அதிர்ச்சி என்றே கூறலாம்.”

“எனக்கும் ஏனோ தெரியவில்லை தங்களைக் காண வேண்டும் என்று தோன்றியது. அதனாலே தமையனை அழைத்துக் கொண்டு வந்தேன் சுவாமி.”

“நிருதி விடியும் வரையிலும் இங்கேயே உரையாடிக் கொண்டிருப்போமா? அல்லது நமது அறைக்குச் செல்வோமா?”

“மறந்துவிட்டேன் மன்னியுங்கள் சுவாமி போகலாம்.”

“அகத்தோ வா நிருதி”.

“சுவாமி இதுவா தங்களின் அறை அது அங்கு அல்லவா இருக்கின்றது?”

“இல்லை நிருதி இது தான் நனது அறை, அது, நமக்குக் கண்ணானம் ஆன புதிதில் தற்காலிகமாக அங்கே இருந்தோம் நிருதி. இதுவே நமது அறை. இதோ வந்து விடுகின்றேன்” என்று கூறிச் சென்றான் கருணா.

அந்தப் பெரிய அறை முழுவதும் எண்ணிலடங்கா கலைப் பொருட்களும், பெரிய அளவிலான சுவர் ஓவியங்களம் நடராசர் சிலை, இருக்கைகள், வில் அம்பு, வாள், கேடயம், அகண்ட கட்டில், அதில் வெண் பட்டினால் ஆன மெத்தையும் தலையணைகளும் இருந்தன. அறையைத் தாழிட்டு வந்த கருணா “என்ன நிருதி இங்கேயே நின்று விட்டய்?”

“சுவாமி இதைப் பார்த்தால் படுகை அறை போல் தோன்றவில்லை. ஏதோ கலைக் கூடத்தின் உள்ளே நுழைந்தது போன்றதோர் உணர்வு. வண்டையிலும் சரி இங்கேயும் சரி, எத்தனை எத்தனை கலைப்பொருட்களும் ஓவியங்களும்

“எப்படி சுவாமி இது?”

“இதில் இருக்கும் பெரும்பாலான பொருட்கள் நனது பயணத்தின் போது வாங்கியவை எஞ்சியவை பரிசாக வந்தவை நிருதி. உண்மையிலேயே தங்களின் இந்த அறை

எமக்கு மிகவும்பிடித்து இருக்கிறது, தேவரே. இது நனது அல்ல நமது அறை நிருதி. இதனுள் நீ மட்டும் தான் வந்துள்ளாய்"

"சுவாமி ஓவியங்களைப் பார்க்கலாமா?"

"தாராளமாக"

"அங்கு இருந்த ஓவியங்கள் அனைத்துமே மிகவும் நேர்த்தியாக எழுதப்பட்டு இருந்தன. அதிலே ஓர் ஓவியம் நிருதியின் பார்வையில்.

"என்ன சுவாமி இது? கல்மண்டபத்தின் அருகே நிற்கும் பெண்ணின் நிழல் இதன் பொருள்? யார் இது? இதை எழுதிய பின் வாங்கினீர்களா? அல்லது தாங்களே எழுதச் சொன்னதா, சுவாமி, இது?"

"அதெல்லாம் இருக்கட்டும், இந்த ஓவியம் எப்படி இருக்கின்றது? அதை முதலில் கூறு தேவி"

"அற்புதமாக இருக்கின்றது. சுவாமி ஒரு பெண்ணின் நிழலை இவ்வளவு நயம்பட எழுதிய ஓவியரைப் பாராட்டியே ஆக வேண்டும்."

"அதற்கு உயிர் கொடுத்த குலோத்துங்கனுக்கு விழா எடுக்கலாமா நிருதி?"

"சுவாமி தாங்கள் என்ன கூறினீர்கள்?"

"ஆமாம் பாராட்டு விழா நடத்தலாமா நிருதி என்று கூறினேன்,"

ஓ... இங்கு இருக்கும் ஓவியங்களின் தங்களை மிகவும் கவர்ந்த ஓவியம் எது சுவாமி?"

அவளை மெள்ள பற்றி இழுத்து தனது மார்போடு அணைத்துக் கொண்டான்.

"என்ன கேட்டாய் நிருதி?"

ஏதோ ஓர் இனம் புரியா உணர்வு. இருவருக்குள்ளும். அகல மனம் இல்லாமல் சில கனங்கள் அதே நிலையில் "நிருதி சற்று நேரம் அமர்ந்து பேசலாம் என்று அவளை அழைத்து வந்து கட்டிலில் அமரச் செய்தான்,

"நிருதி, நேற்றைய இரவு உனது மனம் வருந்தும்படி நடந்து கொண்டேனா என்ன?"

"அப்படி எல்லாம் ஒன்றுமில்லை சுவாமி."

"பிறகு ஏன் இந்த இறுக்கம் நிருதி? நேற்றைய இரவில் இருந்து இன்றைய இரவு வரையிலும் உன்னை இயல்பு நிலைக்குச் கொண்டுவர யான் படாத பாடுபடுகின்றேன். உன்னைப் பேசவைக்க என்ன செய்வது என்று தயவு கூர்ந்து நீயே கூறு நிருதி".

"எனக்குத் தெரியவில்லை.

"பொதுவாக மகளிரை மகிழ்விக்க வேண்டுமானால் அவர்களை வர்ணித்து கவிகள் பாட வேண்டும். என்பார் சயங்கொண்டார். யானோ அவைக்களமும் சிறிது போர்க்களமும் மட்டும் அறிந்தவன். கவிதைக் களம் யான் கண்டேதே இல்லை. இருப்பினும், நேற்றைய இரவு உன் பெயரில் கவிதை புனையும் என் முயற்சியை தான் நீ பார்த்தாயே என்ன செய்ய? எமக்கு அவ்வளவு தான் வருகின்றது. என்று கருணா கூறிய மாத்திரத்திலே நகைத்து விட்டாள் நிருதி.

அதை கண்டக் கருணா இந்தப் புன்முறுவலே உனது அடையாளம். நேற்யை இரவில் இருந்து அது எங்கோ போய் ஒளிந்து கொண்டது. இப்பொழுது மீண்டும் வந்து ஒட்டிக் கொண்டது இந்தப் புன்னகை என்றான்.

இயல்பு நிலைக்கு திரும்பியவளாய் ஆர்வத்துடனே "சரி இன்ற வெள்ளி முளைக்கும் வரையில் நாம் இருவரும் உரையாடிக் கொண்டே இருப்போமா சுவாமி?" என்றாள் முகம் மலர.

"இப்பொழுதுதான் என் பழைய நிருதியைக் காண்கின்றேன். நல்லது முதலில் நாம் எதைப் பற்றிப் பேசத் துவங்குவது நிருதி?"

"தாங்களே கூறுங்கள் சுவாமி எதைப் பற்றிப் பேசுவது என்று".

"எனக்கு ஆடல்வல்லானைப் பற்றி பேசுவதும், அவர் குறித்த பாடல்களைப் கேட்பதும் மிகவும் பிடிக்கும் தேவி."

"தாங்கள் சிவனடி செல்வர் என்பதுதான் சோழ தேசமே அறிந்து ஒன்று ஆயிற்றே சுவாமி."

"ஆம் நிருதி தில்லையில் ஒரு முறை பொன் அம்பலத்தானை தரிசிக்கும் பொழுது சிவனின் கருவறை அருகே ஒரு பண்டாரம் நாவுக்கரசரின் பதிகங்களைப் பாடிக் கொண்டிருப்பார். அதை செவிமடுத்த வண்ணம் ஈசனை தரிசிப்பது எனக்குப் பேரானந்தமாக இருக்கும் நிருதி".

"ஆம் சுவாமி சிவனின் அருளைப் பெறுவதற்கான சிறந்த வழிகளில் ஒன்று அவரைப் பற்றிப் பதிகம் பாடுவது."

அவளைப் பார்த்த வண்ணம் சிறு புன்னகையைத் தவழவிட்டான்.

"என்ன சுவாமி இது பதில் ஏதும் கூறாமல் என்ன மொழி இது?"

அரும்பு தோன்றும்போது அடங்கியிருக்கும் மணத்தைப் போல் கணவனின் புன்முறுவலின் தோற்றத்தில் அடங்கியிருக்கும் குறிப்பை நீ எப்போதுதான் அறியப் போகின்றாய் நிருதி கண்ணில் காமநோயைத் தெரிவித்தும், கண்ணெடுத்துப் பார்க்கப் போவதில்லை நீ. அதனை மீறி எனது விருப்பத்தைக் கூறினேனேயானால் அதை நீ மறுக்கப் போவதும் இல்லை. இருந்தும் நேற்றைய ஓர் இரவு இணை சேர்ந்ததற்கே வைத்தியநாதனே வைத்தியரை அழைத்து வரலாம் என்று எண்ணும் அளவிற்கு உள்ளது. இந்த அழகிலே இன்றும் என் ஆசைக்க உன்னை இணங்கும்படி கூறினேனேயானால், நாளை நீ படுக்கையை விட்டே எழுவாயோ, மாட்டாயோ? பிறகு உனது தமையன் என்னைச் சிறை வைத்தாலும் ஆச்சரியம் இல்லை என்ன செய்தாய் என் தங்கையை என்று என்ன செய்வது? என் விதி... இப்படி கண் எதிரே வைத்து காட்சிப் பொருளாக மட்டுமே உன்னை காண வேண்டும் போலும். இந்த இரவு இல்லையானால் என்ன? நாளை பார்த்துக் கொள்ளலாம் என்று விடவும் இயலாது. நாளை கலிங்கம் புறப்பட்டேனேயானால் அங்கிருந்து மீள்வதற்கு எத்தனை வாரங்கள் அல்லது திங்கள் ஆகுமோ தெரியாது. அதன் பிறகு நான் இங்கு வந்து நனது ஆசையை உன்னிடத்தே கூறி, அதை நீ ஏற்று, அனைத்தும் இயல்பிற்கு வர இன்னும் எத்துணை காலம்

நான் கத்திருக்க வேண்டும் நிருதி? கண்டும், கேட்டும், உண்டும், முகர்ந்தும், உற்றும் அறிகின்ற ஐம்புலன்களில் ஒன்றெனக் கலந்தவள் நீ எனக்கு. அவற்றை உருவேற்றும் ஆயுதமே புணர்ச்சி என்பது. ஒவ்வொரு வீரனக்கும் ஆயுதப் பிரயோகம் என்பது அவசியம் அறிந்து வைத்துக் கொள்ளும் ஒன்றாகின்றது. அது இல்லறம், போர்க்களம், இரண்டிற்குமே பொருந்தும். இலக்கு என்பது உயிரைக் குறிவைத்தே இருக்க வேண்டுமே தவிர, உடலை அல்ல. நேற்றைய எனது இலக்கும் உன் உடல் தீண்டல் அல்ல, உயிர் தீண்டுவது என்பதை நீ உணர்ந்திரப்பாய் என நான் நம்புகின்றேன். நமது இந்தப் புணர்ச்சி என்பது உடலோடு உடல் சேர்வது என்று நான் கருதவில்லை. கடலோடு கடல்சேர்வது, கதிரவனோடு பிறை சேர்வது, நன்நிலத்தோடு மழை சேர்வது போன்றது நமது இந்த இணை சேர்வது. இதன் பொருட்டு சில காலம் காத்திருக்கலாம். அதில் ஒன்றும் பிழை இல்லை, தேவி.

“சுவாமி தங்களுக்கு என்னவானது? ஏன் இந்த மௌனம்? எதைப் பற்றி சிந்தித்துக் கொண்டிருக்கின்றீர்கள்?”

சுயத்திற்கு வந்தவனாக நாளைப் பயணத்தைப் பற்றி” என்று பதற்றத்தில் எதையோ கூறிவைத்தான் கருணா.

“அப்படியானால், நான் வேறு எதையாவது பேசி, தங்களின் சிந்தனைகளைக் குலைக்கப் போகின்றேன். நான் வேண்டுமானால், இங்கிருந்து....”

“அய்யோ தாயே ஒன்றுமில்லை நீ என்னை விட்டு எங்கும் செல்லாதே அமரு.”

பார்த்துக் கொண்டேனும் இருக்கலாம் என்று நினைத்தால் அதையும் கெடுத்திருப்பேன். போலும் சற்று நேரத்தில்

“மீண்டும் என்ன யோசனை சுவாமி?”

“ஒன்றுமில்லை தேவி ஒன்றுமில்லை”

“தற்போது என்ன செய்வது சுவாமி?”

“வேறு என்ன செய்வது? வழக்கம் போல நாவுக்கரசர் பதிகத்தில் உள்ள பிடித்ததைப் பாடு, நிருதி, கேட்கலாம்.”

“ஆகட்டும் சுவாமி”

"நிருதி ஒரு கணம்."

"என்ன சுவாமி?

"நீ தவறாக எண்ணவில்லையானால், உனது மடியில் தலை வைத்துக் கொள்ளட்டுமா?"

"அதற்கென்ன சுவாமி? தாரளமாக,

அவளின் மடியில் தலைவைத்துக் கொண்ட கருணா "பாடு நிருதி" என்றான்.

அவன் கண்களுக்கு மிக அருகில் ஆரமும், சோடிப்பும், புன்னகை அவன் இதழ்களில் மெள்ள படர்ந்தன. அவன் தலை கோதிய படியே பாடினாள் நிருதி.

பொன்னவன் பொன்னவன் பொன்னைத் தந்து
என்னைப் போகவிடா
மின்னவன் மின்னவன் வேதத்தின் உட்
பொருளாகிய அன்னவன் அன்னவன்
ஆமாத்தூர் ஐயனை ஆர்வத்தால்
என்னவன் என்னவன்
என் மனத்து இன்புற்றிருப்பனே
துறப்பேன் அல்லேன் இன்பம்
துறவாது நின் உருவம்
மறப்பேன் அல்லேன் என்றும்
மறவாது யான் உலகில்
பிறப்பேன் ஆக எண்ணேன்
பிறவாமை பெற்றது நிலை
நிறந்தேன் அதன்மையால்
திருவிண்ணணை நானே

"அருமை மிக சிறப்பு நிருதி அற்புதமான பதிகம் இது உனக்குப் பிடித்த பதிகமா என்ன?"

"அப்படி கூறுவதைவிட எனக்குப் பிடித்த அனேகப் பதிகங்களில் இதுவும் ஒன்று. இருப்பினும் அந்தப் பரம்பொருளின் மீது தாங்கள் கொண்ட அதீதப் பற்றுதல் பிரதிபலிக்கும் விதமாக இந்தப் பாடல்கள் இருக்கும் என்றே இதனைத் தேர்வு செய்தேன். சுவாமி.

“உண்மை தான் நிருதி எனது எண்ணங்களைப் பிரதிபலிக்கும் கண்ணாடி போன்றவள் நி. நனது உள்ளமது என்ன நினைக்கின்றது என்பதை நான் கூறாமலே குறிப்பறிந்து செயல்படுகின்றாய். தன் தாயைப் போலவே மனையாள் அமைய வேண்டும் என்பது பெரும்பாலான ஆண்களின் எண்ணம். ஆனால் அதை செயல் வடிவிலும் கிடைக்கப் பெற்றேன் - உன் மூலம், நன்றிகள் என் ஈசனுக்கு.”

“நானும் நன்றி கூறிக்கொண்டு தான் இருக்கின்றேன் சுவாமி. அந்த ஈசனக்கு - தங்களைப் போன்ற உத்தமர் எனக்குக் கணவராய் வாய்த்ததை எண்ணி.”

“அப்படியே உனது உத்தமனுக்காக இன்னும் ஒரு பதிகம் பாடமாட்டாயா, நிருதி?”

புன்னகைத்தபடியே “இதோ” என்றாள்
நீர் பரந்த நிமிர் புன்சடை மேல் ஓர்
நிலா வெண்மதி சூடி
ஏர் பரந்த இன வெள் வளை சோர என்
உள்ளம் கவர் கள்வன்
ஊர் பரந்த உலகின் முதலாகிய
ஓர் ஊர் இது என்னப்
பேர் பரந்த பிரமாபுரம் மேவிய
பெம்மான் இவன் அன்றே.

உறங்கும் நிலையில் இருந்த கருணாகரன் “நிருதி இது நாவுக்கரசர் பாடல் இல்லையே?” என்றான்.

“ஆம் சுவாமி இது சம்பந்தர் அருளியது. அந்தப் பரம்பொருளுக்கென்று.”

ஆனால் அதை யான் எனக்காகப் பாடிக் கொண்டேன் நன் நாதன் பொருட்டு. நல்லவேளையாக உறங்கிவிட்டார். நான் கூறியவற்றைக் கேட்கும் முன் என்று எண்ணிக் கொண்டாள் நிருதி. நாதன் பொருட்டு என்பது மட்டும் செவிகளிலே விழ புன்முறுவலுடன் கண் அயர்ந்தான் கருணாகரன்.

“என்ன ஒரு ஒளி பொருந்திய முகம் கருணாகரன். தங்களுக்கு மிகவும் பொருத்தமான பெயர் சுவாமி. இப்படியே

நாம் இருந்துவிடக் கூடாதா? வேறேதும் வேண்டாம் எனக்கு. தங்களின் மீது நான் கொண்ட அளப்பறிய பற்றுதல் ஆனது. எத்தகையது தெரியுமா சுவாமி? தங்களின் நினைவது நனது எண்ண ஓட்டத்தில் அல்ல என் ஆன்மாவிலே கலந்திருக்கும் சுவாமி. இனி, நான் எத்துனை முறை மாண்டு பிறந்தாலும், எத்தனை எத்தனை நூறு ஆண்டுகள் ஆனாலும், யான் உங்களுடன் கழித்த ஒவ்வொரு கணமும் என் உயிரிலே கலந்திருக்கும் சுவாமி" என்றவாறே மெள்ள கண் அயர்ந்தாள், நிருதி.

வெகு நேரம் கடந்திருக்கும். கண் விழித்தான் கருணாகரன் நிருதியின் மடியில் அவன் அமர்ந்தபடியே துயிலும் அவள்.

எப்போது உறங்கினோம் பாவம், நிருதி... என்று பைய அவளைத் தனித்து தலையணையில் சாய்த்தான்- அவள் அருகே தானும் படுத்துக் கொண்டான். 'களங்கமில்லா குறிர் நிலவைப் போன்ற முகம்' என்று எண்ணிக் கொண்டே அவளை நோக்கியவன் பின் அவனும் உறங்கிப் போனான். ஆழ்ந்த உறக்கம் அவர்களை ஆட்கொண்டது.

அதிகாலை இளஞ்சூரியனின் கரனங்கள் அறை முழுவதும் பரவி பைய கண்விழித்தான் கருணாகரன். வழக்கம் போல நிருதி அங்கில்லை, 'நீராடச் சென்றிருப்பாளோ? என்று எண்ணும் பொழுதே அறைக்குள் வந்தாள் நிருதி.

"எழுந்து விட்டீர்களா சுவாமி."

"நீ இதற்குள்ளாகத் தயாராகிவிட்டாயா, நிருதி?"

"ஆம் சுவாமி இன்று தங்களுக்கு முக்கியமான நாள். முதலில் நீராடி வாருங்கள். அதன் பின் ஆலயம் செல்ல வேண்டும். அதன் பிறகு தங்களின் பயணம் குறித்து தங்களை கௌரவிக்கும் விதமாக இன்று அரசவை கூடுகிறது. அதன்பின் சோழர் மாளிகையில் விருந்து. அதன் பின் தங்களின் பயணம் குறித்து வாழ்த்து கூற அமைச்சர்கள் வருகை. அதன்பின் தந்தையும், தாங்களும் தஞ்சை புறப்பாடு. அதனைத் தொடர்ந்து அங்கிருந்து கலிங்கம் செல்ல வேண்டும்" என்று கூறி ஒரு நீண்ட பெருமூச்சு விட்டாள் நிருதி.

நகைப்புடனே "நிருதி நான்தான் பயணிக்கப் போகின்றேன் உனக்கு ஏன் மூச்சிறைக்கின்றது? சற்று ஆசுவாசப்படுத்திக் கொள் அதற்குள் நான் நீராடி வந்து விடுகின்றேன். அதுவரை இப்படி அமரு என்று அங்கிருந்து சென்றான் கருணா.

அவன் அங்கிருந்து சென்றதும், மீண்டும் ஒரு முறை அங்கிருந்த ஓவியங்களையும் கலைப் பொருட்களையும், பார்த்துக் கொண்டு இருந்தாள் நிருதி. நிருதி "இதோ வந்து விட்டேன்" என்றவன் தனது ஆடைகளை உடுத்தி. ஆபரணங்களை அணிந்து கொண்டு கண்ணாடிக் குப்பியில் இருந்த வாசனைத் திரவியங்களைப் பூசிக் கொண்டான். அவனையே பார்த்த வண்ணம் இருந்த நிருதி "சுவாமி ஏதோ ஒன்று குறைகின்றது" என்றாள்.

"அப்படியா? சற்றுப் பொறு என்றவன் நடராசர்சிலைக்கு அருகே வெள்ளி கிண்ணத்தில் இருந்த நீறை நெற்றியில் பூசி அதில் செந்நிறக் திலகம் வைத்தான். இப்பொழுது?" என்றான் கண்ணாடி வழியே நிருதியைப் பார்த்து.

"இன்னும் ஒன்று சுவாமி" என்றவள் அவனுடைய முடியை எடுத்து வந்தாள்.

"சுவாமி தாங்கள் தவறாக நினைக்கவில்லையானால் இதனை நானே வைக்கட்டுமா?"

"இதில் தவறாக நினைக்க என்ன இருக்கின்றது நிருதி? தாராளமாக."

அதனை அவன் சிரசிலே வைத்தாள்.

"சுவாமி தாங்கள் மிகவும் அழகாக இருக்கின்றீர்கள்."

நகைத்தபடியே "அப்படியா நன்றிகள் நிருதி ஆனால் இதுவரையிலும் யாரும் என்னிடம் இவ்வாறு கூறியது இல்லை."

"அப்படியில்லை சுவாமி தங்களின் பெயரை உச்சரித்தாலே சோணாட்டு மக்களுக்கு தங்களின் அறிவும், ஆற்றலும் நினைவிற்கு வரும். அதிலே தங்களின் அழகும் அடக்கமானதோ, என்னவோ?"

"இது வேறா? சரி"

"ஆமாம் தங்களின் வாள் எங்கே சுவாமி?"

“இதோ இங்கே” என்றவாறே அவளைக் கட்டியணைத்தான் கருணாகரன். உண்மையில் அவனுடைய அரவணைப்பை மனதிற்குள் விரும்பினாலும், அதை வெளிக்காட்டிக் கொள்ளாமல், “விளையாடாதீர்கள் சுவாமி, நேரம் ஆயிற்று. எங்கே வைத்தீர்கள்?” என்றாள்.

வேறு எங்கே இருக்கும் நேற்றைய இரவு கட்டிலில் வைத்தேன். நாம் உரையாடும் பொழுது”

“ஆகையால் அங்கே தான் இருக்கும் தேவி,”

“சரி ஆலயம் செல்லலாமா?”

“ஆகட்டு சுவாமி,”

-57-

புலவரின் புகழாரம்

கங்கை கொண்ட சோழிசுரர் ஆலயம், வெகு நாட்களுக்குப் பிறகு இருவரும் அங்கு சென்றனர். வழக்கம் போல் பட்டர்கள் ஆலய வாசலில் நின்று கருணாவையும் நிருதியையும் வரவேற்றனர். ஆடவல்லானின் தரிசனத்திற்குப் பின் மாலை மரியாதைகளுடன் கௌரவிக்கப்படான் கருணாகரன். சோழிசுரர் ஆலயத்தில் பெருஆவுடையாரைக் காண்பதை விடவும் காசிவிசுவநாதரைக் காண்பதே கருணாவுக்கும், நிருதிக்கும் அலாதியான ஒன்று. காரணம் அனைவருக்கும் தெரிந்ததே. ஆலயத்தில் இருந்து கோட்டைக்குத் திரும்பினர் இருவரும்.

கோட்டை வாசலில் காத்திருந்தான் குமரன். அவனைப் பார்த்த கருணா "என்ன குமரா இங்கு நின்று கொண்டிருக்கின்றாய்?" என்றான்.

"தங்களைக் காணத்தான் தேவரே. தாங்கள் எங்கு சென்றீர்கள்? தங்களை அமைச்சர் வானதி ராயர் காண வேண்டும் என்று கூறினார்."

"நான் சோழிசுரரர் ஆலயம் சென்று வந்தேன் குமரா."

"நல்லது அரசே நான் சுந்தரத்தை அழைத்து வந்து விட்டேன். தாங்கள் ராயரைக் காணச் செல்லுங்கள். நான் அரசியாரை அரண்மனையிலே விட்டுவிடுகின்றேன். இன்னும் சற்று நேரத்தில் அரசவை வேறு கூடப் போகின்றது."

தேரிலே இருந்து இறங்கிய கருணா, "நிருதி நீ அரண்மனைக்கு செல் நான் சபை முடிந்ததும் உனை வந்து சந்திக்கிறேன்" என்றான்.

"ஆகட்டும் சுவாமி."

"குமரா, தேரைப் பைய செலுத்து, ஒன்றும் அவசரம் இல்லை. புரிந்ததா?"

"தங்களின் உத்தரவு அரசே" என்று குமரன் தேரைச் செலுத்த புரவியில் ஏறிப்புறப்பட்டான் கருணா. கோட்டையின் ஆலயத்தைக் கடந்தது தேர்.

"குமரா, சற்று தேரை நிறுத்துகின்றீர்களா?" என்றாள் நிருதி.

"உத்தரவு அரசியாரே"

"நான் சற்று நேரம் ஆலயத்தில் இருந்து விட்டுப் பின் அரண்மனைக்குச் செல்கின்றேன். தாங்கள் செல்லலாம்."

"ஆகட்டும் தாயே" என்ற குமரன் அங்கிருந்து சென்றான். சோழிசுரர் ஆலயத்தில் கருணா தன்னிடம் கொடுத்த சண்பக மாலையை எடுத்துக் கொண்டு தேரைவிட்டு இறங்கி ஆலயம் நோக்கி நடந்தாள் நிருதி. ஆலயத்தின் அருகே இருந்த தடாகத்தில் எண்ணற்ற பறவைகள், மான்கள் இருந்தன. அவற்றைப் பார்த்தபடியே "உத்திரா" என்றழைத்தாள். சேடிப் பெண் ஒருத்தி, "உத்தரவு இளவரசியாரே" என்றாள்.

"பறவைகளுக்கு உணவளிக்க தானியம் எடுத்து வருகின்றாயா?"

"இதோ என்று அங்கிருந்து சென்றாள் அப்பெண்.

மறுபுறம் சபை நடவடிக்கை துவங்கியது சித்திர மண்டபத்தில், முகப்பை அடைந்த கருணாகரன், புரவியில் வேகமாக வந்ததாலோ என்னவோ, அந்த மழைக் காலத்திலும் அவனுக்கு வியர்வைத் துளிகள் பூத்தன. கருணாகரன் வருவதை உணர்ந்த வாயில் காவலன் கொம்பொலித்தான். யாருடைய வருகைக்கான ஒலி என எண்ணி சபையினர் சற்று அமைதி ஆயினர். தண்டம் ஏந்தியவன் துதியைக் கூறத் துவங்கினான்.

வண்டையர் திலகம், வண்டையர் அரசன் அரசர்கள் நாதன் மந்திரி, காவலனை சூட்டிய தோன்றல், திருமாலின் சக்கரம் போன்றவன், சிவனடி செல்வன், பரி ஏறும் அரிமா, வண்டையர் கோன் கருணாகரத் தொண்டைமான்

அரசவைக்கு வந்து கொண்டு இருக்கின்றார்" எனக் கூறி முடித்தான்.

குலோத்துங்கனைத் தவிர மற்ற அனைவரும் எழுந்து நின்று தங்களது வணக்கத்தைத் தெரிவித்துக் கொண்டனர். இருகரம் கூப்பி அனைவரையும் வணங்கிவிட்டு குலோத்துங்களிடம் "மன்னியுங்கள் அரசே. சற்று கால தாமதம் ஆனது" என்றான்.

"தங்களுக்காகக் காத்திருப்பது எமக்கு மகிழ்ச்சிதான் வண்டையர் கோனே. தங்களின் இருக்கையில் அமருங்கள்" என்றான் குலோத்துங்கன்.

"ஆகட்டும் அரசே" என்ற கருணா தனது இருக்கையில் அமர, அங்கிருந்த அனைவரும் அமர்ந்தனர்.

"காலை வணக்கம் மைத்துனரே. தங்களின் இந்தக் கால தாமதத்திற்கு என்ன காரணம்?" என்றான் கருணாகரனுக்கு அருகே அமர்ந்த வீரசோழன்.

"வணக்கம் இளவரசே. தங்களின் தங்கையை அழைத்துக் கொண்டு சோழீசர் ஆலயம் சென்று இருந்தேன். அதனால் தான் இந்தத் தாமதம்."

"ஓ... அப்படியா? தரிசனம் எப்படி இருந்தது?"

"நன்றாகவே இருந்தது. அது இருக்கட்டும் இளவரசே. இன்று என்ன சபை இவ்வளவு விமர்சையாகக் கூட்டப்பட்டு உள்ளது?"

"எல்லாம் தங்களுக்காக தான் அரசே. இதுவரையிலும் சோணாட்டிற்காக தாங்கள் ஆற்றிய அரும்பணிக்காகவும், தற்போது தாங்கள் மேற்கொள்ளப் போகும் பயணத்திற்காகவும் தான் இந்த ஏற்பாடுகள்."

சபையில் இருந்தவர்கள் ஒருவருக்கொருவர் உரையாடிக் கொண்டதில் அங்கே சற்று சலசலப்பாகவே இருந்தது.

மணிமண்டபம் "அதுதான் அனைவரும் வந்து விட்டோமே? பிறகு ஏன் தாமதம் இளவரசே?"

"இன்னும் சயங்கொண்டார் வரவில்லையே. புலவர்களுக்காக சில நேரங்களில் இறைவனே

காத்திருக்கையில் நாம் காத்திருப்பதில் தவறு ஒன்றும் இல்லையே?"

"உண்மை தான் இளவரசே."

"என்ன அரசே, தாங்கள் என்னுடன் உரையாடிக் கொண்டு இருக்கையில் தங்களது பார்வை வேறு யாரையோ தேடுவது போல் தெரிகின்றதே?"

"மணிமண்டப மேல் தளத்தில் அரச மகளிர்கள் அனைவரும் இருக்க, தனது மனைவியை மட்டும் காணாதது குறித்து பார்வையிட்ட கருணா அதை வெளிக்காட்டிக் கொள்ளாமல், அப்படி ஒன்றுமில்லை இளவரசே. நான் பொதுவாகவே பார்த்துக் கொண்டு இருந்தேன்" என்றான்.

"அப்படியானால் சரி, தாங்கள் இருங்கள், நான் இதோ வந்து விடுகின்றேன்" என்று அங்கிருந்து எழுந்தான் வீரசோழன்.

"தாங்கள் எங்கு செல்கின்றீர்கள் இளவரசே?"

"ஒரு சிறு பணி இப்போதான் நினைவிற்கு வந்தது. இதோ வந்து விடுகின்றேன்" என்று அங்கிருந்து சென்றான்.

இந்த நிருதி எங்கே இருப்பாள்? யாரைக் கேட்பது? வண்டையர் மாளிகையிலா அல்லது நமது அரண்மனையிலா? என்று எண்ணிக் கொண்ட வீரசோழன் ஆலயத்தின் அருகே வர, அங்கே அமர்ந்திருந்தாள் நிருதி.

நீ இங்கு என்ன செய்து கொண்டிருக்கிறாய் நிருதி? அங்கே உனது கணவருக்கென்று பிரத்தியேகமாக சபை கூட்டப்பட்டுள்ளது. நீ என்னவென்றால் இங்க அமர்ந்து கொண்டிருகின்றாய்."

"எப்போதும் கூடும் சபை தானே அண்ணா? அங்கே நான் வந்து என்ன செய்ய?"

"நீ தான் முதலில் அங்கு இருக்க வேண்டும். இன்று புலவர் சயங்கொண்டார். உனது கணவரின் பணிச் சிறப்பைப் பாராட்டிப் பட்டியலிடவுள்ளார்."

அவளுக்கு உண்மையில் இது மகிழ்ச்சியான செய்திதான் என்றாலும், அதை அவள் வெளிகாட்டிக் கொள்ளவில்லை.

அவரின் பணிச்சிறப்பு நம் சோணாடே அறிந்த ஒன்று தானே? தமையா? இன்று சபையில் அறிவிப்பதில் வியப்பு என்ன?"

அதை நானும் அறிவேன் நிருதி. இத்தகைய பெயரும் பாராட்டும் தனக்குக் கிடைக்கையில் தனது மனைவி தன்னிடம் இருக்க வேண்டும் என்று நினைக்கமாட்டரா அரசர்? முதலில் நீ என்னுடன் வா" என்று அவளுடைய கரத்தைப் பற்றி அழைத்துச் சென்றான் வீரசோழன்.

"தமையா என்ன இது? இந்த வழியே அழைது செல்கிறீர்கள்? இது மண்டப மேல் தளத்திற்குச் செல்லும் பாதை அல்லவே."

அது எனக்குத் தெரியாதா நிருதி. உனக்கு முன் பிறந்தவன் நான்.

"அதற்கில்லை அண்ணா, தெரிந்தும் இவ்வழியாகப் போவதா என்று?"

உனக்கு முதலில் சபை நடவடிக்கைகளைக் காண வேண்டுமா? அல்லது உனது கணவனைக் காண வேண்டுமா?"

எப்படி உரைப்பேன் அவரை மட்டும் காண வேண்டும் என்று அமைதியானாள் நிருதி.

"நீ ஒன்றும் கூற வேண்டாம். நிருதி. உனது எண்ணத்தை நான் அறிவேன். அதனாலேயே இங்கு அழைத்து வந்தேன். அதோ பார்."

மூன்றாவது வாயில் வழியாக உள்ளே சென்றபோது. அங்கே வளைவு பத்தி மேற்கூரைக்கும் இடையே சாளரம். அதிலே சில இருக்கைகள் போடப்பட்டு இருந்தன. அதிலே நிருதியை அமர்த்தினான் வீரசோழன்.

"அதோ பார் நிருதி, இங்கிருந்து பார்த்தால், தந்தையாரின் வலப்புறத்தில் இருப்பவர்கள் மட்டும் தெரிவர். அங்கே உது கணவர் தெரிகிறாரா?

தன் அன்பு தமையனை எண்ணி அகம் மகிழ்ந்து போனாள் நிருதி.

"நீ இங்கேயே இரு, நிருதி நான் சென்று உன் உதவிக்குப் பணிப் பெண்களை அனுப்பி வைக்கின்றேன். நான் உன்னுடன்

தற்சமயம் இருக்கலாகாது, புரிந்ததா?" என்று கூறிச் சென்றான் வீரசோழன்.

தண்டம் ஏந்தியவன் மீண்டும் கொம்பொலித்து சயங்கொண்டார் வருவதை அறிவித்தான். இம்முறை குலோத்துங்கன் உட்பட அனைவரும் எழுந்து நின்று, அவருக்குத் தங்களின் வணக்கத்தைத் தெரிவித்து கொண்டனர்.

சபை அமைதி ஆனது அவை நடவடிக்கைகளைத் துவங்கலாம்" என்றான் குலோத்துங்கன்.

தனது இருக்கையில் இருந்து எழுந்து நின்றார் சயங்கொண்டார். தனது இருக்கையில் சென்று அமர்ந்தான் வீரசோழன். அவன் அருகே இருந்த கருணாகரன், "தாங்கள் எங்கு சென்றீர்கள் இளவரசே?"

"அது தான் முன்பே கூறினேனே மைத்துனரே ஒருசிறு பணி என்று"

"முடிந்ததா?"

"சுபம்"

காரண காரியங்களின் கட்டு அறுப்போர் போகக்
கருத்து என்னும் தனித்தறியில் கட்டக் கட்டுண்டு
ஆரணமாம் நாற்கூடத்து அணைத்து நிற்கும்
ஐங்கரத்து ஒரு களிற்றுக்கு அன்பு செய்வாம்.

என தொடங்கிய சயங்கொண்டார், 'திருமன்னி விலங்கு மிருகுவடனையதன்' எனத் தொடங்கும் குலோத்துங்கச் சோழனின் முதலாம் மெய்கீர்த்தியை உரைத்தார். "அபயன் குலோத்துங்கனுக்கு வெற்றி உண்டாகட்டும், சுபம்" என்று கூறி முடித்தார் சயங்கொண்டார்.

அவரைப் பின்தொடர்ந்து அங்கிருந்த அனைவரும், "வெற்றி உண்டாகட்டும், சுபம்" என்று கூறினர். மேலும் தொடர்ந்த சயங்கொண்டார், இன்று இந்த சபை கூட்டப்பட்டுள்ளதன் நோக்கம் அனைவரும், அறிந்ததே திருநறையூர் நாட்டின் வண்டை நகரத்து.

இன்னும் தாங்கள் யாரையோ தேடிக் கொண்டு தான் இருக்கின்றீர்கள் அரசே? ஆயினும் தாங்கள் யாரைத் தேடுகிறீர்கள் என்பதை யான் அறிவேன்,"

"யாரை?"

"எனது தங்கையை என்பதை அறிவேன் நான். தங்களுக்கு அவளைக் காண வேண்டுமா என்ன?"

இனி எதற்கு மறைக்க வேண்டும்.

"ஆம் இளவரசே எனது மனைவியைத் தான் தேடினேன்"

"அதோ, தங்களுக்கு எதிரே உள்ள சாளரத்தில் பாருங்கள், தொண்டைமான் அவர்களே, தங்களின் மனைவி அமர்ந்திருப்பாள்."

"எப்போதும் மண்டப மேல்தளத்தில் தானே அரச மகளிர் இருப்பார்கள் இளவரசே"

"தங்களை காணத் தான் இங்கே அமர்ந்திருக்கின்றாள்."

தனது நன்றியை கண்களால் தெரிவித்தான் கருணா - வீரசோழனுக்கு அதன் பின் அவனையும் கருணாவின் கண்களுக்குத் தெரிய வில்லை ஒருவரை ஒருவர் பார்த்த வண்ணம் அத்தனை சலசலப்பிலும் அவர்களின் மௌனமொழி பேசியது.

கருணாவின் குலம் குறித்தும், அவன் குணம் குறித்தும் பணிச் சிறப்பு போர்த் திறன் ஆளுமை என்று அவன் சிறப்புகளை எடுத்துரைத்தார் சயங்கொண்டார். அங்கிருந்த அனைவருமே அதை ஆர்வத்துடன் கேட்க இருவருக்கு மட்டுமே தற்காலிகமாக செவிகள் செயல் இழந்தன.

"பரி ஏறும் அரிமா தொண்டைமானுக்கு சுபம் உண்டாகட்டும்" என்று வாழ்த்தி அமர்ந்தார்.

சபையில் உள்ள அனைவரும் தங்களின் வாழ்த்துகளைத் தெரிவித்துக் கொண்டனர்.

பட்டோலைப் பெருமான், "இத்துடன் சபை நடவடிக்கைகள் நிறைவு பெறுகின்றன. இன்று பிற்பகலில் வண்டையர் கோன் கலிங்கம் புறப்படுவதால், அவரை வழியனுப்ப கோட்¬ வாயில் வளாகத்திற்கு அனைவரும் வந்து கலந்து கொள்ளலாம் என்று சக்கரவர்த்திகளின் சார்பில் தெரிவிக்கப்படுகிறது. நன்றி" என்று அறிவித்தான்.

"என்ன நிருதி வண்டையர் கோனை நீ காண்பதற்காகவே உனது தமையனார் இங்கே இருக்கைகளை அமைத்திருப்பார் போலத் தெரிகின்றது?"

"ஆம் அமுதா அதோடு நீ கேட்டாயா புலவர் அவர்கள் அவரைப் பெருமைப்படுத்திக் கூறியதை? கேட்கவே மிகவும் இனிமையாக இருந்தது. எனக்கு இன்று அத்தையார் இங்கே இருந்திருக்க வேண்டும். தனது அன்பு மகனின் கீர்த்தியானது சோழ தேசத்தைக் கடந்து சீனம் முதல் ஈழம் வரை பரவியிருப்பதைக் கண்டு பூரித்துப் போயிருப்பார், இல்லையா அமுதா?

ஈன்ற பொழுதிற் பெரிதுவக்கும் தன்மகனைச்
சான்றோன் எனக்கேட்ட தாய்.

என்று வள்ளுவத்தின் வரிகள் அத்தையாருக்கு மிகப் பொருத்தமாக இருக்கும்."

"ஆம் நிருதி, நீ கூறுவது முற்றிலும் உண்மை தான் இருப்பினும், அரசரின் இந்தக் கீர்த்தியால் அவரது மனைவியான உனக்குப் பெருமை இல்லையா? நிருதி?"

"ஏன் இல்லாமல் அமுதா அத்தையாரை விடவும் எனக்கு அதில் இரட்டிப்பு மகிழ்ச்சியே".

"ஏன் அப்படி? திருமணத்திற்குப் பிறகு ஒரு பெண்ணுக்குத் தனது பிறந்தகத்தில் அன்புடன் கலந்த மரியாதை எப்பொழுது கூடுகிறது?"

"எப்பொழுது,"

"தனது கணவனின் நற்குணங்களம், பண்புகளும் தனது தாய் வீட்டாருக்குத் தெரியவரும் போது. அப்படி இருக்க, இன்றோ சபையில் எனது தந்தை, தமையன், என் அன்னைமார்களுடன், சுற்றத்தார், அமைச்சர்கள், இன்னும் பலதரத்தாரும் சூழ்ந்திருக்க புலவர்கள் அவர்கள் எனது கணவரின் மெய்க்கீர்தியை உரைப்பதும், அதை இங்கிருந்த அனைவரும் ஆமோதிப்பது எனக்குப் பெருமையாகத்தானே இருக்கும். அமுதா."

"அது என்னவோ உண்மை தான் நிருதி."

“பல நற்பண்புகள் அரசருக்கு இருப்பது என்னவோ உண்மை தான். ஆனாலும் கூட சமயத்தில் அவருக்கு வரும் பொல்லா கோபம். அப்போது அரசரை எதிர்கொள்வது என்பது மிகவும் கடினமாக உள்ளது. மலர் உட்பட யாரையும் விட்டுவைக்க வில்லை அவரின் கோபம். அதற்கு நீ மட்டுமே விதி விலக்க அது எப்படி நிருதி.”

“தாழையின் முட்கள் என்பது அதன் பிழை அல்ல, அமுதா. அதன் தனித்துவம் கருதி இறைவன் அளித்த கொடை. அது போலவே வண்டையர் கோனின் கோபமும் அவருக்கு அழகே என் வரையில்.”

“அப்படி என்ன தான் மாயம் செய்தாரோ, தெரியவில்லை? இப்படி பித்து பிடித்துவிட்டது உனக்கு அவர் மேல். சரி வா போகலாம், நிருதி.”

“சபை கலைந்து வெகு நேரம் ஆகின்றது நமது அறைக்குச் செல்லலாம்.”

மணிமண்டபத்தின் புறத்தே ஆங்காங்கே அமைச்சர்களும், சிற்றரசர்களும் உரையாடிக் கொண்டு இருந்தனர். அவ்விடத்தே வீரசோழனும், கருணாகரனும் உரையாடிக் கொண்டு இருந்தனர்.

“யான் வந்ததில் தங்களுக்கு ஒன்றும் ஊறு ஏற்படவில்லையே?”

“வணங்குகின்றோம் புலவரே வணக்கம்.”

“அதற்குள் அங்கு வந்த நிருதியும், அமுதாவும் அங்கிருந்தவர்களுக்குத் தங்களின் வணக்கத்தைத் தெரிவித்துக் கொண்டனர்.

“வா மகளே எப்படி இருக்கின்றாய்?”

“நலம் புலவரே.”

காவலன் ஒருவன் அங்கு வந்தான். “அரசருக்கு வெற்றி உண்டாகட்டும். சக்கரவர்த்திகள் தங்களையும். இளவரசர் அவர்களையும் அழைத்து வரும்படி கூறினார்கள் அரசே” என்ற கூறி அங்கிருந்து சென்றான்.

“தாங்கள் நிருதியுடன் உரையாடிக் கொண்டு இருங்கள் புலவரே. நாங்கள் வந்து விடுகின்றோம்” என்று கூறி கருணாவும், வீரசோழனும் அங்கிருந்து சென்றனர்.

“நிருதி, நீயும் புலவரும் உரையாடிக் கொண்டு இருங்கள். எனக்கு சில பணிகள் உள்ளன. அவற்றை முடித்து விட்டு வந்து விடுகின்றேன்.

“ஆகட்டும் அமுதா நீ சென்றுவா”

நிருதியும், புலவரும் மெள்ள நடந்து ஆலயப் படிக்கட்டிலே அமர்ந்தனர்.

புலவரே பேச்சைத் துவங்கினார். “மகளே அரசர் உன்னை நல்ல முறையில் பார்த்துக் கொள்கிறாரா அம்மா? இதை யான் இந்நாட்டின்புலவனாகக் கேட்கவில்லை ஒரு தந்தை தனது மகளிடம் கேட்பது போன்று.”

“தங்களின் இந்தப் பற்றுக்கு நான் என்ன கைம்மாறு செய்யப் போகின்றேன் புலவரே? அவருடன் சேர்ந்து அங்கு இருக்கும் அனைவருமே என்னை நல்ல முறையில் பார்த்துக் கொள்கிறார்கள் புலவரே.”

“உனது கணவரின் இரண்டாவது திருமணத்திற்குப் பிறகுமா அம்மா?”

“ஏன் புலவரே தாங்கள் அவ்வாறு கேட்கிறீர்கள்? அவரின் இரண்டாவது மனைவி என்பதை விட அவள் எனது தோழி ஆவாள். இது தாங்களே அறிந்தது. அப்படி இருக்க, அவரின் இந்த மறுமணம் என்பது என்னை எந்த விதத்திலும் பாதிக்க வில்லை. எந்த ஒரு மாறுதலையும் நான் இங்கு உணரவில்லை இந்த ஈராண்டுகளில் இருப்பினும், நான் தங்களிடம் ஒன்றை உரைக்க விரும்புகின்றேன். எம்மை அந்த ஈசனே கைவிட்டாலும் எனது கணவர் கைவிட மாட்டார் என்பதை நான் நன்கு அறிவேன்.”

“இது போதும் மகளே இனி யான் நிம்மதி கொள்வேன்.”

“ஆமாம் புலவரே, தங்களிடம் வெகு நாட்களாக ஒன்றைக் கேட்க வேண்டும் என்று எண்ணினேன்.”

“என்ன தாயே? கேள்”

“வடமொழியில் இயற்றப்பட்ட ராமபுராணம் இருக்கின்றதே. அதைத் தாங்கள் ஏன் தமிழில் இயற்றக்கூடாது? தாங்கள் தான் எண்ணற்ற செய்யுள்கள், இலக்கணம், கவிதைகள், புனைகிறீர்கள். இந்தக் காவியத்தைத் தாங்கள் தமிழில் இயற்றினால் எவ்வளவு சிறப்பாக இருக்கும் புலவரே?”

நகைத்தபடியே, “நல்ல யோசனை நான் நிருதி ஆனால் நமது தமிழ் மொழியிலே எண்ணற்ற காப்பியங்கள், கவிதைகள், செய்யுள்கள், இறை, சமூகம் சார்ந்த நூல்கள் அழியும் தருவாயில் உள்ளன மகளே. ஒன்று அவற்றை மீட்டெடுக்க வேண்டும். இல்லையேல் அவற்றைத் தழுவி மேலும் பல இலக்கண, இலக்கியங்களைப் படைக்க வேண்டும். இதுவே எனது அவா. மேலும் நம் தாய் நாட்டில் புலவர்களுக்கா பஞ்சம்? யான் இல்லை என்றால் என்ன எம்காலத்தாரோ அல்லது நமக்குப் பின் வருவோரோ ராமகாவியத்தை நிச்சயம் நமது தாய் மொழியில் இயற்றுவார்கள். அந்த நம்பிக்கை எனக்கு வெகுவாக உண்டு. ஆனால் எனக்கு ஓர் லட்சியம் உண்டு மகளே.”

“என்ன அது புலவர் பெருமானே?”

“போர்க்களத்தை மையமாகக் கொண்டு ஒரு நூல் இயற்ற வேண்டும் என்பது மேலும் ஒரு ஆசை உனது தந்தையாரின் சரிதையை இயற்ற வேண்டும் என்று. ஆனால் அதற்குள் எம்மை முந்திக் கொண்டார் நாராயண பட்டர். சக்கரவர்த்திகளின் சரிதையை அவர் இயற்றத் துவங்கிவிட்டார். அதனால் அதை மட்டும் கைவிட்டேன். ஆனால் களம்பாடுவதை செய்து முடிப்பேன்.

“அற்புதம் வாழ்த்துகள் புலவரே”

“சிலகாலமாக மற்றும் ஓர் எண்ணம் தோன்றியுள்ளது.”

“என்ன அது,”

“உனது கணவனின் சரிதையை இயற்ற வேண்டும். அதற்கு முன்னால் அந்த ஆடவல்லான் எமக்கு ஆயுளைத் தரவேண்டும். அயோத்தியா கருணாகரனின் சரிதை நமக்கெதற்கு? முதலில் வண்டை நகர் கருணாகரனின் சரிதையை இயற்றுவோம். சரிதானே மகளே?”

“இதைவிட ஓர் ஆனந்தமான தருணம் என் வாழ்நாளில் வரப்போவது இல்லை புலவர் பெருமானே. அவரின் சரிதையை தாங்கள் இயற்ற என்னால் முடிந்தவரையிலும், தங்களுக்கு உதவிபுரிவேன். வேண்டுமானால் அந்த ஆடவல்லான் எனது ஆயுளை எடுத்துக் கொண்டு தங்களது ஆயுட்காலத்தை நீட்டிக்கட்டும் புலவரே. தங்களின் வாயிலாக இந்த உலகம் அறிந்து கொள்ளட்டும் எப்பேறப்பட்ட உத்தமன் என் கணவர் என்பதை.”

பதறியவராய், “என்ன வார்த்தை கூறினாய் மகளே? அதுவும் ஆலயத்தில் அமர்ந்து கொண்டு. சுவர் இல்லாமல் சித்திரம் எழுதுவதா? அப்படி இருக்கிறது, உனது இந்தக் கூற்று. நிருதி இல்லாமல் கருணாகரனுக்கு தனியே வரலாறு என்பது ஏது மகளே? நீ இல்லாமல் அவர் வாழ்வு பூரணம் அடையாது. இதைக் கருணாகரனே ஏற்றுக் கொள்வார். நீ தீர்க்கசுமங்கலியாய் வாழ வேண்டும், மகளே”

“தங்களின் நல் ஆசிகள் புலவரே”

அங்கு வந்த வீரசோழன் “எதைப் பற்றி உரையாடல்? இன்றும் இலக்கிய செய்யுட்களைப் பற்றியா? நிருதி, நீங்கள் இருவரும இணைந்தால் நேரம் போவதே தெரியாமல் அல்லவா தமிழைப் பற்றியும், நூல்களைப் பற்றியும் உரையாடிக் கொண்டு இருப்பீர்கள்? இப்பொழுது காலம் மதிய வேளையைக் கடந்து சென்று கொண்டு இருக்கின்றது. அன்னையார் உன்னை அழைத்து வரச் சொன்னார்கள். புலவரே தாங்கள் போசன அறைக்குச் செல்லுங்கள். யான் தங்கையை அந்தப் புரத்திலே விட்டு வருகின்றேன்.”

“ஆகட்டும் இளவரசே. நிருதி, கருணா கலிங்கத்தில் இருந்து மீளும் வரையிலும் நீ இங்கு தானே இருப்பாய், மகளே?”

“ஆம் புலவரே.”

அப்படியனால் நாம் பிறகு பார்க்கலாம்.

“ஆகட்டும் புலவரே வணக்கம்” என்று கூறி அங்கிருந்து சென்றாள் நிருதி.

“தமையா அவர் எங்கே? தங்களுடன் தானே வந்தார்?”

“ஆம் அம்மா. ஆனால் தந்தையாருடன் உரையாடி விட்டு அப்போதே சென்று விட்டார். சற்று முன்னர் அவரின் நண்பர்களுடன் உரையாடிக் கொண்டு இருந்ததைப் பார்த்தேன். நான் வேண்டுமானால் அவரைச் சந்தித்து வருகிறேன். நீ உனது அறைக்குள் செல், நிருதி.

“ஆகட்டும் அண்ணா. அவர் கலிங்கம் புறப்படும் வரையில் அவருடனே இருங்கள்.”

“நிச்சயம் நிருதி.”

மாதவன், மூர்த்தி, பாண்டியன், ஸ்ரீ வல்லவன், மதுராந்தகன், கருணா.

“கருணா இன்று உன்னை எண்ணி நான் மிகவும் பெருமை கொள்கின்றேன். குறுகிய காலத்தில் நீ அடைந்த இந்தப் பேறு சோணாட்டின் மேல் நீ கொண்ட பற்று இவற்றை எண்ணி மகிழாமல் இருக்க இயலாது.”

“ஆமாம் கருணா, மாதவன் கூற்று முற்றிலும் உண்மையே. பரந்து விரிந்த இந்த சோணாட்டின் பாதுகாப்பு என்பது நம்மைப் போன்ற சிற்றசர்களாலும் நிர்ணயிக்கப்படுகிறது என்பதையும். அதீத பொறுப்பு நம்மிடையே இருக்க வேண்டும் என்பதையும் வண்டையர் கோன் நிரூபித்துள்ளார்.

“எமது அம்மான் மகன் மற்றும் மைத்துனன், தவிர எப்போதுமே நனது நண்பன்” என்று அங்கு வந்தான் வானகோவரையன்.

“இதில் எம்மைப் புகழ ஒன்றுமில்லை. வாண கோவா. சோணாட்டின் பாதுகாப்பிற்கு உங்களின் பங்களிப்பே அதிகம் என்பேன் யான். உங்களுக்குக் கொடுக்கப்பட்டுள்ள பணியின் பொறுப்புணர்ந்து நடந்து கொள்கின்றீர்கள் அல்லவா? அது போலவே நானும். இதில் இங்கே நம்மில் யார் சிறந்தவர் என்பதற்கில்லை. அனைவருமே சமமே.

அங்கு வந்த வீரசோழன், “என்ன, நண்பர்களின் பேச்சு வார்த்தைகளில் நான் வந்து ஊறு செய்யவில்லையே

அறுவரும் ஒரு சேர “வணக்கம் இளவரசே” என்றனர்.

“வணங்குகின்றேன் ஏதேனும் முக்கிய உரையாடலில் நான் தலையிடவில்லையே

“அப்படி ஒன்றுமில்லை. இளவரசே. கருணாகரனைச் சிறப்பித்து உரையாடிக் கொண்டிருந்தோம், அவ்வளவே.”

“உண்மைதான் அவரின் கீர்த்தியைப் பற்றிப் பேசுவது அல்லாது கேட்பதும் எமக்கு பிடித்தமான ஒன்று தான்.”

அங்கு வந்த அமைச்சர் முடிகொண்டான். “இளவரசருக்கும் அமைச்சர்களுக்கும் நனது வணக்கங்கள்” என்றார்.

“வணங்குகின்றோம் அமைச்சரே.”

“இடையூறுக்கு மன்னிக்கவும். வண்டையார் கோனே. தங்கள் பயணத்திற்கான ஏற்பாடுகள் செய்தாகி விட்டன. அதை தாங்கள் ஒரு முறை வந்து மேற்பார்வையிட்டு அதில் ஏதும் விடுபட்டு உள்ளதா, இல்லை தங்களுக்கு வேறு ஏதும் தேவைப்படுகின்றதா என்று அறிந்து வர உத்தரவிட்டுள்ளார் அமைச்சர் காலிங்க ராயர்.”

“இதோ வருகிறேன். அமைச்சரே, தங்கள் அனைவரையும் நான் பிறகு சந்திக்கின்றேன்.”

“நீ பயணத்திற்கான ஏற்பாடுகளைக் கவனி கருணா. நாங்கள் கோட்டை வாயிலுக்கு வந்து விடுகின்றோம்” என்று கூறி அனைவரும் சென்றனர்.

“வணங்குகின்றேன் அமைச்சரே.”

“வாருங்கள், கருணாகரா தங்களின் பயணத்திற்கான ஏற்பாடுகள் அனைத்து செய்தாகிவிட்டன. இதில் குறை ஏதும் இருந்தால் கூறுங்கள். திருத்திக் கொள்ளப்படும். துரிதமாகப் பரியைச் செலுத்தும் பத்து வீரர்கள் எப்பொழுதும் தங்களுடன் இருப்பார்கள். தவிர, தங்களுக்கு விருப்பமான வீரர்களையும் தாங்கள் அழைத்துச் செல்லலாம். தவிர போர் வாள், குறுவாள், குத்து வாள், சேர நாட்டு பிரசித்தி பெற்ற சிலையும் அம்பும், தங்களின் பயன்பாட்டிற்கு மட்டும் பிரத்தியேகமாக இரு சிலைகள்(வில்), அதற்குடைய அம்புகள் அம்புரா தூளியில் நிறைத்து வைக்கப்பட்டு உள்ளன. மேலும் சுருள் ஓலை, பட்டோலை அதற்குத் தேவையான எழுத்தாணி, இறகு, மை, மற்றும் ஆதூரப் பெட்டகம், ஆகார தேவைகளுக்கும் ஏற்பாடுகள் செய்யப்பட்டுள்ளன. வேறு ஏதும் தங்களுக்குத் தேவைப்படுகிறதா கருணாகரா?

“இல்லை அமைச்சரே இனி எதுவும் தேவையில்லை. அனைத்தையும் தாங்கள் சிறப்பாக ஏற்பாடு செய்துள்ளீர்கள். நன்றி வீரர்களை மட்டும் எனது விருப்பத்திற்கு ஏற்பட கூடுதாலாகவோ குறைவாகவோ அழைத்து செல்கின்றேன்.”

“நல்லது கரணாகரா வாருங்கள் ஆலயத்தில் சிறப்பு வழிபாட்டிற்கு ஏற்பாடுகள் செய்யப்பட்டுள்ளன. வாருங்கள் போகலாம்.

“ஆகட்டும் அமைச்சரே.”

ஆலய வழிபாட்டில் அங்கிருந்த அனைவருக்கும் கலந்து கொண்டனர் நிருதி உள்பட

“ஏனோ இன்று காலை முதலே எனது எண்ணமானது உன்னை சுற்றியே வருகிறது நிருதி. இது எதனால் என்று புரியவில்லை. இது ஒரு புதுவித அனுபவம். இன்று புறப்படுவதற்கு முன்னர் ஓர் இரு வார்த்தைகள் உன்னுடன் உரையாட வேண்டு என்று எண்ணி இருந்தேன். அதற்கான சந்தர்ப்பம் சூழ்நிலை ஏனோ அமையவே இல்லை. இன்னும் சிறிது நேரத்தில் புறப்பட வேண்டும். இதன் பிறகு உன்னுடன் தனித்து உரையாடுவது என்பது மிகவும் கடினம். என் செய்வேன் நான்? திருமணத்திற்கு முன்னும் பின்னும் எத்தனையோ முறைகள் அரசு முறைப் பயணம் சென்று இருக்கின்றேன். அப்போது எல்லாம் வராத தவிப்பு இப்போது எப்படி தோன்றுகிறது? மெய் என்னவென்றால் இந்தப் பயணம் எனக்குக் கசப்பானதே. எப்பொழுதும் உனது அருகாமையை விரும்புகிறது எனது மனம். இருப்பினும், நான் வகிக்கும் பொறுப்பிற்கு அது அழகல்லவே. அதை நீயும் விரும்ப மாட்டாய். அதனால் நான் புறப்படடே ஆக வேண்டும். கலிங்கம் சென்று வரும் வரையில் எனது எண்ணங்களை உள்ளத்திலே தேக்கி வைத்துக் கொள்வேன். வந்த பிறகு அதை உன்னிடம் நிச்சயமாக வெளிப்படுத்துவேன் நிருதி.

“இறைவா, எனது கணவரின் பயணம் வெற்றியடைய அருள் புரியுங்கள். தங்களின் ஆசி எப்போதும் அவருடன் இருக்கட்டும். யாதொரு தீங்கும் நேராமல் அவர் சோழபுரம் திரும்ப அருள்புரியுங்கள்.”

“இறைவழிபாடு முடிந்ததும் புறப்படலாமா கருணாகரா,”

“ஆகட்டும¢அரசே”

“வீரா சென்று கொம்பும், ஒலிக்க உத்தரவிடு

ஆகட்டும் தந்தையே.”

“வண்டையர் கோனே தங்களிடம் ஒன்றைக் கூற விழைகின்றேன்.”

“கூறுங்கள் தேவரே”

“தங்களின் விவேகம் என்பது அனைவரும் அறிந்ததே. இருப்பினும், கலிங்கன் அனந்தவர்மன் சற்று மூர்க்கத்தனம் ஆனவன் என்பதையும் தாங்கள் கேள்வியுற்று இருப்பீர்கள். ஆதலால் சற்று எச்சரிக்கையுடன் இருங்கள். இதனை இந்நாட்டு அரசனாகக் கூறவில்லை. தங்கள் மனைவியின் தகப்பன் என்ற முறையில் கூறுகின்றேன். இதனை எனது வேண்டுகோளாக வைக்கின்றேன். துரிதமாகச் செயல்பட்டு வெற்றியுடன் திரும்ப எமது வாழ்த்துக்கள்.”

“நன்றிகள் சக்கரவர்த்திகளே யான் என் வாழ்நாளில் எனது உள்ளத்தில் சோணாட்டிற்கு ஒப்பாக ஒருவருக்கு முக்கியத்தவம் அளிக்கின்றேன் என்றால் அது எனது மனையாள் நிருதிக்கு மட்டுமே. அவள் தாங்கள் எனக்களித்த ஆக சிறந்த பரிசு மட்டும் அல்ல சோழர்ர்கள் எமக்களித்த கௌரவம் அவள். அதை ஒரு போதும் இழக்கமாட்டேன். யான் கலிங்கத்தில் இருந்து மீள்வது எனது சோணாட்டிற்கு எவ்வளவு முக்கியமோ அதைவிட முக்கியம் எனது மனைவிக்கு என்பதை நான் நன்கறிவேன்.”

“மிக்க மகிழ்ச்சி, வண்டையர் கோனே. தங்களின் இந்த உயரிய எண்ணமே மற்றவர்கள் இடத்தில் இருந்து தங்களைத் தனித்துக் காட்டுகின்றது. தங்களைப் போன்ற ஒருவர் எனது மகளுக்குக் கணவராக அமைந்ததை எண்ணி நான் அந்த ஈசனிடம் நன்றி உரைப்பேன். இனி வருங்காலங்களில் நிருதி சோழனின் மகள் என்பது மறைந்து கரணாகரனின் மனைவி என்றே அனைவராலும் அறியப்படுவாள். இதையேதான் அவளும் விரும்புவாள் என்பதை யான் அறிவேன், கருணாகரா.”

சிறு புன்னகையைத் தவழவிட்டு "மிக்க மகிழ்ச்சி சக்கரவர்த்திகளே தங்கள் ஆசிர்வாதம் என்றான் கருணாகரன்.

"நல்லது மகனே சரி வாருங்கள் போகலாம். கோட்டை வாயிலுக்கு."

"ஆகட்டும் தேவரே."

கோட்டை வாயிலுக்கு அனைவரும் வரத்துவங்கினர். மங்கல வாத்தியங்கள் முழங்க சோழனின் கொடி ஏந்திய வீரர்கள் புரவியிலே காத்திருந்தனர். கருணாவின் புறப்பாட்டுக்காக.

இவ்வளவு பேர்களுக்கு மத்தியல் அவள் மட்டும் எங்கு சென்று இருப்பாள்? காலம் வேறு கடந்து கொண்டே இருக்கின்றது. அவள் எங்கு இருக்கிறாள் என்று யாரிடம் கேட்பது, புறப்படுவதற்கு முன்னால் ஒருமுறையேனும் பார்த்து விடலாம் என்றால்?"

"எதைப்பற்றி சிந்தித்து கொண்டு இருக்கின்றாய் கருணா?"

"ஒன்றும் இல்லை மாதவா."

"சரி போகட்டு, உனது இந்தப் பயணத்தில் மூர்த்தி, வாணகோ வரையன் மற்றும் யான் மூவரும் சயங்கொண்ட சோழ மண்டலம் வரையிலும் பயணிக்க உள்ளோம். (தொண்டை) அதன் பிறகு பாலாற்றிலிருந்து உனது வீரர்களுடன் நீயே தனித்து செல்வாயாக கருணா."

"அவ்வாறே மாதவா."

குலோத்துங்கன் தனது மனைவிகளிடம் "தேவி சீக்கிரம் ஆரத்தி எடுங்கள். காலம் கடந்து கொண்டு இருக்கின்றது."

"ஆகட்டு அரசே என்றார்."

"ஆமாம் மகனே உனது தங்கை எங்கே? அவள் தற்போது இவ்விடத்தே இருப்பது அவசியம் இல்லையா? சென்று உடனே அழைத்துவா, மகனே.

"உத்தரவு தாயே, இதோ அத்துணை இரைச்சலிலும், ஏழிசை வல்லபியின் வார்த்தைகள் தெளிவாகவும், இதமாகவும் ஒலித்தன கருணாவிற்கு. "இதோ நானே அழைத்து வந்து விட்டேன்" என்று அங்கு வந்தார் சயங்கொண்டார் நிருதி, அமுதாவுடன்.

“என்ன மக்காள்? எங்கே சென்றீர்கள்? அனைவரும் இங்கு இருக்க, உனது குடும்பத்தார் இல்லாத இவ்விடத்தில் நீ அல்லவே அரசரை வழியனுப்பி வைக்க வேண்டும்? வா அம்மா வந்து ஆலமிட்டு அரசரை அனுப்பி வைப்பாயாக.”

அங்ஙனமே தாயே “கருணாவிற்கு ஆரத்தி எடுத்த நிருதி, இதன் பின் எத்தனை திங்கங்கள் ஆகுமோ தங்களைக் காண ஒவ்வொரு கனமும் யுகமாக கழியும் எனக்கு. என் செய்வேன் காத்திருப்பதைத் தவிரவும், வேறுவழி உள்ளதா எனக்கு?” என்று எண்ணினாள்.

“என்ன வாயிற்று மகளே? என்ன சிந்தனை உனக்கு? திலகமிடாமல், அப்படியே நின்றிருக்கின்றாயே? மன்னியுங்கள் தந்தையே” என்றாள். கருணாகரன் நெற்றியில் திலகமிட்டாள். கனிவான பார்வையை அவள் மீது படரவிட்டு, குறுநகையுடன் “யான் விரைவில் மீண்டும் வருவேன், காத்திருங்கள், அரசியாரே.”

“சயம் உண்டாகட்டும், தேவரே.”

ஒருவழியாக கருணாகரனின் பரிவாரங்கள¢சோழபுரத்தில் இருந்து தஞ்சையை நோக்கிப் புறப்பட்டன.

“நிருதி இன்னும் ஏன் இங்கேயே நின்று கொண்டு இருக்கின்றாய்? வா போகலாம். இங்கு வாயில் காவலர்கள், உன்னையும் என்னையும் தவிர அனைவரும் சென்று விட்டனர். நிருதி வா, போகலாம்.”

“அமுதா, இன்று ஏனோ மனம் சஞ்சலம் கொள்கிறது. யான் சற்று நேரம் ஆலயம் சென்று, பின்னர் அந்தப்புரம் வருகின்றேன். அதற்குள் உனக்குப் பணிகள் ஏதும் இருந்தால் பார்.”

“ஆகட்டும் நிருதி.”

“ஆலயத்தைக் கடந்து தானே செல்ல வேண்டும். வா போகலாம் மற்றும் ஒன்று.”

“என்ன அமுதா?”

“இன்றைய அரச காரியங்களில் கலந்து கொள்ளவே தந்தையார் சேதி நாட்டின் இருந்து வந்துள்ளார். தவிரவும், நாளை அதிகாலையே மீண்டும் புறப்பட உள்ளார். ஆகையால்

இன்று ஒருநாள் மட்டும் தந்தையுடன் இருந்துவிட்டு வரட்டுமா, நிருதி?"

"அதற்கென்ன தடை? சென்று வா அமுதா."

தோழியர் இருவரும் உரையாடிக் கொண்டே ஆலயத்தை அடைந்தனர். நிருதி ஆலயத்திற்குள் சென்றாள், அமுதா சேதி ராயரின் அரண்மனைக்குச் சென்றாள். மாலைநேரம் வந்து விடவில்லை தான். ஆனாலும் மழைக்காலம் என்பதனால் சற்றே அந்தி சாய்ந்தது போல் இருந்தது. அப்போதைய சூழல், சேதி ராயரின் அரண்மையை சுலபமாக அடைவதற்கு நந்தவனப் பாதை உறுதுணையாகவே இருக்கும் என்பதால் நந்தவனத்திற்குள் நுழைந்தாள் அமுதா. எப்பொழுதும் ஒழுங்குபடுத்தி அழகுற காணப்படு நந்தவனம், மழைக் காலம் என்பதால் ஒழுங்கற்று நிலைமாறி காணப்பட்டது.

-58-

நிருதியின் ஓவியம்

பாதி தூரம் கடந்திருப்பாள். யாரோ தன்னைப் பின்தொடருவது போன்ற எண்ணம் அவளுக்கு. 'இந்தக் கடுங்காவலில் அன்னியர் யாரும் கோட்டைக்குள் வரவியலாது. இது நமது புத்திப் பிசகு' என்று எணணி மேலும் நடக்கத் துவங்கினாள். 'இல்லை, யாரோ நம்மைப் பின் தொடர்வது உண்மைதான்.' என்று எண்ணிக் கொண்டு அரச வாரிசுகளுக்கே உண்டான துணிச்சலுடன் திரும்பியவளுக்குத் திகைப்பும், அதிர்ச்சியும் ஒரு சேர, "அரசே தாங்களா? தாங்கள் இவ்வேளையில் இங்கு எப்படி?" மேலும் அவளை மொழிய விடாமல் அவளை அணைத்து அவள் அதரங்களை மூடினான் கருணாகரன்.

"சற்றே அமைதியாக இரு அமுதா."

அதிர்ந்தே போனாள் அமுதா. கருணாவுடனே இத்துணை அருகாமை இதுவே முதல் முறை. வேறு யாரும் தங்களைச் கவனிக்கின்றார்களா? என்று தன் பார்வையைச் செலுத்தினான். கருணா அவளை அணைத்தபடி எத்துணை ஒளி பொருந்திய முகம் இவருக்கு - ஆணுக்கே உரித்தான முகலட்சணத்துடன் சோழ தேசத்துப் பெண்டுகளின் கனவு நாயகன் ஆயிற்றே கருணாகரன்? ஏனோ அவனது பிடியில் இருந்து தன்னை விடுவித்துக் கொள்ள மனம் வரவில்லை அவளுக்கு. என்ன ஒரு வலிமையான கரங்கள் வன்மையிலும் ஒரு மென்மை தென்பட்டது அவனது அணைப்பில்.

கருணாவைக் கண்டதும் மணம் புரிந்து கொள்ளும் எண்ணம் தோன்றிய பலநூறு பெண்களில் நானும்

ஒருத்தியே. ஆயினும் என்று நிருதியுடனான கண்ணான பேச்சுவார்த்தைகள் துவங்கியதோ அன்றே எனது எண்ணங்களை மாற்றிக் கொண்டேன். எனது உயிர் தோழியின் வாழ்வதற்கு ஒரு சிறு தடையாக கூட நான் இருக்க மாட்டேன். எனது எண்ணங்களை விடவும் உனது நல்வாழ்வே எனக்குப் பெரிதும் நிருதி.

அவளின் நினைவு வந்ததும் தன்னை அவன் பிடியில் இருந்து விடுவித்துக் கொண்டாள்.

என்ன இது? கனநேர சலனம் நம்மை ஆட்கொண்டு விட்டதே? எனினும் அவள் அதை வெளிக்காட்டிக் கொள்ள வில்லை.

"அரசே இந்த வேளையில் இங்கு எப்படி வந்தீர்கள்?"

"நான் வடக்கு வாயிலின் வழியாக வந்தேன் அமுதா. எமக்கு ஒரு காரியம் நீ செய்ய வேண்டும்."

"என்னாலா? என்ன அது அரசே?"

"யாரேனும் சிறந்த ஓவியரை அழைத்து நிருதியின் ஓவியத்தை எழுத வை அமுதா. பின் அதைக் குமரனின் மூலமாகக் கொடுத்தனுப்பு. இதற்கு ஆகும் பொருட் செலவை குமரன் உனக்குத் தருவான். எதற்கும் இந்த வண்டையர்களின் லட்சனையை வைத்துக் கொள் அமுதா" என்று கருணா ஒரு முத்திரையைக் கொடுத்தான்.

"பிறகு அமுதா, இது நிருதி உட்பட யாருக்கும் தெரியக்கூடாது. மேலும் இந்த ஓவியம் எவ்வளவு விரைவாக எழுதப்படுகிறதோ அவ்வளவு விரைவாக என் கரங்களுக்குக் கிடைக்க வேண்டும் என்பதை மறவாதே அமுதா."

"ஆகட்டும் அரசே. தாங்கள் இட்ட பணியைச் செவ்வனே செய்து முடிப்பேன்."

"மிக்க நன்றி அமுதா நீ இந்த காரியத்தைத் திறம்பட செய்வாய் என்றெண்ணுகிறேன். நான் சென்று வருகின்றேன். மீண்டும் சந்திப்போம் ஆகட்டும்."

ஆலயத்தில் நிருதியைக் கண்ட வீரசோழன் "தங்காய் என் அம்மா அந்தப்புரம் செல்லாமல் இவ்விடத்தே இருக்கின்றாய்?

தவிரவும் உனது முகத்தில் இன்று ஏன் இந்த வெறுமை தென்படுகிறது?"

"இல்லை, தமையா, நான் இயல்பாகவே உள்ளேன்."

"உனது வாய்மொழி தவறென்று வேல்விழி உரைக்கின்றதே? உனது தமையனிடம் கூறமாட்டாயா உள்ளதை?"

"என்னவென்று கூறுவேன் அண்ணா? எமக்கே விளங்கவில்லை."

"எம்மைப் பார் நிருதி? என்றதும் வீரசோழனை ஏறிட்டாள் அவள்.

"உன் கணவனைக் காண வேண்டுமா? கூறு தாயே."

"தங்களிடம் மறைப்பது என்பது இயலாத காரியம் தமையா தாங்கள் கூறுவது உண்மைதான். ஒரு முறை அவரைக் கண்டு விட்டேன் என்றால் கூட சற்றே அமைதியுறும் என் மனம். ஆயினும், அவரைக் காண்பது என்பது அத்துணை சுலபம் அல்லவே தமையா. அவர் புரவியைச் செலுத்தும் ஆற்றல் அனைவரும் அறிந்ததே. காற்றைவிட வேகமாகப் பயணிப்பார் என்பார்கள். இதற்குள் அவர் சோழபுரம் கடந்து எங்கோ சென்றிருப்பார் இல்லையா?"

"அதைப் பற்றி கவலை உனக்கெதற்கு - உன் தமையன் இருக்கையில் இப்போது புறப்படடோமேயானால் கூட இங்கிருந்து ஏழு காத தூரத்தில் ஓர் இளைப்பாறும் கல் மண்டபம் உள்ளது. அங்கே வண்டையர் கோனைச் சந்தித்து விடலாம். அதையும் தவறவிட்டோமேயானால் நேரே தஞ்சை பெருஆவுடையார் ஆலயம் சென்று விடலாம். அங்கே அவரையும் உன் குடும்பத்தாரையும் ஒருசேர சந்தித்து வரலாம் அம்மா, சரி தானே?"

"இதற்குள்ளாக தஞ்சைக்கு எப்படி தமையா செல்ல இயலும்?"

"ஏன் முடியாது அம்மா? நீ புரவி ஏற்றம் அறிந்தவள் தானே பிறகென்ன?"

"புரவியில் பயணிப்பதா?"

"ஆமாம் ஏன்? என்ன வாயிற்று நிருதி?"

தமையனிடம் என்னவென்று கூறுவேன்? இரு தினங்களாக ஏனோ நனது மனது ஆனது நன் வயிற்றுக்கு அதிர்வையோ அசைவையோ தரக்கூடாது என்று கூறிக்கொண்டே உள்ளது. நெடு நாட்களாக பரம்பொருளிடம் வேண்டிக் கேட்ட வரம் இது, தமையா. இன்று காலை தான் கவிச்சக்கரவர்த்தி சயங்கொண்டார் கூறினாற், அவரைக் வண்டையர் அரசன் அரசர்கள் நாதன் மாதிரி என்றும் உலகு புகழ் கருணாகரன் என்றும் கூறினார். அப்பெருமானின் நல் உதிரத்தே விளைந்த நனி வித்து. அதைக் கண்ணென் காப்பதே நன் கடமை. ஆனாலும் அவரைச் சந்தித்தே ஆகவேண்டும் என்று தோன்றுகிறது என் செய்வேன் நான்?

“நிருதி அதற்குள்ளாக என்ன யோசனை வந்து விட்டது உனக்கு?”

“தமையா இப்படி செய்தால் என்ன?”

“எப்படி?”

“சிவிகையில் பயணித்தால்”

“என்ன வாயிற்று நிருதி, இன்றுனுக்கு?” புத்தி பிசகு ஏற்பட்டு விட்டதா என்ன? இவ்வாறு இயம்புகிறாய் சற்று முன் தானே உனது கணவர் பரியைச் செலுத்துவது பற்றிக் கூறினாய். பிறகு அவரை, பல்லக்கினில் சென்று சந்திக்கலாம் என்கிறாயே ஏன் தாயே.?”

“அப்படியான்ல் பரி அல்லாது பயணம் செய்யும் மார்க்கம் ஏதேனும் இருந்தால் கூறுங்கள் தமையா!”

“தேரிலே செல்லலாம். ஆனால் ராஜபாட்டை வழி சென்றால் பாதகம் இல்லை. அதே காட்டு வழியில் சென்றால் மேடுபள்ளம் இருக்குமே.”

“அய்யோ அப்படியானால் தேரிலும் செல்ல வேண்டாம் தமையா.”

“பின் எப்படி அவரைக் காண இயலும் அம்மா?”

“படகிலே பயணித்தால் என்ன தமையா?”

“இன்று என்ன தான் ஆனது உனக்கு நிருதி? ஏன் இவ்வாறாக நடந்து கொள்கின்றாய்? இந்தப் பெருமழைக் காலத்தில் அதுவும் இந்த அந்திபட்டு எவரேனும்

பொன்னியிலே படகில் பயணிப்பார்களா? இந்த இரு திங்கள்களில் எப்போது எந்த வேளையில் பொன்னியில் வெள்ளப்பெருக்கு தோன்றும் என்று எவராலும் கூற இயலாது அம்மா அப்படி இருக்க. படகிலே பயணிப்போம் என்பது அவ்வளவு உசிதம் இல்லை தங்காய் தவிரவும், இது மாத்திரம் தந்தையாருக்குத் தெரிந்தால் என்ன ஆவது? மேலும் வண்டையார் கோன் தான் வரும் வரையில் உன்னைப் பத்திரமாகப் பாதுகாக்க வேண்டும் என்று அன்புக் கட்டளையிட்டுச் சென்றுள்ளார். ஏதேனும் தீங்க நிகழ்ந்தால் அவர்கள் இருவருக்கும் யான் என்ன பதில் கூறுவேன்?"

"ஒன்றும் ஆகிவிடாது தமையா, அனைத்துயம் அந்த ஆடவல்லான் பார்த்துக் கொள்வார். வாருங்கள் அண்ணா போகலாம். காலம் கடந்து கொண்டு உள்ளது."

"சரி தாயே நீ கேட்டு எதையேனும் யான் மறுப்பேனா? எனக்கு ஒரு நாழிகை அவகாசம் கொடு. யான் இதோ வருகின்றேன். அதுவரையிலும் நீ இங்கேயே இரு. புரிந்ததா?"

"ஆகட்டும் தமையா"

நிருதி தனது மடியில் வைத்திருந்த ஒரு சிறிய பையைத் தொட்டுணர்ந்தாள்.

தனது மெய்க்காவலனை அழைத்து தனது ஒற்றனையும் தமது நம்பிக்கைக்குரிய வீரர்களையும் உடனே அழைத்து வரும்படி கட்டளையிட்டான் வீரசோழன். அங்கே சென்று கொண்டிருந்த சேடிப் பெண் ஒருத்தியை அழைத்தான் வீரன்.

"வணங்குகின்றேன் இளவரசே ஆணையிடுங்கள்

"நீ சென்று இரண்டு கனத்த போர்வைகள், நிருதியின் ஆடைகள் இரண்டு, எமது ஆடைகள் இரண்டு உடனடியாக எடுத்துவா."

"உத்தரவு பிரபு. இதோ இப்போதே எடுத்து வருகின்றேன்."

அதற்குள் அங்கே வீரர்கள் அனைவரும் வந்து சேர்ந்தனர். "வணங்குகின்றோம் இளவரசரே கட்டளையிடுங்கள்."

"யானும், இளவரசியாரும் தஞ்சை செல்ல உள்ளோம். இதை ரகசியமாக வைக்க வேண்டும். உங்களில் யாரேனும் படகை லாவகமாக செலுத்தத் தெரிந்தவர்கள் உள்ளீரோ?"

"எங்களில் சுதந்திநாதன் படகைத் திறம்பட செலுத்துவான் பிரவு."

"ஆம் அரசே படகு செலுத்துவது என்பது எனக்கு நன்கு பழக்கப்பட்ட ஒன்றுதான் பிரபு."

"அப்படியா? நல்லது, சரி உன்னுடன் மற்றும் ஒரு படகைச் செலுத்தும் வீரனை அழைத்துக் கொண்டு உடனடியாக படகுத் துறைக்குச் செல் யானும் இளவரசியாரும் அங்கு வந்து விடுகின்றோம்."

"தங்களின் சித்தபடியே இளவரசே" என்று அங்கிருந்து இருவர் சென்றனர். மேலும் ஐவர் வண்டையர்கோனைப் பின்தொடர வேண்டும். அவர் எங்கு இளைப்பாறுகின்றார், எப்போது பயணத்தை தொடருகின்றார் என்ற தகவல்கள் எனக்கு அவ்வப்போது கிடைக்க வேண்டும். முக்கியமான ஒன்று அவரை நீங்கள் பின்தொடர்வது அவருக்குத் தெரியக்கூடாது. புரிந்ததா? செல்லுங்கள்."

"தங்களின் கட்டளைப் படியே பிரவு" என்று அவர்களும் அங்கிருந்து சென்றனர். எஞ்சிய இருவீரர்களையும் அழைத்த வீரசோழன், "நீங்கள் இருவரும் கோட்டையிலேயே இருந்து கொண்டு அரண்மனை செயல்பாடுகளை அவ்வப்போது எமக்கு தெரியப்படுத்துங்கள்."

"ஆகட்டும் பிரபு."

வீரசோழன் கூறியவற்றை எடுத்துக் கொண்டு அங்கு வந்தாள் சேடிப் பெண் "இளவரசே தாங்கள் கோரியவற்றை எடுத்து வந்து விட்டேன்."

நல்லது, இவற்றை எமது தேரிலே வைத்து விட்டு சாரதியிடம் புரவிகளைப் பூட்டச் சொல்.

"உத்தரவு பிரபு"

"பூங்கோதை இன்னும் ஒன்று"

"கூறுங்கள் பிரபு"

"இளவரசியார் இன்றும் நாளையும் வண்டையர் மாளிகையில் இருக்க விருப்பம் தெரிவித்துள்ளார். ஆகையால் அவர்களை அழைத்துக் கொண்டு வண்டையர் மாளிகைக்குச் செல்ல உள்ளோம். இதனை அரசியார் கேட்கும் பட்சத்தில் கூறினால் போதும் புரிந்ததா?"

"ஆகட்டும் இளவரசே தங்களின் கட்டளைப் படியே."

"செல்"

ஆலயத்திற்குச் சென்ற வீரசோழன், "நிருதி, வா புறப்படலாம். அனைத்து ஏற்பாடுகளும் செய்தாகி விட்டன தங்கை."

"அதற்குள்ளாகவா தமையா?"

"ஆம் முதலில் புறப்படு அம்மா. மற்றவற்றை செல்லும் வழியில் உரையாடிக் கொள்ளலாம்."

"இதோ..."

மறுபுறம் சேதிராயர் மாளிகை.

"உள்ளே நுழையும் முன்னே வண்டையர்கோன் நமக்கிட்ட கட்டளையை எப்பாடுபட்டேனும் நிறைவேற்ற வேண்டும். கால அவகாசம் வேறு குறைவாக உள்ளது. என்ன செய்வது?"

"எனதருமை மகளே வா அம்மா அகத்தே வரும்போதே எதைப் பற்றிய சிந்தனை உனக்கு?" என்றார் சேதிராயர்.

"வணங்குகின்றேன் தந்தையே. சிந்தனை எல்லாம் ஒன்றும் இல்லை. நம் தேசத்தில் தாயார் மற்றும் நம் சுற்றத்தார் அனைவரும் நலம் தானே?"

"அனைவரும் நலமே மகளே. உனது அம்மை தான் உனை எண்ணி வருந்திக் கொண்டுள்ளாள். உனை அழைத்து வரவும் கூறி உள்ளார். மகளே"

"அதற்கென்ன தந்தையே? விரைவிலேயே வந்து விடுகிறேன் வண்டையர் கோன் நாடு திரும்பியதும். பாவம் நிருதி இங்கே நானும் இல்லாது போனால், தனித்திருப்பது போல உணர்வாள் தந்தையே."

"ஆம் மகளே அதுவும் உண்மை தான். அவர்களிடத்தில் இருந்து மீண்டதும் யான் வந்து உனை அழைத்துச் செல்கின்றேன்."

"ஆகட்டும் தந்தையே."

சோழபுரம் கோட்டையினுள் உள்ள அனைத்து அரண்மனைகளிலும், மாளிகைகளிலும் இராசராச சோழன் முதல், குலோத்துங்கன் வரையிலான ஓவியங்கள் மிகப்பெரிய அளவில் எழுதப்பட்டு அவற்றை வரிசைப்படுத்தி வைத்திருப்பார்கள். அனைத்து இடங்களிலும் அது போலவே சேதி ராயர் மாளிகையிலும் ஓவியங்கள் இருப்பது என்பது அமுதாவிற்கு முன்பே தெரிந்தாலும் அதை எவ்வளவாக அவள் கவனத்தில் கொண்டது இல்லை. ஆனால் அவற்றைக் காணும் ஆர்வம் தற்போது வந்தது அவளுக்கு.

"தந்தையே இந்த ஓவியங்கள் அனைத்துமே தத்ரூபமாகவும் உயிரோட்டத்துடனும் காணப்படுகின்றன. இவை தஞ்சையிலிருந்து எழுதப்பட்டு வந்தனவா தந்தையே?"

நகைத்தபடியே "ஆம் மகளே, இந்த ஓவியங்கள் மிக நேர்த்தியான முறையிலே எழுதப்பட்டு உள்ளன. நீ மொழிவது போல அவை அனைத்துமே தஞ்சை ஓவியர்களால் எழுதப் பட்டவை தாம். ஆயினும் இவை தஞ்சையில் இருந்து வரவழைக்கப்பட்டவை அல்ல. இங்கேயே தஞ்சை ஓவியர்கள் அனேகம் பேர் உள்ளனர் அம்மா."

ஆச்சர்யத்துடன் "அப்படியா? இது இத்துணை நாட்களாக எமக்குத் தெரியவில்லையே தந்தையே?" என்றாள் அமுதா.

"ஆம் மகளே, இங்கே கோட்டையினள்ளே அசுவத் தெருவில் குதிரைக் கொட்டிலுக்குச் செல்லும் வழியில் கோதண்டராமன் என்ற ஒரு ஓவியர் இருக்கிறார். அவர் ஓவியம் எழுதுவதில் கைதேர்ந்தவர் அம்மா. சில காலம் முன்பு நமது சக்கரவர்த்திகளின் ஓவியத்தை எழுதித்தரச் சொல்லியிருந்தேன். நமது சேதி நாட்டு அரண்மனையில் வைக்க மிக தத்ரூபமாக எழுதித் தந்திருந்தார் அவர்.

நாம் எடுத்துக் கொண்ட காரியம் இவ்வளவு சுலபமாக நிறைவேறப் போகின்றதா? இது உண்மையில் மிகவும் மகிழ்ச்சியான செய்தி தான் என்று எண்ணிக் கொண்ட அமுதா,

“தற்கோதும் அந்த ஓவியர் இங்குதான் இருக்கின்றாரா தந்தையே?” என்றாள்.

“ஆம் மகளே இங்கு தான் இருக்கின்றார்.”

“நல்லது”

பின் தந்தையும் மகளும் பலதரப்பட்ட உரையாடல்களில் ஈடுபட்டனர்.

வீரசோழனும் நிருதியும் படகுத்துறையை அடைந்தனர். அங்கே சுகந்திநாதனும் மற்றும் ஒரு வீரனும் படகிலே இவர்களுக்காகக் காத்துக் கொண்டு இருந்தனர்.

“வணங்குகின்றோம் பிரபு இளவரசியாரே.”

“புறப்படலாமா சுகந்தா?”

“உத்தரவு பிரபு” தனது தங்கையை படகிலே அமர்த்தி தான் கொண்டு வந்த போர்வையை அவளுக்கு அணிவித்தான் வீரசோழன்.

“என்ன தமையா இது?”

“வாடைக் காற்று அதிகமாக உள்ளது அம்மா. இதில் படகில் வேறு பயணிக்க உள்ளோம். இதனால் உனக்கு உடல்நலனில் பாதிப்புள்ளாகாதிருக்கவே இதனை பூங்கோதையை எடுத்துவரச் சொன்னேன்.”

“நான் என்ன சிறுபிள்ளையா?”

“ஆமாம் எப்பொழுதுமே எமக்கு நீ சிறுபிள்ளையே.”

“தாங்களும் போர்த்திக்கொள்ளும் தமையா.”

“வேண்டாம் அம்மா தேவைப்பட்டால் எடுத்துக் கொள்கிறேன்.”

“ஆகட்டும் அண்ணா. தமையா படகை சற்று விரைவாகச் செலுத்த உத்தரவிடுங்கள்.

அதைக் கேட்டதும் சத்தமாக நகைக்கத் தொடங்கினான் வீரன். படகைச் செலுத்துபவர்களும் நகைக்க வீரசோழன் பார்வையைக் கண்டு பின் அமைதி ஆயினர்.

“யான் இப்போது என்ன கூறிவிட்டேன் என்று இப்படி நகைக்கின்றீர்கள் அண்ணா?

“நனதருமை தங்காய் நாம் இப்போது பரியில் அல்ல படகிலே பயணித்து கொண்டு இருக்கின்றோம். இதனை

விரைவாக,, பைய செலுத்துவது என்பதைவிட நிதானமாக செலுத்துவதே தற்போது உகந்தது தாயே. அதுவும் இந்த அந்தி வேளையில்.

“என்னை மன்னியுங்கள் தமையா.”

“அதுசரி கணவரைக் காண்பதற்கு அத்துணை ஆர்வம் இருக்கட்டும். அதோ ஒற்றன் சுகந்தா படகைக் கரை ஓரமாக நிறுத்து.”

“உத்தரவு பிரபு.”

“படகைக் கண்டதும் புரவியில் இருந்த கீழ் இறங்கிய ஒற்றன்.

“வணங்குகின்றேன் இளவரசே. வண்டையர் கோன் அவர்கள் மதுராந்தகப் படகுத்துறையைக் கடந்து சென்று விட்டார் பிரபு” என்றான்.

“ஆகட்டும் நீ அவர்களைப் பின்தொடர்ந்து அவ்வப்போது தகவல்களைத் தெரிவி.”

“உத்தரவு பிரபு.”

“நிருதி, இப்போது என்ன செய்வது? இன்னும் இருகாத தூரத்தில் ஒரு கல்மண்டபம் உள்ளது. ஆனால் அங்கே வண்டையர் கோன் தங்கிவிடுவாரா என்பது தெரியவில்லையே.”

“சற்றுச் சிந்தித்த வீரசோழன். “ஒன்று செய்யலாம்” என்றான்.

“என்ன தமையா?”

“இனி எந்தப் படித்துறையிலும் படகை நிறுத்த வேண்டாம். நேராக தஞ்சையை அடைவதே சிறந்தது அம்மா. செம்பியன் மாதேவியார் படித்துறையில் இறங்கி பெரிய கோயிலுக்குச் செல்லலாம். அது கொஞ்சம் சுலபமாக இருக்கும் இல்லையா, சுகந்தா?”

“ஆம் பிரபு”

மறுபுறம் “மூர்த்தி இன்று கருணாவிற்கு என்னவாயிற்று? இவ்வளவு பைய குதிரையைச் செலுத்துகின்றான்? என்னவாக இருக்கும்? ஒருவேளை சுந்தரத்திற்கு உடல் நலக் குறைவாக இருக்குமோ? அதனால் பைய செலுத்துகின்றானா என்ன?” என்றான் மாதவன்.

“இல்லை அப்படியொன்றும் இல்லை மாதவா. சுந்தரம் பூரண நலத்துடனே இருக்கின்றான். தூரதேசப் பயணம் என்பதனால் ஒருவார காலமாக வைத்தியர்களின் மேற் பார்வையிலேயே சுந்தரத்திற்கு ஒவ்வாமை வந்து விடாதிருக்க இரை வழங்கப்பட்டது. அப்படியே சுந்தரத்திற்கு உடல் நலக்குறைவு என்றாலும் கருணாவின் மற்றும் ஒரு பிரியமான பரி மதுசுதனன் இருக்கிறதே, அதை அல்லவா செலுத்தி இருப்பான்?”

“ஆமாம், அதை யானும் அறிவேன் மூர்த்தி. கருணாவின் அனைத்துப் புரவிகளுமே காண்பதற்கு அழகாகவும் அவற்றின் செயல்பாடுகள் அதிவிரைவாகவும் இருக்கும். அரபு தேசத்து புரவிகள். இன்னமும் மூன்று இருக்கின்றன அல்லவா?

“ஆம் மாதவா, சுந்தரம், மதுசூதனன், மதுரன், அமிர்தவல்லி, சுந்தரவல்லி என்ற ஐந்துமே ஒன்றோடு ஒன்று சற்றும் சளைத்தது அல்ல. அவற்றை தன் உடன் பிறப்புகளைப் போலக் கருதி கருணா பேணி வளர்த்தான். அவன் கண்பார்வையில் குறிப்பறிந்து காற்றைவிட வேகமாக செயல்பட கூடியவை என்பதை யான் அறிவேன் மூர்த்தி. ஆனால் தற்போது சுந்தரத்திற்கு உடல் நலக்குறைவு அல்ல கருணாவிற்குதான் மனநலனில் குறைவு என்று எண்ணுகின்றேன்.”

“எதனால் அப்படி கூறினாய் மாதவா?”

“ஆமாம், கருணா மட்டும் இயல்பாக இருப்பானேயானால், நாம் இத்துணை சாவகாசமாக இப்படி பரியில் சென்று கொண்டிருக்க இயலுமா என்ன? இந்நேரம் தஞ்சை பெரிய கோயிலில் அல்லவா இருந்திருப்போம்?”

“அது என்னவோ உண்மை தான். இந்நேரம் சுந்தரத்திற்கே குழப்பம் வந்திருக்கும். தன்மீது அமர்ந்திருப்பது வண்டையர் கோன் தானா என்று”இப்படி தன்னை பற்றி மூர்த்தியும்,, மாதவனும் உரையாடிக் கொண்டு வருவதைக் கூட அறியாமல் ஏதோ சிந்தனையல் இருந்தான் கருணா. அவனை சுமந்தபடி பைய நடந்தது சுந்தரம்.

“யான் தான் தவறிழைத்து விட்டேன். இன்று காலையில் இருந்து மதியம் வரையிலும் கிடைத்த சந்தர்ப்பங்களில்

நிருதியைக் காண முயற்சித்து இருக்கலாம். இந்தப் பாழாய்ப் போன பதற்றமும், தயக்கமும் எங்கிருந்தான் வந்து எம்மைப் பற்றிக் கொள்கின்றன என்று எமக்கே தெரியவில்லை. வண்டையோ, சோழபுரமோ அவள் எங்கு இருந்தால் என்ன? யான் அவளைக் காண எதற்குத் தயங்க வேண்டும்? யார் என்ன நினைக்கப் போகின்றார்கள்? நிருதி எனது மனைவி தானே? உண்மையில் யாரும் எதுவம் நினைக்க மாட்டார்கள். நிருதி என்ன நினைப்பாள் எனும் போதே எழும் இந்தத் தயக்கமும் பதற்றமும். அதற்கு இரு காரணங்கள் உண்டு. ஒன்று, மலரை யான் காதலித்து மணந்து கொண்டது என்பது மற்றும் ஒன்று கடந்த இரண்டரை ஆண்டுகளில் நமக்குள் இருந்த தூய்மையான நட்பு. இந்த ஓர் ஆண்டு காலமாக யான் உன்மீது வைத்த பரிவுடன் கூடிய அன்பு. மூன்று தினங்களுக்கு முன் உனது உரிமையை வண்டையில் நிலைநிறுத்த வேண்டும் என்ற எண்ணமே எமக்கு மேலோங்கி இருந்தது. இதில் இயல்புக்கு மாறாக ஒன்றும் இல்லை எனினும், அன்றைய இரவு உன்மீது நான் கொண்ட எண்ணங்கள் முற்றிலுமாக மாறிவிட்டன. தற்போது நீ நனது மனைவி என்ற எண்ணம் மட்டுமே மேலோங்கி உள்ளது நிருதி. சிலநேரங்களில் எமது இந்த இனம்புரியா தவிப்பிற்கு அன்றைய இரவின் உனது அருகாமையே காரணம் என்று எண்ணத் தோன்கிறது. எமது வாழ் நாளிலேயே எம்முடன் நீ இருந்த அன்றைய இரவே யான் மிகவும் மனநிறைவுடனும், மகிழ்ச்சியுடனும் இருந்ததாக உணர்ந்தேன். இது எமக்குக் கிடைத்த பட்டங்களினாலும் பாராட்டுகளின் போது கூட யான் இத்துணை மகிழ்ச்சியுடனும் இருந்தது இல்லை. நீ எனதருகே இருக்க, மலருக்குக் கொடுத்த வாக்கை நிறைவேற்றி அவளை மணப்பதிலும், மற்ற காரியங்களில் நனது நாட்டத்தைச் செலுத்துவதிலும் எமக்கான மனநிறைவு கிடைக்கும் என நினைத்தது நனது மூடத்தனமே அதனை உணரும் போது அந்த ஈசனே எம்மை உன்னிடமிருந்து பிரித்து, இங்கங்கு என்று இல்லாமல் வடகலிங்கம் வரை பயணிக்க வைக்கின்றான். அந்த ஆடவல்லானின் சித்தம்

எதுவாக இருக்கும் என்று நான் அறியேன் நிருதி. அந்தப் பரம்பபொருளைக் குறை கூறியும் பயன் இல்லை. நம் இருவரின் கண்ணானத்தில் இருந்து இன்று வரை இந்த ஈராண்டுகளில் எத்தனையோ முறைகள் நாம் தனித்திருக்கும் சந்தர்ப்பம் அமைந்தது. அப்போது எல்லாம் எனது எண்ணத்தை யான் மாற்றிக் கொள்ள முயலவும் இல்லை. உனது எண்ணம் எதுவென்பதை அறிந்து கொள்ள முயலவும் இல்லை. இவை இரண்டில் எதுவாயினும் ஒன்று நடந்திருந்தாலும் அந்நாட்களில் உன்னுடன் யான் இருந்திருக்க வேண்டிய உன்னதமான பொழுதுகளைத் தொலைத்திருக்க மாட்டேன் நிருதி நீ ஒன்றை அறிவாயா? எமக்கு நானே ஏதேதோ சமாதானம் கூறினாலும் எனது உள்ளம் ஏற்க மறுக்கின்றது நிருதி. என் செய்வேன் நான்? அலைமோதும் கடலைப் போல் நிலை கொள்ளாது தவிக்கின்றேன்.

“என்ன சுந்தரம்? இன்று உனக்கு கால் குளம்பில் முட்கள் ஏதும் தைத்து விட்டதா? அல்லது வண்டையில் இருக்கும் உனது கொட்டில் ஞாபகம் வந்து விட்டதா? இல்லை அமர்தவல்லி, சுந்தரவல்லியின் நினைவு வந்துவிட்டதா?”

என்ன? மூர்த்தி புரவியிடம் போய் உரையாடிக் கொண்டிருக்கின்றாயே?”

“பிறகு என்ன செய்வது கருணா? நாங்கள் அனைவருமே வெகு நேரமாக உன்னுடன் உரையாட முயன்று கொண்டு இருக்கின்றோம். நீ அசைவதாகத் தெரியவில்லை. அதனால் தான் சுந்தரத்திடம் உரையாடத் துவங்கிவிட்டேன். அதனால் வாய் பேச இயலாது என்றாலும் நாம் கூறுவதை ஓர்அளவுக்குப் புரிந்து கொள்ளாதா என்ன? கருணா, உனக்கு ஏதும் உடல் நலக்குறைவு ஏற்பட்டுள்ளதா என்ன? அப்படி இருந்தால் கூறு.”

“அப்படி எல்லாம் ஒன்றுமில்லை வாணகோவா. யான் நலமுடனே இருக்கின்றேன்.”

“பின் எதற்கு இத்துணை பைய சென்று கொண்டு இருக்கின்றோம், இந்த வகையில் சென்றால், நீ சாளுக்கியத்தைக் கடக்கவே சக்கரவர்த்திகள் கொடுத்த

மூன்று திங்கள் கெடு முடிந்து விடும் கருணா. நீ ஏதோ மன அமைதி இன்றி இருக்கின்றாய் என்றே தெரிகின்றது. காரணம் எதுவாயினும் சரி, அதைப்பற்றி நீ பெரிதாக எண்ணவேண்டாம். புரிகிறதா? வேண்டுமானால், இன்று இரவு தஞ்சையில் தங்கிவிட்டு நாளை பயணத்தைத் தொடரலாம்?"

"இல்லை தற்போதைய இந்த தாமதத்திற்கு யான் தான் காரணம், அதை யான் ஏற்றுக் கொள்கின்றேன். இருப்பினும், பயணப் பட்டியலை மாற்றலாகாது மாதவா. இங்கே செல்லும் வழியில் ஒரு சிவாலயம் உள்ளது அல்லவா. அங்கு சென்று வணங்கிவிட்டு தடையின்றி பயணத்தைத் தொடரலாம்."

"ஆகட்டும் கருணா. அதோ ஆலயம் வந்துவிட்டது. அனைவரும் வாருங்கள். ஆலயதரிசனம் செய்து பயணத்தைத் தொடரலாம்.

"கலிங்கத்தை நோக்கிய பயணம் முடியும் வரை என் மனமானது எவ்வித சஞ்சலம் கொள்ளாது தாங்களே ஆட்கொள்ள வேண்டும்இறைவா. யான் வரும் வரையிலும் நிருதிக்குப் பக்க துணையாக இருங்கள்."

"புறப்படலாமா கருணா?"

"ஆகட்டு இங்கு இருக்கும் அனைவரும் இதைக் கேளுங்கள். இனி எங்கும் நிற்கவேண்டாம். நேராக தஞ்சை பெருஆவுடையார் ஆலயத்தில் நிறுத்தினால் போதும். புறப்படுங்கள். நமது கருணாகரன் இயல்புக்குத் திரும்பி விட்டான். இல்லையா மூர்த்தி?"

"ஆம் மாதவா அவனுக்கு நிகராக யாரும் பரியைச் செலுத்த முடியாது. எனினும், அதனைப் பின்தொடரவாவது செய்வோம். வா போகலாம்." என்றான் மாதவன் நகைத்தபடியே.

ஒரு வழியாக கருணாகரனின் பரிவாரங்கள் தஞ்சை பெரிய கோயிலை அடைந்தன. அவர்கள் அங்கு வருவதை கொம்பூதி காவலன் ஒருவன் அறிவித்தான். மேலும் கருணாகரனின் மெய் கீர்த்திகளை எடுத்துரைத்து நிறுத்தினான். கோயில் பட்டகர்கள், கருணாவின் குடும்பத்தார், தஞ்சை மண்டல முக்கிய அமைச்சர்கள் மற்றும் குடிகள் அங்கே அவர்களை வரவேற்றனர். அவர்கள் அனைவரின் வாழ்த்துக்களுடன்

ஆலயத்தில் பிரவேசித்தான் கருணாகரன். தனது மகனுக்குக் கிடைத்த இந்த பெயரையும், புகழையும் எண்ணிப் பூரித்துப் போனாள் அவனின் தாய் உத்தமமல்லி. அதே மனநிலையில் அன்னவராயரும் சோணாடு எங்கும் தனது மகனின் கீர்த்தி பரவி இருந்ததை எண்ணி அதே மனப்பாங்கு மலருக்கும். தனது கணவனின் பெயர் புகழில் சற்றே கர்வம் வந்தது எனலாம் அவளுக்கு. தனி ஒரு மனிதனின் பெயரிலும் புகழிலும் அவன் தாய்க்கு சமமாக உரிமை பெறுகிறாள் அவன் மனைவியும். அந்த வகையில் மலரின் இது போன்ற எண்ணம் வெகு இயல்பே.

-59-

மலர்விழியின் நிலைபாடு

ஆலயதரிசனத்தை முடித்துக் கொண்டு தனது தந்தையிடம் வந்தான் கருணாகரன்.

"தந்தையே தாங்கள் இன்று வண்டை புறப்படப் போகின்றீர்களா என்ன?"

"இல்லை மகனே. நமது பழைய அரண்மனையில் இரண்டு நாட்கள் தங்கிவிட்டு பிறகு புறப்படலாம் என்று எண்ணியுள்ளேன். ஏன் அப்பா?"

"ஆகட்டும் தந்தையே. தங்களின் சித்தப்படியே. மேலும் தங்களிடம் ஒரு விண்ணப்பம்.

"கூறு மகனே."

"யான் கலிங்கத்தில் இருந்து மீளும் வரையில் தாங்கள் அவ்வப்போது சோழபுரம் சென்று நிருதியைக் கண்டுவிட்டு வரவியலுமா தந்தையே?"

"இதனை நீ விண்ணப்பிக்க வேண்டியது இல்லை. நன் அருமை மகனே. அவளும் நன் மகளே வண்டைக்குச் சென்றதும் முதல் காரியமாக சோழபுரம் சென்று நன் மகளைப் பார்த்து வருகின்றேன். போதுமா? ஆயினும், கருணா இதுவே இறுதியாக இருக்க வேண்டும். நிருதி இத்துணை நாட்கள் சோழபுரத்தில் இருப்பது. நமது சக்கரவர்த்திகள் மகளாய் இருந்தவரை சரி. தற்போது அவள் உனது மனைவியாவாள் எனும் போது நிருதி வண்டையில் இருப்பதே சிறப்பு. அவளுக்கும் நமக்கும் மகனே. புறப்படவும் நீ கலிங்கத்திலின்று மீண்டவுடன் முதல் காரியமாக நிருதியை வண்டைக்கு அழைத்து வரவேண்டு. புரிந்ததா?"

"இதையே தான் யானும் எண்ணியிருந்தேன். தந்தையே எமக்கு ஆசி கூறுங்கள். நான் புறப்படுகின்றேன்."

"சயத்தோடு வருவாய் மகனே நனது நல்லாசிகள் அந்த ஆவுடையாரின் அருள் பார்வை உனைக் காக்கட்டும் மகனே."

தனது தாயிடம் ஆசிபெற்ற கருணாகரன், தன் தங்கைக்கு அவன் ஆசி கூற, மலரைத் தவிர ஏனை அனைவரும் அவனிடம் விடைபெற்றுச் சென்றனர். ஆலய முகப்பிற்கு கலங்கிய விழிகளுடனே மலர். அவள் கண்களைத் துடைத்த வாறே, "இது என்ன மலர்? உனது விழிகளில் நீரா. வாணர்குல மகளுக்கு இது அழகல்லவே. மகிழ்ச்சியுடன் அல்லவா எம்மை வழியனுப்ப வேண்டும்? அப்படி இருக்க என்ன இது?" என்றான் கருணாகரன்.

"அப்படியில்லை அத்தான். தங்களின் இந்த தொலைதூரப் பயணமே என்னை அச்சப்பட வைக்கின்றது. தங்களின் வீரத்தின் மீது விவேகத்தின் மீதும் எமக்கு அதீத நம்பிக்கையுண்டு. இருப்பினும், வடகலிங்கம் என்பது இங்கிருந்து பல காததூரங்கள் பயணிக்க வேண்டும் என்றும் பல தேசங்களையும், பல ஆறுகளையும் கடந்தாக வேண்டும் என்றும் கூறினாள் நிருதி. அதனை நினைக்கும் போது தான் சற்றே கலக்கமாக உள்ளது அரசே."

"அதைப் பற்றி எண்ணி நீ வீணாகக் கவலை கொள்ளாதே மலர். அதனை யான் பார்த்துக் கொள்வேன். நீ உனது உடல் நலனில் அக்கறை கொள். தாய் தந்தையரைக் கவனித்துக் கொள். யான் இல்லாத இவ்வேளைகளிலே தான், உனக்கு பொறுப்புகள் அதிகம் இருக்கும். நிருதி உடன் இருந்திருந்தால் உனக்கு உறுதுணையாக இருந்திருக்கும் அல்லவா, மலர்?"

"அதனால் ஒன்றுமில்லை அத்தான். இனி யான் தனித்து செயல்பட எம்மைப் பழக்கப்படுத்திக் கொள்கிறேன்."

"அதனால் அப்படி கூறுகின்றாய் மலர்?"

"ஆம் அத்தான் புறத்தே தான் நீங்கள் இருவரும் கணவன், மனைவி, அகத்தே தோழமையுடன் இன்றளவும் இருந்து வருகின்றீர்கள்."

"அதற்கு?"

“அவள் வண்டையில் இருப்பதனால் என்னோடு அதிகநேரம் இருக்க சற்றே தயக்கம் காட்டுகின்றீர்கள் அத்தான். இதனால் நம் இல்லறவாழ்க்கை வெகுவாகப் பாதிக்கப்படுவதாக நான் உணர்கிறேன். அதனாலேயே நிருதி நிரந்தரமாக சோழபுரத்தில் இருக்க முடிவெடுத்துள்ளேன்.”

“என்ன உளறுகின்றாய் மலர்?”

“தாங்கள் கலிங்கத்தில் இருந்து மீண்டதும் நிருதிக்கு சோழர் அரண்மனையிலோ அல்லது நமது மாளிகையிலோ வசிக்கும் படி உத்தரவிடுங்கள். தாங்கள் அலுவல் நிமித்தமாக சோழபுரம் செல்லுகையில் தங்களுடன் உரையாடிப் பொழுதைக் கழிக்கட்டும். அதில் எனக்கேதும் ஆட்சேபம் இல்லை அத்தான். நிருதி வண்டையில் இருப்பதனால் தான் அவளுக்கு என்ன பயன்? அல்லது தங்களுக்கு தான் என்ன பயன்? தற்போது யான் கூறியவற்றை நிருதியிடம் தாங்கள் விளக்கியிருந்தால் சற்றே அவள் வருத்தம் கொண்டிருப்பாள்... ஆகையால்...

“நீ கூற வருவது?”

“இனி தாங்களும் வருந்தத் தேவையில்லை. தங்களின் சார்பாக யானே பொறுமையுடனும் பக்குவத்துடனும் தற்போது தங்களிடம் கூறியவற்றை அவளிடம் எடுத்துரைத்து விட்டேன். அதன் பின்னே யான் தஞ்சை புறப்பட்டேன். நிருதி அறிவில் சிறந்தவள் யான் கூறியவற்றைப் புரிந்து கொண்டு, நமக்கு ஊறு ஏற்படாத வகையில் சோழபுரத்தில் நிரந்தரமாக இருக்க என்ன செய்ய வேண்டும் என்று யூகித்துக் கொள்வாள்.”

“அனைத்தையும் கூறி முடித்து விட்டாயா? அல்லது இன்னும் ஏதேனும் இருக்கிறதா மலர்?”

அமைதியானாள் மலர்.

அதீத கோபத்துடன் “மலர் நீ என்ன காரியம் செய்து விட்டு இங்கு வந்தாய்? நிருதி எங்கு இருக்க வேண்டும் என்பதை முடிவு செய்யும் அதிகாரத்தை உனக்கு யார் கொடுத்தது மலர்? உன் அதிகாரத்தைச் செலுத்த அவள் ஒன்றும் பணிப் பெண் அல்லள் என் நாட்டின் அரசி. நனது மனைவி.

அவள் எங்கே எப்படி இருக்க வேண்டும் என்று அறிவுரை கூறும் அதிகாரத்தை அவளைப் பெற்றவர்களுக்கும் கூட தர சம்மதிக்க மாட்டேன் யான். அப்படி இருக்க உனக்கு எங்கிருந்து வந்தது இத்தனை துணிச்சல்.

தங்களில் மனைவி என்பதனால்?

“என் மீதான இந்த உரிமையை உனக்கு கொடுத்ததே அவள் தான் என்பதை மறந்தாயோ? தவிரவும், அவளே என் முதல் மனைவி எனில் உனக்கு இருக்கும் உரிமையில் சரிபாதி அவளுக்கும் உள்ளது. அப்படி இருக்க, எங்களின் எதிர்காலத்தைப் பற்றி நீ சுயமாக எப்படி முடிவெடுப்பாய்?”

“நிருதியே தங்களின் முதல் மனைவியாக இருக்கலாம். ஆனால் அது ஊரார்க்கு தானே? அகத்தேயும் புறத்தேயும் தங்கள் மீதான உரிமை எமக்கே அதிகம் - தங்களின் காதல் மனைவி என்பதனால் இதைத் தாங்கள் மறுப்பீரோ?”

“புரிகிறது மலர் எதை எண்ணிக் கொண்டு இவ்வாறு இயம்புகிறாய் என்று. நன்றாகப் புரிகிறது. ஆயின் மெய் நீ நினைப்பது போல் அல்ல கலவி மட்டுமே கணவன், மனைவி உறவை ஒரு நாளும் பலப்படுத்துவது இல்லை. மாறாக, ஒருவர் மீது ஒருவர் கொள்ளும் அக்கறையும்,. புரிதலுமே இல்லறம் சிறக்க வழிவகுக்கும். யான் அதனைப் புரிந்து கொள்ள முயலவில்லை என்பதே உண்மைதான். இருப்பினும், அவள் என்மீது கொண்ட அக்கறையும், புரிதலுமே நமது இந்த மணவாழ்க்கைக்கு அடித்தளம் என்பதை நீ மறுக்கமாட்டாய். காலம் வேறு கடந்து கொண்டிருக்கிறது. மலர் யான் கூறவதைச் சற்றுப் பொறுமையாகக் கேள். நிருதியின் மீதான் இந்த எண்ணத்தை மாற்றிக் கொள். இந்த நினைப்பை உனது உள்ளத்திலிருந்து வேறோடு பிடுங்கி எறி. இதனை இப்படியே விட்டாயானால், அது வன்மமாக உருமாறும். அது நம் மூவருக்கும் உகந்தது அல்ல. மேலும் உங்கள் இருவரையும் யான் சரிசமமாகவே பாவிக்கின்றேன் என்று இதோடு பல முறை கூறிவிட்டேன் உனக்கு. உங்களின் ஒற்றுமையே எனது பலம் என்பதை நீ நினைவில் கொள். யான் இங்கில்லாத இந்த மூன்று

திங்கள்கள் உனது மனமாற்றத்திற்கு உதவியாக இருக்கும் என்று எண்ணுகின்றேன். யான் கலிங்கத்திலிருந்து மீண்டதும் நிருதியை வண்டைக்கு அழைத்து வருவேன். அப்பொழுது அவளுடன் அனுசரித்து ஒற்றுமையுடன் வாழப் பழகிக்கொள். அதுவே நீ என்னையும் என் ஆசைகளையும் அறிந்து மணந்து கொண்டதற்கான அர்த்தமாக இருக்கும்."

"ஆகட்டும் முயற்சி செய்கின்றேன், அத்தான்."

"குறுநகையுடனே "சரி மலர் யான் புறப்படட்டுமா? வெகு நேரம் ஆகிவிட்டது?" என்றான்

"ஆகட்டு அத்தான் சென்று வாருங்கள்" மறுகணம் அங்கிருந்து விரைவாக நடக்கலானான். மலரைத் திரும்பி பார்க்கும் எண்ணம் அவனுக்கு வரவில்லை. மாறாக அவன் கண்களில் கண்ணீர் பெருக்கெடுத்தது. காரணம் தெரியவில்லை. அது அவனுக்கு முதல் முறை என்பதால் மலரின் இந்தக் காரியம் என் தலையில் இடியை இறக்குவதுபோல் அல்லவா உள்ளது. பரம்பொருளே, இது என்ன சோதனை? கூட்டத்தாரின் அருகே செல்லுமன் தன் கண்களைத் துடைத்துக் கொண்டான் கருணா.

"புறப்படலாமா?"

"ஆகட்டும் வாணகோவா."

"அங்கிருந்தோரிடம் வணக்கத்தைச் செலுத்தி விட்டு வீரர்கள் அனைவரும் அங்கிருந்து புறப்பட்டனர். ஆலயத்தில் இருந்து சற்று தூரம் வரை பைய சென்ற கருணாகரன் பின் வழக்கம் போல் பரியை விரைவாகச் செலுத்தினான். அவன் குடும்பத்தார் தங்களது பழைய மாளிகைக்குச் சென்றனர்.

"அண்ணா ஒரே இருள் சூழ்ந்து காணப்படுகிறதே. இன்னும் நாம் தஞ்சை செல்ல அதிக காலம் ஆகுமோ?"

"இல்லை அம்மா நாம் தஞ்சையைக் கடந்து வந்து கொண்டு இருக்கின்றோம்."

"என்ன கூறுகின்றீர்கள், தமையா? அவர் தஞ்சையில் அல்லவா இருக்கின்றார்? நாம் அவரைக் கடந்து வந்து விட்டால், பின் அவரை எங்ஙனம் சந்திப்பது?"

“பதறவேண்டாம் நிருதி, சற்று முன் ஒற்றன் கொடுத்த செய்திப்படி வண்டையார் கோன் இன்னமும் ஆலயத்திலே தான் இருக்கின்றாராம். சற்றுக் கால தாமதம் கூட ஆகலாம். ஆயினும், பயணத்தில் எந்த மாற்றமும் இல்லை. மேலும் ஒரு கூடுதல் தகவல். என்னவென்றால் சோழபுரத்தில் இருந்து இங்குவரை தொடர்ந்து பயணித்து வருவதால் ஒய்வு என்பதே இல்லை.”

“இதற்கும் நாம் தஞ்சையைக் கடந்து வந்ததற்கும் என்ன தமையா சம்பந்தம்.?”

“இருக்கிறதே... இங்கிருந்து சில காத தூரத்தில் இரு அடுக்குகள் கொண்ட சிறிய அளவிலான அரண்மனை ஒன்று உள்ளது. அது நமது அரண்மனை நிருதி. பெருந்தரத்து அதிகாரிகள் பயணத்தின் போது ஒய்வு எடுத்துக் கொள்வதற்காகவே கட்டப்பட்டது. இது போன்ற எண்ணற்ற அரண் மனைகள் சாளுக்கியம் வரையிலும் உள்ளன. உனது கணவரோ அரசுப் பணிகளுக்காக அரசிற்குச் சொந்தமான இடங்களில் தங்குவதையே வழக்கமாகக் கொள்வார். அப்படியானால், தஞ்சையில் இருந்து புறப்படும் அவர் இந்த மாளிகையில் வந்தே ஓய்வெடுப்பார். அவர் வருவதற்குள்ளாக நாம் முதலில் அந்த மாளிக்கைக்குச் சென்று விடுவோம். புரிகிறதா நிருதி?”

“தாங்கள் கூறியவற்றைக் கேட்டதும் நனது மனம் மகிழ்ந்தது தமையா. ஆனால் இன்னும் எவ்வளவு தூரம் பயணிக்க வேண்டும். தமையா?”

“அந்த மாளிகைக்கு அதோ வெளிச்சம் தெரிகிறது பார்த்தாயா நிருதி? அதுவே அருண்மொழி தேவன் படித்துறை. அங்கே இறங்கிச் சென்றால் நமது அரண்மனை வந்துவிடும். ஒரு காத தூரம் இருக்கும் என்று நினைக்கின்றேன்.

படித்துறையில் தீவட்டிகளை ஏந்தியபடி வீரர்கள் இருந்தனர். இரண்டு உயர் சாதி புரவிகளுடன் சீவிகையுடன்.

“வணங்குகின்றோம் பிரபு இளவரசியாரே?”

“படகிலே இருந்து இறங்கிய நிருதி, “என்ன அண்ணா இது? புரவிகளுடன் சிவிகை வேறு?”

“ஆம் நிருதி, புரவியோ, பல்லக்கோ உனது விருப்பம் எதுவென்று எமக்குத் தெரியாதே,. அதனாலேயே இரண்டையும் வரவழைத்தேன். பயணதூரம குறைவு தான் என்றாலும் இதில் எதன்மீது பயணிப்பது என்பதை நீயே முடிவு செய் தாயே.

“யான் பல்லக்கிலேயே பயணிக்கின்றேன் தமையா.”

“ஆகட்டும் அம்மா உனது விருப்பம் சென்று அமர்ந்து கொள்.[2]

“வீரர்களைப் பார்த்து “அனைவரும் வந்து விட்டீர்களா?” என்று கேட்டான் வீரசோழன்.

“இல்லை பிரபு ஒன்பது பேர்களில் எட்டு பேர்கள் தங்களுடன் இருக்கின்றோம். ஒருவர் மட்டும் தங்களுக்குத் தகவல் திரட்ட வண்டையார் கோனைப் பின் தொடர்கிறார். அவரும் சற்று நேரத்தில் அரண்மனை வந்து விடுவார். நால்வரும் சிவிகையை சுமக்க, நால்வர் வீரசோழனை பின்தொடர்ந்தனர். ஒருவழியாக அரண்மனையை அடைந்தனர்.

“நீங்கள் அனைவரும் சென்று உணவுவருந்தி ஓய்வெடுங்கள். அடுத்து என்ன செய்வது என்று பின்னர் தெரிவிக்கின்றேன்.”

“உத்தரவு பிரபு”

“அரண்மனையில் இருந்த வாயில் காவலர்கள் வீரசோழனைக் கண்டதும் தங்களின் வணக்கத்தை தெரிவித்துக் கொண்டனர்.

“நாம் மேல் தளத்திலே ஓய்வெடுக்க உள்ளோம். ஆகையால் மேலே வருவதற்கு யாருக்கும் அனுமதி கிடையாது. நாங்கள் இங்கிருப்பதை யாரிடமும் தெரிவிக்கக் கூடாது.”

“கட்டளைப்படியே பிரபு.”

“முதலில் சுக்குநீரும், பின் இரவு உணவும் பணியாட்களிடம் கொடுத்தனுப்பு.

“இதோ வந்து விடுகின்றோம் பிரபு.”

“நிருதி வா அம்மா மேல் தளத்திற்குச் செல்லலாம். சற்று நேரத்தில் சுக்கு நீர் வந்துவிடும். அதை அருந்தினால் சற்றே இதமாக இருக்கும்.”

"என்னால் தங்களுக்குத்தான் எத்தனை உபத்திரவம், தமையா?"

"ஏன் இப்படி எண்ணுகின்றாய் அம்மா? எனது தங்கை அவள் கணவனைக் காண யான் துணையாக வந்தோம். அவ்வளவே அத்தோடு கூட இந்த வீரசோழனின் தமக்கை எண்ணியதை ஈடேற்றாமல் விடுவேனா? வீணாக மனதை வருத்திக் கொள்ளாதே, நிருதி. சற்று ஓய்வெடு இதோ வந்து விடுகின்றேன்."

"ஆகட்டும் தமையா."

"இந்த மலர் ஏன் இப்படி செய்துவிட்டாள்? இன்னமும் அந்த அதிர்ச்சியில் இருந்து மீள முடியவில்லையே? அன்று இரவு நாம் நிருதியின் அறைக்குச் சென்ற போது, ஆட வல்லானை அந்நேரத்தில் வணங்கிக் கொண்டு இருந்தாலே, ஒரு வேளை மலர் கூறியவற்றை எண்ணி எண்ணி வருந்தி ஈசனைத் தொழுதிருப்பாளோ? இதை அறியாமல் நாம் வேறு அன்றைய இரவு அவளிடம் அப்படியாக நடந்து கொண்டோமே. ஒரே நாளில் அவளின் உள்ளத்தையும், உடலையும் ஒருசேர நோகடித்து விட்டோமா என்ன? அதனால் தான் மறுநாள் காலை நிருதி மிகவும் சேர்வாக இருந்தாளா? பரம்பொருளே என்னை ஏன் மேலும் மேலும் சோதனைக்குள்ளாக்குகிறீர்கள்? மலர் கூறிய கருத்துக்கள் அனைத்துமே அவளது தனிப்பட்ட கருத்து என்பது நிருதிக்கு எப்படி தெரியும்? யானும் மலரும் சேர்ந்து எடுத்த முடிவென்றே எண்ணி விட்டால் என்ன செய்வது? அவள் இல்லாமல் நனது இல்லறம் சிறக்காது என்பதை எங்ஙனம் அவளுக்குப் புரியவைப்பேன்? எமக்கு உண்டான இந்த மனநிலையில், மேலும் எம்மால் பயணத்தைத் தொடர முடியாது. உடனடியாக சோழபுரம் திரும்ப வேண்டும். நிருதியின் மீதான எனது நிலைப்பாட்டை அவளுக்குத் தெரிவித்தே ஆக வேண்டும். அப்பொழுதே என் மனம் அமைதியுறும். அதன் பின் பயணத்தைத் தொடர்ந்தாலும் பாதகம் இல்லை. தற்போது என்ன காரணத்தை நண்பர்களிடத்திலே கூறி சோழபுரம் செல்வது? ம்.....அதுதான் சரி.

கருணாவின் சுந்தர புரவி நின்றது. பின் தொடர்ந்து வந்த நண்பர்களும், வீரர்களும் தங்களது புரவிகளை நிறுத்தினர்.

"என்னவாயிற்று கருணா? ஏன் புரவியை நிறுத்தினாய்?"

"ஒன்றுமில்லை மூர்த்தி. தஞ்சையில் இருக்கும் அரசு அலுவலகத்தில் சில ஆவணங்களைச் சரிபார்க்க எண்ணி இருந்தேன். ஆலயத்திலிருந்து அப்படியே புறப்பட்டதால் அலுவலகம் செல்ல மறந்தே போனேன்."

"அதனால் என்ன கருணா?"

"அதனால் நீங்கள் அனைவரும் பயணத்தைத் தொடருங்கள். யான் தஞ்சைக்குச் சென்று வருகின்றேன். நாளை காலைப் பொழுதிற்குள் உங்களுடன் வந்து இணைந்து கொள்கின்றேன்.

"இன்று உனக்கு என்னதான் ஆனது கருணா? ஏன் இவ்வாறாக நடந்து கொள்கின்றாய்? நேற்றைய காலைப் பொழுதில் வண்டையில் துவங்கிய உனது பயணம் தற்போது வரை தொடர்கிறது. சிறிது ஓய்வின்றி. இதில் மீண்டும் தஞ்சை செல்வதாகக் கூறுகின்றாயே. இப்படி ஓய்வின்றி உழைத்தால் உனது உடல் நலம் என்னவாவது, கருணா? நீ தாராளமாக தஞ்சை சென்று வா அதை இங்கு யாரும் தடுக்கப்போவதும் இல்லை. தடுத்தாலும் நீ நிற்க மாட்டாய் என்பதை அனைவரும் அறிவோம். இருப்பினும், இங்கிருந்து இரண்டு காததூரமே உள்ளது அரசு அதிகாரிகளுக்கான ஓய்வு மாளிகை. அங்கே நமது வருகையை முன்னமே தெரிவித்தமையால் இரவு உணவு தயார் செய்திருப்பார்கள். நாம் அங்கு செல்லலாம். உணவு அருந்தி சற்று ஓய்வெடுத்துக் கொள். பிறகு தஞ்சை சென்றுவா. அதுவரையில் நாங்கள் மாளிகையில் உனக்காக் காத்திருப்போம். சரியா கருணா?"

"சரி அப்படியே மாதவா."

"நிருதி இன்று விடிவதற்குள்ளாக உனைக் காண எப்படியும் சோழபுரம் வந்து விடுவேன்."

"வா ஒற்றனே என்ன செய்தி கொண்டு வந்தாய்?"

"இங்கிருந்து இரண்டு காததூரத்தில் வந்து கொண்டு இருக்கிறார் வண்டையார் கோன் அவர்கள். இந்த

மாளிகையில் தங்கி ஓய்வெடுத்தபின், பயணத்தை தொடர்வதாக உத்தேசம்."

"இது உண்மையிலேயே மிகவும் நல்ல செய்தி. உனது பணித்திறனை யான் மெச்சுகிறேன். இதற்கான தக்க சன்மானம் கூடிய விரைவிலேயே உனக்குக் கிடைக்கும். தற்போதைக்கு இந்த நித்தில மாலையைப் பெற்றுக் கொள். செல் சென்று ஓய்வெடுத்துக் கொள்.

"உத்தரவு பிரபு."

ஒருவழியாக கருணாகரனின் கூட்டத்தார் மாளிகையை அடைந்தனர். வாயில் காவலர்கள் அவர்களை வரவேற்று மாளிகையின் வரவேற்பு அறையில் அமரச் செய்தனர். பணியாட்களை அழைத்து அனைவருக்கும் சுக்கு நீர் வழங்கப்பட்டது.

"என்ன இது இன்று வழக்கத்திற்கு மாறாக, அதிக காவலர்கள் பணியில் இருப்பது போல் தெரிகிறதே."

"உனக்கு ஏன் அவ்வாறு தோன்றுகிறது மாதவா?"

"மாதவன் தான் திங்களுக்கு இருமுறை காஞ்சிக்கும் சோழபுரத்திற்கும் பயணம் மேற்கொள்வாரே. அதனால் தெரிந்திருக்கும் சரிதானே மாதவா?" என்றான் வானகோ வரையன்.

"ஆம் நண்பா, இருப்பினும், மேல் தளத்திற்குச் செல்லும் வாயில் அருகே காவலர்கள் இருப்பது இல்லை. ஆனால் இன்று இருப்பதால் யாரேனும் முக்கிய மந்திரி வந்திருப்பாரோ? நண்பர்கள் மூவருமான எங்களுக்கும் அப்படி தான் தோன்றுகிறது."

அங்கே வந்த மாளிகையின் மேலாளர் "தாங்கள் கூறுவது உண்மைதான் பல்லவ அரசே, இளவரசர் வீர சோழர் இங்கே வந்திருக்கின்றார். அவர் அனுமதி இன்றி மேல் தளத்திற்கு யாரும் வரக்கூடாது என்று உத்தரவிட்டுள்ளார். அதனாலேயே இந்தக் காவல்.

நண்பர்கள் நால்வரும் ஒருவரை ஒருவர் ஆச்சர்யத்துடன் பாத்துக் கொண்டனர்.

"இளவரசர் இங்கேயா? எப்போது வந்தார் எப்படி வந்தார்?"

“ஆம் யான் இங்கே தான் இருக்கின்றேன்.”

அனைவரும் எழுந்து நின்று வணங்குகின்றோம் இளவரசே என்றனர்.

“அனைவரும் வாருங்கள் வணக்கம் அமருங்கள்.”

“வீரசோழனைக் கண்டதும் கருணாவிற்கு ஏனோ நிருதியைக் கண்டது போல் ஓர் எண்ணக் கிளர்ச்சி. இருப்பினும் அதை வெளிக்காடக கொள்ளாமல் “இளவரசே தாங்கள் இந்நேரத்தில் இங்கே எப்படி?” என்று கேட்டான்.

“சில முக்கிய செய்திகளைத் தங்களிடம் தெரிவிக்கும்படி தந்தையார் எம்மை இங்கே அனுப்பி வைத்தார்.”

“அதை யாரேனும் ஒற்றர்கள் மூலம் தெரிவித்திருக்கலாமே. தங்களுக்கு ஏன் வீண் சிரமம்?”

“இல்லை அரசே இது சற்றே கவனமாகக் கையாள வேண்டியது. அதனாலேயே யான் வரவேண்டியது ஆயிற்று. மேலும், தங்களிடம் தனித்துரையாட வேண்டும் அரசே.”

“அங்கிருந்தோர் எழுந்து “நாங்கள் அனைவரும் முகப்பில் காத்திருக்கின்றோம். நீங்கள் இருவரும் உரையாடிக் கொண்டு இருங்கள் என்றனர்.

“இல்லை அதற்கு அவசியம் இல்லை. நீங்கள் அனைவரும் பயணக் களைப்பில் இருப்பீர்கள். அதனால் ஓய்வெடுத்துக் கொள்ளுங்கள். யானும் வண்டையார் கோனும் மேல் தளத்திற்குச் செல்கின்றோம்.”

“வாருங்கள் அரசே அவர்கள் ஓய்வெடுக்கட்டும். நாம் செல்லலாம்.”

“ஆகட்டும் இளவரசே, இதோ வந்து விடுகின்றேன் மாதவா” முதல் தளத்தின் படிக்கட்டில் முன்னே வீரசோழன், பின்னே கருணாகரன்.

“இளவரசே நிருதி எப்படி இருக்கிறாள்? இன்று மதியம் தானே அவளை சோழபுரத்தில் விட்டு வந்தீர்கள் மைத்துனரே?

“அப்படியே தான் இருக்கின்றாள்.

“உண்மையில் இவ்விடத்தே தங்களைச் சந்தித்தது மிகவும் மகிழ்சியாக உள்ளது எமக்கு.”

“எதனால் அப்படி மைத்துனரே?”

"தங்களைக் கண்டதும் நிருதியைக் காண்பது போல் ஓர் உணர்வு அதனால் அப்படி. திரும்பி கருணாகரனை ஏறிட்ட வீரசோழன் "அப்படியானால் நிருதியை கண்டால், யாரைக் காண்பதுபோன்ற உணர்வு ஏற்படும் மைத்துனரே" என்று கேட்டான்.

சற்றே கவலை தோய்ந்த சோகத்துடன் "அவள் இங்கு எப்படி? சோழபுரத்தில் அல்லவா இருப்பாள்?"

"ஓ.... அப்படியா? எனில் அந்த அறையில் நிலா முற்றத்தில் நிற்பது யாராக இருக்கும்?"

"ஆம் அது நிருதியே தான் அவள் இங்கெப்படி?"

"அது தங்களின் மனைவியே தான். நீங்கள் சென்று உரையாடிக் கொண்டிருங்கள். யான் இதோ வந்து விடுகின்றேன்." என்று அங்கிருந்து சென்றான் வீரசோழன்.

வீரசோழனின் குரலைக் கேட்டு திரும்பிய நிருதி, அங்கே கருணாகரனைக் கண்டதும், "சுவாமி வந்த விட்டீர்களா?" என்று முகமலர்ச்சியுடன் அவனை நோக்கிவர, உணர்ச்சி மிகுதியினால் ஓடிவந்து அணைத்துக் கொண்டாள். அவனுடைய அரவணைப்பு ஆறுதலாக இருந்தது அவளுக்கு. அவன் விழிகளில் வழிந்த நீர் அவள் தோள்களை நனைத்தது.

"சுவாமி என்ன இது? தாங்கள் கண்கலங்குவதா?"

"இது மகிழ்ச்சியின் மிகுதியினால் வருவது நிருதி. திருவிழாக் கூட்டத்தில் தன் தாயைக் தவறவிட்ட பிள்ளை. வெகு நேரத்தேடுதலுக்குப் பின் அவளைக் காணும் போது உண்டாகுமே ஓர் உள்ளக் கிளர்ச்சி. அதை ஒத்ததே தற்போதைய எனது மனநிலையும் நிருதி, சற்றுப் பொறு. என்றவன் அங்கிருந்த அறையின் கதவுகளைச் சாற்றித் தாழிட்டான்.

நகைத்தபடியே தாங்கள் ஒரு நாட்டின் அரசர், எத்தனை பெரிய மாவீரர், இருந்தும் சில நேரங்களில் சிறுபிள்ளை போல் நடந்து கொள்கிறீர்கள். ஏன் சுவாமி? எப்போது பார்த்தாலும் கதவை தாழிடுவது? அது தான் தமையனார் இங்கு வர மற்றவர்களுக்குத் தடை விதித்துள்ளாரே பின் எதற்காக இப்படி?" என்று கேட்டாள்.

“நாம் இருவரும் இது போன்று தனித்திருக்கையில் நமக்கு இடையூறாக யாரும் வரலாகாது என்ற எண்ணத்தின் வெளிப்பாடே இப்படி. என்ன செய்ய? அது சரி நிருதி. நீ எப்படி இங்கு வந்தாய்? தஞ்சையைக் கடந்தே நீங்கள் இங்கு வந்திருக்க வேண்டும்? அப்படியானால், தங்களின் வருகை எமக்குத் தெரிந்திருக்குமே?”

பொன்னிநதி மார்க்கமாக இங்கு வந்தோம் சுவாமி.

“அப்படியானால் படகில் பயணித்து வந்தீர்களா என்ன? அதுவும் இது போன்ற பருவகாலத்தில்? பொன்னியில் பயணிப்பது அவ்வளவு உசித்தம் அல்ல நிருதி. திடீர் என்று நதியில் வெள்ளப்பெருக்கு ஆங்காங்கே சுழிகள் தோன்றும்.”

“தமையனும் இதையே தான் கூறினார். இருப்பினும், தங்களைத் துரித முறையில் சந்திக்க இந்த மாக்கமே சரி என்று தோன்றியது சுவாமி.”

“எம்மைச் சந்திக்க நீ இத்துணை தூரம் மெய்வருத்த பயணித்து வந்துள்ளாயா, தேவி இதை எண்ணும் பொழுதே நனது உள்ளம் நெகிழ்ந்து போகிறது. நீ ஒன்றை அறிவாயா நிருதி? தற்போது நீ இங்கு வரவில்லை யானால் யான் உனைக் காண சோழபுரம் வந்திருப்பேன்.”

“தாங்கள் என்ன கூறுகின்றீர்கள் சுவாமி?”

“ஆம் தஞ்சையில் புறப்பட்டதிலிருந்து உன்னைக் காணும் முன்பு வரை எனது உள்ளமானது நிலை கொள்ளாது தவித்தது.”

“என்ன காரணம் சுவாமி?”

“காரணம் உனக்குத் தெரிந்ததே தேவி.”

“எனக்கு தெரிந்ததா? என்ன அது?”

“வண்டையில் இருந்து தஞ்சை புறப்படும் பொழுது உன்னிடம் மலர் என்னவெல்லாம் கூறினாளோ, அவற்றை இன்று என்னிடம் கூறினாள் நிருதி. அவற்றைக் கேட்டதில் இருந்து யான் பட்ட பாடு அந்தப் பரமனுக்குக் தான் தெரியும். அது குறித்து உன்னிடம் பேசவே, நான் சோழபுரம் வருவதாய் எண்ணி இருந்தேன். அதற்குள், அந்த ஈசனின்

பெரும் கருணையால் நீயே இங்கு வந்து விட்டாய். எம்மைச் சந்திக்க. மலரின் ஒவ்வொரு வார்த்தையும் உன்னை எந்த அளவிற்குக் காயப்படுத்தியிருக்கும் என்பதை யான் அறிவேன். இருப்பினும், அவற்றை நீ ஒரு பொருட்டாக எண்ண வேண்டாம். தேவி மலரின் இது போன்ற செயல்களுக்கு நீ மதிப்பளிக்கத் தேவையும் இல்லை. என்னுடனே வண்டையில் இருக்க வேண்டும் என்பது அந்த ஈசனின் சித்தம். நனது விருப்பமும் அதுவே. யான் கலிங்கத்தில் இருந்து மீண்டதும், உன்னை வண்டைக்கு அழைத்து வந்துவிடுவேன் அம்மா. மலரின் இந்தப் போக்கானது மெள்ள மெள்ள மாறும் என்ற நம்பிக்கை உள்ளது நிருதி."

"தாங்கள் இந்த அளவிற்குப் பதற்றம் கொள்ள எந்த அவசியமும் இல்லை சுவாமி. மலர் என்னிடம் அவ்வாறு கூறியவற்றைக் கேட்டதில் சற்றே வருத்தம் மேலோங்கியதுதான். தங்களின் நிலைப்பாடும் இதுதானோ என்று ஆயினும், அன்று இரவு தாங்கள் எமது அறைக்கு வந்ததில் இருந்து, இன்று மதியம் வரை எம்மிடம் காட்டிய பரிவையும் அக்கறையையும் எண்ணும் பொழுது, மலர் கூறிய அனைத்துமே அவளின் தனிப்பட்ட கருத்து என்பதை உணர்ந்து கொண்டேன். தவிரவும் இதில் மலர்தான் என்ன குற்றம் செய்தாள்? அவளது நிலைப்பாட்டில் உறுதியாய் இருக்கின்றாள். அவ்வளவு தான்."

"நீ என்ன கூறுகின்றாய் நிருதி?"

"ஆம் சுவாமி, தங்களின் நிலையிலிருந்து யோசிக்கும் பட்சத்தில் மலரின் எண்ணங்கள் சுயநலமாகத்தான் தெரியும், அரசே. அதே அவளிடத்திலிருந்து யோசித்தோமேயானால் அவள் தங்கள் மேல் வைத்துள்ள அதீத காதலின் வெளிப்பாடாகவே இது தெரியும்.

"மலர் என்மீது வைத்திருப்பது அதீத காதல் என்றால் அப்போது நீ உடனிருக்க உயிர் வாழ்வது போன்றும், பிரிய நேர்ந்தால் உயிர் சாவது போன்றும் தோன்றும் இந்த உணர்விற்கு பொருள் என்ன நிருதி? இதனை எப்படி உன்னிடம் வெளிப்படையாகக் கூறுவேன் யான்? ஆயினும்,

உன்னிடத்திலிருந்து அவளும் சிறிதேனும் யோசித்திருக்கலாம் அல்லவா தேவி?"

இவற்றை எண்ணி தாங்கள் கவலை கொள்ளத் தேவையில்லை சுவாமி. மலர் என்ன, தங்கள் இன்னும் எத்துணை பெண்களை மணந்து கொண்டாலும் அது குறித்து எனக்கு வருத்தம் இல்லை. காரணம், தங்களது உள்ளத்தில் எனக்கான இடம் அப்படியே தான் இருக்கும். இது போல் யான் தங்களிடம் கொண்ட அன்பும் மாறாதது. பின், எதற்காக இந்தத் தேவையற்ற கவலை தங்களுக்கு? மகிழ்வுடனே இருங்கள் சுவாமி."

"அய்யோ... மீண்டு திருமணமா? கனவிலே கூட மற்றும் ஒரு முறை மணம் செய்ய எண்ணமில்லை எனக்கு. யான் உனக்கு என்னதான் தீங்கிழைத்தேன் தேவி? ஏன் இவ்வாறாகத் கூறுகின்றாய்? உனக்கு வேண்டுமானால், உன் இல்லறத்தை வேறு பெண்களுடன் பங்கிட்டுக் கொள்ளும் பெரும்போக்கான மனம் இருக்கலாம். ஆனால் இனி எந்த ஒரு பெண்ணுடனும் எமது வாழ்க்கையை பங்கிட்டுக் கொள்ளும் உத்தேசம் அறவே இல்லை. இனி வருங்காலத்தில் உங்கள் இருவருடனான எமது இல்லறம் எப்படி இருக்குமோ? என்பதனை எண்ணும் பொழுதே எமக்கு சற்று அச்சமாகத் தான் உள்ளது.

"உங்களின் என்னிடம் உரிமையை நிலைநாட்ட என் தலையையும் உடலையும் பங்கிட்டுத் தர கேட்பீர்களோ என்று அச்சமாக உள்ளது.

அவன் அப்படி கூறிய கணமே அவள் வாய்விட்டு சிரித்தாள்.

நிருதி பைய "அவள் வாய்மூடி "நிருதியை வெளியில் உள்ளவர்களுக்குக் கேட்டுவிட போகின்றது" என்றான்.

"அதுவும் சரிதான் சுவாமி என்றாள். தனது கரத்தைக் கொண்டு வாய்மூடி சிரித்தாள். அவளுடன் இணைந்து கொண்டான் புன்னகைக்க.

"நிருதி உன் மடியில் தலைவைத்துக் கொள்ளட்டுமா?"

"ஆகட்டும் சுவாமி."

"தற்போது யான் மிகுந்த மனநிறைவுடனே இருக்கின்றேன்."

"தேவி இனி யாதொரு தடையும் இராது. யான் கலிங்கம் புறப்பட. இவை அனைத்திற்கும் யான் இளவரசருக்கே நன்றி உரைக்க வேண்டும். உன்னை இங்கு அழைத்து வந்ததன் பொருட்டு."

"ஆம் சுவாமி, யானும் அதே மனநிலையில் தான் உள்ளேன்."

"பிறகு நிருதி, யான் தூரதேசம் செல்வதிலும் அங்கிருந்து மீள்வதை எண்ணியும் உனக்கேதும் வருத்தம் இல்லையே."

"அப்படியெல்லாம் ஒன்றுமில்லை சுவாமி. கானகத்து உயிரினங்கள் அனைத்துமே அரிமாவைக் கண்டு அஞ்சும் மாறாக, அரிமா எதைக் கண்டும் அஞ்சுவதில்லை. அது போலவே தாங்களும் பிறகு எனக்கென்ன கவலை? தவிரவும், பழைய இதிகாசங்களில் உரைப்பதுபோல் ஏழு கடல்கள், ஏழு மலைகள் ஒரு வேளை இருக்குமாயின், அவற்றுக் அப்பால், தங்களை விட்டுவர அதிலிருந்து மீண்டு விடுவீர்கள். அப்படி இருக்கும் போது இந்த கலிங்கம் தங்களுக்கு ஒரு பொருட்டாக இருக்கும் என்று எனக்குத் தோன்றவில்லை.

"உனது இந்த அதீத நம்பிக்கை சோழர் குலத்தில் பிறந்ததாளா தேவி?"

"இல்லை சுவாமி வண்டையார் கோனின் மனைவி என்பதனால் இருக்கலாம்."

"ஓ... இருக்கலாம்."

"சுவாமி தங்களுக்கு ஒரு பரிசு பொருள் எடுத்து வந்தேன். உரையாடிக் கொண்டு இருந்ததில் அதனை மறந்துவிட்டேன்."

"என்ன பொருள்?" என்றான். அவள் மடிதனில் இருந்து எழுந்து, "அட... சிவலங்கம், மரகதப் பச்சையினால் ஆனது. கரத்திற்கு அடக்கமாக, மிக அழகாக உள்ளது நிருதி. எமக்கு மிகவும் பிடித்து இருக்கிறது நிருதி. இது உனக்கு எப்படி கிடைத்தது?"

"யான் சிறுபிள்ளையாக இருந்தபொழுது ஒரு முறை சாளுக்கியம் சென்று இருந்தேன் தந்தையாருடன். அங்கே அம்மங்கை பாட்டியார் இதனை எமக்கு பரிசளித்தார்கள். அப்பொழுது முதலே இதனை யான் வைத்துள்ளேன்

சுவாமி. இதனை அவர்களது அத்தை முதலாம் குந்தவை கொடுத்தது என்றார். தங்களுக்கு தான் லிங்கவடிவிலான ஈசனை வழிபடுவது மிகவும் பிடிக்குமே? இது என்னிடம் இருப்பதைவிட தங்களிடம் இருப்பதே பொருத்தம். இதனால் இதை என் நினைவாக தாங்களே வைத்துக் கொள்ளுங்கள்."

"மிகவும் அருமையான பரிசு மிக்க நன்றி அரசியாரே, இது என்ன இன்னும் ஏதோ ஒன்று இந்தப் பைக்குள் உள்ளதே ஓலை போன்று? இதில் என்ன எழுதியிருக்கின்றது?"

"சுவாமி பொறுங்கள், இது யான் தங்களுக்காக எழுதியது. இதனை தாங்கள் தனித்திருக்கையில் வாசித்து பாருங்கள்."

"ஆகட்டும் தேவி அப்படியே. சரி வெகுநேரம் ஆகிறது. நான் புறப்படுட்டடுமா? எம்முடன் வந்தவர்கள் எனக்காகக் காத்திருப்பார்கள்.

தாங்கள் சிறிது நேரம் கூட ஓய்வெடுத்துக் கொள்ளவில்லையே சுவாமி."

"உன்னுடன் கழித்த பொழுது, எமக்கு மிகுந்த உற்சாகத்தைத் தந்தது நிருதி. பின் எதற்காக ஓய்வு? மேலும் முதலில் நீயே ஓய்வெடுக்க வேண்டும். எமக்காக நீ இத்துணை தூரம் பயணித்திருக்கிறாய். நீ சோழபுரம் சென்றதும் வேளைக்கு ஆகாரம் எடுத்துக் கொள். நன்றாக ஓய்வெடு, இரவு வேளைகளில் எதையும் எண்ணிக் கொண்டிராமல் உறங்கப் பழகு, தேவி யான் விரைவிலேயே வருவேன்."

"யானும் காத்திருப்பேன் சுவாமி."

"அதை நானும் அறிவேன் தேவி. இருப்பினும் பார்த்தாயா நிருதி? ஈடு இணை இல்ல அந்த பரம்பொருளின் உருவத்தை உனது நினைவாக நீ எமக்குப் பரிசளித்தாய். எனது நினைவாக உனக்கு யான் என்ன பரிசளிப்பது? தற்சமயம் முடியும் வாளுமே என்னிடம் உள்ளன. இதில் நினைவுப் பரிசாக எதை உனக்களிப்பது?"

"அவை இரண்டையும் தங்களிடமே வைத்துக் கொள்ளுங்கள் சுவாமி. இந்த முடியும், வாளும் தங்களின் குலப்பெருமையைத் தாங்கி நிற்பவை. அவை தங்களிடம்

இருப்பதே சாலச் சிறந்தது. மேலும் தங்களின் நினைவாக என்னிடம் ஒரு பரிசுப் பொருள் உள்ளது. யான் தங்களுக்கு அளித்ததை விடவும், பன்மடங்கு சிறப்பானது என் வரையில் சுவாமி.

“என்ன பரிசு நிருதி, நீ கூறுவது எனக்கு விளங்க வில்லையே?”

“அது அதாவது தாங்கள் எனக்கு அணிவித்த சோடிப்பு, சிலம்பு, இதோ இந்தக் குத்துவாள் இவற்றைக் கூறினேன். சுவாமி.”

“ஓ... அப்படியா? சரி யான் புறப்பட்டுமா?” என்றவன் மீண்டும் ஒரு முறை அவளை ஆரத்தழுவிக் கொண்டான்.

“நல்லது சுவாமி, தாங்கள் புறப்படுங்கள். அந்தப் பெரு ஆவுடையான் தங்களுக்குத் துணை வரட்டும். தற்சமயம் என்னால் மாளிகை முகப்பிற்கு வர இயலாது சுவாமி. தமையன் உத்தரவு என்ன செய்வது?”

“அதனால் என்ன நிருதி? உன்னை எமக்காக இத்துணை தூரம் அழைத்து வந்தவர் புறத்தே செல்ல அனுமதிக்கவில்லை என்றால். அதில் ஏதேனும் காரணம் இருக்கும். நீ இத்துணை தூரம் வந்ததே எனக்கு மட்டற்ற மகிழ்ச்சி. உனது இந்த வருத்தம் தேவையற்றது. சரி வரட்டுமா?” என்று புன்முறுவலுடன் தனது மனைவியிடம் விடைபெற்றுக் கொண்ட கருணாகரன் அடுத்த அறையில் இருந்த வீர சோழனைச் சந்தித்தான்.

“அகத்தே வாருங்கள் மைத்துனரே தங்கையைச் சந்தித்து விட்டீர்களா?”

“முகத்திலே புன்னகை தவழ தலையசைத்தான் கருணா.

“தங்களுக்கு எப்படி நன்றி உரைப்பேன். இளவரசே? தங்களின் இந்த உதவியை யான் என்றுமே மறக்க மாட்டேன். எனது மனைவியை மிகவும் பாதுகாப்பாக இவ்விடம் சேர்த்தற்கு மிக்க நன்றி.

“இதிலே நன்றி கூற என்ன இருக்கிறது. மைத்துனரே? அவள் கணவனைக் காண எண்ணினாள். அவளோடு துணையாக வந்தேன் அவ்வளவே.”

“இது தங்களின் பெருந்தன்மையைக் காட்டுகிறது, இளவரசே”

புன்னகைத்த வீரசோழன் “இனி தங்களின் பயணம் இனிதே துவங்கட்டும் அரசே” என்றான்.

-60-

மாதவனின் விளக்கம்

"பிறகு அரசே அடியேனுக்கு ஒருசிறு விண்ணப்பம்."

"தாங்கள் ஏன் இவ்வாறாகக் கூறுகின்றீர்கள் இளவரசே? கட்டளை என்றே ஏற்றுக் கொள்வேன்.[2]

"கலிங்கத்தின் பருவநிலை, இடம் இவை எப்படி இருக்குமோ தெரியாது ஆகையால் எதிலும் எச்சரிக்கையுடனும் விழிப்புணர்வுடனும் நடந்து கொள்ளுங்கள் அரசே. இதனை யான் சக்கரவர்த்திகளின் புதல்வனாகக் கூறவில்லை. தங்களின் மைத்துனன் என்ற வகையில் இது எனது வேண்டுகோளாகும்.

"தங்களின் சித்தப்படியே நடந்து கொள்கின்றேன் இளவரசே."

"நல்லது மற்றும் ஒன்று தாங்கள் இங்கே நிருதியைச் சந்தித்ததை எவரிடமும் கூற வேண்டாம் அரசே."

"உண்மையில் இதையே தான் யானும் கூற நினைத்தேன் இளவரசே. யான் இங்கிருந்து புறப்பட்டதும் தாங்கள் இருவரும் சோழபுரம் புறப்படுங்கள் பத்திரமாக. மீண்டும் சந்திப்போம். எமக்கு விடையளியுங்கள் இளவரசே.

"வெற்றித்திருமகள் தங்களின் கரம் பற்றி இருக்கட்டும் அரசே?

"இருவரும் தழுவிக் கொண்டனர்.

"தாங்கள் கீழ்தளத்திற்குச் செல்லுங்கள் அரசே யான் இதோ வந்துவிடுகின்றேன்."

"நல்லது வணக்கம் இளவரசே" என்றவன் அங்கிருந்து சென்றான்.

“அடுத்த அறைக்குச் சென்ற, “நிருதி யான் சென்று அரசரை பயணப்படுத்தி விட்டு வந்துவிடுகின்றேன் அம்மா. அதுவரையில் நீ இங்கேயே இருப்பாயாக” என்றான்.

“ஆகட்டும் தமையா”

கருணா, புறப்படலாமா? நாங்கள் அனைவரும் தயாராக உள்ளோம். உனக்கு சிறிது ஓய்வு தேவைப்படுமானால் நீ எடுத்துக் கொள் நாங்கள் காத்திருக்கின்றோம்.”

“ஓய்வா? அதற்கு அவசியம் இல்லை. யான் உற்சாகமாகவே இருக்கின்றேன். புறப்படலாம் வாணகோவா.” அனைவரும் மாளிகையில் இருந்து வெளியேறி புரவிகளில் அமர, அங்கு வந்தான் வீரசோழன், தங்களின் பயணம் ஜெயமாகட்டும். தென்னாடுடையான் திருப்பாதம் போற்றி, போற்றி.

தனது கணவன் சென்று மறையும் வரையிலும் கண்கொட்டாது பார்த்த வண்ணம் இருந்தாள் சாளரத்தின் வழியாக நிருதி.

“உனக்கு மகிழ்ச்சி தானே? சோழபுரம் புறப்படலாமா? அல்லது சற்றே ஓய்வெடுத்துக் கொள்கின்றாயா?”

“ஓய்வு வேண்டியது இல்லை தமையா புறப்படலாம். தாங்கள் கூறியது போல் யான் மிகவும் மகிழ்ச்சியாக உள்ளேன். தங்களிடம் நன்றிகள் கூற என்னிடம் வார்த்தைகள் இல்லை. எனினும் மிக்க நன்றி.”

“என்ன இது நிருதி சிறுபிள்ளை போல நன்றி கூறுகிறாய்.

எமக்கு உனது கணவர்மேல் மரியாதை கலந்த அன்பு என்பது எப்போதுமே உண்டு. அதனாலேயே அவரைக் காண நீ விரும்பிய போது அதை உடனடியாக செயல்படுத்த எண்ணினேன். அவ்வளவே.”

“சரி வாருங்கள் தமையா, தந்தையார் தேடுவதற்கு முன் நாம் சோழபுரம் செல்ல இயலுமா?”

“அவர் தேட முயலாத அளவிற்குமே அங்கு ஏற்பாடுகள் செய்துள்ளேன் நிருதி. ஆக அது குறித்து நீ கவலையுறத் தேவையில்லை. அதோடு கூட இங்கிருந்து நாம் பயணிக்க படகு இல்லாமல், சிறிய அளவிலான மரக்கலம் ஒன்றும் ஏற்பாடு செய்துள்ளேன். அதனால் நம் பயணமானது

பாதுகாப்பாகவும், அதே நேரத்தில் விரைவாகவும் செல்ல இயலும்.

"அருமை அண்ணா வாருங்கள் போகலாம்."

"காவலாளி ஒருவனை அழைத்து தன்னுடன் வந்த ஒன்பது வீரர்களை அழைத்து வரும்படி கூறினான் வீரசோழன். அங்கு வந்தவர்களிடம் தங்களின் இன்றைய பணி எம்மை பெரிதும் மகிழ்ச்சிக்கு உள்ளாக்கியது. இதற்கு உங்கள் அனைவருக்கும் தக்க சன்மானம் வழங்கப்படும்."

"இது எங்களின் தலையாய கடமை பிரபு."

"இருப்பினும், தங்களுக்கான பணி இன்னும் நிறைவடைய வில்லை உங்களுடைய உதவி எமக்கு தேவைப்படுகிறது."

"கட்டளை இடுங்கள் பிரபு காத்துக் கொண்டுள்ளோம்."

"நல்லது வண்டையர் கோன் வடகலிங்கம் செல்வது நீங்கள் அறிந்ததே. அவருடன் பதினைந்து வீரர்கள் உடன் செல்கின்றனர். இவர்கள் சாளுக்கியத்திற்கு அப்பால் ஆங்காங்கே நிறுத்தப்படுவர். வடகலிங்கம் எல்லை வரையில் தகவல் பரிமாற்றத்திற்காக ஒரு இரு ஒற்றர்களை கொண்டு தகவல் பரிமாறிக் கொள்வதால், தகவல்கள் பெறுவதில் உண்டாகும் காலதாமதம் கால விரையத்தைத் தவிர்க்கவும் கருணாகர தொண்டைமானால் வகுப்பட்ட யுக்தியே இப்பப ஆங்காங்கே வீரர்களை நிலைநிறத்தி தகவல்களைப் பரிமாறிக் கொள்வது, இப்பொழுது அதேயே தான் நாமும் பின்பற்றப் போகின்றோம். அவருக்கும் தெரியாமல் அவருடைய ஒற்றர்களை கலிங்கத்தின் எல்லையிலே நிறுத்த போகின்றார். அதன் பின் கலிங்க தேசத்து மன்னரைக் காண வண்டையர் கோன் தனித்தே தான் செல்லப் போகின்றார். இது என்னவோ எமக்கு அத்துணை உகந்ததாகத் தெரியவில்லை. அதனால் உங்களில் எவரேனும் நால்வர் திறம்படவும், துரிதமாகவும் செயல்படக் கூடியவர்கள் அவரைப் பின் தொடர வேண்டும். கலிங்கம் வரையில், ஆனால். அவருக்கு இது தெரியக் கூடாது. ஒரு வேளை அவருக்குத் தெரியவந்தால், அவரின் பராக்கிரமத்தில் எமக்கு நம்பிப்பை இல்லை என்று எண்ணிக் கொள்வார். ஆயினும் உண்மை அதுவல்ல அவரின் ஆற்றலின்

மீது எமக்குப் பரிபூரண நம்பிக்கை உண்டு. அவரின் பாதுகாப்பு கருதியே உங்களில் நால்வர் அவரைப் பின்தொடர கோரினேன். வண்டையர் கோனுக்கு ஆபத்து ஏற்படுமேயானால் அப்போது மட்டும் நீங்கள் அவருக்கு உதவிகரம் நீட்ட வேண்டும். அப்படி ஒரு சூழல் அந்தஆடவல்லானால் அமையாமல் போகும் பட்சத்தில், நீங்கள் அவரைத் பின்தொடர்ந்தது என்றுமே அவருக்குத் தெரியாமல் போகட்டும். யான் கூறுவது தங்களுக்கு விளங்குகிறது?"

"தங்களின் எண்ணமும் வண்டையர்கோன் மீதுதாங்கள் கொண்ட பேரன்பும் நன்றாகவே புரிகின்றது பிரபு. எங்களில் நால்வர் அவரை நிழல் எனப் பின்தொடர்வோம். அவருக்கே தெரியாமல் கட்டளையிடுங்கள் பிரபு நாங்கள் இக்கணமே புறப்பட."

"அங்ஙனமே ஆகட்டும், இருப்பினும் ஒரு சில காரியங்கள் இன்னமும் உள்ளன வீரர்களே."

"கூறுங்கள் இளவரசே"

"அங்கே என்ன நடக்கின்றது என்பதனை அவ்வப்போது யான் அறிய எண்ணுகின்றேன். ஆகையால் மூவர் அதற்கான காரியங்களில் ஈடுபட வேண்டும். அவருக்கு ஏதேனும் ஊறு விளையுமானால், யானே அங்குவர சித்தமாக உள்ளேன். இந்தப் பணிக்கு மேலும் சில வீரர்களை வேண்டுமானாலும் அழைத்துச் செல்லுங்கள். இருப்பினும் ரகசியம் காக்கப்பட வேண்டும்.

தங்களின் கட்டளைப்படியே பிரபு சுபம் உண்டாகட்டும். தென்னாடுடையான் திருப்பாதம் போற்றி, போற்றி.

"வீரர்களின் எழுவர் அங்கிருந்து கலைந்து சென்றனர். "எஞ்சிய இருவர் பரியும் பல்லக்கும் தயாராக உள்ளன. இளவரசே. தாங்கள் உத்தரவிட்டால் புறப்படலாம்." என்றான்.

"ஆகட்டும் என்ற வீரசோழன் நிருதியை அழைத்துக் கொண்டு, மாளிகை மேலாளர், காவலர்கள் என அனைவரும் அவர்களை வழியனுப்ப அருண்மொழி படித்துறைக்குச் சென்றான். பல்லக்கு பயணம் முடிந்த அங்கிருந்து மரக்கலத்தின் பயணம் தொடர்ந்து சோழபுரத்திற்கு.

“ஏதேதோ எண்ண ஓட்டங்கள் தறிகெட்டோட கட்டுப்படுத்த இயலாத கருணாகரன், சுந்தரத்தின் வேகத்தைக் கட்டுப்படுத்தினான்.

“கருணா உன்னுடன் குதிரையில் பயணிப்பது என்பது மிகவும் கடினம்.”

“ஏன் அப்படி வாணகோவா?”

“உனது வேகத்திற்கு ஈடுகொடுக்க எங்களால் ஆகாது. நீயாக வேகத்தைக் குறைத்தால் மட்டுமே உன்னுடன் பயணிப்பது என்பது சாத்தியம்.”

“ஆமாம் வாணகோவா. நடுநிசியைக் கடந்து பயணித்துக் கொண்டுள்ளோம். நமக்கா இல்லையானாலும், இந்தப் புரவிகளக்குக் கட்டாயம் ஓய்வு தேவை. அதனாலேயே வேகத்தைக் குறைத்தேன். மிகவும் சோர்வாக இருப்பது போல் உள்ளது சுந்தரம். மழைகாலம் என்பதனால் குளிராக உணர்கிறது போலும். ஏனைய பரிகளுக்கும் இதே நிலையே, இன்னும் சிறிது தூரத்தில் கண்டராதித்தர் கல் மண்டபம் வரும். அங்கே சென்ற ஓய்வெடுத்துக் கொள்ளலாம்.

புரவிகளுக்கு ஓய்வு தேவையோ இல்லையோ, எமக்கு அவசியம் ஒய்வு தேவை யான் மிகவும் களைத்துப் போனேன். தொடர்ந்து பயணித்தால்” என்றான் மூர்த்தி.

நகைத்தபடியே “அதற்கென்ன மூர்த்தி? நிச்சயமாக? அதோ தெரிகிறது கல்மண்டபம் வாருங்கள் போகலாம்?”

“மண்டபத்தில் இருந்த மூப்பர் ஒருவர் வந்து அவர்கள் அனைவருக்கும் அருந்த சுக்கு நீர் கொடுத்தார்.

“ஆமாம் கருணா யான் முன்னமே உன்னிடம் ஒன்றை அறிய எண்ணினேன்.”

“என்ன மாதவா?”

“தஞ்சை சென்று வருவதாக கூறினாயே? ஆனால் தற்போது வடதிசை நோக்கி பயணிக்கத் தொடங்கி விட்டாய்? ஒருவேளை தஞ்சை செல்வதையே மறந்து போனாயோ?”

“என்ன கூறப்போகிறான் என்று நண்பர்கள் மூவரும் அவனை உற்று நோக்கினர்,

“அய்யோ... இதனை எப்படி மறந்துபோனோம்? அதுதான் நிருதியை இங்கேயே சந்தித்து விட்டேன். தஞ்சை என்று கூறிக் கொண்டு சோழபுரம் செல்வதற்கான அவசியம் இல்லாமற் போனது. தற்போது இவர்களை எப்படி சமாளிப்பது?”

“தஞ்சை செல்ல இருந்தது உண்மை தான் மாதவா. இருப்பினும், இளவரசர் சக்கரவர்த்திகள் வாய்மொழியாகவும், ஓலைகள் மூலமும் கொடுத்தனுப்பிய தகவலின் பால் அதற்கான அவசியம் இல்லாமல் போனது. அதனாலேயே யான் கலிங்கத்தை நோக்கி, எமது பயணத்தைத் துவங்கினேன்.”

“இறைவாதங்களக்கு நன்றிகள் என்றான்

“நீண்ட பெருமூச்சடனே

அதுவும் சரிதான், எப்படியோ உனது அலைச்சலை இளவரசர் குறைத்துள்ளார் அப்படித்தானே?”

“அவர்இங்கு வரவில்லையானால், உனது இந்தப் பயணத்தில் பின்னடைவு ஏற்பட்டு இருக்கும். இதைத் தவிர்த்தமைக்கு அந்த ஆடவல்லானுக்கு நன்றி உரைக்க வேண்டும்.”

“நீ கூறுவது முற்றிலும் உண்மை மாதவா.”

“சரி அடுத்த கட்ட செயல்பாடுகள் என்ன?”

“அடுத்து என்ன நாளை காஞ்சியை அடைந்ததும் ஏகாம்பர நாதரை தரிசித்து நாளை மறுநாள் காஞ்சியில் இருந்து புறப்பட்டு வேங்கட மலையானை தரிசிக்க வேண்டும். அதன் பின் பிரயாண ஒய்வைத் தவிர கலிங்கமே இலக்காக இருக்கும் மாதவா” என்ன செய்வது?

“வாண கோவரையனுக்கும், எமக்கும் காஞ்சி வரை மட்டுமே உன் உடன் வர அனுமதி வழங்கப்பட்டுள்ளது. இல்லையானால், யானும் உன்னுடன் கலிங்கம் வரையில் வந்து விடுவேன் கருணா.”

“அதனால் என்ன மூர்த்தி, நீங்கள் இருவரும் காஞ்சி வரையிலும் வந்ததே எமக்கு மிக்க மகிழ்ச்சி.”

“மூர்த்தி மனநிலையை ஒத்ததே எமது நிலைப்பாடும் கருணா. அத்தனை தூரம் உன்னைத் தனியாக அனுப்புவதில் எமக்கும் உடன்பாடு இல்லை. அதிலும் நீ

சொற்ப வீரர்களையே உடன் அழைத்துச் செல்கின்றாய். அவர்களையும் கலிங்கத்தின் எல்லைக்கு முன்பாகவே நிறுத்தி, நீ மட்டு கலிங்கவேந்தனைச் சந்திக்கச் செல்வது எமக்கு அவ்வளவு சரியாகப் படவில்லை கருணா. இப்போதும் உனது விருப்பமே எங்களில் எவரேனும் ஒருவர் உன் உடன் வர அனுமதிப்பாயாக. இதற்க சக்கரவர்த்திகள் தடையாக இருக்க மாட்டார்கள். எங்களுக்கும் சற்றே மன அமைதியுறும்" என்றான் வாணகோவரையன்.

"நீங்கள் மூவரும் எம் மீது கொண்ட அதீத அன்பை யான் நன்கு அறிவேன். வாணகோவா இருப்பினும், எமது பாதுகாப்பை விடவும் சோழதேசத்தின் பாதுகாப்பே முக்கியம். காரணம், விக்கிர சோழனோ வேங்கியில் மும்முடி சோழனோ பாண்டிய மண்டலத்தில் சோழகங்கன் புக்கம் நகர் சென்று இருப்பதாகக் கேள்வி. வீரசோழன் சோழபுரத்தில் இருப்பது என்பது அவசியமான ஒன்று ஆகின்றது. யானும் கலிங்கம் சென்று விடுவேன். தற்போது சில தேசங்களுக்கும், நமக்குமான உறவு நிலை துண்டிக்கப்பட்டுள்ளது என்பது அனைவரும் அறிந்ததே. அதனை அண்டை தேசத்து விசமிகள் தங்களுக்கு சாதகமாக்கிக் கொள்ள இயலும். ஆதலினால் நாடு காவல் எனும் பணிச் சுமையை நீங்கள் தான் பகிர்ந்து கொள்ள வேண்டும். அதற்கு நீங்கள் இங்கு இருப்பது அவசியமான ஒன்று ஆகின்றது. இந்தப் பணியிலே சக்கரவர்த்திகளின் உத்தரவோ, பரிந்துரையோ நமக்குத் தேவையில்லை. நண்பர்களே. நம் தேசத்தின் பாதுகாப்பை நாமே உறுதி செய்ய வேண்டும்."

"அருமை கருணா உனது இந்த சோணாட்டுப் பற்றே மற்ற குறுநில அரசர்களிடம் இருந்ததும், சோணாட்டு அமைச்சர்களிடம் இருந்தும் உன்னைத் தனித்துக் காட்டுகிறது. என்னே உன் தாய்நாடு பற்ற உன்னைப் போன்ற ஒருவன் எங்களுக்கு நண்பனாக அமைந்தது எங்களின் பாக்கியம்."

"மாதவன் கூறுவது முற்றிலும் உண்மையே உன்னுடைய இந்தத் தொலைநோக்கு சிந்தனை நமது தேசத்தின் மீது நீ

கொண்ட அளவற்ற பற்று இவை தாம் நமது நாட்டின் மிக உயரிய பதவிகளை உனக்களித்து, தனது மகளையும் உனக்கு மணம் முடித்துக் கொடுத்துள்ளார் நமது சக்கரவர்த்திகள். உண்மையில் உனது நண்பன் என்று சொல்லிக் கொள்வதில் எமக்கு எப்போதும் பெருமையே,"என்றான் பெருமிதப் புன்னகையுடன்.

"மூர்த்தி கூறுவதும் உண்மை தான்."

"அப்படியல்ல உண்மையில் யானே பாக்கியசாலி. ஆக சிறந்த நண்பர்கள், உறவினர்கள், குடிமக்கள் என்று எமக்கு வரம் அளித்த பரம்பொருளுக்கு எம் நன்றிகள். நம பார்வதி பதையே ஹரஹர மகா தேவா."

"சரி வெகு நேரம் ஆகிவிட்டது. இன்னும் ஒரு சாமமே எஞ்சி உள்ளது. பொழுது விடிவதற்குள் அனைவரும் சற்று நேரம் உறங்கலாம்.

"ஆகட்டும்."

கருணாவைத் தவிர அனைவரும் கண் உறகினர். விருந்தினர் மாளிகையில் அவளுடன் கழித்த பொழுதுகள் கண்முன்னே. அவள் அளித்த பரிசு என்று இடையில் வைத்திருந்த அந்தச் சிறிய பையில் இருந்த பச்சை லிங்கம் மிதமான வெளிச்சத்தில் தனது உள்ளங்கையில். அழகாய் லிங்க தரிசனம். சஞ்சலங்கள் மறைந்து மனம் அமைதியுற்றது. நித்திரை அவனைப் பற்றியது.

"சோழபுரம் கோட்டை வடக்கு வாசல் வழியாக வண்டையர் மாளிகையை அடைந்தனர் நிருதியும், வீரசோழனும்.

"தங்காய் யான் கூறியது அனைத்தும் உனக்கு நினைவு இருக்கின்றதா?"

"ஆம் தமையா."

"சரி நீ உனது அறைக்குச் செல் நான் கீழ் தளத்தில் விருந்தினர் அறையில் இருந்து கொள்கின்றேன்."

"ஆகட்டும் அண்ணா."

வணங்குகின்றோம் அரசியாரே இளவரசர் அவர்களே

"வணக்கம், தங்களுக்கும் ஏதும் தேவைப்படுகின்றதா?" என்றாள் வண்டையர்மாளிகைப் பணிப் பெண்.

“இல்லை எமக்குத் எதுவும் வேண்டா தமையனார் விருந்தினர் அறையில் தங்க உள்ளார். அவர்களுக்கு வேண்டியவற்றை அவ்வப்போது கேட்டு செய்து தரவேண்டு புரிந்ததா?”

“ஆகட்டும் உத்தரவு அரசியாரே.”

“செல்”

“காலை வணக்கம் தந்தையே” என்றாள் அமுதா.

“வணக்கம் அம்மா என்ன இது இன்று நனதருமை மகள் இத்துணை சீக்கிரம் நீராடி பூசை பணிகள் அனைத்தும் முடித்து விட்டாய் போல் தெரிகின்றதே என்றார் சேதிராயர்.

“ஆம் தந்தையே நேற்றைய மாலைப் பொழுது இங்கு வந்தேன். தந்தையைக் கண்டதும் எம்மை மறந்து போனாள் என்று நிருதி நினைத்துக் கொள்வாள். ஆதலின் தற்போது அவளைக் காண யான் அந்தப்புரம் சென்று வருகின்றேன் தந்தையே. தாங்கள் காலை உணவிற்குப் பின் தானே நமது நாட்டிற்குப் புறப்படுவீர்கள்?”

“ஆம் மகளே”

“அப்படியானால் அப்போது யான் இங்குவந்து விடுகின்றேன். இப்பொழுது எமக்கு விடையளியுங்கள் தந்தையே.”

“ஆகட்டு குழந்தாய்” என்றார் ராயர்.

“தான் வரும் வரையில் நிருதியைக் கவனமாகப் பார்த்துக் கொள்ளும்படியாக வண்டையர் கோன் கூறி இருந்தார். அவர் அப்படி கூறிய முதல் நாளே நிருதியைத்தனியாக விட்டுச் சென்று விட்டேனே. எத்துணை பெரிய முட்டாள் தனமிது? இனி ஒரு முறை இது போல் நாம் நடந்து கொள்ளக்கூடாது.” என்று தனக்கு தானே சொல்லிக் கொண்டு அரண்மனை வளாகத்தில் நடந்து சென்றாள் அமுதா.”

தியாகவல்லி “மகளே எங்கே செல்கின்றாய்.”

“வணங்குகின்றேன் அரசியாரே நிருதியைக் காண.”

“அவள் இங்கு இல்லை. அம்மா வீரனுடன் வண்டை மாளிகையில் உள்ளாள். அவளைக் காணவே யானும் சக்கவர்த்திகளும் செல்கின்றோம். நீயும் வருகின்றாயா?”

“இதோ வந்து விட்டேன் வாருங்கள் போகலாம்.”

முகப்பில் தேரிலே அமர்ந்து இருந்தான் குலோத்துங்கன்.

“வணங்குகின்றேன் சக்கரவர்த்திகளே”

“மா மகளே தேவி புறப்படலாமா?”

“ஆகட்டும் பிரபு”

வண்டையர் மாளிகை சேடிப் பெண் குலோத்துகன் வந்திருப்பதாக நிருதியிடம் கூறினாள்.

“வணங்குகின்றேன் தாயே. தந்தையே அமுதா வந்து தழுவிக் கொண்டாள்.”

“நிருதி என்னவாயிற்று மகளே? நமது அரண்மனைக்கு வராமல் இங்கேயே இருந்து விட்டாய்? இதுவும் உன் கணவரின் உத்தரவோ?”

“அய்யோ... அப்படி எல்லாம் ஒன்றுமில்லை தாயே. நானாக விரும்பியே இங்கிருக்கின்றேன். இன்னும் சில தினங்கள் இங்கேயே இருக்கவும் விரும்புகின்றேன்.”

“உனது விருப்பம் வீரசிகாமணி பொருட்டு, உன் கணவரை கலிங்கம் அனுப்பியத்தில் உனக்கு என்மீது எதும் கோபமா, தாயே?”

“அப்படி எல்லாம் ஒன்றுமில்லை தந்தையே.”

“பின் எதற்காக அம்மா, நாங்கள் அனைவரும் அங்கிருக்க நீ ஒருத்தி மட்டும் இந்த மாளிகையில் தனித்து இருக்க எண்ணுகிறாய்?”

“அவள் எங்கே தனித்து இருக்கிறாள் தந்தையே? யானும் தானே உடன் இருக்கின்றேன்.

“இதோ இப்போது அமுதாவும் வந்து விட்டாள். பிறகு என்ன?” என்று கூறி அங்கு வந்தான் வீரசோழன். தவிரவும், இங்கு இருப்பதனால் அவள் கணவருடன் இருப்பது போன்று எண்ணத் தோன்றுமோ என்னவோ? அதனை நாம் ஏன் கெடுக்க வேண்டும்.

“நீ கூறுவது சரி தான் மகனே. அப்படியானால், உனது விருப்பப்படி நீ இங்கேயே, இரு மகளே. உனக்கு எப்போது நமது அரண்மனைக்கு வரத்தோன்றுகிறதோ, அப்போதே வா அது வரையிலும் யானும் உன் தாயும் இங்கு வந்து உன்னைப் பார்த்துச் செல்கின்றோம் சரி தானே தேவி?”

“தந்தையும், மக்களும் ஒரு முடிவு செய்து விட்டீர்கள். அதற்கு யான் என்ன தடை கூறுவது? தங்களின் சித்தப்படியே.”

“அடியேன் அகத்தே வரலாமா பிரபு?”

“வாருங்கள் சேதி ராயே வரவும்.”

அனைவரும் அவரை வணங்கினர்.

“நன் தேயம் புறப்பட எண்ணி தங்களிடம் உத்தரவு பெற விழைந்தேன். தாங்களும் பிள்ளைகளும் இங்கிருப்பதாய் அரண்மனைக் காவலன் கூறினான். ஆகையால் இங்கு வந்தேன்.”

“வாருங்கள் ராயே அமருங்கள்.”

“நல்லது பிரபு பெருமா தங்களிடம் ஒரு விண்ணப்பம்.”

“கூறுங்கள் ராயேரே”

“அமுதாவின் தாய் அவளைக் காணவும், அவள் கண்ணானம் குறித்து வருந்திக் கொண்டு இருக்கின்றாள் பிரபு. அது குறித்து தங்களிடம் பேசிப் போகலாம் என்று...”

“இதில் என்ன இத்துணை தயக்கம் ராயரே? அவள் தங்களின் மகள்.”

“இருக்கலாம் பெருமா ஆனால் தங்களின் அரசி முகம் பார்த்து வளர்ந்தவள் அவள். ஆகையால் தங்களுக்கே அவள் மீதான உரிமைஅதிகம்.”

“தங்களின் இந்தப் பெருங்குணம் எவருக்கு வரும் ராயரே? யான் ஈன்ற பிள்ளையின் பொருட்டு தங்களின் பிள்ளைளையே நன் பால் விட்டுள்ளீர்கள் உண்மையில், அமுதாவைப் போன்றொரு தோழி நன் மகளுக்கு அமையப் பெற்றது அவளின் பிறவிப் பலன் அல்லாது வேறு என்ன?”

“பெருமா, தாங்கள் இது போன்று பெரும் வார்த்தைகள் உதிர்க்கலாகாது. நிருபமை போன்ற பெண் நன் மகளுக்குத் தோழி என அமைந்தது நங்கள் குடும்பம் செய்த புண்ணியம் என்றே கூறுவாள் அமுதாவின் தாய்.”

“மிக்க மகிழ்ச்சி ராயரே வண்டையர் கோன் கலிங்கத்தில் இருந்து மீண்டதும். யானே நனதருமைகளை சேதி நாட்டிலே கொணர்ந்து விட்டு வருகின்றேன். மேலும் அவளின் கண்ணானம் குறித்து ஒரு சில வரனும் விசாரித்துக் கொண்டு

தான் இருக்கின்றேன். வீரன் மட்டும் ஒப்புக் கொண்டு இருந்தால், எப்பொழுதோ கண்ணானம் முடிந்து இருக்கும். அமுதா தங்கையைப் போன்றவள் என்று ஒற்றை வரியில் முடித்துக் கொண்டான்." என்றதும், அங்கிருந்துமசென்றான் வீரசோழன்.

"ராயர் அவர்களே உள்ளார்ந்து கூறுகின்றேன். இப்படி ஒரு குணவதியை மணந்து கொள்ள எவருக்கு கொடுத்து வைத்துள்ளதோ தெரியவில்லை." என்றாள் தியாகவல்லி.

"நன்றிகள் அரசியாரே தங்களின் வளர்ப்பே."

"எவருக்கு என் ஏன் குறிப்பிடுகிறாய் தேவி? எந்நாட்டு அரசனுக்கு என்று கூறு"

"ஆம் சுவாமி தாங்கள் கூறுவது உண்மைதான். மகத்தான குடியில் இருந்து வந்த மாப்பிளை அவர்களே எங்களின் மகளை மணந்து செல்லப் போகின்றார்."

"மிக்க மகிழ்ச்சி அரசியரே இனி யான் உள்ளக்களிப்புடனே நனது தேசம் செல்வேன். உத்தரவு தாருங்கள் பிரபு வரட்டுமா மக்கா."

"நல்லது தந்தையே"

"நிருதி யான் சென்று ராயரை வழிஅனுப்பி வந்து விடுகின்றேன்."

"ஆகட்டும் தந்தையே."

"நிருதி யானும் சென்று வந்துவிடட்டுமா?"

"தடை எனன அமுதா தாராளமாக சென்று வா."

ராயரை வழி அனுப்பிய சோழன் அவன் அரசியும் அரண்மனைக்குச் செல்ல இது தான் சரியான சந்தர்ப்பம் ஓவியரைக் கண்டு விட்டு அதன் பின் வண்டையர் மாளிகைக்குச் செல்வோம் என்று எண்ணிக் கொண்ட அமுதா, அசுவத தெருவில் இருக்கும் கோதண்ட ராமன் குடிலுக்குச் சென்றாள். அந்த ஓவியரை அழைக்க வெளியே வந்த கோதண்டராமன், "வணங்குகின்றேன் சேதி நாட்டினரசியாரே." என்றார்.

"வணக்கம் அய்யா."

"கூறுங்கள் தாயே தாங்கள் எமைக் காண வந்ததன் நோக்கம்?"

“தாங்கள் எமக்கு ஒரு சித்திரம் எழுதித்தர வேண்டும்.”

“எதை அல்லது யாருடையதை தாயே?”

“இளவரசியார் பானு நிருபமையுடையது-”

“ஆகட்டும் அம்மா, அதற்கு யாருடைய அனுமதி ஓலையை வாங்கி வந்துள்ளீர்கள்? சக்கரவர்த்திகளுடையதா? வண்டை அரசர் உடையதா?”

“இல்லை ஓவியரே யான் யாருடைய ஓலையையும் எடுத்து வரவில்லை. இளவரசியின் ஓவியத்தை என் பொருட்டு எழுதித்தரக் கேட்டும் வந்தேன் அய்யா.

“அது இயலாது அம்மா. அரச வாரிசுகளை உரிய அனுமதி இன்றி ஓவியமாக எழுத இயலாது என்பது தங்களுக்கு தெரியாதா, தாயே?”

“இல்லை யான் அறியேன். இருந்தும், இதன் பொருட்டு தங்களுக்கு எந்த ஊறும் நேராது ஐய்யா. அதற்கு யான் உத்தரவாதம் அளிக்கின்றேன்.”

“இல்லை அம்மா, ராச துரோகங்களில் இதுவும் ஒன்றே. முறையான அனுமதி இன்றி சித்திரம் வரைவது. இது சக்கரவர்த்திகளுக்குத் தெரிய வந்தால் சிரைசேதம் செய்து விடுவார். யானே எளியன், என் செய்வேன்.”

இனி வேறு வழியில்லை, உள்ளதை உரைப்போம்.”

“அய்யா இந்த ஓவியத்தை உண்மையில் வண்டையர் கோனே எழுத ஆணையிட்டுள்ளார். வண்டையில் இருக்கும் தனது அரண்மனையில் வைக்க. ஆனால் அவரின் மனைவிக்குத் தெரியக் கூடாது என்று கூறினார். ஆகையால் தான் மறைத்தேன். தங்களின் நம்பக்கத் தன்மைக்கு வேண்டுமானால், இதோ வண்டையர்களின் ராச முத்திரை.”

“இது போதுமே? இனி என்ன தடை அம்மா? எங்கு எப்போது யான் வரவேண்டும்?”

“இன்று பிற்பகல் வண்டையர் மாளிகைக்க வந்து விடுங்கள்.”

“ஆகட்டும் அம்மா.”

“நன்றி வணக்கம்.”

"வண்டையர் மாளிகை காவலாளி ஒருவன் "இளவரசியாரே தங்களைக் காண கோதண்டராமன் என்ற ஓர் அன்பர் வந்துள்ளார்." என்றான்.

"அவரை அமரும்படி கூறுங்கள். இதோ வந்து விடுகின்றேன்."

"உத்தரவு."

"நிருதி நீ எங்கே இருக்கின்றாய்?"

"என்ன அமுதா? யான் இங்கு தான் இருக்கின்றேன். எதற்காக அழைத்தாய்?"

"என்னுடன் வா கூறுகின்றேன்."

தனது வணக்கத்தைத் தெரிவித்துக் கொண்டான் கோதண்ட ராமன்

"வணக்கம் அமுதா யார் இவர்?"

"இவர் ஓர் ஓவியர் நிருதி."

"சரி இங்கு எதற்காக வந்து இருக்கின்றார்?"

யான் தான் வரவழைத்தேன் நிருதி."

"எதற்காக?"

"உனது உருவத்தை ஓவியமாக எழுதிதரக் கூறினேன்."

"புன்னகைத்தபடியே "யானே உனதருகே இருக்க உனக்குத் தனியே ஓவியம் எதற்கு அமுதா?"

"யான் சேதி நாட்டிற்கு எடுத்தச் செல்லத் தேவைப்படுகிறது." என்றாள்.

"எதற்காக அமுதா இதெல்லாம்?"

"நி எனக்காக இது கூட செய்ய மாட்டாயா நிருதி?"

"பரம்பொருளே தங்களின் சித்தப்படியே சேதி நாட்டு இளவரசியாரே ஆணையிடுங்கள். யான் இப்போது என்ன செய்ய வேண்டும் என்று"

"நீ ஒன்று செய்ய வேண்டாம் இதோ இந்த இருக்கையில் அமரு மற்றவற்றை ஓவியர் பார்த்தக் கொள்வார்."

"உத்தரவு"

"முழு ஓவியமாக இருக்கட்டும் அய்யா."

"உத்தரவு அம்மா."

"வெகு நேரத்திற்குப் பின் "அமுதா பிற்பகல் துவங்கியது. இரவே வந்து விட்டது. இன்னும் எத்துணை நேரம் ஆகுமாம்?" என்றாள் நிருதி.

"சற்றுப் பொறு நிருதி அதுதான் இடை இடையே எழுந்து ஆசுவாசப்படுத்திக் கொள்ளச் சொன்னார் அல்லவா ஓவியர்? பிறகு என்ன? சித்திரம் நேர்த்தியாக வரவேண்டுமானால் பொறுமை மிகவும் அவசியம்."

"வண்டையின் அரசியாரே இதோ முடிந்துவிட்டது."

"நிருதி இங்கே வந்து பார். இந்த ஓவியத்தை எத்துணை உயிரோட்டத்துடன் இருக்கிறது என்று அப்படியே நீ நிசத்தில் இருப்பது போல."

"ஆமாம் அற்புதம் மிக அற்புதம் ஓவியரே, தங்களின் படைப்பு உண்மையில் பாராட்டுதலுக்கு உரியது. இதற்குத் தங்களுக்குத் தக்க சன்மானம்..."

"நிருதி சற்றுப் பொறு அவரை நானே அழைத்து வந்தேன். ஆக நானே அவருக்கு அதற்குரிய வெகுமதியை அளித்துக் கொள்கின்றேன். வாருங்கள் ஓவியரே" என்றாள் அமுதா.

"அவரை எங்கே அழைத்துச் செல்கின்றாய் அமுதா? ஓவியத்தை வேறு எங்கே எடுத்துச் செல்கின்றாய்?"

"நனது அரண்மனைக்கு அவருக்கான கூலியைக் கொடுத்தனப்பி விட்டு அப்படியே, இதை அரண்மனையில் பத்திரமாக வைத்து வருவேன். அப்போதுதானே யான் நனது தேசத்திற்குச் செல்லும் பொழுது நினைவுடன் எடுத்துச் செல்ல இயலும், இதோ வந்து விடுகின்றேன் நிருதி" என்று அங்கிருந்து சென்றாள் அமுதா.

"ஒரு கணம்"

"என்ன நிருதி?"

"அந்த ஓவியத்தை இப்படி கொடு ஒரு முறை பார்வையிட்டுத் தருகின்றேன்."

"ஆகட்டும் நிருதி."

"நன்றாக உள்ளது நன்றி."

"காஞ்சி வண்டையர் மாளிகை. "கருணா சக்கரவர்த்திகள் காடவன் மாதேவியாருக்கு ஓலை ஒன்று கொடுத்தனுப்பி உள்ளார். அதனை அவரிடத்தே சேர்த்து விட்டு, அப்படியே ஒரிரு அரசு பணிகள் உள்ளன. அதனையும் முடித்து விட்டு வந்து விடுகின்றேன்."

அப்படியானால், உறங்குவதற்கு மட்டும்தான் இங்கே வருவாய் எனக்கு கூறு வாணகோவா."

"இல்லை மூர்த்தி அதற்கு முன்னதாகவே வந்து விடுவேன்."

"மூர்த்தி கேலிப் பேச்சு உனக்கு தெரியாதா வணாகோவா நீ சென்றுவா."

"ஆகட்டும் கரணா"

"அனைவரும் இருங்கள் இதோ வந்து விடுகின்றேன்."

"நல்லது."

காவலன் ஒருவன் பல்லவ தோன்றலுக்கு வணக்கம். தங்களுக்கு ஒலை வந்துள்ளது." என்றான்.

"இதோ உனக்கும் ஒலை வந்து விட்டது நீயும் புறப்படு மாதவா. இதோ இவன் கலிங்கம் செல்வதற்கான வரைபடத்தைப் பார்த்து கொண்டு இருக்கட்டும். யான் விட்டத்தைப் பார்த்துக் கொண்டு இருக்கின்றேன்.

"மன்னித்து விடு மூர்த்தி இதோ சற்று நேரத்தில் முடிந்து விடும். பின் நாம் கலந்துரையாடலாம். நீ ஓலையைப் பார்க்கவில்லையா மாதவா?"

"இதோ ஒன்றுமில்லை கருணா. உமையாளின் சோதரன் அனைவரின் சேமம் குறித்து பொதுவான ஓலை அனுப்பியுள்ளார். இதனை அவளிடம் பிறகு காட்டுவேன்."

"ஆமாம் மாதவா உனது அரண்மனைக்குச் செல்லாமல் இங்கேயே இருக்கின்றாய்? உனது காதல் மனைவி கடிந்து கொள்ள மாட்டார்களா?"

"இன்று மட்டும் தானே மூர்த்தி. நாளை கருணா புறப்பட்டதுமே நனது அரண்மனைக்குச் சென்று விடுவேன். பிறகென்ன?"

"அதோடு கூட யார்? காதல் மனைவியாயிற்றே."

"என்ன யாரா?"

"ஆமாம் உனக்கு எத்துணை மனைவியர் மாதவா?"

"தற்சமயம் ஒன்று தான் மூர்த்தி"

"பிறகு யார் காதல் மனைவி என்று கேட்கின்றாய்?"

"மூர்த்தி தமிழன் தனிப்பெரும் சிறப்பே. அதன் வார்த்தை உச்சரிக்கும் விதமும் அதன் பொருளும் தான்."

“ஆமாம் அதற்கென்ன? மாதவா. நீ உச்சரிக்கும் வார்த்தை பொருளையே மாற்றிவிட்டது.”

“இதோ.... ஆரம்பித்து விட்டான் பல்லவத் தோன்றல் தர்க்கத்தை நீயோ இவனிடம் தனியே என்னைத் தவிர்க்க விட்டு, உனது காரியத்திலே கண்ணாக இருக்கின்றாய், கருணா, காக்க வரமாட்டாயா.

“உங்களின் உரையாடல் மிகத் தெளிவாக என் செவிகளிலே விழுந்து கொண்டு தான் இருக்கின்றது மூர்த்தி. இருவரும் வாதம் செய்து கொண்டு இருங்கள். இடையே வந்து இணைந்து கொள்கின்றேன்.”

“கருணாகரனே எமை கைவிட்டான். நீ கூறு மாதவா யான் கூறிய வார்த்தையின் பிழை என்ன என்பதை, கருத்துடன் கேட்டுக் கொள்கின்றேன்.”

“முதலில் மனைவி என்பாளை இருவிதமாக மேற்கோளிட்டுச் செல்லலாம். காதல் மனைவி, அன்பு மனைவி என்று.”

“இதிலே என்ன பெரிதாய் பேதம் இருக்கிறது. மாதவா?”

“இருக்கின்றது மூர்த்தி, நன்றாகவே இருக்கின்றது. ஒரு ஆண்மகன் தனக்கான துணையை தானே தேர்வு செய்து மணப்பானேயானால், அவளே காதல் மனைவி, உறவினர்கள் கூடி ஓர் ஆணுக்கான பெண்ணைத் தேர்வு செய்து அவளை மணப்பானேயானால் அவள் அன்பு மனைவி ஆகிறாள்.”

“மாதவா தற்போது நீ என்ன கூறினாய்?”

“ஏன் என்னவாயிற்று கருணா?”

“இல்லை நீ ஏதோ கூறினாயே காதல் மனைவிக்கும் அன்பு மனைவிக்குமான பேதம் என்று. இது உண்மையா மாதவா?”

“ஆமாம் கருணா, இதையே தானே நற்றினையும், குறுந்தொகையும் கூறுகின்றன. ஆழமாகவும் ஆணித்தர மாகவும் நீ அறியவில்லையா என்ன?”

“இவை என்ன கூறுகின்றன?”

“எப்பொழுது பார்த்தாலும் திருமுறைகளைப் பற்றியே தன் மனையாளிடம் பேசிக் கொண்டு கேட்டுக் கொண்டும்

இருப்பவனிடம் நற்றிணை பற்றி கூறினால் என்ன தெரியும் பாவம் அவனுக்கு?"

"ஏன் கருணா அப்படி பார்க்கின்றாய் உண்மையைத் தானே கூறுகின்றேன்.

"சற்று இரு மூர்த்தி நீ கூறு மாதவா இலக்கியம் என்ன கூறுகிறது என்று."

"எக்காலத்திற்கும் பொருந்தும் குறுந்தொகையில் உள்ள நாற்பதாவது செய்யுள், குறிஞ்சித் திணை பொருட்டு பாடப்பட்டது கருணா.

யாயும் ஞாயும் யார் ஆகியரோ?
எந்தையும் நுந்தையும் என் முறைக் கேளிர்?
யானும் நியும் எவ் வழி அறிதும்?
செம்புலப் பெயல் நீர் போல்
அன்புடை நெஞ்சம் தாம் கலந்தனவே

"இவன் தன்னைப் பிரிவானோ? என்று காதலி அஞ்சுகிறாள். அவளுக்குக் காதலன் கூறும் பதிலாக இயற்றி இருப்பார் புலவர்."

"அற்புதமாக இருக்கின்றது மாதவா."

"ஆமாம் கருணா மேலும் தான் விரும்பிய ஆண்மகனுக்காக எதையும் துறக்கத் துணிகின்றவளே சிறந்த காதலி ஆகின்றாள். அதே தான் விரும்பிய பெண்ணுக்காக எதையும் இழக்கத் துணிகின்றவனே சிறந்த காதலன் ஆகின்றான். இவர்களே காதலில் சிறந்த கணவன், மனைவி ஆகின்றனர். கருணா ஏன் உன்முகம், இப்படி வாட்டம் கொண்டது? சற்று முன்பு வரை நன்றாகத் தானே இருந்தாய்? என்னவாயிற்று உனக்கு?"

"அது ஒன்றும் இல்லை மாதவா. காதற் சிறப்பு குறித்து பேசவும் நம் கருணாவிற்கு மண்டையாழ்வார் நினைவு வந்துவிட்டது போலும் அவர்கள் காதல் மனைவி என்பதால்-"

"அதனை நீ எப்படி கூறுவாய் மூர்த்தி? கருணா தானே கூறவேண்டும்."

"இதில் அவன் கூற என்ன மாதவா? அதுதான் அனைவரும் அறிந்தது ஆறிற்றே. தவிரவும், அழகிய

மணவாளினி தேவியார் கருணாவின் அன்பு மனைவியார். அவர்களின் அன்பானது சோழபுரக் கேட்டையில் இருந்து வழியனுப்புவதுடன் நின்றுவிட்டது. ஆனால் மண்டையாழ்வார் தேவியார் கருணாவின் மீது கொண்ட காதல் ஆனது தஞ்சை வரையிலும் வந்து வழியனுப்பி சென்றதுள்ளது. இது ஒன்றே போதுமே. கருணாவின் காதல் மனைவி அவர்தான் என்பதற்கு கருணா... கருணா....."ஏதோ உணர்வு நிலையில் அவன் தோள்களை அசைத்த மாதவன். "என்ன கருணா? என்ன சிந்தனை?" என்றான்,

"ஒன்றுமில்லை மாதவா."

"சரிபோகட்டு மூர்த்தி கூறுவது இருக்கட்டும், நீ கூறு உண்மையிலேயே உன் மனைவியரில் யார் காதல் மனைவி, யார் அன்பு மனைவி என்று."

"கருணாவின் கண்களையே உற்று நோக்கினான் மாதவன், அந்த மழைக் காலத்திலும் ஏனோ அப்போது அவனுக்கு வியர்த்து வழிந்தது.

"மூர்த்தி மாதவா எம்மைத் தவறாக எண்ணாதீர்கள். எனக்கு சற்றுச் சோர்வாக உள்ளது யான் சென்று ஒய்வெடுத்து கொள்ளட்டுமா?"

"தாராளமாக கருணா செல்."

"நல்லது" என்று அங்கிருந்து தனது அறைக்குச் சென்றான் அவன்.

"மாதவா, இவனுக்கு என்னவானது? சற்று முன்பு வரை வரைபடத்தைப் பார்த்துக் கொண்டு நம்முடன் நன்றாக தானே பேசிக் கொண்டிருந்தான்? இந்தக் காதலைப் பற்றிப் பேசியதுமே, ஏன் இவன் இவ்வாறு ஆனான்? உனக்கு ஏதேனும் விளங்குகிறதா? மெள்ள புன்னகைத்தவாறே "எனதுயூகம் சரியானால் அவன் இல்லறத்தின் பொருள் இப்பொழுதே அவனுக்குத் தெளிவு பிறந்திருக்கும். அதன் வெளிப்பாடே அவனது தற்போதைய இந்நிலைக்குக் காரணம் மூர்த்தி. தெளிந்ததும் தானே வருவான்."

"தனது அறைக்கதவுகளைச் சாற்றித் தாழிட்ட கருணா தனது படுக்கையில் தன்னைக் கிடத்திக் கொண்டான். பதவி

ஏற்பு நாள் துவங்கி இன்று விருந்தினர் மாளிகை வரை நடந்தவற்றை ஒவ்வொன்றாய் நினைவு கூர்ந்தான்.

“அப்படியானால் நிருதியின் மீதான இந்த உணர்வே காதல் என்பதா? இத்துணை நாட்களாக மலரை என் காதலி என்றெண்ணி என்னை நானே ஏய்த்துக் கொண்டுள்ளேனா, நிருதியைக் காணா நேரங்களில், என்னுள் தோன்றும் ஏக்கத்திற்கும் பரிதவிப்பிற்கும் பெயர்தான் காதல் என்பதா? இத்துணை காலமாக என்னை அல்லும் பகலும் ரணமாய் வதைத்த உணர்விற்கு பெயர் காதலா? என்ன பெரிய உயர் அதிகாரி? எத்துணை பெரிய மாவீரன்? எந்நாட்டிற்கு அரசனாய் இருந்து என்ன பயன்? அவள் பால் நான் கொண்டது காதல் என்பதனை உணர, ஈராண்டுகள் அதுவும், அடுத்தவர் கூறி அறிந்து கொள்ளும் நிலை, எமக்கே என்னை எண்ணி வெட்க மாக உள்ளது. இருந்தும், அக மகிழ்விற்கு அளவில்லாமல் இருக்கின்றதே. நிருதி நீ இப்பொழுது என்னுடன் இருந்திருக்க வேண்டுமே? உன்னைக் கட்டித்தழுவி கரைபுண்டோடும். நனது மகிழ்ச்சியை உன்னுடன் பகிர்ந்து கொண்டிருப்பேன். கண்ணாடியின் முன்னே சென்று தன்னைத் தானே ரசித்துக் கொண்ட கருணா, இந்த உள்ளக்களிப்பிற்கும் மனநிறைவிற்கும் காரணமே மாதவன் தான். அவன் மட்டும் இன்று இது குறித்து விளக்கவில்லை என்றால் இன்னும் எத்தனை காலம் ஆகி இருக்குமோ, இதில் இருந்து யான் தெளிவுபெற? அல்லது நன் வாழ் நாள் காலம் முழுவதுமே இதே குழப்பத்துடன் இருந்தேனேயானால் என்னவாகும் என்னிலை, நினைக்கக் கூட பிடிக்கவில்லை.”

மாதவனின் அறைக்குச் சென்றான் கருணா.

“வா கருணா நீ வருவாய் என்று தெரியும். ஆனால் இத்துணை சீக்கிரம் வருவாய் என்று யான் எண்ணவில்லை.”

“உனக்கு நன்றி கூறி சொல்லவே முதலில் வந்தேன் மாதவா. நன்றிகள்” என்று அவனை ஆறத்தழுவிக் கொண்டான்.

“எதற்காக நன்றி கருணா?”

"வெகு நாட்களாக நனது உள்ளத்தினுள்ளே இருந்த குழப்பத்தினைத்தீர்த்து வைத்தத்தற்கு.[2]

"என்ன குழப்பம்? எதற்கான தீர்வு கருணா?"

"இனி ஒன்றையும் உன்னிடம் யான் மறைக்கப் போவது இல்லை அனைத்தையும் கூறி விடுகின்றேன் என்று நிருதி விருந்தினர் மாளிகைக்கு வந்ததை மட்டும் தவிர்த்து விட்டு மற்ற அனைத்தையும் விளக்கிக் கூறினான் கருணா.

"அந்தரங்கம் தவிர்த்து அனைத்தையும் என்னிடம் கூறி விட்டாய் அப்படி தானே கருணா?"

"ஆமாம் மாதவா."

"பின் எதற்காக விருந்தினர் மாளிகைக்கு அரசியார் வந்ததை மறைக்கின்றாய்?"

ஆச்சர்யத்துடன் ஏறிட்டான் கருணா

"இளவரசர் அவர்கள் கேட்டுக் கொண்டார் நிருதி வந்தது யாருக்கும் தெரியக்கூடாது என்று அதனாலே மறைத்தேன் மாதவா. ஆனால் உனக்கெப்படி தெரியும் நிருதி அங்கு வந்தது?"

"எல்லாம் ஒரு யூகம் தான்."

"யூகமா?"

"ஆமாம் கருணா என்றும் இல்லாமல் அந்த மாளிகை பாதுகாப்பை பலப்படுத்தி இருந்தது. மேல் தளத்திற்கு செல்ல தடை விதித்து இருந்தது. உன்னை மட்டும் ஆலோசனை என்ற பேரில் இளவரசர் அழைத்துச் சென்றது. அவருடன் நீ செல்லும் பொழுது உன்னிடம் இருந்த சோர்வும் முகவாட்டம் அங்கிருந்து நீ திரும்பும் பொழுது உன்னிடம் பிரதிபலித்த உற்சாகமும் முகமலர்ச்சியும் இவற்றை காணும் கால் மணவாளினி தேவியார் உன் பொருட்டு வந்திருப்பதை உறுதி செய்து கொண்டேன். அவ்வளவே."

"என்னே உன் புத்திக்கூர்மை மாதவா இருந்தாலும் மறைத்ததற்கு மன்னித்துவிடு மாதவா."

"மன்னிப்பதா? என்ன கருணா உண்மையிலேயே உன்னை எண்ணி யான் மிகவும் மகிழ்ச்சி அடைகின்றேன்."

"என்ன காரணம் மாதவா?"

“ஆம் கருணா, உன்னை யான் சிறுவயது முதலே பார்த்தக் கொண்டுள்ளேன். எதிலும் பற்று அற்றவன் நீ - சோணாட்டைத் தவிர, பேசுவதிலே கூட கட்டுப்பாடுகளைக் கடைபிடிப்பவன். பெண்டுகள் மீதான மோகம், பதவிகள் மீதான மோகம் இவற்றுக் கூட இதுவரையிலும் நீ முன்னுரிமை கொடுத்ததாக எனக்குத் தோன்றவில்லை. ஒரு மானுடனுக்கு எவரேனும் ஒருவர் மேல் அதீத பற்றுதலும் பிடிப்பும் இருக்க வேண்டும். அதுவே அவர்கள் வாழ்வை செம்மைப்படுத்த உதவும். உனது வாழ்வில் அந்த ஒருவர் நண்பன் என்ற வகையில் யானோ, காதலி என்ற வகையில் மலர்விழியோ இல்லை என்பதை யான் என்றோ உணர்ந்து கொண்டேன். காட்டாறு போன்றவன் நீ கருணா. கரைகண்ட ஆறுகளை சீவநதி என்பார்கள். காரணம் அவற்றின் வெள்ளமானது பாசனத்திற்கு மட்டும் அல்லாது எண்ணற்ற உயிரினங்களின் தாகத்தைத் தீர்க்கவல்லது. ஆனால் காட்டாறு அப்படியல்ல, அதன் அதீத வெள்ளப் பெருக்கால் கரைகாண இயலாமல் கடலிலே கலந்து வீணாகும். அது போலவே, உனது இந்த அதீத ஆற்றலும், திறனும் சோழர்களின் கீர்த்தியுனுள்ளே அடங்குமே தவிர, உனது சுயத்தை நிலைநிறுத்த இயலாது என்று எண்ணினேன் நீ சோழிசர் ஆலயத்தில் பதவி ஏற்ற நாள் அன்று. ஆனால் உன்னையும் தனது கட்டுக்குள் வைக்கும் அணை ஒன்று எழும்பி உள்ளதை நீ தொண்டை மண்டல நில அளவைக்கு வருகையில அறிந்து கொண்டேன். தவிரவும், அணைகட்ட சோழ மரபிற்குச் சொல்லியா தரவேண்டும், கருணா?”.

-61-

சூழ்ச்சி

இதனைக் கேட்ட கருணா 'கலகல'வென சிரித்தான்.

"பொன்னிக்கு அணை எடுத்து கரிகாலன் ஆற்றல் ஆனது ஒரு துளியேனும் உன் மனையாளின் குருதியில் பாயாதா?"

'ஆம்' என்று தலையசைத்த கருணா, உண்மைதான், மாதவா, நனது வாழ்நளை இரண்டாகப் பிரிக்கலாம். நிருதிக்கு முன், நிருதிக்குப் பின் என்று. முன்பெல்லாம் சோணாட்டின் நலனும், பாதுகாப்புமே நனது இலக்காக இருந்தது. அதன் பொருட்டே நனது கல்வித் தகுதிகளையும், போர்த் திறனையும் வளர்த்துக் கொண்டேன் எனினும் தற்போது நாட்டுப்பற்றோடு நன் இல்லறத்தின் மீதும் பற்று அதிகரித்துள்ளது. இதனால் நன் தேசத்தின் மீதுள்ள பற்றானது அதிகரித்து உள்ளதே தவிர, குறையவில்லை மாதவா." என்றான்.

"இது நல்லது தானே கருணா?"

"இந்து ஐந்து தினங்களாக அவளுடனே இருக்க வேண்டும் என்ற எண்ணம் மேலோங்கி உள்ளது. அவள் அருகே இருக்கும் அரிய சந்தர்ப்பம் கிடைத்தும் ஏனோ அவளை அணுக சற்றே அச்சமாக இருந்தது - என்ன நினைப்பாளோ என்று.

கருணா இவ்வாறு கூறியதுமே, இடைவிடாமல் நகைத்தான் மாதவன்.

"அச்சமா? உனக்கா? அவர்கள் உனது மனையாள் கருணா,"

"அப்படியில்லை மாதவா. இதுநாள் வரையில் நிகழ்ந்த வற்றைக் கூறினேன் அல்லவா? அதன் பொருட்டே அச்சமோ தயக்கமோ என்னவென்று கூற தெரியவில்லை எனக்கு."

“சரி இந்த மனநிலையோடு நீ கலிங்கம் செல்ல தேவையில்லை. நீ முதலில் சோழபுரம் சென்று அரசியாரைப் பார். யானே கலிங்கம் சென்று வருகின்றேன். உன் பொருட்டு. ஏனெனில் எனக்குத் தெரிந்தவரை நீ எதற்காகவும் ஆசையோ ஏக்கமோ பட்டதில்லை. ஆகையால் தான் கூறுகின்றேன். நீ சோழபுரம் செல் யான் கலிங்கம் செல்கின்றேன்.[2]

“அழிவைத் தரும் தீமைகளிலிருந்து நீக்கி நல்ல வழியில் நடக்கச் செய்வதும், அழிவு வந்த காலத்தில் உடனிருந்த துன்பத்திற்குத் தோள் கொடுப்பதுமே சிறந்த நட்பாகும் என்பார்கள். இதற்கு நீயே முன் உதாரணம் மாதவா. முன்பு தான் பெரும் சஞ்சலத்தில் இருந்தேன். அதற்கான தீர்வு உன்னாலே தான் கிட்டியது. அதுவே நீ எமக்கு செய்த பேருதவி ஆகும். மாதவா. இதற்க நன்றி யானே கலிங்கம் சென்று வருகின்றேன். எங்களின் இந்தப் பிரிவே அவள் மீது நான் கொண்ட காதலையும், பேரன்மையும் கூட்டும் என்று யான் உறுதிபட நம்புகின்றேன்.”

“அப்படியானால் உனது நம்பிக்கையை யான் கெடுக்க வில்லை. நீயே சென்று வா கருணா.”

“ஆகட்டும் மாதவா.”

“சரி வெகு நேரம் ஆகின்றது. நீ சென்று ஓய்வெடுத்துக் கொள். நாளை காலை வேங்கட மலை செல்ல வேண்டும் இல்லையா?”

“ஆம் மாதவா, நான் வருகின்றேன்” என்றவன் தனது அறைக்கு வந்து துயில் கொண்டான்.

“வணக்கம் குமரன் அவர்களே.”

“வாருங்கள் இளவரசியாரே, வணக்கம்.

“அரசர் அவர்கள் எமக்கொரு ஆணையிட்டு இருந்தார்.”

“ஆமாம் இளவரசியாரே.”

அரசியாரின் சித்திரம் எழுதித் தர.”

“எழுதி ஆயிற்று குமரன் அவர்களே, அதைத் தங்களிடம் தரவே இங்கு வந்தோம்.”

“அதற்குள்ளாகவா.”

“ஆமாம்.”

"மிக்க மகிழ்ச்சி அதைக் கொடுங்கள் இளவரசியாரே."

"இதோ அதற்கான ஓவியக் கூலி."

"ஆகட்டும்" என்று அதை வாங்கிக் கொண்டு தனது மாளிகையில் இருந்த ஓவியரிடம் கொடுத்து அவரை அனுப்பி வைத்து நிருதியிடம் சென்றாள் அமுதா. உடனடியாகப் புறப்பட்டான் குமரன் வடக்கு நோக்கி.

தனது நண்பர்களிடமும், தொண்டை அரசு அதிகாரிகளிடமும் விடைபெற்ற கருணா வேங்கட மலை புறப்பட்டான். திருவேங்கடமுடையானை தரிசித்த அவன் மலை அடிவாரம் வர, அங்கே அவனுடன் வந்த வீரர்களுடன் நின்றான் குமரன். அவனைக் கருணா முகமலர்ச்சியுடனே, "குமரா நீ எப்பொழுது வந்தாய்?" என்றான்.

"வணங்குகின்றேன் தேவரே சற்று முன்தான், தாங்கள் இட்ட பணி பூர்த்தி ஆனது பிரபு. அதனைத் தங்களிடம் தருவதற்கே வந்தேன்."

"இத்துணை துரிதமாகவா? என்னால் நம்பவே முடியவில்லை குமரா, இது நன் சுயதேவை என்பதால் இதனை சிரமேற் கொண்டு செய்ததற்கு நன்றி குமரா."

"அரசே தங்களின் நன்றியினை இளவரசியார் அமுதா அவர்களுக்கே உரைக்க வேண்டும். அவரே இக்காரியத்தைச் சிறப்புற செய்து முடித்தள்ளார்."

"ஆமாம் நிச்சயமாக உங்கள் இருவருக்குமே நனது நன்றிகள்" என்றவன் தனது கழுத்திலே இருந்த வீரசங்கிலியை அவிழ்த்து குமரனுக்குப் பரிசளித்தான்.

"யான் வண்டை திரும்பியதுமே, உனக்கு இதற்கான தக்க சன்மானம் வழங்குவேன். குமரா."

"நன்றிகள் பிரபு."

"சரி குமரா, நீ புறப்படு. யான் வருகின்ற வரையில் சோழபுரத்தில் ஏதேனும் சந்தேகம் கொள்ளும் விதத்தில் நிகழ்ந்தால் அதனை என்னவென்று கவனி."

"தங்களின் கட்டளைப் படியே பிரபு" என்று குமரன் அங்கிருந்து சென்றான். கருணாவின் பரிவாரம் கலிங்கம் நோக்கி சென்றது.

வரைபடத்தின் உதவியுடன் வயலாறு, மண்ணாறு, குன்றியென்றும் ஆறுகளையுங் கடந்து கிருட்டினை (கிருஷ்ணா) நதியும் பிறபடுமாறு, கோதாவரி, பம்பாநதி, கோதமை நதி என ஏழு நதிகளைக் கடந்து முதல் முறை என்பதனால் ஆங்காங்கே கேட்டறிந்து சென்றதால், ஐம்பத்து ஏழு நாட்களில் கலிங்கத்தை அடைந்தான கருணாகரன். அவனுடன் வந்த வீரர்கள் ஏழு நதிகளிடையேயும் ஒரு சில மலைகளிடத்தேயும், ஓரிருவர் வனத்தேயும் நிறுத்தி வைக்கப்பட்டனர். வடகலிங்கம் இயற்கை எழில் கொஞ்சும் தேசம். அங்கிருக்கும் மக்களின் நிறத்திலும், முகத்திலும், சோணாட்டு மக்களிடம் இருந்த அனேக வேறுபாடுகளை உணர்ந்தான் கருணா. கலிங்க அரசன் அனந்தவர்கமனை காண அவன் கோட்டைக்கு அருகே சென்ற கருணாகரன், அங்கிருந்த வாயிற் காவலனை அழைத்து சோணாட்டில் இருந்து குலோத்துங்க சக்கரவர்த்திகள் தூது அனுப்பி இருப்பதாக கூறும்படி சொன்னான் கருணா. அவனை அங்கேயே இருக்கும்படி கூறிவிட்டு உள்ளே சென்றான் வாயில் காவலன். சற்று நேரத்திற்கெல்லாம் அக்காவலன் கலிங்க அதிகாரிகளுள் ஒருவரான தாமயன் என்பானை அழைத்துக் கொண்டு வந்தான். அங்கிருந்தவர்களில் தாமயனும், எங்கராயனுமே தமிழ் நன்கு பேசும் திறன் கொண்டவர்கள்.

“வணக்கம் அய்யா வாருங்கள் வரவேண்டும்.” என்று மரியாதையுடனே அழைத்தான். சுந்தரத்தை விட்டிறங்கிய கருணா தனது வணக்கத்தைத் தெரிவித்துக் கொண்டான்.

அகத்தே வாருங்கள் என்றழைக்க அவனை சுந்தரமும் பின் தொடர்ந்தது.

“ஐயா தயவு கூர்ந்து தவறாக எண்ணாதீர்கள். அயலாரின் புரவிகளை அகத்தேசேர்க்க இயலாது.

“அப்படியானால் என்ன செய்வது அதை?”

“இங்கேயே புறத்தே காவலர்கள் கட்டி வைத்து விடுவார்கள். அதற்கு நீரும் இரையும் தரப்படும். தாங்கள் திரும்பும் வரை.”

"அப்படியே ஆகட்டும்" என்று அவன் உதடுகள் உச்சரித்தனவே தவிர உள்ள அதில் துளியும் சம்மதம் இல்லை. சுந்தரத்தை பொட்டலிலே கட்டிவைக்க. கருணா கோட்டைக்கள் சென்று மறையும் வரை. அவனையே உற்று நோக்கிக் கொண்டிருந்தது. அவனுடைய வாயில்லா செல்லப்பிள்ளை.

"அய்யா தங்களின் பெயர் யாதோ?"

"கருணாகரன்"

"அருமையாக உள்ளது தங்களின் பெயர்."

"நன்றிகள் இவ்வளவு இயல்பாகத் தமிழ் பேசுகின்றீர்களே தங்களின் பெயர்?"

"அடியேன் தாமயன்."

"நல்லது தங்களின் அரசரை எப்போது சந்திப்பது?"

"மன்னர் அவர்கள் தூரதேசப் பயணம் சென்றுளார். தற்போது கலிங்கம் நோக்கி வந்து கொண்டுள்ளார். இன்னும் மூன்று தினங்களில் வந்து விடுவார். அதுவரை தாங்கள் எங்களின் விருந்தினர் மாளிகையில் தங்கிக் கொள்ளலாம் வாருங்கள்.

"தாமயன் அப்படி கூறியதுமே கருணாவிற்கு எரிச்சல் உண்டானது. இன்னும் மூன்று தினங்களா? இப்பொழுது என்ன செய்வது? நம் தேசத்திலோ நல்ல மழைக்காலம். இங்கே வெயில் இப்படி சுடுகிறதே. பாவம் சுந்தரம் என்ன செய்கின்றானோ தெரியவில்லையே?"

அங்கு வந்தான் எங்கராயன். குலோத்துங்கனுக்கு கருணாவை போன்று அனந்தவன்மனுக்கு எங்கராயர் முக்கிய மந்திரி. மிகுந்த மதிப்புடனே வரவேற்றான் கருணாவை.

அரசர் அவர்கள் விரைவிலேயே வந்து விடுவார்கள்.

அமைதியாய் இருந்தான் கருணா. அதன் பின் எங்கராயனும், தாமயனும் சேர்ந்து, அனந்த வன்மன் அரண்மனையைச் சுற்றிக் காட்டினர். கட்டிடங்கள் கூட முற்றும் வேறுபட்டு இருந்தது சோணாட்டை ஒப்பிடுகையில் மலை பாங்கிலே இருந்த அந்த அரண்மனை பல அடுக்குகளைக் கொண்டு உயர இருந்தது. பிறகு ஏதோ பணி நிமித்தமாக தாமயன்

அங்கிருந்து சென்றான். பின் கருணாவை அழைத்துக் கொண்டு அந்த அரண்மனையில் இருக்கும் ஓர் அறைக்கு அழைத்தச் சென்றான். அது அந்த அரண்மனை உச்சியிலே இருந்த கண்ணாடி அறை ஆகும். அந்த அறையின் நாற்சுவரிலுமே கண்ணாடி பதிக்கப்பட்டு இருந்தது. அந்த அறையின் நடுவே கழுமரம் ஒன்று சூழலும்படி வடிமைக்கப்பட்டு இருந்தது. அந்த அறையில் அழகானது கருணாவை வெகுவாக கவர்ந்தது. காரணம் அங்கிருந்த கண்ணாடிச் சுவரின் ஓருபுறம், காடும், ஒருபுறம் கடலும், ஒருபுறம் மலையும் பிரதிபலித்தன. மற்றும் ஒரு சுவரின் இவை மூன்று அடுத்தடுத்து இருப்பது போன்ற பிம்பம் விழுந்தது. மலை, காடு, கடல் என அந்த அறையின் சாளரம் வழியே புறத்தே பார்வையிட்ட கருணாவிற்கு மயிர் கூச்சமே உண்டானது. கண்ணெதிரே குறிஞ்சி, முல்லை, நெய்தல் என காட்சி அளித்தது. என்னே, இயற்கையின் எழில் அற்புதம் இவ்விடத்தே இருக்க, அன்ன ஆகாரம் தேவையே இல்லை. அப்படி ஒரு அழகு என்றான் கருணா. உடனடியாக எங்க ராயன்.

“ஐய்யா தாங்கள் வந்ததில் இருந்து தங்களுக்கு அருந்த ஏதும் தரவில்லையே. வாருங்கள்.”

“அய்யா... சற்று நேரம் இங்கே இருந்து விட்டுச் சென்றால் என்ன?”

“தங்களின் விருப்பமே.”

“ஆகட்டு”

பெண்ணொருத்தி வந்து கருணாவிற்கு உணவு பரிமாறினாள். அவனை உற்று நோக்கிய வண்ணம், எங்கராயன் அருகே இருப்பதால் சற்றே நிதானித்து அங்கிருந்து சென்றாள். கேந்தணன் என்ற அமைச்சன் ஒருவன் அங்கு வந்தான். அங்கே கருணாவிற்கு சிறப்பான விருந்து அளிக்கப்பட்டு இருந்ததைக் கண்டு அவன் யார்? அவன் வருதலின் நோக்கமென்ன என்று கலிங்க மொழியில் எங்கராயனை வினவினான். சோணாட்டு சக்ரவர்த்திகள் திறை கேட்டு அனுப்பிய தூதன் என்றான் எங்கராயன் அவர்கள் மொழியில் இதைக் கேட்டு வெகுண்டான் கேந்தணன்.

“நம் அரசனை திறை செலுத்தும்படி கூற வந்தவனுக்கு நடுமனையில் விருந்தளிப்பதா? பாதாள சிறையில் அல்லவா அடைக்க வேண்டும்? அரசர் வந்ததும் அவர் காலடியில் மண்டியிட செய்வோம் இவனை.”

“அவ்வாறு செய்யலாகாது கேந்தா. இவர் தூதுவர், தூதுவருக்கான மரியாதையை அளிக்க வேண்டும். தவிரவும், இவரை காணும் கால் வெறும் தூதுவரைப் போல் தெரிய வில்லை. அந்நாட்டின் உயரிய பதவியிலோ அல்லது அச்சக்கரவர்த்தியின் உறவினராகவோ கூட இருக்கலாம். ஆகையால அவரை மதித்து நடப்பதே உசிதம் ஆகும். தயவு கூர்ந்து அவரை விருந்தினர் மாளிகைக்கு அழைத்து செல்லுங்கள்.”

“அவர்களின் இந்த உரையாடலின் முழுமையான பொருள் விளங்கவில்லை என்றாலும் ஏதோ பிழை ஆவதை உணர்ந்தான் கருணா.

இயல் 107

“ஐய்யா இவர் பெயர் கேந்தன் இங்கிருக்கும் அதிகாரிகளில் இவரும் ஒருவர்.”

“வணக்கம்.” என்றான் கருணா.

“ஐயோ அவருக்கு தங்களின் மொழி தெரியாது.”

“அதனால் ஒன்றுமில்லையயா இவர் தங்களை விருந்தினர் மாளிகைக்கு அழைத்து செல்வார். எமக்கு ஒரு சிறு பணி உள்ளது. அதனை முடித்துக் கொண்டு இப்பொழுது வந்து விடுகின்றேன்.”

“நல்லது சென்று வாருங்கள்” என்றான் கருணா. கேந்தனன் கருணாவை அழைத்துச் சென்றான். அரண்மனைக்குப் பின்னே ஒரு குறுகலான பாதையின் வழியாக சற்று தொலைவு சென்றது போல் உணர்ந்தான் கருணா. ஓர் அகண்ட அறையில் ஒரு ஓரமாக இருக்கைகளும், கட்டிலும் போடப்பட்டு இருந்தன. அந்த அறையில் ஆங்காங்கே கம்பளம் விரிக்கப்பட்டு இருந்தது. மற்றும் ஓர் ஓரமாக அலமாரி ஒன்றும் இருந்தது. ஒரு காவலனை அழைத்த கேந்தனன் அங்கிருந்து அலமாரியின் சாவியை எடுத்து வரச் சென்னது போல் தோன்றியது கருணாவிற்கு. சைகையினால் ‘தாங்கள் இங்கேயே இருங்கள் இதோ வந்து விடுகின்றேன்’ என கூறிச் சென்றான் கேந்தனன். தலை அசைத்தான் கருணா. அந்த அறையின் கதவைத் தாழிட ‘ஏதோ விபரீதம் நடக்கப் போகின்றதா?” என்று கருணா எண்ணுவதற்குள் அவன் நின்றிருந்த கம்பளம் நழுவிக் கொண்டு பாதாளத்திலே விழுந்தான். ஒரு கணம் அங்கே என்ன நடந்தது என்ற அவனுக்கே விளங்கவில்லை. மோசம், நயவஞ்சகம், நாம் ஏமாற்றப்பட்டோம் சற்று நேரம் அமர்ந்திருந்த கருணா பின் அனேக முறைகள் அந்த பாதாளத்தில் இருந்து மேல் எழும்ப முயன்றும் பலனில்லை. முன்னமே இருள் சூழ்ந்திருந்த அந்தப் பாதாளம் மேலும் இருளால் மூழ்கியது. இரவு வேளை வந்துவிட்டது போலும் என்று எண்ணிக் கொண்டான் கருணா. அந்த அறையின் மேல் தீப்பந்தங்கள் ஏற்றப்பட்டு, ஒரு கயிற்றின் மூலமாக ஆகாரமும், நீரும் உள்ளிறக்கப்பட்டு உடனடியாக அந்தக் கயிறு மேல் எடுக்கப்பட்டது. சினம்

தலைக்கேறிய கருணா அதில் இருந்த நீரைக் கூட எடுத்து அருந்தவில்லை. மிகக் குறைவான வெளிச்சமே அந்த பாதாளத்தினுள் விழுந்தது. தன் மடியில் கட்டி வைத்திருந்த சிவலிங்கத்தை எடுத்து நோக்கிய கருணா, அந்த ஓலை அதிலே என்ன எழுதியிருப்பாள்? என்று அதனை பிரித்துப் பார்க்கப் போதிய வெளிச்சம் இல்லாததால், அதில் எழுதி இருப்பது சரியாக புலப்படவில்லை அவனுக்கு. ஆகாரத்தை கீழே கொட்டி, அந்தப் பாத்திரத்தில் குவளையில் இருந்த நீரை நிரப்பி தீப்பந்தத்தின் பிம்பம் அந்தப் பாத்திரத்தில் விழும்படியாக வைக்க, வெளிச்சம் ஆனது சற்றே கூடுதலாக இருந்தது. என்ன இருக்கிறது அந்த ஓலையில்? "தீந்தமிழ் நீர் எமக்கு கூர்வாள் யான் உமக்கு நிருதி" அந்தக் கொடிய சூழலிலும் புன்னகை பூத்தது அவனுக்கு. அந்த வேளையிலே நீர் குவளையின் உதவி கொண்டு அந்தப் பாதாளச் சுவர்களில் தனது மனைவியின் பெயரை எழுதிக் கொண்டு இருந்தான் கருணா யான் நிச்சயம் மீண்டு விடுவேன் என சொல்லிக் கொண்டே.

சோழபுரம் கோட்டை. சோழர் அரண்மனை "தமையா, தமையா."

"நிருதி என்ன இவ்வேளையில் எனது அறைக்கு? உறங்க வில்லையா தாயே?" வீரசோழனைக் கட்டிக் கொண்டு அழத் துவங்கினாள்.

"ஐயோ ஏன் அழுகின்றாய்? என்ன வாயிற்று தங்காய்? அவருக்கு ஏதோ ஊறு விளைந்தது போல் கனா கண்டாயா என்ன?"

"இல்லை தமையா. அவர் இங்கிருந்து சென்று இரண்டு திங்கள் கடந்து விட்டன. இன்னமும் ஒரு தகவலும் இல்லை அவரிடம் இருந்து. எமக்கு அச்சமாக உள்ளது தமையா. அவர் எங்கிருக்கிறார் எப்படி இருக்கின்றார் என்று தெரியவில்லையே? அவர் எங்கு இருந்தாலும் அவரைத் தேடி அழைத்துவர வீரர்களுக்குக் கட்டளையிடுங்கள் தமையா."

"நிருதி அழுவதை சற்று நிறுத்து, அமைதியாய் இரு தாயே. அவருக்கு ஒன்றும் ஆகாது. பூரண நலத்துடனே இருப்பார்.

அந்தப் பொன்னம்பலத் தான் நம்மை ஒரு போதும் கைவிட மாட்டார் அம்மா."

"அப்படியே மூர்ச்சையாகி நிருதி கீழே விழ தனது கரத்திலே ஏந்தினான் வீரசோழன். அவளைக் கட்டிலிலே சாய்த்து நீர் தெளித்தான்.

"தமையா, அவரை அழைத்து வாருங்கள்."

"யான் சென்று அழைத்து வருகின்றேன் தாயே நீ உறங்கு."

"குலோத்துங்கன் அறைக்கு சென்றான் வீரசோழன்.

"தந்தையே"

"என்ன வீரா இவ்வேளையில் இங்கே?"

"தங்களுக்கு எப்படி உறக்கம் வருகின்றது தந்தையே?

"ஏன் என்ன வாயிற்று வீரா?"

"சிறுபிள்ளை கைப்பாவையைக் கேட்டு அழுவது போல் தனது கணவனைக் கேட்டழுது மூர்ச்சை ஆகிப் போனாள் தங்களின் அன்பு மகள்.

"என்ன கூறுகிறாய் வீரா? நிருதியா,

"ஆமாம்.,"

"எங்கே?"

"எனது அறையில்."

"அய்யோ" என்று பதறியவாறே வீரனின் அறைக்கு ஓடினான் குலோத்துங்கள்.

தந்தையே சற்று நில்லுங்கள் எங்கே செல்லுகிறீர்கள்?

"நனது மகளைக் காண."

"அவள் மூர்ச்சை தெளிந்து உறங்கிக் கொண்டு இருக்கின்றாள். அவளை நிம்மதியாக உறங்க விடுங்கள்."

அமைதியாய் நின்றான் குலோத்துங்கன்.

"யான் முன்னமே எச்சரித்தேன். இப்பணிக்கு வண்டையர் கோன் வேண்டாம். வேறு எவரையேனும் அனுப்புங்கள் என்று, எம் பேச்சை யார் இங்கே கேட்டது? தாங்கள் என்றுமே என்னை ஒரு பொருட்டாக எண்ணியது இல்லை. பிறகு எப்படி எனது பரிந்துரைக்கு மதிப்பளிப்பீர்களா?"

"அப்படியில்லை மகனே. இது எனது தனிப்பட்ட முடிவில்லையே உடன் கூட்டத்ததிகாரிகள் எடுத்த முடிவு."

"தாங்கள் வண்டையர் கோனை அமைச்சர் என்ற கண்ணோட்டத்துடனே காண்கின்றீர்கள். அதை விடுத்து தங்கள் மகளின் கணவர் என்பதை எப்பொழுது உணரப் போகிறீர்கள்?"

"நம்மைப் போன்றவர்களுக்கு நாட்டின் நலனும் குடிகள் நலனும் தானே முதன்மை?"

அப்படியானால் தங்களுக்கு மனைவி மக்கள் எதற்கு? தங்களுக்கு வேண்டுமானால் இந்நாடும் குடிகளும் முதன்மையாக இருக்கலாம். ஆனால் எமக்கு நனது குடும்பமும், அதன் உறப்பினர்களுமே முக்கியம் ஒன்ரை ஆண்டுகள் கழிந்து விட்டது தமையன் சோழகங்கன் நமது கோட்டைக்கு வந்து. தற்போது அவர் எங்கிருக்கின்றார் என்பது தங்களுக்குத் தெரியுமா தந்தையே.

"ஏன் தெரியாமல் புக்கத்திற்கு சுற்றுலா சென்று உள்ளான்."

"ஆனால் அவர் அங்கிருந்து திரும்பப் போவதில்லை. அது தங்களுக்குத் தெரியுமா?"

"என்ன?"

"ஆம் புக்கம் நகர வேந்தனான தம்மராசன் என்பவன், நனது தமையனை புத்த சமயத்தினனாக மாற்றி அவரின் மகளையும் மணந்து கொள்ள செய்திருக்கிறார் என்பது சில வாரங்களுக்கு முன் எமக்குக் கிடைத்த தகவல். தமையன் இனி அங்கிருந்து வரப்போவது இல்லையாம். கடல் கடந்து சென்ற மகனைக் குறித்து தங்களுக்குக் கவலை இல்லை தூரதேசம் சென்ற மருமகன் குறித்தும் தங்களுக்குக் கவலை இல்லை. தங்களின் கவலை, கவனம் இரண்டுமே இந்நாட்டின் மீதும் இங்குள்ள மக்களின் மீதும் மட்டுமே. இனி தங்களை நம்பி பலனில்லை. இனி நனது தங்கையின் வாழ்வைக் காப்பது எப்படி என்று எமக்குத் தெரியும். யானே நாளை வடதிசை புறப்படுகின்றேன். எப்படியேனும், வண்டையர் கோனை அழைத்து வந்து அவளிடம் ஒப்படைப்பேன்."

"இரண்டொரு தினங்கள் பொறு, மகனே, ஏதேனும் ஓலை வருகின்றதா என பார்ப்போம்."

“இனியும் பொறுக்கலாகாது, தந்தையே. நாளை வடதிசை செல்வது உறுதி வணக்கம் தந்தையே. நிருதி மட்டும் தனியே அறையில் உறங்குகின்றாள்.” என்று கூறி அங்கிருந்து சென்றான் வீரன்.

“எம் இறைவா தங்களின் சோதனைக்கும் ஓர் எல்லை இல்லையா? வந்துவிடுவான் என்று எண்ணி இருந்த மகன் இனி வரப்போவதே இல்லை. வந்துவிடுவேன் என்று கூறி சென்ற மருமகன், எங்கு இருக்கின்றார் என தெரியவில்லை. யான் என் செய்வேன்.”

தனது அறைக்கு வந்த வீரன் நிருதியின் அருகே சென்று அமர்ந்தான். அவளின் தலை கோதி “நீ நிம்மதியாய் உறங்கு நிருதி. நாளைய பொழுது நல்லபடியாகவே விடியும்.” என்றான். அவள் அருகே அமர்ந்தபடியே உறங்கிப் போனான் வீரசோழன்.

மறுநாள் காலை சேடி பெண் ஒருத்தி வண்டையில் இருந்து அன்னவராயன் நிருதியைக் காண வந்திருப்பதாய் தெரிவித்தாள். அவ்வப்போது தன்னைக் காண மாமன் அவர்கள் வந்து சென்றாலும், இன்றைய வருகை நிருதிக்கு சற்றே கூடுதலாக மகிழ்ச்சியை அளித்தது.

“வணங்குகின்றேன் மாமன் அவர்களே வாருங்கள்.”

“மகளே நிருதி, எப்படி அம்மா இருக்கின்றாய்?”

“நலமுடனே இருக்கின்றேன். மாமன் அவர்களே அங்கே நமது இல்லத்தில் அனைவரும் நலம் தானே?”

“அனைவரும் நலமே அம்மா. பெருமா கருணாவைப் பற்றிய தகவல் ஏதும் கிடைத்ததா?”

“இல்லை வண்டையர் கோனே. யானும் அதையே தான் எதிர்பார்த்துக் கொண்டு இருக்கிறேன்.”

“சற்றே அங்கே அமைதி நிலவியது.

அங்கு வந்த வீரசோழன் “தாங்கள் ஒன்றும் கவலை கொள்ளத்தேவையில்லை அரசே. தங்களின் மகன் எப்படியும் வந்துவிடுவார். இருப்பினும் அவருடைய தற்போதைய நிலையை அறிய யானே நேரில் செல்கின்றேன்.”

“தமையா, தாங்கள் என்ன கூறுகின்றீர்கள்?”

“ஆம் நிருதி யான் புறப்பட்டு விட்டேன். நீயும் கவலையை விடு அம்மா.”

“இல்லை தமையா அவர் வந்துவிடுவார். தாங்கள் என்னை விட்டு எங்கும் செல்லாதீர்கள்.”

“இல்லை அம்மா அவர் ஒருவர் இங்கு இல்லாது நம்மில் பலருக்கு நிலைகொள்ளாத நிலை. இவற்றைத் தவிர்க்க வேண்டுமானால் அவர் இருக்குமிடம் அறிவதே சிறந்தது.”

“அதற்கில்லை தமையா. அவர் ஒரு வழியில் மீண்டுவர, தங்கள் ஒரு வழியில் அவரைத் தேடிச் செல்ல நேர்ந்தால் என்ன ஆவது?”

“அப்படியெல்லாம் ஒன்றும் நடவாது தங்காய். என்னுடன் வீரர்களையும் அழைத்துச் செல்கின்றேன். தாங்கள் என்ன சமாதானம் கூறினாலும் சரி அதை யான் ஏற்கப் போவதுமில்லை.”

“அவர் வரும் வரையிலும் என்னைப் பத்திரமாகப் பார்த்துக் கொள்ளும்படி தங்களிடம்தானே கூறிச் சென்றார்? அப்படி இருக்க, தற்போது தாங்களும் என்னை விட்டு செல்கிறீர்கள்?”

“மகனே, அவள் தான் இத்துணை தூரம் கூறுகின்றாளே. அவளின் பேச்சைக் கேட்க மாட்டாயா?” என்றாள் தியாகவல்லி.

குலோத்துகனோ அமைதியாய் இருந்தான்.

“இல்லை தாயே, இனி யான் யார் பேச்சையும் கேட்பதாக இல்லை. யான் சென்று வருகின்றேன்” என்று அங்கிருந்து சென்றான் வீரசோழன். அவன் பின்னாள் ஓடினாள் நிருதி

“தமையா சற்று நில்லுங்கள்.”

“அவளைப் பொருட்படுத்தாமல் சென்று கொண்டு இருந்தான்.

“அய்யோ... மகளே நிருதி” என்று அலறினான் குலோத்துங்கன்.

“அவன் அலறல் கேட்டு திரும்பிய வீரசோழன் பதறிப் போனான்.

“மூர்ச்சையாகி தரையில் விழுந்து கிடந்தாள் நிருதி.

“மகனே தங்கையைப் தூக்கப்பா” என்றான் குலோத்துங்கன். அருகே இருந்த அறையின் கட்டிலே வைத்து நீர் தெளித்தான் வீரசோழன்.

“தம்பி தங்கைக்கு என்னவானது?” என்று அங்கே ஓடிவந்தாள் அம்மங்கை.

“மயங்கி விழுந்துவிட்டாள். அக்கை அவர்களே. நேற்றைய இரவு கூட இப்படி தான் மூர்ச்சையானாள்.

“மகனே நீ என்ன கூறுகின்றாய்?”

“ஆம் தாயே நேற்றைய இரவு எனது அறைக்கு வந்தவள் பேசிக் கொண்டு இருக்கையிலேயே இது போல தான் ஆனாள்.”

“ஆமாம் இளவரசர் கூறுவது உண்மை தான் நேற்றைய காலைப் பொழுதும் இப்படி தான் ஆனது” என்றாள் அமுதா.

“இங்கு என்ன நடக்கின்றது? இது குறித்து என்னிடம் யாரும் கூற மாட்டீர்களா?” என்று ஆதங்கப்பட்டாள் தியாகவல்லி.

“மன்னியுங்கள் அரசியாரே. நிருதிதான் இது வெறும் சோர்வினால் வரும் மயக்கம். இதனைப் பெரிதுபடுத்த வேண்டாம் என்று கூறினாள்.”

“அது சரி பிழை என்மீது தான். பிள்ளை எப்படி இருக்கிறாள் என்ன செய்கிறாள் என்ற அக்கறை எமக்கு தானே வேண்டும்? உங்களைச் சொல்லி என்ன செய்வது?” என்றுவள்.

காவலன் ஒருவனிடம் அரண்மனை வைத்தியரை அழைத்து வரும்படி கூறினான் குலோத்துங்கன். மயக்கம் தெளிந்த வளிடத்திலே “நிருதி யான் உன்பொருட்டே வண்டையர் கோனைத் தேடிச் செல்கிறேன் என்றேன். ஆனால் தற்போது உனது உடல்நிலையைப் பார்த்தால் உன்னுடன் இருப்பதே உசிதம் எனப்படுகிறது. வண்டையர்கோன் வரும் வரையிலும் உன்னை விட்டு சிறிது நேரம் கூட பிரிய மாட்டேன், சரியா?”

புன்னகையுடன் தலைஅசைத்தாள் நிருதி.

"ஏன் மகளே உடல் நலனில் அக்கறை கொள்ளமாட்டாயா?" என்றார் அன்னவராயன் வருத்தத்துடனே, அரண்மனை வைத்தியரும் அவருடைய உதவியாளரான பெண் ஒருத்தியும் வந்தனர்.

வணங்குகின்றோம் பிரபு."

"வணக்கம் வைத்தியரே, நனது மகளின் உடல் நலனின் உண்டான கோளாறு என்னவென்று பாருங்கள்."

"பிரபு மன்னிக்கவும். அனைவரும் சற்றே புறத்தே இருந்தீர்களேயானால்."

"அதற்கென்ன இதோ" என்று அனைவரும் அந்த அறையில் இருந்து வெளியேறினர். சற்று நேரத்திற்கெல்லாம் வைத்தியர் வெளியே வந்தார்.

"என்னவாயிற்று வைத்தியரே?

"குலவிருத்தி சக்கரவர்த்திகளுக்கு வாழ்த்துக்கள்"

"எல்லை இல்லா ஆனந்தம் குலோத்துங்கனுக்கு.

"வாழ்த்துக்கள் பிரபு"

"தங்களுக்கு தான் முதலில் வாழ்த்துக்கள் கூற வேண்டும் வண்டையர் கோனே. நன்றிகள் மூன்றாம் திங்கள் துவங்கி உள்ளதால் ஒவ்வாமை. அதனால் மூர்ச்சை ஆகி இருக்கின்றார் இளவரசியார் பிரபு. சேடிப் பெண்ணிடம் சூரணம் கொடுத்துனுப்புகின்றேன். அதனை உட்கொண்டால் தானே சரியாகி விடும்."

"நல்லது வைத்தியரே குலோத்துங்கனும் அன்னவராயனும், தங்களின் கழுத்துச் சங்கிலியை அவிழ்த்துக் கொடுக்க, "நன்றி கூறி அங்கிருந்து சென்றார் வைத்தியர்.

"அனைவரும் அறைக்குள் செல்ல "அந்த பரம்பொருளுக்கு நன்றி, மகளே யான் இன்று மட்டற்ற மகிழ்ச்சியில் உள்ளேன். உனது அத்தையாருக்குத் தெரிந்தால் அவளுடைய மகிழ்ச்சிக்கு அளவிருக்காது. உடனடியாக உனைக் காணவேண்டும் என்பாள். யான் உடனே வண்டைக்குப் புறப்பட்டுச் சென்று அவளை இங்கே அழைத்து வருகின்றேன்" என்றான் அன்னவராயன்.

“வேண்டாம் அரசே இங்கிருந்து வேறு யாரையேனும் வண்டைக்கு அனுப்புவோம். அவர்கள் அனைவரும் வரட்டும் அதுவரை தாங்கள் தங்களின் மருமகளுடன் இங்கேயே இருங்கள்.”

“அதுவும் சரி தான் பிரபு. யான் சோழிசர் ஆலயம் சென்று வருகின்றேன் பெருமா. உத்தரவு கொடுங்கள்.”

“அந்த ஈசனுக்கு நனது மனமார்ந்த நன்றிகளைத் தெரிவிக்க யானும் தங்களுடனி வருகின்றேன் அரசே நனது மகள், மற்றும் நம் பெயரப் பிள்ளை சேமம் குறித்து வேண்ட.”

“நல்லது பிரபு வாருங்கள்” அன்னவ ராயரும், குலோத்துங்கனும் அங்கிருந்து சென்றனர்.

“நனதருமை தங்கைக்கு வாழ்த்துக்கள்.

புன்முறுவலுடன் தலையசைத்தாள் நிருதி.

“ஏற்கெனவே எனது அக்கைமார்களின் நான்கு பிள்ளைகளுக்கு அம்மான் ஆன போதும், ஆசைக்கு ஒருவரைக் கூட எனதருகே வைத்து கொண்டது இல்லை. ஆனால் இம்முறை அப்படி நடவாது நிருதி. நனது மருமகனைப் பெற்று என்னிடம் கொடுத்துவிட்டு நீ வண்டைக்குச் சென்றுவிடு. யானே வைத்த வளர்த்தக் கொள்கின்றேன் - நமது தந்தையாரை அவரது அம்மான் வீரராசேந்திரன் வளர்த்ததைப் போல யான் கூறுவது சரிதான தாயே?”

“புன்னகைத்தபடியே “ஆம் மகனே” என்றாள் தியாகவல்லி.

“பிள்ளைகளைப் பெற்றவர்களை விடவும் அதன் அம்மானுக்கு உரிமை அதிகம் என்பது நிருதியின் கணவருக்குத் தெரியாமல் இருக்குமா என்ன தம்பி?”

“ஆம் அக்கை அவர்களே.”

இப்படி அங்கிருந்த அனைவரும் எதை எதையோ பேசிக் கொண்டு இருந்தனர்.

“அப்புறம் மகனே, வாணர் கோனுக்கு இது குறித்து நேரிலே சென்று கூறவேண்டும் அப்பா.”

“இதோ யானே சென்று வருகின்றேன் தாயே. நிருதி நீ ஓய்வெடுத்துக் கொள் இதோ யான் வந்து விடுகின்றேன்.”

“ஆகட்டும் தமையா.”

"வீரன் கூறுவது சரி அவள் ஒய்வெடுத்துக் கொள்ளட்டும். நாம் அனைவரும் செல்லலாம் பிறகு வந்து பார்க்கலாம்" என்று அங்கிருந்து அனைவரும் சென்றனர். அமுதாவைத் தவிர.

"நிருதி உண்மையில் நனது வாழ்நாளில் இத்துணை மகிழ்ச்சியாய் யான் இருந்ததே இல்லை. அவ்வளவு ஆனந்தமாக உள்ளது எனக்க. நினைத்துப் பார் நிருதி. சகல கலைகளையும் கற்றுணர்ந்தவர் இப்பெரும் சோணாட்டின் இரும்பு அரசன் என்று பெயர் எடுத்தவருக்கும் குலோத்துங்க சோழனின் மகளுக்குப் பிறக்கப் போகும் மகன் எப்படி இருப்பான்? தனது தந்தையின் புகழை சமன் செய்வானா, அல்லது.

மகன்தந்தைக்கு ஆற்றும் உதவி இவன் தந்தை
என்னோற்றான் கொல்எனுஞ் சொல்.

என்ற குறளுக்குப் பொருள் தருவானா?"

"அதை நீயே கூற அமுதா. எப்படிப்பட்டவன் என்று?"

"இதில் தேர்வுக்கு என்ன இருக்கிறது நிருதி? குறளுக்குப் பொருளாய் இருப்பான் தொண்டை மானாரின் மகன்."

"ஆம் அமுதா அதையே தான் அவரும் விரும்புவார். நனது விருப்பம் கூட அதே."

"சுபமாகட்டும் நிருதி".

"எப்படியோ சிவபூசைக்குப் பலன்கிடைத்து விட்டது."

"ஆரம்பித்து விட்டாயா."

யான் என்ன ஆரம்பித்தேன் நிருதி? எப்போது பார்ப்பின் இப்படியே கூறுகின்றாய்?"

"நான் என்ன? ஐப்பசி சிவராத்திரி அன்று வண்டையார்கோன் உனது அறைக்கு வந்து சென்றதை மேற்கோள் இட்டா கூறினேன்?"

"பொதுப்படையாக உனது சிவ வழிபாடுகளைத் தான் கூறினேன். அதை நீ தவறாக எண்ணிக் கொண்டால் யான் என்ன செய்வது?"

"நகைத்தபடியே உன்னை என்ன செய்வது அமுதா?"

"இப்போதைக்கு ஒன்றும் செய்ய வேண்டாம். யான் சென்று என் அன்புத் தோழிக்கு ஆகாரம் எதுவேணும்

எடுத்து வருகின்றேன். அதுவரை ஓய்வெடு நிருதி என்ற அமுதா அங்கிருந்து சென்றாள். அவள் சென்றதுமே சுவாமி தாங்கள் எங்கு இருக்கின்றீர்கள்? தங்களை உடனடியாக காண வேண்டும் போல் உள்ளது." என்று தன்னுள் பேசத் தொடங்கினாள் நிருதி.

அன்றைய பிற்பகலில் இருந்தே சோழர்களின் கோட்டை பரபரப்பானது. வானதி ராயர் அவரின் மனைவி வடிவுடையாள் துவங்கி, அந்தக் கோட்டையில் இருந்த அனைத்து அமைச்சர்களும் அவர்தம் மனைவிகளுடன் வந்து குலோத்துங்கனக்கும், அன்னவராயருக்கும், வீரசோழனுக்கும் தங்களின் வாழ்த்துக்களைத் தெரிவித்துச் சென்றனர். இரவு பொழுதை எட்டியது. வானதி ராயர் அவர்தம் மனைவி, மற்றும் காலிங்க ராயர் தவிர மற்ற அனைவரும் அங்கிருந்து சென்றிருந்தனர்.

"தமையன் அவர்களே, வண்டைக்கு ஓலை அனுப்பி ஆகிவிட்டதா?"

"ஆம் தங்காய். காலையே அனுப்பி விட்டேன். ஓலை கிடைத்ததும் உடனடியாக ஆவுடையான் உனது அண்ணிமார்களை அழைத்து வருவான் என்று நினைக்கிறேன். அதிலே மலரையும் அழைத்துவர சொல்லி இருக்கின்றேன் அம்மா."

"நல்லது தமையா.

ஏனோ மலரின் பெயரை கூறியதுமே நிருதிக்கு வருத்தம் குடிகொண்டது அவளை எப்படி ஏறிடுவதென்று.

"மகளே நிருதி, இன்று காலையில் இருந்து விருந்தினர் வருகையினால் ஓய்வின்றி இருந்திருப்பாய் கர்ப்பிணிப் பெண்களுக்கு இதுபோன்ற தருணங்களில் ஓய்வு என்பது மிக அவசியம். செல் மகளே அமுதா நிருதியை அவளின் அறைக்கு அழைத்துச் செல். அம்மா" என்றார் வானதிராயர்.

தங்களுக்கொன்று தெரியுமா வண்டையார் கோனே? எம்மை விடவும் நிருதியுன் நலனின் ராயருக்கே அக்கறை அதிகம் அவருடைய வளர்ப்பு மகள் என்பதால்."

“உண்மை தான் பிரபு இதை வண்டையில் இருக்கையில், நனது மருமகள் அனேகம் முறைகள், தங்களைப் போலவே கூறி இருக்கிறாள். நனது மைத்துனரையும் தங்கைகையும் பற்றி உண்மையில் இன்றைய சுப செய்தியின் பொருட்டு உண்டான மகிழ்ச்சி என்பது உங்கள் இருவருக்குமே, வளர்ப்பு தந்தை, மாமன் என்ற வகையில் அதிலே பாதிதான் எமக்கும் தமது குடும்பத்தாருக்கும்.”

“அது தங்களின் பெருந்தன்மை பிரபு. அதெல்லாம் சரிதான் கருணாவிற்கு வாழ்த்து கூற தனியே ஒரு நாள் ஒதுக்க வேண்டும் என்பதை நாம் மறந்துவிடக் கூடாது என்றார் காலிங்க ராயர்.

“ஆமாம் இத்தருணத்திலே கருணாகரன் இங்கு இருந்திருந்தால் இன்னும் இரட்டிப்பு மகிழ்ச்சியாய் இருந்திருக்கும்” என்றார் வானதி ராயர். அவர் அப்படி கூற குலோத்துங்கனையே உற்றுப் பார்த்து கொண்டு இருந்தான் வீரசோழன்.

“சரி சக்கரவர்த்திகள் ஓய்வெடுத்துக் கொள்ளட்டும் நாம் புறப்படலாம்” என்றார் அன்னவராயர்.

“தமையா, தாங்கள் தனியே வண்டையர் மாளிகையில் தங்க வேண்டாம். எங்களுடனே இருங்கள் சிறிய தமையன் அண்ணிமார்கள் வரும்வரை.

“ஆகட்டும் அம்மா.”

குலோத்துங்கனிடம் விடைபெற்று அனைவரும் அங்கிருந்து சென்றனர்.

ஆர்வம் மிகுதியினால் அன்று இரவு நிருதியின் அறைக்கு அவளுடைய தாய்கள், தந்தை தமையன் தமக்கை என்று ஒருவர் பின் ஒருவராக வந்து சென்றனர். ஏனோ உண்மையில் அன்று அவர்கள் அப்படி வருவதை அவள் விரும்பவில்லை. அவளுடைய கணவனைப் பற்றி சிந்திக்க கூட விடாமல் தொந்தரவு செய்வது போன்ற எண்ணமும் எழுந்தது. ஒருவழியாக அந்த அறையில் அமைதி நிலவியது. அமுதாவும் கூட உறங்கிப் போனாள். மிதமிஞ்சிய மகிழ்ச்சியும் தனது கணவனின் பிரிவுத் துயரமும் அவளை விடியும்

வரையிலும் உறங்கவிடவில்லை என்பதே உண்மை. அன்று காலையில் இருந்தே தோன்றிய எண்ணம் அவள் வயிற்றைத் தொட்டு உணர வேண்டும் என்று. அதன் மூலம் ஒன்றும் அறியமுடிய வில்லை என்ற போதும், உள்ளார்ந்த பூரிப்பை உணரமுடிந்தது. நீண்ட பெருமூச்சுடனே 'சுவாமி தங்களின் வருகையை எதிர்பார்த்துக் காத்திருப்போர் பட்டியலில் தங்களின் பிள்ளையும் இணைந்து கொண்டதை எப்பொழுது அறியப் போகின்றீர்கள் சுவாமி."

(இச்சடங்கின் நோக்கம் யாதெனில் பருவம் அடைந்த ஆணோ, பெண்ணோ, அவர்களின் திருமணத்தின் போது அவர்தம் கரங்களை பற்றும் முதல் உரிமை பூண்டவர் அவர்கள் தாய் மாமன் மட்டுமே. தனது மகனையோ, மகளையோ அல்லது மாற்றானின் மகனையோ, மகளையோ மணந்து கொள்வது என்பதில் தனக்கு பூரண சம்மதமே என்பதை அறிவுறுத்தவே, கரங்களில் காப்புகட்டி, கழுத்திலே மாலை அணிவிப்பது. பருவம் அடைந்த பெண்ணுக்கு முதலில் அணியும் மாலையும், திருமணத்தின்போது அணியும் முதல் மாலையும் தாய் மாமனுக்கே உரித்தாகும், ஆண்களுக்கும் அப்படியே திருமணத்திற்கு முன் அணியும் முதல் மாலை). இது பேரரசர், சிற்றரசர் என்ற பாகுபாடின்றி தாயகம் முழுவதும் அரசமரபினரால் கடைபிடிக்கப்பட்ட ஒரு... சடங்கு முறை ஆகும்.

பின் குறிப்பு

1. ஆதோத்யம் என்பது வீணை, முரசம், தாளம் ஆகிய நான்கையும் குறிக்கும்.
2. ஓலை மாற்றுவது என்பது திருமண நாள் அன்று காலை துவங்கி மாலை வரையிலும் உள்ள சடங்குகளும் அதற்கான நேரத்தையும் அந்த ஓலையிலே வரிசைப்படுத்தி இருப்பர்.
3. வகுளம் பூ - மகிழம் பூ
4. மிச்சி - பெண்களுக்குரியது
   மெட்டி - ஆண்களுக்குரியது. சற்றே வேறுபாடு கொண்டது.
5. பெண்டுகள் தங்களின் கூந்தலை அள்ளி முடித்து கொண்டை போன்று சிகை அலங்கரிக்காமல் கூந்தலைப் பின்னவிடும் மாறுதல் அந்தக் கால கட்டத்தில் சோணாடு எங்கும் பரவி இருந்தது.
6. வெறும் கச்சு (மார்பை மறைத்துக் கட்டும் துணியின் பெயர்) இடையாடையுடன் ஒரு பெண்ணைப் பார்க்கும் ஆண் பாலுணர்வால் தூண்டப்படுவான் என்பது அன்றைய பெண்களிடம் இருந்த பரவலான எண்ணம். அதனாலேயே ஒரு புறம் மறைக்கும் மேலாடையை உடுத்துவதை வழக்கமாக கொண்டனர்.
7. சவலை - ஏக்கம்
8. வண்டையார்களின் கொடியில் எருது (காளை) பொறிக்கப்பட்டு இருக்கும்.
9. பகடு - ஆண் யானை

www.ingramcontent.com/pod-product-compliance
Lightning Source LLC
LaVergne TN
LVHW090213051026
849517LV00001B/56
9798888053430